குற்றப் பரம்பரை

குற்றப் பரம்பரை

வேல ராமமூர்த்தி

டிஸ்கவரி புக் பேலஸ்
எண்: 9, பிளாட் எண்: 1080A, ரோஹிணி பிளாட்ஸ்,
முனுசாமி சாலை, கே.கே.நகர் மேற்கு,
சென்னை-600 078. பேச: 99404 46650

குற்றப் பரம்பரை (நாவல்),

ஆசிரியர்: **வேல ராமமூர்த்தி**©

Kutrap paramparai (Novel),

Author: Vela Ramamoorthi©

Discovery 1st Edition: May - 2015, 26th Edition: July - 2025

ISBN: 978-93-8430-104-0

Pages: 448

Price : Rs.450

Publisher • *Sales Rights*

Discovery Publications	Discovery Book Palace (P) Ltd
No. 9, Plot,1080A, Rohini Flats, Munusamy Salai, K.K.Nagar West, Chennai - 78. Tamilnadu, India. Mobile: +91 99404 46650	No. 1055-B, Munusamy Salai, K.K.Nagar West, Chennai-600 078. Ph: (044) 4855 7525 Mobile: +91 87545 07070

discoverybookpalace@gmail.com / www.discoverybookpalace.com

இந்த நூலில் பிரசுரமாகியுள்ள எந்த ஒரு பகுதியையும் எழுத்துபூர்வமான முன்அனுமதி பெறாமல் எடுத்தாள்வதோ, மறுபிரசுரம் செய்வதோ, மொழியாக்கம் செய்வதோ, ஊடகங்களில் மறுபதிப்பு செய்வதோ, காப்புரிமைச் சட்டப்படி தடை செய்யப்பட்டுள்ளது. இந்த நூலிலிருந்து சில பகுதிகளை மேற்கோள்காட்டி நூல்அறிமுகம் செய்யலாம்.

உங்கள் மொபைல் போனிலிருந்து ஸ்கேன் செய்து 'டிஸ்கவரி புக் பேலஸ்' மொபைல் ஆப்பை டவுன்லோடு செய்து, புத்தகங்களை வாங்குங்கள்.

காணிக்கை

என் தந்தை
'வேயன்னா'வுக்கு

"பூர்வீக ரத்த தடயங்கள்"

மனித குலத்தின் வரலாறுகளை வரலாற்றாசிரியர்கள் மட்டுமே எழுதிவிட முடியாது. மனிதர்களின் முழு வாழ்க்கையை தலைமுறைகளின் வாழ்வை இலக்கியம் மட்டுமே உண்மையாய் பிரதிபலிக்க முடியும். பல ஆண்டுகளுக்கு முன் மார்க்வெசின் 'ஒரு நூற்றாண்டுத் தனிமையும்' மற்ற லத்தீன் அமெரிக்க இலக்கியங்களையும் நான் படித்து பிரமித்திருக்கிறேன். வேல.ராமமூர்த்தியின் 'குற்றப் பரம்பரை' நாவல் ஒரு நூறாண்டு வாழ்வை நமக்கு உயிரோட்டமாய் உணர்த்துகிறது.

கதைக் கரு என்பது வெறுமனே வாழ்விலிருந்து மட்டும் பெறப்படுவதில்லை. வாழ்வியலோடு படைப்பாளியால் பரிசோதிக்கப்பட்டு வாசகனுக்குத் தரப்படுகிற அம்சமாகும். நூறாண்டுகளுக்கு முன்பு இருந்த வாழ்வின் விசயங்களிலிருந்து கதைக் கருவை உருவாக்கி வாசகனுக்குத் தருவது லேசுப்பட்ட விசயமல்ல. அனுபவப்பட்ட மனிதர்களிடமிருந்து தான் கதைக்கரு எடுக்கப்படுகிறது. வேல ராமமூர்த்தியின் மனப்பதிவுகள் எனும் சேமிப்பறையில் முரட்டுத்தனமாகவும், இளக்கமாகவும் உருவாக்கப்பட்ட கரு, மறு உருவாக்கம் செய்யும்படி தூண்டியிருக்கிறது. அதன் விளைவே குற்றப்பரம்பரை நாவல்.

"நான் ஒரு மனிதன். மனிதத் தன்மையுள்ள எதையும் எனக்குத் தொடர்பற்றதாக நான் கருதவில்லை" என்பது காரல் மாமர்க்சுக்கு மிகவும் பிடித்தமான வாசகம். வாழ்வில் காணும் சொற்ப அழகை மிகைப்படுத்திப் பேரழகாய்க் காட்டும் போது அழகியல் வெற்றியடைகிறது.

மேஜிகல் ரியலிசம் என்பது புதிய கண்டுபிடிப்பல்ல. தொன்றுதொட்டு இருந்து வருவதாகும். வேலாவின்

நாவலில் ரியலிசமும் (எதார்த்தம்), மேஜிக்கும் (மாந்திரீகம்) இணைந்து கொள்ளை அழகுடன் வாசகனுக்குத் தரப்பட்டுள்ளது என்பது அதிமுக்கிய விசயமாகும். கலை என்பது அழகு நிறைந்தது. வாழ்வில் எது அழகியதோ அதைச் சிறந்த கலைஞன் வெளிக்கொணருகிறான். அதற்கும் மேலாக எதார்த்த உலகின் எல்லா விசயங்களையும் கூட கலாபூர்வமாகச் சித்தரித்து அவைகளுக்கு ஒரு அழகிய வெளியீட்டு வடிவத்தை வேலா தருகிறார். கிராமிய வாழ்வின் அழகைப் பிரதிபலிப்பதோடு வெளியீட்டு வடிவத்தை வேலா தருகிறார். கிராமிய வாழ்வியல் அழகைப் பிரதிபலிப்பதோடு வேலாவின் கலை நின்று விடவில்லை. அழகை உருவாக்கவும் செய்கிறார் என்பதை நாவலின் ஒவ்வொரு பக்கத்திலும் நம்மால் உணர முடிகிறது. அதிலும் கொடூர வாழ்வும், மூர்த்தண்யம் நிறைந்த நடவடிக்கைகளும் கொண்ட கள்ளர்களைப் பற்றிய நாவலில் இதை உருவாக்குவதில் வேலா வெற்றி பெற்றுள்ளார் என்பதுதான் முக்கியமானது.

கொம்பூதி கிராமத்துக் கள்ளர்களின் வாழ்க்கைதான் இந்நாவலின் கருவாகும். உலகம் முழுவதும் கள்ளர்கள் இருந்திருக்கிறார்கள். யுத்தங்களின் போது முறியடிக்கப்பட்ட ராணுவங்களைத் தப்பி வந்து கள்ளராயினர். யுத்தங்களில் தோற்று சரணாகதியடைந்தவர்கள் அடிமையானார்கள். சரணடையாமல் வீரத்துடன் உயிரைப் பணயம் வைத்து தப்பிச் சென்றவர்கள் பிழைப்பிற்காக உயிரைப் பணயம் வைக்கும் கள்ளராயினர். இந்தக் கள்ளர்இன மக்களின் தலைவரான வேயன்னாவும் அவரது தாய் கூழானிக் கிழவியும் மறக்க முடியாத பாத்திரங்களாய்ச் செலுத்தப்பட்டுள்ளனர்.

தனித்தொதுங்கிய கள்ளர் வாழ்க்கை பற்றிய கொம்பூதி கிராமத்து வர்ணனை நமக்கு ‘இப்படியும் ஒரு வாழ்க்கையா’ என்று வியப்பூட்டுகிறது. ஒரு வகையில் பார்த்தால் கள்ளர்களும் ஒடுக்கப்பட்டு, பகிஷ்கரிக்கப்பட்டே வாழ்ந்திருக்கிறார்கள். அதனால் அவர்கள் தீண்டத்தகாத மக்கள் மீது பரிவு காட்டுகிறார்கள். தலித்துகளின் குடிநீர் உரிமைக்காக உயிரைப் பணயம் வைத்துக் கிளம்புகிறார்கள், குடிநீர்க் கிணற்றில் மலம் கரைக்கப்பட்டதை அறிந்து அந்த ஊரையே இருசாதி மக்களும் துவம்சம் செய்கிறார்கள். தீண்டாமையைக் கடைப்பிடித்தவர்கள் பழிவாங்கப்படுகிறார்கள்.

தென் மாவட்டங்களில் இன்று முரண்பட்டுக் கிடக்கும் அந்த இரு சாதி மக்களும் கடந்த காலத்தில் எவ்வளவு ஒற்றுமையாய் வாழ்ந்திருக்கிறார்கள் என்பதை நாவல் தெளிவாக்குகிறது.

கதையில் இரண்டு உபகதைகள் அவலமானவை ஆனால் அழகு நிறைந்தவை. கூழானிக் கிழவி சொல்லும் கன்னிமார்கள் கேட்கக் கூடாத கதை ஒன்று. மற்றொன்று நிஜாமின் வைரப் புதையலை அடைவதற்கு நாகமுனி நரபலி கொடுக்க வளர்க்கும் வஜ்ராயினி கதை. காளத்தி கதை ஏதார்த்தத்திலும் வஜ்ராயினி கதை மந்திர யதார்த்தத்திலும் அவல நடை போடுகிறது. அது அவலமா அல்லது அம்மக்களின் பாரம்பரியமான வீர நடையா? என்று கண்டுபிடிக்க முடியாதபடி கதை செல்கிறது.

இந்தக் கதையில் வேயன்னாவின் கூட்டம் மகன் சேதுவிடன் செய்து கொடுத்த சத்தியத்தக்குக் கட்டுப்பட்டு களவை நிறுத்தி விடுகிறார்கள். அதனால் ஊரே பட்டினியால் வாடும்போது சுட்டு வீழ்த்தப்படுவதுதான் கொடுமை. அவர்கள் நிராயுதபாணியான பின் அவர்களால் கொழுத்த வியாபாரி பச்சமுத்து சாதிக்கலவரத்தைத் தூண்டி அன்னமயிலையும் கடத்தி துரோகம் செய்கிறான். அவனது மனைவியே மனம் பொறுக்காமல் கணவனைக் காட்டிக் கொடுத்து அடைபட்ட அன்னமயிலை விடுதலை செய்கிறாள். வையத்துரை பச்சமுத்துவைக் கொல்கிறான். நாவலின் கடைசிக் காட்சிகள் திரைப்படம் போல விறுவிறுப்பாகச் செல்கிறது.

கள்ளர்கள் கொள்ளையிடும் வீட்டின் அமைப்பை ஆக்காட்டிக் குருவியின் துணையோடு அறிவதும், கன்னக்கோலிட்டுத் திருடுவதும், விலைமதிப்பற்ற பொருட்களைக்கூட கொள்ளையடிக்கப்பட்டு வந்தபின் அவற்றின் அருமை தெரியாமலேயே பச்சமுத்து போன்ற பணிவுமிக்க அயோக்கியர்களிடம் தாரை வார்ப்பதும் உண்மையில் வாழ்ந்த ஒரு வாழ்க்கைப் பதிவுதான். இதையெல்லாம் ஒருவன் கதை கேட்டு எழுத முடியாது. வேலாவின் பூர்வீக ரத்தத்தில் அதன் தடயங்கள் ஏதோ ஒரு விதத்தில் ஆழப் பதிந்திருக்க வேண்டும். இல்லையேல் இந்த நாவலை இப்படி உணர்வுபூர்வமாய் பதிவு செய்திருக்க முடியாது.

போலீசுக்கும் கொம்பூதி கிராம மக்களுக்கும் நடைபெறும் இறுதிப் போரில் கிராமமே அழிகிறது. வேயன்னா தனது இன்ஸ்பெக்டர் மகன் சேதுவாலேயே சுட்டுக் கொல்லப்படுகிறார். அவர்களிடம்

ஆயுதம் இருந்திருந்தால் போலீசை துவம்சம் செய்திருப்பார்கள்.

வேயன்னாவின் மரணத்தின் போதுகூட கூழானிக் கிழவி தன் சாதியில் பிறக்காத வையத்துரையிடம் தனது பேத்தி அன்னமயிலைக் கைப்பிடித்துக் கொடுப்பது நம்மை உலுக்கி விடுகிறது.

இந்நாவலில் வரும் வஜ்ராயினி மீளாத் துயிலில் வீணையுடன் வீழ்ந்து கிடக்கிறாள். எழமாட்டாளா என்று நமக்கு ஏக்கம் பிறக்கிறது. வஜ்ராயினியைப் போலவே அவளை வளர்க்கும் ஹசார் தினாரும் மறக்க முடியாத பாத்திரமே. அதேபோல் வில்லாயுதத்தின் கழுகும், அது பறந்து போய்க் கொண்டுவரும் வைரமும் வாசகனின் மனமெல்லாம் ஜொலிக்கின்றன.

நாவலை மொத்தமாய்ப் படித்து முடித்து எழுந்ததும் எனக்கு ஏனோ கண்ணைக் கட்டிக் கொண்டு வந்தது. என் மனைவி என்னைப் பார்த்து 'என்ன வண்டி லம்புது' என்று கேட்டாள். 'கதை சொல்லி என்னை அசத்தி விட்டான் வேலா' என்றேன். எனக்குப் பதட்டம் தீர்ந்த ஆசுவாசப்படுத்திக் கொள்ள வெகுநேரம் பிடித்தது. கூழானிக் கிழவி அன்று இரவு முழுக்க அழுகையும் ஆங்காரமுமாய் நின்று கொண்டு என்னைத் தூங்கவே விடவில்லை.

முப்பது ஆண்டுகளுக்கு முன்பு செம்மலரில் 'பெருநாழி ஏமாயி' என்ற புனைபெயரில் வேலா எழுதத் துவங்கின காலம் முதலாகவே எனக்கு அவரைத் தெரியும். அப்போது நான் மார்க்சிஸ்ட் கட்சியின் ஒருங்கிணைந்த இராமநாதபுரம் மாவட்ட ச செயலாளராக இருந்தேன். அப்போது 'லியோ டால்ஸ்டாயும், தாஸ்தவெஸ்கியும், புதுமைப்பித்தனும் உனக்குள்ளே இறங்கிக் கிடக்கிறார்கள். அவர்களை எழுப்பிவிடு' என்று வேலாவிடம் கூறியது என் நினைவுக்கு வருகிறது. தூரத்திலிருந்ததால் அந்த எழுப்புதலுக்கு என்னால் அதிகம் உதவ முடியவில்லை.

வேலாவைப் பற்றிய சிந்தனை எனக்குள் வரும்போது அவரை உருவகப்படுத்த முடியாமல் திணறுவேன். 'குற்றப்பரம்பரை' நாவல் வந்தபின் அடையாளம் கண்டுவிட்டேன். நாவலில் வரும் வில்லாயுதம்தான் எங்களின் சேணமிடப்படாத வேலா. சேணமிடப்படாத தறிகேட்டுப் பறக்கும் குதிரை மீதேறி வஜ்ராயினியைத் தேடிச் செல்லும் அந்த வில்லாயுதம்வேறு யாருமல்ல, வேலாதான்.

வைரங்களைச் சுரங்கத்திலிருந்து வெட்டித்தான் எடுக்க முடியும். ஜூனியர் விகடன் ஆசிரியர் குழு வேலாவின் சுரங்கத்திலிருந்து வைரங்களை வெட்டி எடுத்து அழகு கொழிக்கும் மாலையாக்கித் தந்துள்ளது. இதற்காக ஜூவியைப் பாராட்டியே தீரவேண்டும்.

இந்த நாவல் சேர வேண்டியவர்களுக்குப் போய்ச் சேரட்டும். சிகரங்களை நோக்கி வேலாவின் எழுத்தாணி ஏறட்டும்.

தோழமையுடன்
எஸ்.ஏ.பெருமாள்
'செம்மலர்' ஆசிரியர்.

மதுரை
15.9.07

வெகுநாளாய் 'தீ' வளர்த்தேன்

பற்றிக் கொண்டால் பல உயிர்களைக் காவு கேட்கும் தென் மாவட்டத்து சாதிக் கலவரங்கள், தமிழ்நாட்டின் சரித்திரக் கேடு.

'அந்த' இரண்டு சாதிக்காரன்களின் அரைஞாண் கயிறுகளை அறுத்து எறிந்து விட்டு, அம்மணமாய் நிறுத்தினால், 'எவன் எந்தச் சாதிக்காரன்?' என அடையாளம் காண முடியாது. இருவருக்கும் அப்படி ஓர் உருவ ஒற்றுமை!

இவர்களுக்குள் இப்போதிருக்கும் 'சாதிப் பகை', எப்போதும் இருந்ததா? இருந்ததில்லை.

ஒருவனுக்காக ஒருவன், உயிர் கொடுத்திருக்கிறான்; உணவளித்து இருக்கிறான்; ரத்தம் சிந்தி இருக்கிறான். இந்தப் பெண்ணின் மானத்தை, அவன் காப்பாற்றி இருக்கிறான்; அந்த தாயின் முலைப் பாலுண்டு இவன் வளர்ந்திருக்கிறான்.

தலைமுறைகளைச் சாகடிக்கும் இன்றைய பகையை, எப்போது, எவன் மூட்டியது?

எரிகின்ற நெருப்பில் எண்ணெ வார்ப்பது எவன் கை?

வழியும் ரத்தத்தை நக்கிக் குடிப்பவர், இங்கு எவர்?

வரலாற்றைக் கறையாக்கி, வாக்குச் சேகரித்துக் கொழுப்பவன் எந்த அரசியல்வாதி?

பூர்வீகக் குடி இரண்டின் சாவுக் கணக்கு, இங்கு சில சாதிக்காரர்களின் உண்டியலையும் சில சாதிக்காரர்களின் மனசையும் நிரப்புகிறதே!

பிற இனங்களுக்குள் நடந்தால் 'கைகலப்பு' என்றும், இந்த இரு சாதியினர் மோதினால், இனப்பெயரையும் குறித்து, 'சாதிக் கலவரம்' என்றும் அக்னி வளர்க்கும், தர்மம் கெட்ட சில பத்திரிக்கைகளின் சூது, எவன் கண்ணையாவது உறுத்தியது உண்டா?

சாதிப் பயிர்களுக்கு சாணி, உரம் இடுபவன் தானே, பெரியார் பெயர் சொல்லி தொடர்ந்து கொடியேற்றுகிறான்? சில சலுகை களுக்காக மண்டியிடும் சில சான்றோர், ஆன்றோர்களின் திருக்கு மீசைகளில் ஒரு வண்டி மண் ஒட்டி இருக்கிறதே!

சாதி அரசியல்வாதிகளுக்கு சற்றும் சளைக்காத சில அறிவு ஜீவிக் கூட்டம், ஒரு கையில் டாலரும் மறுகையில் கொள்ளியும் தூக்கி அலைகிறதே!

முற்போக்கு சினிமா, முற்போக்கு எழுத்து என்கிற நினைப்பில் குழப்பியும் உளறியும் 'தீ' மூட்டி விட்டு, நான்கு பக்கச் சுவர்களுக்குள் பாதுகாப்பாய் அமர்ந்து கொள்பவர்களும் உண்டு தானே?

தாமெல்லாம் 'தலித்'களோடு சம்பந்தம் பண்ண, தாவிக் குதிப்பது போலவும், குறிப்பிட்ட இனத்தவரே 'தீண்டாமை'யைப் போற்றுவது போலவும் இங்கு சில விஷப் பூச்சிகள் கற்பிதம் பண்ணித் திரிகின்றனவே!

இந்த எல்லா சதிகளுக்கும் பலியாவது எம் இரு சாதி மக்கள் தானே?

வானம் பார்த்த எங்கள் பூமியில், மழைக்குப் பதில், மனித ரத்தம் பெய்கிறது. களைகளாய்த் தலைகள் பிடுங்கப்படுகின்றன.

1957 - முதுகுளத்தூர் கலவரம் மூளுவதற்கு முன்னால் நிலவிய இருபக்க இணக்கம், அன்யோன்யம், அன்பு, பாசம், அர்ப்பணிப்பு இவை எல்லாவற்றையும் ஒரு படைப்பாக்கிப் பரிமாற, என் நெஞ் சுக்குள் வெகுநாளாய் 'தீ' வளர்த்தேன். அந்தத் தீயை, 'ஜூனியர் விகடன்' எனும் ஊழிக்காற்று, உலகெங்கும் தமிழ் புரளும் நாவெல்லாம் எரிய விட்டது.

பேரன்பும் பெருங்கோபமும் கொண்டு எழுதத் துவங்கினேன். பொருத நிற்கும் இரு சாதிகளை உள்ளடக்கிய எனது படைப்பு, ஜூனியர் விகடனில் தொடங்கியதும், 'விவகாரம் இல்லாமல் எழுதி, இவர் எப்படி வெளியேறப் போகிறார்?' என, நண்பர்களெல்லாம் பதறினார்கள். 'எங்கே இவன் சிக்குவான்?' என, கண்கொத்திப் பாம்பாய் காத்திருந்தவர்களும் உண்டு. பாரதியின் பிள்ளையாய் பயமின்றி இறங்கினேன். என்னை வார்த்தெடுத்த மார்க்சீயம், வழி காட்டிப் போனது. எந்தத் தடைக்கும் அடங்காமல், காட்டாற்று வெள்ளமாய் பெருக்கெடுத்தது கதை. எழுபத்து ஆறு அத்தியாயங்கள் வரை திமிறி ஓடியது. விகடன் உயர்த்திய பச்சைக் கொடி, தாழவே இல்லை. மூச்சிரைத்து, நானே நிறுத்தினேன்.

‘இவன் எவன்?’ என, என் எழுத்து என்னை அடையாளம் காட்டியது.

நாற்பது ஆண்டுகளாய் நான் எழுதியவை ஐம்பதுக்கும் குறைவான சிறுகதைகளே. வருசத்துக்கு ஒரு கதை வீதம், ஆற அமர எழுதியவன் நான். ஜூனியர் விகடனிலோ... வாரம் இரண்டு அத்தியாயங்கள். உணவை, உறக்கத்தை, குடும்பத்தை மறந்து... மூழ்கித் தான் முத்தெடுக்க வேண்டும். கரையிலா ஒதுங்கிக் கிடக்கும்?

‘‘கிளாசிக் டைட்டில். எழுதுங்கோ...’’ என என் எழுத்துக்குத் தளம் அமைத்துக் கொடுத்த பெருந்தகை ‘விகடன் நிறுவன ஆசிரியர்’ உயர்திரு. எஸ். பாலசுப்ரமணியன் அவர்களுக்கு வாழ்நாள் முழுக்க நான் நன்றிக்கடன் உள்ளவனாவேன். தொடர்ந்து ஊக்கப்படுத்தி ஆதரவு நல்கிய விகடன் குழுமத்து ஆசிரியர் குழுவினர் திரு. வீயெஸ்வீ. திரு. கே. அசோகன், திரு. ரா. கண்ணன், மற்றும் திரு. வீ. வெங்கடேஸ்வரன் ஆகியோருக்கு என்றும் நான் நன்றியுடையவன் ஆவேன்.

மனிதகுல வரலாற்றைக் கற்பித்த வழிகாட்டி, செம்மலர் ஆசிரியர் தோழர் எஸ். ஏ. பெருமாள் அவர்கள் வழங்கிய விரிவும் ஆழமும் மிக்க அணிந்துரை, இந்நூலின் அணிகலன்.

‘டிஸ்கவரி புக் பேலஸ்’ அன்பர் திரு. வேடியப்பன், தனது ‘கிளாஸிக் நூல்’ வரிசையில் இந்நூலை அழகுற வடிவமைக்க எடுத்துக் கொள்ளும் அக்கறை போற்றுதலுக்குரியது.

என், ‘பேரன்பு’ எவர் பால்? ‘பெருங்கோபம்’ எவர் பால்? என்பதை, என் எழுத்தைத் தொடர்பவர் அறிவர். தாட்சண்யமின்றி சாட்டை சுழற்றியவன் என்பதே என் எழுத்தின் பலம். நன்றி.

பேரன்புடன்,

வேல ராமமூர்த்தி

11.11.2014

மதுரை-12.

irulappasamy21@gmail.com

cell: 96770 28003 - 94884 61751

1

ஆங்காரச் சூறாவளி ஒன்று முன்னோட்டம் காட்டிப் போனது.

வேலுச்சாமிக்கு இன்னும் படபடப்பு அடங்கிய பாடில்லை.

தம் மக்களை எல்லாம் கிளப்பி, விடிய விடிய ஓடி வந்து பதுங்கிய மலை அடிவாரம், தாயின் கர்ப்பப் பை போல் பாதுகாப்பான இடமாய் தெரிந்தது. வடக்கையும் மேற்கையும் மறித்து பசபசத்த மலைகள் நிற்க, தென்போக்கில் விரிந்து கிடக்கும் கானக வெளி. வானுயர்ந்த தேக்கு, கார்கானி மரங்கள். ஓலைப்பாம்புகள் நெளியும் முந்திரிக் கூடாரங்கள். கரும்பச்சை மாந்தோப்புகள். அறுத்து வர முடியாத தாவரக் கொடிப்பின்னல்கள்.

காற்றிலாடும் இலையை விலக்கி கூட சூரியக் கீற்று நுழைய முடியாத அடர்வனம். வடமலை உச்சி கசிந்து வரும் சிற்றோடை முழுக்க வெண்பனி மூடிக் கிடந்தது. உள்நோக்கு உமிழ்நீராய் உருட்டுக் கற்களிடம் ரகசியம் பேசி, சலசலத்து ஓடிவரும் ஓடை நீருக்குள் தபக்... தபக் என எட்டு வைத்து, குழிமீன் பிடித்துத் திரியும் வெள்ளைப் போந்தான்கள்.

கரையில் குதித்துப் பறக்கும் ஆட்காட்டிக் குருவிகள். விலகிப் போய்ச் சிலிர்த்துப் பார்க்கும் காட்டெருமைகள். வேட்டை நாய்களைக் கண்டதும் புதரில் பதுங்கும் பன்றிகள். மரக்கிளைகளில் ஊர்ந்து செல்லும் பெரும் பாம்புகள்.

எல்லோருக்கும் பசித்தது.

மலங்காட்டுக் குளிர் வாட்டியது. கதகதப்பாய் நாய்கள் அணைந்து நின்றன. பெண்கள், தாம் ஓட்டி வந்த பசுக்களை மரத்தூர்களில் தறித்தார்கள். கோழி, சேவல்களைப் பஞ்சாரம் போட்டு மூடினார்கள்.

கழுவன் சுழற்றி விட்டெறிந்த கை அரிவாள், புதர்ப்பன்றியை விழுத்தாட்டியது. குரைக்க விடாமல் நாய்களைப் பிடித்துக் கொண்டு நாலு இளவட்டங்கள் ஓடிப்போய், வெட்டுப்பட்டுக் கிடந்த பன்றியைத் தூக்கி வந்தார்கள். சுட்டுத் தின்ன நெருப்பு வேண்டும். சுற்றிலும் சருகு, சுள்ளிகள் எல்லாம் ஈரப் பதமாய் இருந்தன. தீ பற்றாது.

கூழானிக் கிழவி தன் நரைத்த தலைமுடியில் நுனியை அறுத்துக் கொடுத்தாள். இரண்டு உருட்டுக் கற்களை உரசி, முடியில் பற்ற வைத்து நெருப்பாக்கினார்கள். முழுப் பன்றியைப் புரட்டிப் புரட்டிச் சுட்டார்கள்.

வேலுச்சாமியின் மூத்த மகன் சேது, மாவோலையைச் சுருட்டி பீ... ப்பீ... ப்பீய்ய்.... ஊதினான். முதுகில், அங்கம்மா ஒரு போடு போட்டாள். "ஊதிய ஊதி ஊரைக் காட்டிக் கொடுத்திராதே.." சத்தம் போட்டு பேசப் பதறினார்கள்.

இடுப்புக் குழந்தை வில்லாயுதம் பசித்து அழுதான். அங்கம்மா, தன் இடது மார்பை ஒதுக்கிப் பாலுண்ணக் கொடுத்தாள்.

நெருப்பில் பன்றி வேக வேக, பசியைக் கிளறும் வாசனை பரவியது. சுடுதளத்தைச் சுற்றி சிறுவர்கள் அமர்ந்திருந்தார்கள். நாய்கள் பின்னங்காலிட்டு, பன்றியை வைத்த கண் வாங்காமல் பார்த்துக் கொண்டிருந்தன.

வேலுச்சாமி மாரத்தூரில் சாய்ந்து கொண்டிருந்தான். இளவட் டங்கள், சுட்ட பன்றியைத் தோலுரித்துக் கறியை அரிந்தார்கள். கூழானிக்கிழவி, பன்றி ஈரலைப் பிய்த்து, சிறு பையன்களுக்குத் தின்னக் கொடுத்தாள். அரிந்த கறிகளை எல்லோருக்கும் பகிர்ந்தாள். நாய்களுக்கு நாலு கறிகளை விட்டெறிந்தாள்.

சுடுகறியை ஊதி ஊதித் தின்றார்கள். அங்கம்மா கறியை அள்ளிக் கொண்டு, புருஷன் வேலுச்சாமி சாய்ந்திருந்த மரத்துப்

பக்கம் வந்தாள். ஈரலை நசுக்கி நசுக்கி, குழந்தை வில்லாயுதத்துக்கு ஊட்டி விட்டாள்.

வேலுச்சாமிக்குப் பல நினைவுகள் ஓடிக் கொண்டிருந்தன.

குதிரைக்காரர்கள் யாராயிருக்கும்..? செம்பருத்தி நிறத்தில் உடுப்பும் தலையிலே தொப்பியும் மாட்டியிருந்தார்கள். கைகளில் ஆயுதமும் சவுக்கும் இருந்தன. தலைமுறை தலைமுறையாக வேர்ப்பாய்ச்சி இருந்த இடத்தை விட்டு நம்மை ஏன் விரட்ட வேண்டும்...? கொள்ளைக்காரர்களா..? கொள்ளையிட்டுப் போக, நாலு வேட்டை நாய்களைத் தவிர நம்மிடம் வேறு என்ன இருக்கிறது...?

நம் பெண்டுகளைத் தூக்கிப் போக, வந்தார்களோ..? எதிர்த்துச் சண்டையிட நம்மிடம் ஆயுதம் கிடையாது. நேற்றிரவு அவர்கள் விரட்டி வந்த போது, ஒரு குதிரையின் முன்னத்திங் காலை வெட்டிய இருளாண்டி, குதிரைக்காரர்களின் நீண்ட ஈட்டியால் குத்துப்பட்டுச் செத்துப் போனான். பிணத்தைக் கூடத் தூக்காமல் ஓடி வந்து விட்டோம்! துக்கம் தொண்டையை நெறித்தது.

அங்கம்மா தட்டுக்கறியை புருஷன் முன்னே வைத்து, ‘‘ரெண்டு கறியைத் தின்னுங்க..’’ என்று ஊட்ட வந்தாள். வேலுச்சாமி முகம் திருப்பி, ‘‘இருளாண்டி செத்துப் போனானே..!’’ கண் கலங்கினான். அங்கம்மா, இடுப்பிலிருந்த வில்லாயுதத்தை புருஷனின் மடியில்அமர்த்தி, கண்கள் அலைய, ‘‘குதிரைக்காரன்ங்க மறுபடியும்வருவான்ங்களோ...?’’ என்றாள்.

வேலுச்சாமி பதிலேதும் சொல்லாமல் குழந்தையை அணைத்துக் கொண்டான். கூடி அமர்ந்து கறி தின்று கொண்டிருந்தவர்கள் பக்கம் திரும்பி, ‘‘டேய் கழுவா...’’ கூப்பிட்டான்.

கறியைத் தின்று விட்டு ஓடையில் தண்ணீர் குடித்துக் கொண்டிருந்த கழுவன், மீசை, தாடியில் ஈரம் சொட்ட வேலுச்சாமிக்கு அருகில் வந்தான்.

“கழுவா... நீ போய் அந்த ஒத்த பனைமர உச்சியிலே ஏறி உட்கார்ந்து திசை பாரு,. குதிரைக்காரன்ங்க எந்நேரமும் வரலாம்.. குதிரை வருகிற அரிச்சல் தட்டுப்பட்டதும் கொம்பை எடுத்து ஊது...”

“எந்தப் பக்கமிருந்து வருவான்ங்க...?’’

‘‘எந்தப் பக்கமிருந்தும் வரலாம்.. நீ முழிப்பாய் இருக்கணும்...”

பழைய துணிப் பைக்குள் இருந்து ஊது கொம்பை எடுத்துக் கொண்டு, ஒற்றைப் பனைமரம் நோக்கி கழுவன் நடந்தான்.

சிறுவன் சேதுவோடு கூடி, மற்ற சிறுவர்கள் ஓடைத் தண்ணீரில் உருண்டு விளையாடினார்கள். இளவட்டஙகள், அவரவர் முறைப்பெண் இணைகளோடு புதர்ப் பக்கம் ஒதுங்கினார்கள். பதுங்கிக் கிடந்த பன்றிகள், உர்ர்.. உர்ர்ர்... என, புதர்க் காட்டை அலசி, வெளியேறி ஓடின.

மிச்சப்பட்ட கறிகளோடு கூழானிக் கிழவி, தன் மகன் வேலுச்சாமிக்கு அருகே வந்தாள்.

“ஏப்பா... வேயன்னா... ஏன் கலங்குறே..? உன் மனசுக்குள்ளே என்ன நெனப்பு ஓடுதுன்னு எனக்குத் தெரியும். குதிரைக்காரன்ங்க வந்தது எதுக்கு...?” கிழவி நிறுத்தினாள். தன் மகன் வேலுச்சாமியைத் தான், கிழவி வேயன்னா என்றழைத்தாள்.

கிழவி எதையும் தீர்க்கமாய்க் கண்டறிபவள். வேலுச்சாமி, தன் தாயாரை இமை சுருக்கிப் பார்த்தான்.

“நம்ம வேட்டைக்கு நாய் வளர்க்கிறோமே... வீரமான சாதி நாய்க் குட்டியைத் தேடிப் பிடிச்சு தானே வளர்க்கிறோம்..? அது மாதிரி, அவன்ங்க வேட்டைக்கு, நம்ம வம்சத்திலே பிள்ளை பிடிக்க வந்திருப்பான்ங்க. அதுக்காகக் கலங்கப்படாது. தலைமகன் கலங்கினா, தழைக்காது வம்சம்னு ஒங்க அப்பன் சொல்லும்...”மகனுடைய தலைமயிரைக் கோதி விட்டாள்.

துக்கம் தொண்டையை நெறிக்க, வேலுச்சாமி தன் மடியிலிருந்த குழந்தை வில்லாயுதத்தின் தலை மயிரைக் கோதி விட்டான். தம்பிக்குப் போட்டியாக, தகப்பனின் வலது தொடையில் வந்து உட்கார்ந்தான் சேது.

புதர்ப் பக்கம் ஒதுங்கிய மொக்கையனும் பொண்டாட்டியும் பிணையலாடிக் கிடந்தார்கள். அகன்ற கொம்புகளோடு புதர் ஓரம் நின்று இமைக்காமல் பார்த்துக் கொண்ருந்த ஒரு காட்டெருமை, நாலு எட்டு முன்னே சீறி, ரெண்டு பேரையும் முட்டித் தூக்கி விட்டெறிந்தது. முந்திரி மரத்தின் மீது விழுந்தவர்கள், விழுந்த இடத்தையே வாகு பண்ணிக் கொண்டார்கள்.

ஒற்றைப் பனைமர உச்சியில் அமர்ந்து திசை பார்த்துக் கொண்டிருந்த கழுவன் வீசிய குத்தூசி, காட்டெருமையின்

நெற்றிப் பொட்டில் இறங்கியது. காடு அதிர அலறி, குதித்துக் குதித்து வடபுறம் போய் மறைந்தது எருமை.

ஓடை நீரில் கை, கால், முகம் கழுவி நிமிர்ந்த வேலுச்சாமி, வாய் கொப்பளித்துப் பீய்ச்சித் துப்பினான். ஆயாசமாய் இமைகளைத் திறந்து, மரங்களுக்கு ஊடாகச் சூரியனைப் பார்த்தான். உச்சிக்கு ஏறிக் கொண்டிருந்தது.

சூரியனுக்கு காட்டிக் கொடுக்கும் புத்தி உண்டு. இருட்டு தான் பாதுகாப்பு. இருளப்பசாமி தான் குலசாமி.

மனம் சஞ்சலப்பட்டுக் கொண்டே இருந்தது.

கழுவன் எந்நேரம் கொம்பூதுவானோ.. தெரியலே. கவண் கல்லு, கத்தி, அரிவாளை வைத்துக் கொண்டு குதிரைக்காரர்களை மடக்க முடியாது...

இணைகளோடு பதுங்கிய புதர்ச் சுகங்கள் நீடித்துக் கொண்டிருந்தன. காற்றில் இலை அசைத்துக் கூட உசுப்ப மனசு இல்லாமல், மலைவனமே மயங்கித் தடுமாறியது.

அங்கம்மா, மடியில் கிடக்கும் சிறுவன் வில்லாயுதத்துக்கு மார்பூட்டிக் கொண்டிருந்தாள். சுவைபடும் காம்புச் சுகத்தில் அங்கம்மாவுக்குக் கருவிழிகள் செருகின. குழந்தையும் உதட்டோரம் பால் ஒழுக அயர்ந்தான்.

ஒற்றைப் பனை உச்சியிலிருந்து கழுவன் கொம்பு எடுத்து ஊதினான். குரல் வளையை நெறிக்க வரும் சாவுக் கயிறாக கொம்புச் சத்தம் வானப் பரப்பெங்கும் அலைந்து வந்தது.

பூம்ம்.. ம்.. ம்.. பூம்ம்ம்.. ம்ம்... ம்ம்..

வாரிச்சுருட்டி மகனைத் தோளில் போட்ட அங்கம்மா, கையூன்றி எழுந்தாள். “ஆத்தாடீ.. வந்துட்டான்ங்களே...!” கூழானிக் கிழவி அலறினாள்.

சிறுவர்கள், ஓடை கலங்க வெளியேறினார்கள். புதர்களும் உதறி எழுந்தன.

வேலுச்சாமி கண்களை மூடி, “இருளப்பா... சோதிக்கிறியே...!” உதடுக்குள் அதிர்ந்தான்.

கழுவன், கொம்பு ஊதுவதை நிறுத்தி விட்டு இறுதியாக ஒருமுறை வடபுறம் பார்த்தான். வெகுதூரத்தில், கணவாய் வழியாக இறங்கிக் கொண்டிருந்தார்கள், நேற்று வந்த அதே குதிரைக்காரர்கள். பத்து பதினைந்து குதிரைகள். வானத்தை

நோக்கி வேட்டுச் சத்தம் கேட்டுக்கொண்டே வருகிறது.

கழுவன், விறுவிறுவெனப் பனை உச்சியில் இருந்து இறங்கி ஓட்டமாய் ஓடி வந்தான்.

வேலுச்சாமியைச் சுற்றி சனம் கூடிக் கிடந்தது. மூச்சிரைத்த கழுவன், "வேட்டுச் சத்தத்தோட வாரான்ங்க. அவன்ங்க நெருங்குமுன்னே வெகுதூரம் போயிறணும். இல்லேன்னா, சனம் அழிஞ்சு போகும்..." என்றான்.

கோழி, சேவல்கள் படபடத்தன. வேட்டை நாய்கள் சன்னமான குரைச்சலோடு சுற்றிச்சுற்றி வந்தன. வரும் ஆபத்தை உணர்ந்த பசுக்கள், காது மடல்களைக் கூர்ந்து உயர்த்தி திருகித் திருகி முழித்தன.

வேலுச்சாமி உத்தரவிட்டான்.

"எல்லோரும் கிளம்பி, தெற்கே பார்த்து ஓடணும். கூட்டத்தை விட்டு யாரும் பிரியக் கூடாது. பெண்டு பிள்ளைகளை முன்னே விட்டு, எளவட்டங்க எல்லாம் பின் அரணாப் போகணும். ஓடமுடியலேன்னா, போகிற வழியிலே ஏதாவது பள்ளம் பார்த்துப் பதுங்கி ஒளியணும். தெற்கே.. வெகுதூரத்திலே.. சம்பங்கி ஆறு குறுக்கே வரும். கை கோர்த்து இறங்கி, வெள்ளம் போகிற போக்கிலே போய்க் கரை ஏறுங்க. சிறு குழந்தைகள் கையை விட்டுப் பிரியாமல் பார்த்துக்கிடணும். எல்லாம், குலசாமி இருளப்பன் விட்ட வழி..."

கூழானிக் கிழவி திருமண் எடுத்து வேலுச்சாமியின் நெற்றியில் பூசிவிட்டாள். வேட்டுச் சத்தம் தெளிவாகக் கேட்டது. சனம், தெற்கே பார்த்து ஓடக் கிளம்பியது. சுட்டுத் தின்று கழித்த பன்றிக் கூட்டெலும்பு தனியே கிடந்தது. மூட்டிய நெருப்பு அணையாமல் புகைந்து கொண்டிருந்தது.

சேதுவோடு சேர்ந்து பசுக்களை ஓட்டிக் கொண்டு, மற்ற சிறு பையன்கள் கூட்டத்துக்கு முன்னே ஓடினார்கள். றெக்கை சடசடக்கும் கோழி, சேவல்களையும் பழைய துணிப் பொட்டலங்களையும் கவ்விக் கொண்டு பெண்கள் வேகு... வேகு.. என ஓடினார்கள். கால் தடுக்கும் சேலையை வாரிச் செருகிக் கொண்டு, கூழானிக் கிழவியும் அங்கம்மாவும் தடம் பார்த்து ஓடினார்கள்.

வேட்டை நாய்கள் முன்னே இழுத்துப் போக, இளவட்டங்கள் லொங்கு ஓட்டம் கட்டினார்கள். மறைவிலிருந்து வெளியேறி

வந்த பன்றிகளும் காட்டெருமைகளும் வேடிக்கை பார்த்தன. பரிதவித்து ஓடும் தன் சனங்களைக் கண்டு, உடைமரக் கிளையில் அமர்ந்து, இருளாண்டியின் ஆவி கண்ணீர் விட்டது.

மக்களை எல்லாம் முன்னால் விட்டு வேலுச்சாமியும் கழுவனும் கை அரிவாள், வேல் கம்புகளோடு அணைந்து ஓடினார்கள். வேட்டுச் சத்தம் நெருங்கிக் கொண்டிருக்கிறது. குதிரைகள் வருகிற வேகத்துக்கு, இவர்கள் ஓடுகிற ஓட்டம் காப்பாற்றாது. உருட்டுக் கற்கள் கால்களை இடறி விட்டன. தடுமாறிய குழந்தைகளைப் பெரியவர்கள் தூக்கித் தோளில் ஏற்றிக் கொண்டார்கள். பிரிய விடாமல் எச்சரித்துக் கொண்டே வேலுச்சாமி ஓடினான். குளம்படிச் சத்தம் கேட்கும் அளவுக்கு குதிரைக்காரர்கள் நெருங்கி விட்டார்கள். சனம், வேகமாய் ஓடக் கிளம்பியது.

சம்பங்கி ஆறு, தூரத்தில் ஓடிக்கொண்டிருந்தது. காதோரம் வேட்டுச்சத்தம் கேட்டதும், பிடித்து வந்தவர்களை இழுத்துப் போட்டுவிட்டு பசுக்கள் ஓட்டமெடுத்தன. நாய்கள், கைக்குள் கட்டுப்பட்டே ஓடின. முட்செடிகள், சிறுவர்களின் முகத்தில் அடித்துக் கிழித்தன.

வெடிச்சத்தம், ஒரு பசுவைச் சாய்த்தது. கூட்டம் தறிகெட்டு ஓடியது. கால் இடறி விழுந்த சிறுவனைத் தூக்கக் குனிந்த ஒருவன், குதிரைக்காரனின் நீண்ட ஈட்டியால் குத்துப்பட்டுச் செத்தான். குதிரைக் குளம்பு மிதிபட்டு, சிறுவனின் குடல் தெறித்தது. சாவுக்கு நின்று, பெத்த தாய் அழுக முடியலே. கந்தல் கந்தலாய், சனம் பிரிந்தது. எல்லோருக்கும் தெற்குத் திசையே குறியாக இருந்தது.

வேலுச்சாமியின் மூத்த மகன் சேது மட்டும் பிரிந்து, மேற்கே பார்த்து, திரும்பாமல் ஓடினான். ஒரு குதிரைக்காரன் சேதுவைப் பின் தொடர்ந்தான். கெதியாய்த் தெற்கே ஓடிய கூட்டத்துக்கு முன் வெள்ளம் புரண்டோடும் சம்பங்கி ஆறு. உயிரறுக்க வரும் குதிரைக்காரர்களின் எக்காளச் சிரிப்பு பிடறியில் அடித்தது.

வழியில் பலியானது போக மிஞ்சிய சனம், திரும்பி வேலுச்சாமியைப் பார்த்தது. வேலுச்சாமி கை அசைத்தான். அத்தனை சனமும் சம்பங்கி ஆற்றுக்குள் கைகோர்த்துப் பாய, கரையில் ஒற்றை ஆளாய் நின்ற வேலுச்சாமியின் பின்தலையைக் குறி வைத்து, குதிரைக்காரர்களின் அத்தனை துப்பாக்கிகளும் திரும்பின.

2

சேது, கூட்டத்தை விட்டுப் பிரிந்து மேற்கே பார்த்து தனியே ஓட, ஒரு குதிரைக்காரன் மட்டும் பின்தொடர்ந்து வந்தான்.

குதிரை நுழைய முடியாத புதர்க் காடுகளுக்குள் புகுந்து புகுந்து ஓடினான் சிறுவன். பிஞ்சுப் பாதங்களில் புதர் முட்கள் குத்தி முறிந்தன. உடலெங்கும் ரத்தக் கோடுகளாகக் கிழித்திருந்தன. பாய்ச்சல் காட்டி ஓடிக் கொண்டிருந்தான்.

குதிரையின் வாயில் நுரை தள்ளுவதைக் கண்ட குதிரைக் காரனது கோபம் உச்சிக்கு ஏறியது. ஈட்டி எறியும் தூரத்துக்கு நெருங்கி விட்டான்.

'தேடிவந்த புலிக்குட்டி இது தான். இதை கொல்லக் கூடாது. உயிரோடு பிடித்துச் சென்று ஒப்படைக்க வேண்டும்.'

சேதுவை தன் கண்ணை விட்டுப் பிரிய விடாமல் விரட்டிப் போனான். குறுக்கே மறித்த காட்டு ஓடைத் தண்ணீருக்குள் சேது, தப.. தப.. வென விழுந்து கரை ஏறி ஓடினான்.

ஒரே தாவலில் ஓடையைக் கடந்த குதிரை, தரைக்கு மேலோடிய மரவேர் இடறி, குப்புற விழுந்தது. தூக்கி எறியப்பட்ட குதிரைக்காரனின் தலை, ஒரு செம்பாறையில் அடிபட்டது. கண்கள் இருளத் தடுமாறினான்.

சேது, முன்னிலும் கெதியாய் ஓடி, ஒரு புதருக்குள் ஊர்ந்து போய் உட்கார்ந்து கொண்டான். இளம் நெஞ்சுக் கூட்டுக்குள் மூச்சு இரைத்தது. முள் கிழித்த காயங்களில் வலி எடுத்தது. பாதங்கள் ரணமாகித் தெறித்தன. ஒழுகிய ரத்தத்தை வழித்து நாக்கில் தடவிக் கொண்டான். அப்பன் ஆத்தா நினைவு வந்தது.

தம்பி வில்லாயுதம் உயிரோடு இருக்கானோ.. இல்லையோ. புறங்கையால் துடைக்கத் துடைக்க நில்லாமல் கண்ணீர் ஓடியது. வாய் விட்டு அழுவதற்கு பயந்து, தொண்டைக் குழிக்குள் அமுக்கிக் கொண்டான். சிறு உடலைச் சுருக்கித் தலை சாய்த்துப் படுக்க வேண்டும் போல இருந்தது. தலைக்கு

அணைவாய் கை மடக்கிச் சாய்த்த இடம், ‘மெத்.. மெத்’ என்று இருக்க அதுவும் சுகமாய்தான் இருந்தது.

தலைமாட்டில் அகப்பட்டுச் சுருண்டு கிடந்த கருநாகம் ‘புஸ்... புஸ்...’ என பெருமூச்சோடு அவிழ முயன்றது.

விருட்டென எழுந்து புதர் ஓரத்தில் ஒன்றினான். வட்டக் கண்கள் உருள, ‘சீத்... சீத்’தென நீளும் நாக்கோடு தலையைக் தூக்கியது வாலிபமான, சாதிப் பாம்பு. பறந்து கொத்த வேண்டிய கருநாகம், படமெடுக்காமலேயே செங்குத்தாக வாய் பிளந்தது. அடைகிடந்த புறாக் குஞ்சுகளை கழுத்து வரை விழுங்கியிருந்தது. நகர முடியாமல் திணறி, வயிற்றை சுழித்துச் சுழித்து நகட்டி, ஒரு குஞ்சை ‘கபக்’கென வெளியே தள்ளியது.

புதரை விட்டு வெளியேறி ஓட நினைத்த சேது, உட்கார்ந்த வாறே நகர்ந்தான்.

தான் ஓடி வந்த தடத்தில் நிதானமாய் நடந்து வரும் குதிரைக் குளம்புச் சத்தம் கேட்டது. முன்னே, வாய் பிளந்திருக்கும் கருநாகம், விழுங்கிய புறாக் குஞ்சுகளை வெளித்தள்ளாமல் கொத்த முடியாது.

குதிரைக் குளம்படிச் சத்தம் நெருங்கி வர, சேது சுழிவாய் முடிவெடுத்தான். கழுத்தோடு சேர்த்து கருநாகத்தை பிடித்தான். உருண்டு கிடந்த உடம்பை சர.. சர வென அவிழ்த்த கருநாகம், சேதுவின் கையைப் பின்னிச் சுற்றி முறுக்கியது. நுனிவால், முகத்துக்கு நேராகச் சுழன்றது.

சேது, பிடியை விடவில்லை. பாம்பின் தலையை கரட்டுத் தரையோடு சேர்த்து, மாறி மாறி உரசினான். கை, எலும்பு முறியும்படி பாம்பு இறுக்கியது. சேது விடுவதாக இல்லை. தரையோடு உரசி, தலையை சேதப்படுத்தினான். பிளந்த வாய் மூட, கருநாகம் பிடியைத் தளர்த்தியது.

பின்னிக் கிடந்த கருநாகத்தை கையிலிருந்து உரித்து கொண்டிருந்த சேதுவின் தலைமுடியைக் கோதிப் பிடித்து புதருக்கு வெளியே இழுத்தான் குதிரைக்காரன். பாம்பு, பிடி தளர்ந்து கீழே விழுந்தது. சேதுவை தூக்கித் தோளில் போட்டுக் கொண்டு குதிரைக்கு அருகில் போனான். கடிக்க வாகாக இருந்த குதிரைக்காரனின் நீண்ட கழுத்தை சேது குதறினான். உள்ளங்கைகளை அகல விரித்து, சேதுவின் வாயில் ஓங்கி ஓங்கி அறைந்தான் குதிரைக்காரன். சின்னப் பிஞ்சு, மயங்கித் துவண்டது.

தரையில் கிடத்தி, மார்பில் கால் பதித்து மிதித்துக் கொண்டான். தன் இடுப்பில் கட்டியிருந்த நீண்ட துணியை அவிழ்த்து சேதுவின் வாயைக் கட்டினான். இரண்டு கைகளையும் புறம் சேர்த்துக் கட்டினான். குண்டுக்கட்டாய்த் தூக்கிக் குதிரையின் முதுகில் குறுக்குவசமாய் படுக்க வைத்து, தானும் ஏறி உட்கார்ந்து, குதிரை லகானைத் தட்டி விட்டான். கண்மூடிக் கிடந்த சிறுவன் சேதுவோடு குதிரை வடபுறம் திரும்பிப் பாய்ச்சலிட்டது.

பொழுதுசாயும் நேரம்.

வில்லியம்ஸ், காக்கி உடுப்புகளைக் களைந்து கொண்டிருந்தார்.

நடு வயதைக் தாண்டியும் கம்பீரமான உருவம். வெள்ளைத் தோலில் ரத்தப் பொட்டுக்களாக மச்சங்கள்.

விஸ்தாரமான படுக்கை அறை. தேக்கு மரத்தாலான ரெட்டைக் கட்டில். பின் தோட்டக் காற்றடித்து நெளிந்தாடும் திரைச்சீலைகள். ஆளுயர முகம் பார்க்கும் கண்ணாடி. தன்னுருவம் பார்த்தபடியே காலணிகளைக் கழற்றினார்.

ஜென்சி, குமிழ் விளக்கை இரு கைகளிலும் ஏந்தியவாறு படுக்கை அறைக்குள் நுழைந்தாள். மெல்லிய வெள்ளை உடையில் இருந்தாள்.

கையிலிருந்த சுடர் அணையாமல் இருக்க பாதம் தேய்த்து நடந்து வந்தாள். மார்புக்கு நேராக ஏந்திய விளக்கொளியில் ஜென்சியின் முகம் பிரகாசித்தது. தோட்டத்துப் பூமணம் அறை நிறைந்திருந்தது.

வில்லியம்ஸ் எழுந்து போய் ஜென்சியின் வலது கன்னத்தில் முத்தமிட்டார். ஜென்சி, கணவனின் உதடுகளில் பட்டும் படாமலும் முத்தமிட்டாள். அறையின் ஒரு மூலைக்கு நகர்ந்து, அதற்கென இருந்த மரத் தட்டில் குமிழ் விளக்கை வைத்து விட்டுத் திரும்பினாள்.

வில்லியம்ஸ், குளியல் அறைக்குள் நுழைந்திருந்தார்.

ஜென்சி, படுக்கை விரிப்புகளை ஒழுங்கு செய்தாள். சுவரில் தொங்கும் படத்தில் ஒரு குழந்தை சிரித்துக் கொண்டிருந்தது. முகத்துக்கு நேராக வில்லியம்ஸ் குலுக்கிக் கொண்டிருந்த அந்தக் குழந்தையின் சிரிப்பழகை ரசித்தபடி அருகே ஜென்சி

இருக்கும் படம். விழி அகலாமல் பார்த்துக் கொண்டிருந்தாள்.

கொள்ளை நோய் கண்டு குழந்தை துடித்த போது, ஜென்சி சொன்ன நாட்டு வைத்தியத்துக்கு வில்லியம்ஸ் உடன் பட்டிருந்தால் மகன் இறந்திருக்க மாட்டான். துள்ளத் துடிக்க கல்லறை ஆனான். அந்தக் குற்ற உணர்வு வில்லியம்ஸை இப்போதும் அரித்துக் கொண்டிருந்தது. அப்புறம் குழந்தை பிறக்கவே இல்லை. வில்லியம்ஸுக்கு ஜென்சி தான் குழந்தை.

குளியலறையிலிருந்து தலை துவட்டியபடி வெளியே வந்த வில்லியம்ஸ் ஜென்சியை பார்த்தார். சுவரில் தொங்கும் படத்தைப் பார்த்தார். ஈர உதடுகளால் மனைவியின் நெற்றிப் பொட்டில் ஆறுதல் சொல்லி விட்டுப் பக்கத்து அறைக்குள் நுழைந்தார்.

உடை மாற்றித் திரும்பியவரின் கைகளில் மதுபாட்டில்கள் இருந்தன. ஜென்சி எழுந்து போய் கண்ணாடிக் குவளைகளையும் பதார்த்தங்களையும் எடுத்துவந்தாள். இதமான காற்று வீசிக் கொண்டிருந்தது. அருகருகே அமர்ந்து இருவரும் மது அருந்தத் தொடங்கினார்கள்.

வாசலில் நிழலாட, வில்லியம்ஸ், "யாரது?" என்றார். ஒரு காவலாளி குனிந்து வணங்கினான். "துரை அவர்களே... ஒரு குதிரைக்காரன் திரும்பி வந்துள்ளான்." மறுபடியும் குனிந்து வணங்கினான்.

கையில் மதுக் கிண்ணத்துடன் வில்லியம்ஸ் எழுந்து கூடத்துக்கு வந்தார். தோட்டம் தாண்டி இருக்கும் முன்வாசலில் நீண்ட கத்தி செருகிய துப்பாக்கிகளுடன் இரண்டு காவலர்கள் நின்றார்கள். நடுவில் தலையைத் தொங்கப் போட்டபடி ஒரு குதிரை நின்றது. இடதுகை வீசி குதிரைக்காரனை உள்ளே அனுமதிக்கும்படி சைகை காட்டினார். வீட்டின் உள்புறம் திரும்பி, "ஜென்சி..." என்றழைத்தார்.

ஜென்சி எழுந்து கூடத்துக்கு வந்தாள். மெல்ல இருள் கவியும் தோட்டத்து நடைபாதையில் குதிரையை நடத்திக் கொண்டு, கழுத்துக் காயத்தோடு வந்தவன், பெருமிதம் பொங்க வணங்கினான். 'வேட்டைக்குப் போன குதிரை வீரர்களில் வெற்றியுடன் திரும்பியவன் தான் மட்டுமே' என்கிற பெருமிதம். ஜென்சி, வில்லியம்ஸின் கவனமெல்லாம் குதிரையின் முதுகு மேல் இருந்தது.

குதிரைக்காரன், சேதுவை மெல்ல இறக்கி, தரையில் கிடத்தினான். வாயும் புறங்கைளும் கட்டப்பட்டிருக்கும் சிறுவனைக் கண்டதும் ஜென்சி அதிர்ச்சியுற்று, கணவனின் தோளை இறுகப் பற்றிக்கொண்டு "வில்லியம்ஸ்..." என உரக்கக் கத்தினாள்.

இருவரும் ஓடிப்போய் சிறுவனுக்கருகில் குத்துக்காலிட்டு உட்கார்ந்து முகம் திருப்பிப் பார்த்தனர். கொள்ளை நோய் கொண்டுபோன தங்கள் பிள்ளை இப்போது உயிரோடு இருந்தால் இவன் வயது தான் இருக்கும்.

வாய்க் கட்டை ஜென்சியும், புறங்கைக் கட்டை வில்லியம்ஸும் அவிழ்த்தெறிந்தனர். ஜென்சி, குதிரைக்காரனை எரித்துப் பார்த்து, "இரக்கமற்ற முட்டாளே..." என்றாள். குதிரைக்காரன் பதறிப் போய் நின்றான்.

பிஞ்சு உடலெங்கும் ரத்த விளாறுகள். பாதம் நிறைய முட்கள்.

ஜென்சி படிகளில் தாவி ஏறி வீட்டுக்குள் ஓடியவள், ஒரு குவளையில் தண்ணீர் கொண்டு வந்தாள். வில்லியம்ஸ், சிறுவனின் முகத்தில் தண்ணீரை 'சுளீர் சுளீர்' என அடித்தார்.

சேது, முகம் குலுக்கி விழித்தான். அந்நிய முகங்களை மருள, மருள பார்த்தான்.

ஜென்சி, சேதுவின் நெற்றியில் கை வைத்து ஆதரவாய் நீவி விட்டாள். முகம் பார்த்துச் சிரித்தாள். மெல்ல அள்ளி மார்பில் சாய்த்தபடி உள்ளே நடந்தாள். நேராக படுக்கை அறைக்குள் போய் கட்டிலில் படுக்க வைத்தாள்.

சேது, ரண வேதனையை எல்லாம் இப்போது தான் உணர்ந்தான்.

ஜென்சி காயங்களுக்கு மருந்திட்டாள். காலில் முறிந்திருந்த முட்களை ஒவ்வொன்றாக வலி தெரியாமல் பிடுங்கி எறிந்தாள்.

சேது சுற்றிலும் நோட்டம் விட்டான். எல்லாம் வியப்பைத் தந்தன.

நெற்றியில் முத்தமிட்ட ஜென்சி, "தம்பி... உன் பெயரென்ன?" என்றாள்.

சேதுவுக்குப் பேச்சு மறந்து போயிருந்தது.

ஜென்சி மறுபடியும் கேட்டாள், "உன் பெயரென்ன?"

"சேது"

"சேத்து..!" உரக்கச் சிரித்தாள். சிறுவன் பேசி விட்ட சந்தோஷம். எழுந்து வாசலுக்கு ஓடினாள்.

"வில்லியம்ஸ்..." கூவிக்கொண்டே கூடத்துக்கு ஓடி வந்தவள் திகைத்து நின்றாள். சேதுவைப் பிடித்து வந்த குதிரைக்காரனின் கால்களைச் சேர்த்துக் கட்டிய கயிறு, குதிரையின் வயிற்றைச் சுற்றி பிணைக்கப்பட்டிருந்தது. ஒரு காவலாளி குதிரை மீதேறி ஆயத்தமாக இருந்தான்.

"உனக்கு இது தான் தண்டனை" எனறபடி வில்லியம்ஸ் இடதுகை அசைத்து சைகை காட்ட, குதிரை பாய்ந்து ஓடியது.

குதிரைக்காரன் தரையோடு தலைகீழாக மல்லாந்து கிடக்க, 'தர... தர'வென இழுத்துக் கொண்டு காட்டுக்குள் ஓடியது குதிரை.

வில்லியம்ஸ், ஜென்சியை தோளோடு இறுக்கி அணைத்தபடி வீட்டுக்குள் நுழைந்தார்.

கணவனை ஏறிட்டுப் பார்த்து, "சேத்து... எவ்வளவு இனிமையான பெயர்!" வாய் நிறையச் சொன்னாள்.

இருவரும் மகிழ்ச்சியில் திளைத்தனர். மகன் இறந்த பின்னால் ஜென்சியை இத்தனை சந்தோஷத்தில் வில்லியம்ஸ் பார்த்ததில்லை.

படுக்கை அறைக்குள் நுழையும் முன்பே, ஜென்சி, "சேத்து... சேத்து..." என அன்பொழுக அழைத்தவாறு வந்தாள். கணவனின் பிடியில் இருந்து சற்றே விலகி முன் நடந்து, "சேத்து..." என கதவைத் திறந்தாள்.

கட்டிலில் சேதுவைக் காணோம்.

"சேத்து... சேத்து" இருவரும் அறை முழுக்க தேடினார்கள்.

திரைச்சீலை மெள்ள ஆடியது.

3

அறுபடாத கனவுகளில் திளைத்துக் கொண்டிருந்தான் நாகமுனி.

கடும் தவத்தின் பயனாய் இந்தக் கனவு அவனுக்கு லபித்திருந்தது. கனவுகளின் கண்ணி நழுவாமல் பற்றிக் கொண்டு பயணித்தான்.

நிஜாம்களின் அரண்மனையைச் சுற்றி, வறண்டுபோன அகழிகளில் முதலைகள் வாய் பிளந்து செத்துக் கிடந்தன. மூக்கு நீண்ட சிப்பாய்களின் காவலைமீறி அரண்மனைக்குள் நுழைந்து விட்டான். ஆயுதங்களோடு திரண்ட வீரர்கள் தன்னை நெருங்க முடியாதபடி ஓர் அரூப வளையத்தை உருவாக்கினான்.

அவிழ்த்துவிடப்பட்ட பெருநாய்கள், நாகமுனியின் அருகே போகப் பதறி, எட்ட நின்றே குரைத்தன. பந்தல் கொடி போல் சுருண்டும், நீண்டும் படரும் கற்கோட்டைகள் மூச்சுத் திணறும் உயரத்துக்கு நின்றன.

நடைபாதையின் இரு புறத்துப் பூம்பாத்திகளில் விரியும் அடுக்குமல்லியின் மோக மணம் விரிந்தது. நீள் சுவர்களில் நெசவு செய்யப்பட்ட கல் எழுத்து ஓவியங்கள். தரையெல்லாம் கரும்பளிங்குச் சதுரங்கள். திசை அறிய முடியாத உள் வழிகளில் அப்பிக் கிடக்கும் இருட்டு. திடீரென விரியும் சபா மண்டபங்களில் தொங்கு சரவிளக்குகளின் ஒளிவெள்ளம்.

அரசிமார், கேளிக்கைகளைக் கண்டு ஆனந்திக்க, அந்தரத்தில் சுழலும் ரகசிய மாடங்கள். அந்நிய ஆண் வாடை உரச முடியாத அந்தப்புரத்துக்குள், திரித்த சடைமுடியுடன் நுழைந்துவரும் நாகமுனியைக் கண்டு, முக்காடு போட்ட பெண்கள் சாளரங்களில் பதுங்கினார்கள்.

பன்னீர் நிரம்பிய நீச்சல் குளத்தில் குளியலாடிக் கொண்டிருந்த இளம் பேரழகிகளின் நாசித் துவாரங்களில் திரிசடையின் துர்மணம் தட்டுப்பட்டதும் தலை தூக்காமலே பன்னீருக்குள் அமிழ்ந்து போனார்கள். கொப்பளித்த பன்னீர்

குமிழிகளில் அழகிகளின் உயிர் உடைந்தது. சேடிப் பெண்கள், மகாராணியின் சயன அறைக் கதவை மெல்லத் தட்டி, ஆபத்தை உணர்த்தினாள்.

நாகமுனி, சற்றும் பிசகாத நேர்கோட்டுப் பார்வையில் வந்து கொண்டிருந்தான். அரண்மனைக் காவலெல்லாம் செய்வதறியாது திகைத்து நின்றன.

நிஜாம், அரண்மனைக் குருமார்களைக் கூட்டி ஆலோசனையில் இறங்கினார்.

முன்னோர்களின் ஏடுகள் அவசர அவசரமாய் புரட்டிப் படிக்கப்பட்டன. 'இப்படி ஓர் ஆபத்து வரும்' என எழுதப்பட்டிருந்தது. கேட்டு, நிஜாம் அதிர்ந்தார்.

'நகரா' ஒலித்தது.. கொத்தளத்து எக்காளங்கள் முழங்கின. லாயங்களில் அரேபியக் குதிரைகள் முன்னங்கால் தூக்கிக் கனைத்தன. ஒற்றைக்கால் சங்கிலிப் பிணைப்போடு, யுத்த யானைகள்அசைந்து பிளிறின. களஞ்சியங்கள் அதிர்ந்தன.

எங்கிருந்தோ கேலிச் சிரிப்பொன்று அரண்மனை நிறையக் கேட்டுக்கொண்டே இருந்தது.

வேலைப்பாடு மிகுந்த இரும்புப் பெட்டிகளில் பூட்டிப் பாதுகாக்கப்பட்டிந்த வைரங்களும் வைடூரியங்களும், தம்மைத் தான் குறி வைத்து நாகமுனி வந்து கொண்டிருக்கிறான் என்பதை உணர்ந்து குலுங்கி இறுகின. குமிழ்ப்பூண்கள் பொருத்திய பெரும் கதவுகளை வீரர்கள் இழுத்துப் பூட்டிய நடைவழியை அடைத்தார்கள்.

கஜானாவில் குவிந்திருக்கும் வைரங்களையும், வைடூரியங் களையும் கொண்டு போய், நாகமுனி நெருங்க முடியாத இடத்தில் பதுக்குமாறு நிஜாம் உத்தரவிட்டார்.

சுரங்கப்பாதை திறக்கப்பட்டது. புஜம் பெருத்த வீரர்கள் செல்வப் பெட்டிகளைச் சுமந்து கொண்டு வரிசையாய் சுரங்கப் படியிறங்கி வெளியேறினார்கள்.

வழிமறித்துப் பூட்டப்பட்ட இரும்புக் கதவுகளின் சாவித் துவாரத்தில் இடது கைச் சுண்டு விரலை நுழைத்து, தாழ்ப்பாள் தெறிக்க நெம்பி விட்டான் நாகமுனி. வலது காலால் ஓங்கி மிதித்தான். உட்புறம் முட்டித் தடுத்துக் கொண்டிருந்த வீரர்கள் மல்லாக்க விழ, கதவுகள் திறந்து கொண்டன. சீறி நுழைந்த

நாகமுனியின் முன்னே வெற்றுப் பெட்டகங்கள் திறந்து கிடந்தன.

ஏமாந்து கொதித்து நின்றவனை கேலிச் சிரிப்பொன்று திருப்பியது. பெண் அலங்காரங்களோடு, ஓர் ஆண் நின்று கொண்டிருந்தான்.

"யார் நீ...? ஆணா... பெண்ணா?"

"நான் ஆணுமல்ல... பெண்ணுமல்ல. அலி. நீ தேடி வந்த வைரங்களும் வைடூரியங்களும் உனக்குக் கிடைக்க வேண்டுமென்றால், என்னை நீ விலை கொடுத்து வாங்கிச் செல்."

"வைரங்களை நான் அடைவதில் உனக்கென்ன அக்கறை...?"

"ஈவு இரக்கமின்றி என்னைப் பெண்டாளும் இந்த முரட்டுச் சிப்பாய்களிடமிருந்து நான் மீள வேண்டும்."

"என் தவத்தால் அடைய முடியாததை... உன் தயவால் நான் அடையவோ!"

"பொறுமை இல்லாதவனின் தவமும், பொலிகாளையின் அவசரமும் ஒன்று."

நாகமுனி சற்றே யோசித்தான். அலி தொடர்ந்தான்.

"ஒரு பெண் சிசுவைத் தத்தெடுத்து நீ வளர்க்க வேண்டும். வளர்ந்து பருவமெய்தும் அவளை, கன்னிமை கழியாமல் காப்பாற்றி, ஒரு பௌர்ணமி இரவில் பலி கொடுத்தால், அத்தனை செல்வமும் உனக்குச் சொந்தமாகும். தத்தெடுத்துக் கொடு. வளர்த்து, ஆளாக்கி கன்னி கழியாமல் பாதுகாத்து உன்னிடம் நான் ஒப்படைக்கிறேன்."

"பச்சிளம் பெண் சிசுவை எங்கிருந்து நான் தத்தெடுப்பது?"

"எனக்கான விலையைச் செலுத்தி விட்டு நீ தெற்கு நோக்கிப் போ. ஆள் அரவமற்ற இடத்தில் ஒற்றைக் குடில் வேய்ந்து தவத்தில் உட்கார். உன் காலடியில் ஒரு குழந்தை கிடத்தப்படும்."

நாகமுனி பரபரத்தான். "உன் விலை என்ன?"

"ஹஸார் தினார்! அதாவது, ஆயிரம் பொற்காசுகள்."

ஆயிரம் பொற்காசுகளை அள்ளி எறிந்து விட்டு, அரண்மனை அதிரச் சிரித்த நாகமுனி, "இன்றிலிருந்து உன் பெயர், ஹஸார்

தினார்", என்றவாறு தெற்கு நோக்கி வெளியேறினான்.

ஈட்டிகளுடன் தன்னைச் சூழ்ந்த முரட்டுச் சிப்பாய்களின் முகத்தில் ஹஸார் தினார் காரித் துப்பினான். தன் நீண்ட கூந்தலில் ஒரு ரோமத்தைப் பிடுங்கி, காற்றில் ஊதி விட்டான். ரோமம் நாகமாகி, வால் இங்கிருக்க, தலை அரண்மனை அகழியைக் கடந்து போய்க் கொண்டிருந்தது.

கண்ணை மூடிக் கடும் தவத்தில் இருந்த நாகமுனியின் காலடியில் ஒரு குழந்தை கிடத்தப்பட்டது. இணைக்குரலில் பெற்றோர் கதறி அழ, நாகமுனி கண் விழித்தான். காலடியில் கிடத்தப்பட்டிருந்த குழந்தையின் வாயில் நுரை தள்ளிக் கொண்டிருந்தது. கீழிறங்கிய நாகமுனியின் பார்வை குழந்தையின் இடுப்பருகே குத்திட்டது.

"ஆண் குழந்தை."

சலித்து முகம் திருப்பினான்.

"சுவாமி... எங்கள் பிள்ளையை நாகம் தீண்டி விட்டது. வம்சம் தழைக்க வந்த ஒரே ஆண் வாரிசு இது தான். காப்பாற்றி அருளுங்கள். காணிக்கையாக எதையும் தருகிறோம்."

கையேந்தி அழுத தாயின் இடுப்பில் இன்னொரு குழந்தை ஒட்டிக் கொண்டிருந்தது. இடுப்புக் குழந்தைக்கு நேராகச் சுட்டு விரல் நீட்டி, "அந்தக் குழந்தை ஆணா? பெண்ணா?" என்றான் நாகமுனி.

"பெண் குழந்தை சுவாமி."

"உங்கள் ஆண் பிள்ளையை காப்பாற்றிக் கொடுக்க, இந்தப் பெண் குழந்தையைக் காணிக்கையாகத் தர முடியுமா?"

பெற்றோர் முகம் பார்த்து அழுதனர்.

சந்தோஷத்தில் துள்ளிப் புரண்டு படுத்த நாகமுனியின் கனவு கலைந்தது.

வெறித்து வெறித்துப் பார்த்தான்.

வேயப்பட்ட குடிலில் தன்னந்தனியே மல்லாந்து படுத்திருந்தான்.

சம்பங்கி ஆற்றின் உயரமான கரையில் ஒற்றைக் குடில்.

ஓங்கி ஓங்கித் தரையில் அடித்தான்.

"கனவு..! எல்லாம் கனவு...!" மறுபடியும் தரையில் அறைந்தான்.

தவம் கலைந்த வெற்று மனிதனாய், நாகமுனி, குடிலின் படி வாசலில் வந்து அமர்ந்தான். வலது கை வாக்கில் சம்பங்கி ஆறு சுழித்து ஓடிக் கொண்டிருந்தது.

விரட்டி வந்த குதிரைக்காரர்களுக்குப் பயந்து, கைகோர்த்து, தன்னுள் தஞ்சடைந்த வேலுச்சாமியின் கூட்டத்தை, உயிர் உள்ளதும் உயிர் இல்லாததுமான உடல்களாய்ச் சுமந்து கொண்டு சம்பங்கி ஆறு, கிழக்கே பார்த்து ஓடிக் கொண்டிருந்தது.

ஆடுகள், மலை அடிவாரக் காடுகளில் தன்போக்கில் மேய்ந்து திரிந்தன.

ஆட்டுக்காரச் சிறுவன் வையத்துரை, மரத்துக்கு மரம் தாவும் மாம்பழத்தான் குருவியை கவண்கல்லால் குறி பார்த்தபடி விரட்டிக் கொண்டிருந்தான். கல்லடி படவிடாமல், கனத்த கிளை பார்த்து, குருவி உட்கார்ந்து கொள்ளும். எட்டுத் திக்கும் சுற்றிச் சுற்றி வந்து, குறி வாய்க்கும் இடத்திலிருந்து அடிக்க, கவண் கல்லை இழுப்பான். குருவி விருட்டெனப் பாய்ந்து அடுத்த மரத்துக்குத் தாவும். எத்தனை மரம் தாவினாலும் வையத்துரை விடுவதாக இல்லை.

மாம்பழத்தான் குருவி, மழைக்காலங்களில் மட்டும் மேற்கே இருந்து வரும். உள்ளங்கைக்குள் உருளும் அளவில் கனிந்த மாம்பழ நிறம். வாலுக்கு அடியில் தொட்டு வைத்தது போல் ஒரு சிவப்புப் பொட்டு.

ரோமம் பிடுங்கி, குடலை உருவி எறிந்து விட்டு சுட்டுத் தின்றால் குருவிக் கறியில் நெய் ஒழுகும்.

வையத்துரை வாய் ஊறித் திரிந்தான்.

குருவி, மரத்துக்கு மரம் பறந்து சம்பங்கி ஆற்றங்கரை மாமரத்தில் உட்கார்ந்து கொண்டது. மறித்துக் கிடக்கும் ஒரு பெரும்பாறையில் முட்டிச் சுழித்து, ஆறு திரும்பும் இடத்தில் குருவி பதுங்கிய மாமரம் நின்றது.

வையத்துரை, தரை பார்க்க மறந்து குருவியின் போக்குக்கு ஓடிக் கொண்டிருந்தான். மாமரக் கிளைகளுக்கு ஊடாகப்

பார்த்துக் கொண்டே நகர்ந்தவன், கால் இடறி, கரை ஒதுங்கிய ஒரு பிணத்தின் மீது 'பொதுக்'கென குப்புற விழுந்தான்.

முகத்துக்கு நேராக பிணம் முழிக்க, இருள் அடித்துப் பதறி எழுந்தான் வையத்துரை.

கரை நெடுக உடல்கள். இறுதி முனகல்கள்.

மறைப்பின்றி அலங்கோலமாய் கிடக்கும் பெண்கள். கரையோரம், ஈரத் தரை பரசிக் கதறும் சிறுவன். தோள் பட்டையில் ரத்தம் ஒழுகத் திணறும் கறுத்த உருவம்.

நெஞ்சு அடைபட, கண்கள் இருள, உடல்களைத் தாண்டித் தாண்டி ஓடிய வையத்துரையின் வலது காலை ஒரு கரம் பற்றி இழுத்தது.

4

வையத்துரை, காலை உதறி உதறிப் பார்த்தான்.

மீட்க முடியவில்லை. வனங்களுக்கு வகிடு எடுத்த முரட்டுக் கரத்துக்குள், வெள்ளரிப்பிஞ்சு போல் அவன் கால் சிக்கி இருந்தது.

குதியாட்டம் போட்டு ஓடும் சம்பங்கி ஆற்றின் குறுக்கே நீந்தி, வேட்டை நாய்கள் கரை ஏறின. உயிருக்கு மருகும் ஒவ்வொரு உடலுக்கும் அருகே ஓடி மோப்பம் பிடித்தன.

ஆங்காங்கே முக்கலும் முனகலுமாய் சிதறிக் கிடந்தனர். கூழானிக்கிழவி அம்மணமாய் ஒருக்களித்துக் கிடந்தாள்.

அங்கம்மா, சேலை விலகாமல், அரை மதியிலும் பிள்ளை நினைவோடு உழன்று கொண்டிருந்தாள்.

குண்டடிபட்ட தோள்பட்டையில் ரத்தம் ஒழுகக் குப்புறப் படுத்திருந்த வேலுச்சாமியின் தலைமாட்டில் நாய்கள் ஹீனக் குரல் எழுப்பி சுற்றிச் சுற்றி வந்தன.

வேலுச்சாமியின் கைக்குள் தான் வையத்துரையின் கால் பிடிபட்டிருந்தது.

வேட்டை நாய்களின் வட்டத்துக்குள் மாட்டிக் கொண்ட வையத்துரை, குலை நடுங்கிப் போனான். கண்ணை இருட்டிக் கொண்டு வந்தது.

ஆடு மேய்க்க, ஊரை விட்டு இவ்வளவு தூரம் வந்திருக்கக் கூடாது. ஊர் கிடக்கிறது வெகுதூரத்தில். சின்ன ஊர் - பெரும்பச்சேரி. கவிந்திருக்கும் சுரைக் கூடுகள் போல் முப்பது நாற்பது ஓலைக் குடிசைகள்.

திருவேட்டைக்கு வையத்துரை ஒரே பிள்ளை.

தாயார் சிகப்பி, ஒற்றை மகனை உருவி உருவி வளர்த்தி ருந்தாள். ஊருக்குத் திரும்பும் வழியில் இப்படி பிணங்களும் வேட்டைநாய்களும் அவனை மறித்துக் கொண்டன.

மேகம் கூடி, வானம் இருள, காட்டு மழை ஊற்றத் தொடங் கியது. நாய்கள் நகராமல் உட்கார்ந்திருந்தன.

மழைக் குளிர், வையத்துரையின் வெற்று உடம்பை நடுக்கியது. தோளில் கிடந்த துண்டை, காற்று இழுத்தது. கழுத்தைச் சுற்றிப் போட்டுக் கொண்டான்.

மழையில் நனைவது வையத்துரைக்கு மிகவும் பிடிக்கும் பெரும்பச்சேரி, அரிதாய் மழை பெய்யும் வறண்ட பூமி.

குடிசை ஓலையில், 'சட... சட...' என மழை விழும் சத்தம் கேட்டதும் வீட்டுக்குள் இருப்புக் கொள்ளாது. முகத்தில் அடிக்கும் வாசல் ஓலைகளை விலக்கி முற்றத்துக்கு வருவான். கண்மூடி லயித்திருப்பான். புழுதி புரள ஓடும் நீரில் "தங்.. தங்ங்.." எனக் குதித்து ஆட்டம் போடுவான்.

மகன் போடும் ஆட்டத்தை குடிசையிலிருந்து தகப்பன் திருவேட்டை ரசிப்பான்.

தாய் சிகப்பி, ஓடிவந்து வையத்துரையின் முதுகில் ரெண்டு போடு போட்டு, நனைய விடாமல் உள்ளே இழுப்பாள்.

திருவேட்டை சத்தம் போடுவான்.

"அடியேய்... மழையிலே தானே நனையிறான்..? தீயிலே கருகலையே?... விடுடி.. பய ஆட்டம் போடட்டும்...''

வையத்துரை, தாயாரின் பிடியிலிருந்து திருகி விடுபட்டு, நனைந்து கொண்டே தெரு நெடுக ஓடுவான். ஒற்றைச் சுற்றில் ஊர் முடிந்து போகும். சுற்றி வருவதற்குள் திருவேட்டைக்கும் சிகப்பிக்கும் வாய்ச் சண்டை ஆரம்பித்திருக்கும்.

திருவேட்டை பெரிய ஆட்டக்காரன். தொண்டைக்குள் ரெண்டு செம்பு கள்ளு இறங்கினால் ஆட்டம் ஜொலித்து விடுவான்.

தகப்பனின் ஆட்டத்தை வையத்துரை, பெருநாழியில் தான் பார்த்தான். பெரும்பச்சேரி சனமெல்லாம் பெருநாழி அய்யாமார்களின் காடுகரைகளில் பாடுபட்டுத் தான் கஞ்சி குடிக்கணும்.

அய்யாமார், முதலாளிமார் வீடுகள் நெறைஞ்ச ஊர் பெருநாழி. வீட்டுக்கொரு "பாடுகாப்பான்" உண்டு. பாடுகாப்பானெல்லாம் பெரும்பச்சேரிக்காரர்கள் தான். காட்டு வேலை, களத்து வேலை. கல்யாணம், சடங்கு வேலையிலிருந்து இழவு சொல்லிப் போய், எரியூட்டித் திரும்புவது வரை எடுபிடி வேலையெல்லாம் 'பாடுகாப்பான்' பொறுப்பு.

பெருநாழியிலேயே பெரிய வீட்டுப் பாடுகாப்பான் இந்த திருவேட்டை. அந்த வீட்டு அய்யா இறந்து போனார் என்கிற சேதி வந்ததும், திருவேட்டை வாசலில் உட்கார்ந்து ஒரு பாட்டம் அழுதான்.

"எப்பேர்ப்பட்ட சாமி...! குணத்திலே... நீங்க தருமராச்சே... அய்யா!''

இரு கைகளாலும் முகத்தை மூடிக் கொண்டு சத்தம் போட்டு அழுதான்.

அடுப்பில் உலை ஏறுகிற நேரம்.

பெருநாழியிலே இழவுன்னா.. பெரும்பச்சேரி சனத்துக்கு ஒரு சந்தோசம். கஞ்சி கிடைக்கும்... கள்ளு கிடைக்கும்.

அடுப்பு நெருப்பில் ஒரு கை நீரை அள்ளித் தெளித்து விட்டு, தலைமயிரில் கை துடைத்தபடி பெண்கள் தெருவில் கூடினார்கள்.

ஆண்கள், அவரவர் கால் சலங்கை மணிகளைத் தேடி எடுத்து, வேட்டி மடியில் சுருட்டிக் கொண்டார்கள். தெம்பாய் நிமிர்ந்து வரும் இளவட்டங்களுக்கு கூட 'எந்த ஆட்டக்காரனும் திருவேட்டைக்கு முன்னால் மண்டியிடணும்' என்கிற நினைப்பு இருந்தது.

ஆண், பெண் அத்தனை சனமும் பெருநாழி நோக்கி குலைப் பட்டினியாகக் கிளம்பினார்கள். புஞ்சைக் காடுகள் வழியாக திருவேட்டை முன்னே போனான். தகப்பனின் கையைப் பிடித்துக் கொண்டு வையத்துரை நடந்தான்.

நடக்க நடக்க, வெயில் உறைத்தது. பெருநாழியில் கொட்டுச் சத்தம் கேட்டது. இழவு வீடு ஊருக்கு வெளியே இருந்தது. பெருநாழியின் தெருக்களில் நடக்க, பெரும்பச்சேரி ஆட்களுக்கு அனுமதி கிடையாது. கண்மாய்க் கரையைக் சுற்றி வந்து, வடக்கே, கோட்டைக் கிணறுக்கு நேராக இறங்க வேண்டும்.

கண்மாய்க் கரை ஏறியதும், ஆண்கள் சலங்கை மணிகளைக் காலில் கட்டிக் கொண்டார்கள். கோட்டைக் கிணறுக்கு நேராக இறங்கியதும் பெண்கள் முக்காடு போட்டுக் கொண்டார்கள். இங்கிருந்தே ஒப்பாரி கிளம்பியது. பெரும்பச்சேரிக்காரர்களைக் கண்டதும் கொட்டுக்காரர்கள் கும்மாளம் போட்டார்கள்.

இழவு வீட்டு நடுக் கொட்டகையில், இறந்தவரின் சடலம் அலங்கரிக்கப்பட்டிருந்தது.

கொட்டகைகுள் நுழையு முன் பெரும்பச்சேரி சனங்கள் எல்லாம், இரண்டு கைகளையும் சேர்த்துத் தலைக்கு மேல் தூக்கி நெடுஞ்சாண்கிடையாக தரையில் விழுந்து ஊர் மரியாதை செய்தார்கள். திருவேட்டை ஓடிப் போய் சடலத்தின் கால்மாட்டில் குனிந்து, முகத்தை மூடிக்கொண்டு, "சாமீ...! போயிட்டீங்களே...! போயிட்டீங்களே...!'' கதறினான். கூடியிருந்த கூட்டம் திருவேட்டையின் ஆட்டத்தைப் பார்ப்பதற் கென்றே தலைநிமிர்த்தி அமர்ந்திருந்தது.

பெரும்பச்சேரிக்காரர்கள் யாரும் தம்மைத் தீண்டாமலிருக்க வழிவிட்டு ஒதுங்கி உட்கார்ந்திருந்தார்கள். சடலத்தைச் சுற்றி பெரும்பச்சேரிப் பெண்கள் வட்டமிட்டார்கள்.

சன்னமாய் எட்டு வைத்து மாரடித்துக் கொண்டு ஒப்பாரி துவங்கியது.

எஞ்சாமி எட்டு வச்சு
எறங்கி நடந்து வந்தா...
வெஞ்சா மரம் வீச
வீதியல்லோ காத்திருக்கும்.
சொல்லுலே... அரிச்சந்திரன்!
வில்லுலே... அர்ச்சுனரு..!
அள்ளிக் குடுத்த கையி
அசைய மறந்திருச்சே!

காலை சூரியனை

காலன் வந்து பறிச்சானோ...
ஏழைங்க முகம் பார்க்க
எம தூதன் மறிச்சானே...
மாரடித்தபடி சுற்றிச் சுற்றி வந்தார்கள்.

இழவுக்கு வந்த சொந்தபந்தங்கள், ஒப்பாரி வைக்கும் பெரும்பச்சேரி பெண்கள் பக்கம் துட்டுகளை வீசினார்கள்.

திருவேட்டை, கிடைத்த இடைவெளியில் கொல்லைப் பக்கம் ஒதுங்கி, ரெண்டு செம்பு கள்ளைக் குடித்து விட்டு வாய் துடைத்த படி வந்தான். பாடுகாப்பானுக்கு மட்டும் பனங்கள்ளு. மற்ற ஆளுகளுக்கு கம்பங்கஞ்சி.

காலில் சலங்கை மணி குலுங்க, திருவேட்டையோடு சேர்ந்து ஆண்கள் ஆடக் கிளம்பினார்கள். லாவகமான அடவுகளில் ஆரம்பித்த ஆட்டம், மெல்ல மெல்ல உக்கிரமானது. கொட்டுக் காரர்கள் புழுதி கிளப்பிக் கொண்டிருந்தார்கள்.

அத்தனை பேர் பார்வையும் திருவேட்டையின் கால்கள் போடும் அடவுப் பின்னலிலேயே இருந்தன. தரையில் பாதம் பாவாமல் நுனி விரலில் சுழன்றான். உடன் ஆடுபவர்களும் ஓரக்கண்ணால் திருவேட்டையைப் பார்த்தபடி இசைந்து ஆடினார்கள். ஆனாலும் ஈடு கொடுக்க முடியவில்லை. திருவேட்டைக்கும் கொட்டுக்காரர்களுக்கும் தான் போட்டி.

'வந்து பார்' என்பது போல் சுழன்று சுழன்றாடிக் கொட்டுக் காரர்களை வியர்வையில் குளிக்க வைத்தான்.

புதை குழிக்குப் புறப்படும் பிணம்கூட, 'திருவேட்டையின் ஆட்டத்தைப் பார்த்து விட்டுப் போவோம்' என்று சற்று சுணங்கி நிற்கும்.

தகப்பன் போடும் ஆட்டத்தைப் பார்க்கப் பார்க்க வையத்துரைக்கும் ஆட வேண்டும் போல் இருந்தது. கூட்டத்தோடு சேர்ந்து தானும் ஆடினான். தப்புத் தப்பாக ஆடினாலும் சந்தோசமாக இருந்தது. ஆட்டக்காரர்கள் மீது பெருவாரியான துட்டுகள் வந்து விழுந்தன. பெரிய வீட்டு இழவு. துட்டு நிறையச் சேரும். வீட்டுக் கொல்லையில் அடுப்பு மூட்டி, கொதித்துக் கொண்டிருந்த கம்பஞ்சோறு மண்முடாக்கள் இறக்கப்பட்டன.

ஒருவன் கூவினான். "ஏய்... பெரும்பச்சேரி ஆளுகளெல்லாம் கஞ்சி குடிக்க வாங்கப்போய்... கொட்டுக்காரன்களும் தான்"

திருவேட்டை, முத்தாய்ப்பு வைத்து ஆட்டத்தை முடித்தான். போதை இறங்கிப் போச்சு. கொட்டுச் சத்தமும் நின்றது.

பெரும்பச்சேரி ஆளுகளும் கொட்டுக்காரர்களும் கொல்லைப் பக்கம் வந்தார்கள். வரிந்து மடக்கி கட்டிய பனை ஓலைப் பட்டைகள் ஓரத்தில் குவிந்து கிடந்தன.

ஆளுக்கொரு பட்டையை எடுத்துக் கொண்டார்கள். வையத்துரையும் ஒரு பட்டையை எடுத்துக் கொண்டு கம்பங் கஞ்சிக்காக வரிசையில் நின்றான்.

நீண்ட அகப்பையில் மொண்டு பட்டையில் ஊற்றிய சுடு கஞ்சியை, சுவரோடு குத்துக்காலிட்டு அமர்ந்து, ஊதி ஊதிக் குடித்தார்கள். கடிக்க ரெண்டு வெங்காயம், மிளகாய் இருந்தால் நாலு பட்டை கஞ்சி குடிக்கலாம்.

வையத்துரை, பட்டை நிறைய கஞ்சியோடு சுவர் நிழலுக்கு நகர்ந்தான். தளும்பிக் கொண்டிருந்த கஞ்சி, கொட்டி விடுமோ என்கிற பதற்றத்தில் இடதுகை தடுமாற, கொதி கஞ்சி, சிறுவனின் வலது காலில் கொட்டிப் பொசுக்கியது. சூடு தாங்காமல் வலது காலை உதறினான் வையத்துரை.

எப்படி உதறினாலும் வையத்துரையால் இரும்புக் கைகளிலிருந்து வலது காலை மீட்க முடியவில்லை.

மழை ஓய்ந்திருந்தது. வேட்டை நாய்கள் வட்டமிட்டுச் சுற்றி உட்கார்ந்திருந்தன.

மெதுவாய் முகம் தூக்கிய வேலுச்சாமிக்கு, பிடிபட்டிருப்பது ஒரு சிறுவன் எனத் தெரிந்ததும் வையத்துரையின் கால் மீண்டது.

ஓட எத்தனித்தவனைப் பார்த்து நாய்கள் உறுமின. வேலுச்சாமி அதட்டவும், வாயை இறுக்கிக் கொண்டன.

வையத்துரையிடம் "தம்பி... நீ... ஓடுப்பா.." என்றபடி, செத்தும் சாகாமலும் கரை ஒதுங்கிக் கிடக்கும் தம் மக்களை ஒரு சுற்று பார்த்த வேலுச்சாமிக்குக் கண்ணீர் ஓடியது.

வையத்துரையின் நெஞ்சுக்குள் 'கெதக்' என்றது. ஓட மனசில்லை.

நாய்களைப் பார்த்துக் கொண்டே மெல்ல நகர்ந்தவன், குறுக்கே சிதறிக் கிடப்பவர்களைக் கடந்து போனான். கழுத்தைச் சுற்றியிருந்த ஈரத் துண்டைப் பிரித்து, அம்மணமாய் கிடந்த

கூழானிக் கிழவியின் மீது போர்த்தினான். தாண்டி ஓடிப் போய், குழந்தை வில்லாயுதத்தைத் தூக்கி தோளில் போட்டான்.

தன்னையே பார்த்துக் கொண்டிருந்த வேலுச்சாமிக்கு அருகே வந்து குழந்தையை உட்கார வைத்தான்.

அங்கம்மாவின் முகம் குலுக்கி விழிக்க வைத்தான். கழுவனின் தோளை இழுத்து மலர்த்தி எழ வைத்தான்.

வையத்துரையோடு நாய்களும் சேர்ந்து கொண்டன.

பலி கொண்ட ஆற்றையும் ஆற்றங்கரையையும் பார்க்கவே வேலுச்சாமிக்கு பதற்றம் கொடுத்தது.

செத்த உடல்களைப் புதைக்க, கழுவன், குழி தோண்ட ஆரம்பித்தான். குழந்தை வில்லாயுதத்தை உட்கார வைத்துக் கொண்டு, வையத்துரை மணல் வீடு கட்டி விளையாட்டுக் காட்டிக் கொண்டிருந்தான்.

5

உச்சி இருட்டு. பின்நிலா கிளம்புகிற நேரம்.

கொம்பூதி கிராமம் உறங்கிக் கொண்டிருந்தது. ஊரணிக்கரை நெடுக புளிய மரங்கள். ஒற்றை ஆலமரம். கரை இறக்கத்தில் கிளைவிரித்த வேம்பு. உயரமான பீடத்தில் வாய் பிளந்து நிற்கும் சிங்கவாகனம். ஓங்கிய அரிவாளோடும், தெறித்து விழும் கண்களோடும் கிழக்கே பார்த்து நிற்கும் குலதெய்வம் இருளப்ப சாமி. வேப்பமரத்தூரில் கூட்டுத் தேனீயாய் வெண்கல நேர்த்திக்கடன் மணிகள்.

மர உச்சியில் கட்டிக் தொங்கும் ஊது கொம்பு.

கூழானிக் கிழவிக்கு உறக்கம் பிடிக்கவில்லை.

சாவுக்குத் தப்பிய சனங்களோடு வந்து கொம்பூதியில் குடியேறியதிலிருந்து, கிழவிக்கு ராத்தூக்கம் அற்றுப் போனது. தலை, பஞ்சாய் நரைத்திருந்தது. பெருங்கிழவியாகிப் போயிருந் தாள். காலமெல்லாம் காட்டுத் தீவனம் தின்றவள். உரித்த நரம்பாய்... 'வெடுக் வெடுக்' என இன்னும் தளராத நடை.

கொம்பூதியில் வேற்று ஆளே கிடையாது. 'வேயன்னாவின்' கூட்டம் மட்டும் தான். இளவட்டங்களும் குமரிகளுமாக கூட்டமும் பெருகிப் போச்சு.

இப்போதெல்லாம் 'வேலுச்சாமி' என முழுப் பெயரை யாரும் உச்சரிப்பதில்லை. 'வேயன்னா' என்பதில்தான் பெரியவருக்கு மரியாதை.

கிழவியோடு சேர்ந்து வேட்டை நாய்களும் கண்ணயராமல் படுத்திருந்தன.

இருட்டுக்குள் கிழவி தனியே நடந்தாள். கை அருகில் உரசிக் கொண்டு கழுவன் வீட்டு நாய் துணைக்கு வந்தது.

எந்த வீட்டுக்குள்ளும் வெளிச்சத் தடம் தெரியவில்லை.

நரிவேலு வீட்டுக்குள் சின்ன இருமல் சத்தம் கேட்டது.

கிழவி, நாலு வீட்டைக் கடந்து மந்தைக்கு வருவதற்குள் கிழக்கே நிலா கிளம்பி விட்டது. அடிவானம் பார்த்துக் கும்பிட்டாள்.

"பிள்ளைக தொழிலுக்குப் போற இடத்திலே நீ தான் துணையா நிக்கணும்.''

ஊருக்கு முதல் வீடாக வேயன்னாவின் கூரை வீடு. வடக்கே பார்த்த வாசல். முற்றத்தில் போய் நின்ற கிழவி, "அன்னமயிலு.... அடியே... அன்னமயிலு..." என்றாள்.

வீட்டுக்குள் பனம் பூ போல் படுத்திருந்த அன்னமயில், சேலை ஒடுக்கி எழுந்தாள். அருகே உறங்கும் தாயார் அங்கம்மாவின் மேல் கால்பட்டு விடாமல் ஒதுங்கி நடந்து விளக்குத் திரியை ஏற்றினாள்.

வீடு நிறைந்திருக்கும் அன்னமயிலின் அழகை தினமும் விடியுமுன் பார்த்தால் தான் கிழவிக்கு கண் குளிரும்.

"உங்க அப்பனை எழுப்பிவிடு'' என்று சொல்லி விட்டு மேற்கே திரும்பியவளின் கூடவே நாயும் நடந்தது.

கருப்பையா, வீட்டுத் திண்ணையில் போர்த்திப் படுத்தி ருந்தான். கிழவி, போகிற போக்கில் போர்வையை இழுத்து, "நிலாக் கிளம்பிருச்சு. இளவட்டங்க இழுத்துப் போத்தி படுத்துக் கிடந்தா.. பொழப்பு என்னாகிறது? எந்திரிங்கடா'' என்றபடி நடந்தாள்.

கருவெளிச்சம் படர்ந்து கொண்டிருந்தது.

காற்று, சிலுசிலுப்பாக இருந்தது.

நாய்களெல்லாம் தெருவில் நடமாடத் துவங்கின.

கிழவி வந்து எழுப்பும் முன்பே, வேயன்னா விழித்துக் கொண்டு தான் படுத்திருந்தார்.

எப்படி தூக்கம் வரும்? இலை, செடி எல்லாம் தூங்கிற நேரம் தான் நம்ம பொழப்பு ஆரம்பிக்குது. தெனமும் உயிரைப் பணயம் வைக்கிற தொழிலு. என்ன செய்யிறது? நாம வாங்கி வந்த வரம் அப்படி.

அன்னமயில், செம்புத் தண்ணீரைக் கொண்டு வந்து தகப்பனின் முன்னே வைத்தாள். வேயன்னா, மகளை ஏறிவிட்டுப் பார்த்தார். ஆத்தா கூழானிக் கிழவியை அப்படியே உரிச்சு வெச்சுப் பிறந்தவ அன்னமயிலு.

கொம்பூதிக்கு வந்து குடியேறிய பின் பிறந்தவள். குமரியாகிப் போனாள்.

அங்கம்மா, தலை சாய்த்துப் படுத்திருந்தாள். இவ்வளவு காலமாகியும் தலைமகன் சேதுவைப் பறி கொடுத்த கவலை இன்னும் மாறவில்லை.

‘இந்நேரம் என் மூத்த மகன் சேது உயிரோடு இருந்தா... இளவட்டமா இருப்பான். இருக்கானோ... இல்லையோ..’

சேதுவும் அன்னமயிலும் வேயன்னாவின் ஜாடை. வில்லாயுதம், அங்கம்மாவின் ஜாடை.

அன்னமயில் மேலே தான் அப்பன், ஆத்தாளுக்கு உயிரு.

அன்னமயில், பூமியில் மிதித்தாலும் பூ மேல் மிதிப்பது போல் மெல்ல எட்டு வைப்பாள். சிறு சத்தத்துக்கும் மருளுவாள். நெறிபடும் புருவக்கட்டு. இடுப்புக்குக் கீழே புரளும் கருமுடி. பாலாடையாய் மேனி. காற்றில் கரையும் கற்பூர குணம்.

குத்துப்பட்டுச் செத்துப் போன இருளாண்டியின் மகள் சிட்டு, வேயன்னாவின் வீட்டு வாசலில் இடுப்புக் குடத்தோடு வந்து நின்று, “ஏய்... அன்னமயிலு... இன்னும் கிளம்பலையா...?’’ கூவினாள்.

சிட்டுவின் சத்தம் கேட்டதும், அங்கம்மா ‘ஆடுகாலி வந்து விட்டாள்.’ வாய்க்குள் முணுமுணுத்தபடி மறுபக்கம் புரண்டு படுத்தாள். சிட்டு, வேயன்னாவின் தங்கை மகள்.

வில்லாயுதத்துக்கு முறைப் பொண்ணு. காலில் சக்கரத்தைக் கட்டிக் கொண்டு, ‘துறுதுறு’வென அலைவாள். ‘ணங்.. ணங்...’ எனத் தரை அதிர நடப்பாள். உருட்டி விட்ட திரேகக் கட்டு. உள்ளுக்குள் ஒன்றும் தங்காது. முகத்துக்கு முகம் பேசி விடுவாள். வாயாடி.

அன்னமயில், ரெட்டைக் குடத்தோடு வாசலில் இறங்கினாள். நிலா, மேலேறிக் கொண்டிருந்தது.

“உங்க அண்ணன் வில்லாயுதம்... வீட்டுக்குள்ள இல்லையா?” என்றாள் சிட்டு.

இதைத் தான் கேட்பாள் என்று அன்னமயிலுக்குத் தெரியும். உதடு அலுங்காமல், “இல்லை” என்றாள்.

“ஊர் சுத்திக் கழுதை... வீடு தங்காது...”

“கட்டப்போற புருசனுக்கு கொஞ்சங்கூட மரியாதை இல்லையே!’’

சிட்டுவுக்கு நெஞ்செல்லாம் இனித்தது. இந்தச் சொல்லுக்காகத் தான் கேள்வியே கேட்டாள். வில்லாயுதத்தின் மேல் சிட்டுவுக்குக் கிறுக்கு.

தெரு நெடுக பானை, குடங்களோடு குமரிகள் சேர்ந்து கொண்டார்கள். சிரிப்பும் கும்மாளமுமாக ஊரணிக் கரை நோக்கி நடந்தார்கள்.

வேயன்னா, முகம் துடைத்த துண்டை, இடது கை வாக்கில் வீசினார். வேட்டியை இறுக்கிக் கட்டி, அகலமான இடுப்பு வாரை மாட்டிக் கொண்டார். கூரையில் செருகி இருந்த சூரிக் கத்தியை இடைவாருக்கு குறுக்கே செருகினார். சனி மூலையில் சாய்த்து வைத்திருந்த வேல்கம்பை அங்கம்மா எடுத்துக் கொடுக்க, கிழக்கே பார்த்துக் கும்பிட்டு வாங்கிக் கொண்டார். கனத்த போர்வையை உதறி, மடித்து, கணவனின் வலது தோளில் போட்டு விட்டாள். குண்டடிப்பட்ட வலது தோளில் பெரிய தழும்பு கிடந்தது.

செம்பு நிறைய அங்கம்மா கொடுத்த நீராகாரத்தைக் குடித்து விட்டு வாசலுக்கு வந்தார். வாலை ஆட்டிக் கொண்டு நாய் நின்றது. குமிழ்ஆணிச் செருப்போடு தெருமண் அரைபட இறங்கி நடந்தார். வேட்டை நாயும் உடன் போனது.

கருப்பையா, இன்னும் போர்த்திப் படுத்திருந்தான்.

வேல்கம்பின் அடிப்புறத்தால் ஒரு இடி இடித்து, "டேய்.. கருப்பையா... எந்திரி" என்றபடி நடந்தார்.

நிலா ஏற்றத்தை வைத்து நேரம் கணித்தார்.

வேயன்னாவின் செருப்புச் சத்தம் எல்லோரையும் எழுப்பிக் கொண்டே போனது. கையில் வேல் கம்பு, கனத்த போர்வையோடு தெரு நிறைய செருப்புக் கால்கள் நெறுநெறுவென நடந்து வந்தன. நாய்களும் துணை போட்டு நடந்தன. இடுப்பிலும் தலையிலும் ரெட்டைக்குடம் போட்டு தண்ணீர் தூக்கி வரும் குமரிகள் எதிரே வரும் மச்சான், கொழுந்தன்மார்களின் முகத்தில் ஒரு கை நீரை அள்ளித் தெளித்து விட்டு சிரித்தார்கள். இளவட்டங்களுக்கு சந்தோசம் தாங்க முடியலே.

"இருடீ... போய்ட்டு வந்து வச்சுக்கறேன்.''

கூழானிக் கிழவி, இருளப்பசாமி கோயிலில் நின்று கொண்டிருந்தாள்.

'இன்னிக்கு தொழிலுக்கு எங்கே போகிறோம்?' என்கிற தகவலை வேயன்னா முன்கூட்டியே கழுவனிடம் சொல்லியிருந்தார். போகிற இடத்துக்குத் தகுந்த கருவிகளோடு கழுவன் வந்திருந்தான். ஆட்காட்டிக் குருவி வலது தோளில் உட்கார்ந்திருந்தது.

பெண்களும் குழந்தைகளும் திரண்டு கோயிலுக்கு முன்னே கூடினார்கள்.

ஊரணிக்கரை ஆலமரம், கிழக்கத்தி நிலவை மறைத்து நின்றது.

வேயன்னாவை முன்னே நிறுத்தி, எல்லோரும் ஆயத்தமாக நின்றார்கள். பெண்கள் மௌனமாய் நின்றார்கள். குழந்தைகளுக்குத் தூக்கக் கலக்கம். கூட்டத்துக்குள் அங்கம்மா, அன்னமயில், சிட்டு எல்லோரும் நின்றனர்.

வேயன்னா. கூட்டத்தைச் சுற்றி பார்வையை ஓட்டினார். வில்லாயுதத்தையும் கீரைச்சட்டியையும் காணோம்.

"வில்லாயுதத்தைக் கெடுக்கிறதே... கீரைச்சட்டிப் பயல் தான். ரெண்டு பயலுகளும் காடோ செடியோன்னு அலையிறான்ங்க..

கூழானிக் கிழவி, ஆலமரத்தையே பார்த்துக் கொண்டிருந்தாள். பட்சி சகுனம் பார்த்துத் தான் கிளம்ப முடியும். ஆலமரத்துப் பட்சி, வலமிருந்து இடம், 'கீச்ச்.. ச்' எனக் கத்திப்

பறந்தால், நல்ல சகுனம். தொழிலுக்குப் போகிற இடத்தில் துயரம் கிடையாது. அதே பட்சி, இடமிருந்து வலம் அடித்துப் போனால், கேடு வரும். குருவி உத்தரவு... குலசாமி உத்தரவு மாதிரி. மீறிப் போனால், போகிற இடத்தில் வெட்டு, குத்து தான். போன ஆம்பளைகள்வீடு திரும்புறது சிரமம். நல்ல சகுனத்துக்காக கூழானிக் கிழவி இருளப்பசாமியை வேண்டி நின்றாள். இன்றைக்குப் போவது ஒரு பெரிய வேட்டைக்கு.

வேயன்னாவின் கண்கள் அலைபாய்ந்து கொண்டிருந்தன.

“ஏய்... கழுவா! வையத்துரையை எங்கே இன்னும் காணோம்?”

கழுவன் கண்களைச் சுழற்றினான். வையத்துரையை காணோம். “வையத்துரை பெரும்பச்சேரியிலே இருந்து வரணும். சுணங்க மாட்டானே.”

சனமெல்லாம் மூச்சுக் காட்டாமல் நின்றது.

‘கீச்ச.. ச்.. ச்ச்... ச்...’

பட்சி வலமிருந்து இடம் அடித்துப் போனது. உத்தரவு கிடைத்து விட்டது. கூழானிக் கிழவியோடு சேர்ந்து பெண்களெல்லாம் குலவையிட்டார்கள். வேப்பமரத்து முதல் மணியை கூழானி ஆட்டி விட, அத்தனை சிறுவர்களும் வெண்கல மணிகளை அசைத்து அடித்தார்கள்.

‘டைங்ங்.. டைங்ங்.. டைங்ங்... ங்’

கிழவி, இருளப்பசாமியின் திருமண் எடுத்து வேயன்னாவின் நெற்றி நிறையப் பூசி விட்டாள். வேயன்னாவுக்கு மனங் கொள்ளவில்லை.

‘வையத்துரையைக் காணோமே.’

வேயன்னாவின் குறிப்பறிந்து கழுவனும் கிழக்கே பார்த்தபடி நின்றான்.

கீழ் வானேறும் சந்திரப் பிறையை பின் தலையில் சூடிக் கொண்டவனாய் பெரும்பச்சேரிப் பாதை வழியாக வையத்துரை வந்து கொண்டிருந்தான். தன்னால் தான் தாமதமோ... என்கிற பரிதவிப்பில், அவிழ்த்து விடப்பட்ட சிறுத்தையாய் வந்தான். அங்கம் மூடிய போர்வையும் ஆளுயர வேல்கம்புமாய் வந்து நின்ற வையத்துரையைக் கண்டதும் வேயன்னாவின் முகம் மலர்ந்தது.

குலவையும் கோயில் மணிகளும் கண... கணத்தன.

வேயன்னா மனதுக்குள் உறுதி செய்தார். 'இன்னிக்கு சரியான வேட்டை தான்.'

6

கோயில் மணிகளும் குலவைச் சத்தமும் கணகணக்க நெற்றியில் கூழானிக் கிழவி பூசிவிட்ட திருமண்ணோடு கிளம்பினார்கள்.

"குலசாமி... ஒரு குறையும் வைக்காது போயிட்டு வாங்க."

கூழானிக் கிழவி வாக்கு கொடுத்து அனுப்பினாள்.

ஊரணிக் கரையை வளைத்து வடக்கே போகும் ஒற்றைத் தடத்தில் வேயன்னா முன்னே நடந்தார்.

கரை நெடுக நிற்கும் புளிய மரங்களுக்கு ஊடாக நிலா, தடம் காட்டியது. கால்களுக்கு இடையில் நாய்கள் நடந்தன.

இடது கை வாக்கில் கருவேல முள்காடு. பிறத்தியான் யாரும் நுழைந்து மீள முடியாத புதர். ஒழுங்கு பண்ணி வைத்தால் பிழைப்புக் கெட்டுப் போகும்.

ஊரணித் தண்ணீரில் நிலவடித்து நெளிந்து கொண்டிருந்தது. நாலு கால் புளியமரங்கள் தான் ஊர் எல்லை.

கழுவனின் தோளில், ஆட்காட்டிக் குருவி அலுங்காமல் உட்கார்ந்து கொண்டு வந்தது. இளவட்டங்களுக்குத் தூக்கக் கலக்கம். வேல்கம்புகளை வலது கை கட்கத்தில் நெட்டுக் குத்தலாய் இடுக்கிக் கொண்டு சத்தம் காட்டாமல் நடந்தார்கள்.

கருப்பையாவின் இடது தோளில் பாரக் கயிறு கோர்த்து கிடந்தது. நரிவேலு, சின்னக் குத்துக் கம்பிகளோடு வந்தான். சோலை கையில் கன்னக்கோல்.

எங்கே போகிறோம் என்பதெல்லாம் இளவட்டங்களுக்குத் தெரியாது. வேயன்னாவின் விரல் நீளும் திசையில் பாய்ந்து விட்டுத் திரும்ப வேண்டியது தான்.

மணிப்பத்தா ஓடையில் இறங்கினார்கள். பெருவெட்டு மணற்சாரி. செருப்பு மிதி பட்டு நறநறத்தது. அக்கரையில் ஒரு நரி, பாய்ச்சலில் கிளம்பி ஓடியது. வேயன்னா, நடந்த வாக்கில் நிலவைப் பார்த்தார்.

'கொஞ்சம் சுணங்கிப் போச்சு. காரியத்தை சுருக்கா முடிச்சுட்டு விடியறதுக்குள்ளே ஊர் திருப்பணும்'

ஓடைக் கரை ஏறியதும் உவட்டுக்காடு. கலக்கமாய் படர்ந்த கருவேலஞ் செடிகள்.

மூன்று திசைகளில் பிரியும் வழித் தடங்களில் மேற்கே பார்த்து திரும்பினார் வேயன்னா. இதே தடம் பிடித்துப் போனால் விளாத்திகுளம் போய்ச் சேருகிற பாதை. போகிற வழியில் உச்சிநத்தம்.

இன்னிக்கு குறி.. உச்சிநத்தம் பூமிநாதஞ் செட்டி வீடு.

ஆட்காட்டிக் குருவி தொண்டைக்குள் சின்னதாய் 'கீச்ச்' என்றது.

ஆண்கள் வெளியேறி விட்டால் கொம்பூதிக் குமரிகளுக்கு வீட்டுக்குள் இருப்புக் கொள்ளாது. விடிகிற வரை விளையாட்டுத் தான்... கும்மாளம் தான். தூக்கம் கெடக்கு... தூக்கம்.

அதிலும் சிட்டு இருக்காளே... சமஞ்ச குமரிகளை எல்லாம் கிளப்பி விடுவாள்.

"அடியே... மீனா... பந்தானம்... செவ்வந்தி... பூமயிலு... கிளம்புங்கடீ....''

மந்தையை நனைத்து நிலா வெளிச்சம் இறங்கிக் கொண்டிருந்தது.

"அடியே... அன்னமயிலு.. உன்னை மட்டும் தனியாவா கூப்பிடணும்...? வாடீ..."

மந்தையின் தென்புறம் ஒரு பெரிய கல் உரல். அத்தனை சனமும் அதிலே தான் மாவு ஆட்டும்.

கூழானிக் கிழவி கல் உரலில் ஏறி உட்கார்ந்து காலாட்டிக் கொண்டே, "எல்லாம் குமரிகளும் வந்துவிட்டாளுகளா?" என்றாள்.

''அன்னமயிலைத் தான் காணோம்...''

"அவ... மெதுவா வருவா... அவளை விடு. நீங்க ஆடுங்க.''

சிட்டு, பாவாடையைத் தூக்கி இடுப்பில் செருகிக் கொண்டே, "சடுகுடு தானே...?" என்றாள். கிழவி, "வேறென்ன.. பொட்டச்சிக, சல்லிக் கட்டா ஆடப் போறீக?" என்றாள்.

ஒருத்தி தரையில் நடுகோடு கிழித்தாள்.

சிட்டு ஒரு புறமும் மீனா ஒரு புறமும் பிரிந்தார்கள். ஆள் பிரிப்பதில் தகராறு. எல்லா குமரிகளும் சிட்டு பக்கமே ஒதுங்கினார்கள். சிட்டு பக்கம் தான் ஜெயிக்கிற பக்கம். தனியே விடப்பட்ட மீனா, "ஏன்டீ பயப்படுகிறீக..? என்றபடி நாலு பேரைப் பிடித்து இழுத்தாள்.

கூழானி சத்தம் போட்டாள்.

"அடியேய்... வீரன் கிளை பொண்டுகளெல்லாம் சிட்டு பக்கம் போங்க. வெட்டுவான் கிளை பொண்டுகளெல்லாம் மீனா பக்கம்போங்கடீ...''

வீரன் கிளைக்கும் வெட்டுவான் கிளைக்கும் மச்சினிச்சி உறவு. போட்டி நல்லாத் தான் இருக்கும்.

ரெண்டு கிளையும் பிரிந்தது. சிட்டு, தலைமுடியை அள்ளிச் செருகிச் கொண்டே பாடிப் போனாள்.

"பளீங்... ங்... சடுகுடு... குடு.. குடு... குடு..."

அத்தனை பேரையும் ஒரு அலசு அலசி வந்தாள். இருளப்ப சாமி கோயில் வேம்பு, காற்றில் மெல்ல கிளை ஆட்டியது.

மந்தைக்கு வந்த அன்னமயில், கூழானிக் கிழவியோடு சேர்ந்து உரலில் தாவி உட்கார்ந்து கொண்டாள்.

பெரிய பொம்பளைகளும் கூடி விட்டார்கள். தொழிலுக்கு போன ஆம்பளைக வீடு திரும்புற வரை தூக்கம் வருவ தில்லையே.

உரலைச் சுற்றி உட்கார்ந்திருந்த பொம்பளைகளுக்கு மத்தியில் அங்கம்மாவும் இருந்தாள்.

ராகம் போட்டுப் பாடிப் போன பூமயிலை சிட்டு, முட்டித் தூக்க, இருவரும் எல்லையில் போய் 'தொபுக்'கென விழுந்து, பாவாடை உயர உருண்டார்கள். மந்தை நிறையச் சிரிப்புச் சத்தம்.

செவ்வந்தி பாடிப் போனாள். பிடிக்க வந்த பந்தானம், செவ்வந்தியின் தாவணியை உருவி விட்டாள்.

'கெக்... கெக்கே' என சனம் சிரித்து உருண்டது. செவ்வந்தியின் நெஞ்சழகைப் பார்த்து ஊரணிக் கரை ஆலமரம் அசைந்து கொடுத்தது. கூழானி, உரலில் தன்னருகே உட்கார்ந்திருக்கும் அன்னமயிலைப் பார்த்து, "நீ வெளையாடலையா?" என்றாள்.

அன்னமயில் தலையைக் குலுக்கி, "ம்ஹூம்..." என்றாள்.

உச்சிநத்தம் பூமிநாதஞ் செட்டி வீடு.

ரொம்ப நாளாகக் குறி வைத்த இடம்.

போன ஆளுக 'பொசுக்'குனு ஊருக்குள்ளே நுழைய முடியாது.

மேற்கே, ஊரணி மடைக்குழிக்குள் எல்லோரும் உட்கார்ந்து கொண்டார்கள். வையத்துரை, நரிவேலு மட்டும் கரைக்குள்ளேயே பதுங்கிப் பதுங்கி தெற்கே ஏறி, நோட்டம் பார்த்தார்கள்.

ஆள் அரவட்டம் தெரியலே. பூமிநாதஞ்செட்டி வீட்டோரம் சோள நாற்றுப் படப்புகள். வீடு... பெரிய வீடு! கொழும்புச் சம்பாத்தியம். காசு, பாசி பிடித்துப் போய் கிடக்குதாம்! சுத்துப்பட்டி எல்லாம் பேசும்.

வையத்துரை, மடைக்குழியைப் பார்த்து 'வெள்ளை' வீசினான். எல்லோரும் ஊரணிக் கரைக்குள்ளேயே பம்மிப் பம்மி தெற்கே வந்து சேர்ந்தார்கள். வேயன்னா தொண்டைக்குள் பேசினார்.

"நாய்கள் தேவையில்லை. எளவட்டங்கள் இங்கேயே இருங்க. காரியம் மீறினால் தான் நீங்க வரணும்.''

வேயன்னாவோடு வையத்துரை, கழுவன், நரிவேலு, கருப்பையா மட்டும் சேர்ந்து கொண்டார்கள். செருப்புச் சத்தம் காட்டிக் கொடுக்கும். கழற்றி விட்டார்கள்.

ஆட்காட்டிக்குருவி, பாரக் கயிறு, குத்துக்கம்பி, கன்னக் கோலோடு படப்படிக்கு நகர்ந்தார்கள். நிலா உச்சியில் இருந்தது.

பழங்காலத்துக் கனத்த சுவர். முட்டை, கடுக்காய், கருப்பட்டி சேர்த்துக் கட்டிய சுவர். சுண்டினால் 'கணீர்.. கணீர்'

என சத்தம் கேட்கிறது. கன்னக்கோலின் பல் தெறிக்கிறது. சுவரில் பல், பதிய மாட்டேன் என்கிறது.

வையத்துரை, குத்துக் கம்பியால் உரசி உரசி தடம் கிழித்தான். கன்னக்கோலின் பல் பதியுமளவு கிழித்தான்.

கழுவன் கன்னக்கோலால் சுவரை கடைந்தான். சின்ன இடைவெளி கிடைத்தது.

ஊரின் கீழ்க்கோடியில் ஒரு நாய் ஊளையிடும் சத்தம் கேட்டது.

கிடைத்த இடைவெளிக்குள் கன்னக்கோல் ‘கர... கர’வென நுழைந்து கொண்டிருந்தது. தெற்கே பதுங்கிப் கிடந்த இள வட்டங்கள் முழிப்பாய் இருந்தார்கள். வந்த இடத்தில் ரெண்டு வெட்டு, குத்து நடந்தால் தான் இளவட்டங்களுக்குச் சந்தோஷம்.

கன்னக்கோல், சுவரின் புறம் கண்டது. ஒரு கை நுழையும் அளவு துவாரம்.

கழுவன், தன் தோளில் உட்கார்ந்திருந்த ஆட்காட்டிக் குருவியைப் பொத்தி இறக்கினான். குருவியின் காலில் கட்டி யிருந்த நூல் கயிற்றின் மறு நுனியைப் பிடித்துக் கொண்டு, கடைந்த துவாரத்தின்அருகே நிறுத்தி, நூலைச் சுண்டி விட்டான். குருவி அசையாமல் நின்றது. துவாரத்தையும் ஆட்களையும் மாறி மாறி பார்த்தது. படப்படி நாற்றுக் கூளத்தில் அரணை ஒன்று ‘சர... சர’வென ஊர்ந்துபோகும் சத்தம் பயமுறுத்தியது.

குருவி, தத்தி... தத்தி பொந்துக்குள் நுழைந்தது.

வேயன்னாவின் சைகைக்காக ஊரணிக் கரையில் இளவட்டங்கள் காத்திருந்தார்கள்.

வடக்கே மடைக்குழிக்கே நேராக ஆள் நடமாட்டம் தெரிந்தது. முனியசாமி தான் முதலில் கண்டவன். எண்ணிக்கையில் மூன்று பேராய்த் தெரிந்தனர். ஓங்கு தாங்கான ஆட்கள். ‘செட்டியார் ராக்காவல் போட்டிருப்பாரோ?’

இளவட்டங்கள் மஞ்சணத்திச் செடி மறைவில் பதுங்கினார்கள்.

‘ஊரே திரண்டாலும் நம்ம கைதான் முந்தணும். வந்த இடத்தில் அடிபடவும் கூடாது... பிடிபடவும் கூடாது...’ எதற்கும் ஆயத்தமாய் உட்கார்ந்திருந்தார்கள்.

மூணு பேரையும் சத்தம் வெளியே கேளாமல் அடித்து, ஊரணிக்குள் அமுக்கி விட வேண்டியது தான். வேல் கம்புகள் துறுதுறுத்தன.

சோலை, வடக்கே கூர்ந்து கவனித்தான். மடைக்குழி பக்கம் வருவது மூன்று ஆட்கள் இல்லை. ரெண்டு உழவு மாடுகளை ஓட்டிக் கொண்டு, ஒரு சம்சாரி கரை இறங்கிக் கொண்டிருந்தான்.

பொந்துக்குள் நுழைந்து போன ஆட்காட்டிக் குருவி, திரும்பவும் இல்லை... சத்தமும் போடவில்லை. அப்போ உள்ளே 'வீட்டு ஆள்' இல்லை. ஆள் இருந்தால், குருவி, போன வேகத்தில் திரும்பி வந்து 'கீச்' என ஒரு சத்தம் கொடுக்கும்.

நரிவேலுவின் உள் மனதுக்குள் ஏதோ அடித்துக் கொண்டே இருந்தது. ஏதோ... ஒன்று. கழுவனிடம் இருந்து குருவியின் நூல் கயிறை வாங்கினான். கூடுதலாக கயிறை விட்டுப் பிடித்தான். குருவி, விஸ்தாரமாக உள்ளே நடமாடுவதை நூல் பிடிமானத்தில் உணர்ந்தான். கொஞ்சம் பொறுத்து ஒரு சுண்டு சுண்டினான். உள்ளே ஒரு பாத்திரம் உருளும் சத்தம் கேட்டது. பொந்து வழியாக 'குபீர்' என எல்லோர் மூக்கிலும் கருவாட்டுக் குழம்பு வாசம் அடித்தது.

வேயன்னாவுக்கு சுருக்கென்றது.

'வந்த குறி தப்பிப் போச்சு, நோட்டம் பார்த்துச் சொன்ன நம்ம பொம்பளை, ஏமாந்துட்டா. நகை, பணப்பெட்டி இருக்கும் அறையைக் குறி வைத்துக் கன்னம் போட்டது... இடம் மாறிப் போச்சு.'

நரிவேலு, குருவியை வெளியே இழுத்தான். எல்லோர் முகத்திலும் ஏமாற்றம். நிலா, உச்சியை விட்டு இறங்க ஆரம்பித்திருந்தது. விடிய வெகுநேரம் இல்லை.

கன்னம் போட்ட பொந்தை பக்குவமாய் அடைத்தார்கள். வந்து போன தடம் தெரியாமல் இருக்க, படப்படிச் செத்தைகளை அள்ளித் தூவி மறைத்தார்கள். கொண்டு வந்த கருவிகளை கையில் எடுத்துக்கொண்டு ஊரணிக் கரைக்கு நடந்தார்கள்.

இளவட்டங்களுக்கு வருத்தம்.

'வெறுங்கையோடு ஊரு திரும்ப முடியாது. போகிறபோது கவுல்பட்டி ஆட்டுக் கெடையில் நாலு கிடாய்களை தூக்கிட்டு போவோம்.'

முகம் தொங்க ஊரணி கரைக்குள் இறங்கி நடந்தார்கள்.

"யாரு.? யாரது?''

உழவு மாடுகளோடு போன சம்சாரியின் சத்தம் பின்னால் நெருங்கிக் கேட்டது.

7

வெளிச்சமும் இருட்டும் முயங்கிப் பிணைய, மேற்கே சாய்ந்த நிலா, குளிர் நீராய் இறங்கிக் கொண்டிருந்தது.

கண்ணுக்கெட்டிய தூரம் பச்சைக் காட்டில், ரகசியமாய் கூடாரமிட்டிருந்த இரவு நேர உல்லாச விடுதி மயங்கித் தள்ளாடியது.

அடி வயிற்றில் பல் ஊன்றும் முரட்டு ஈக்களை உதைப்பதாய் நினைத்து கால் உதறும் குதிரைகள், விடுதிக்கு வெளியே தலை தொங்க நின்றன.

உள்ளே மண்டும் புகை, திரைச்சீலைகள் ஆடி விலகும் இடைவெளியில் நுழைந்து மெல்ல வெளியேறிக் கொண்ருந்தது.

மூக்கிலும் காது மடல்களிலும் முழங்கை வரையிலும் வண்ண வண்ண வளையங்கள் அணிந்திருந்த லம்பாடிக் கிழவி, மதுபானங்கள் பரிமாறும் இளம் பெண்களை, ஓய விடாமல் ஏவிக் கொண்டிருந்தாள். குவளைகளைக் குறைய விடாமல் நிரப்பித் திரியும் அழகிகள் எல்லாம்› மலை தேசத்துக் காரிகள்.

வட்டத் தொப்பி அணிந்த வெள்ளை அதிகாரிகள், விரும்பிய இடங்களில் தொட்டு அழகிகளைச் சீண்டினார்கள். எங்கே தொட்டுச் சீண்டினாலும் பதிலுக்கு புன்னகைத்துக் குழைந்தார்கள் அழகிகள். குழைய, குழைய, வெள்ளிக்காசுகள் சிதறின.

மண் கலயங்களில் பனங் கள்ளும் புளித்த ஒயினும் நிரம்பி வழிந்தன. தின்று துப்பிய மாமிசத் துண்டுகளும் எலும்புகளும் மேஜைகளில் சிதறிக் கிடந்தன.

விடுதிக்குப் பின்புறம், சின்னச் சின்னக் கூடாரங்களில் சிரிப்பும் கும்மாளமுமாய் இருந்தது. அணையா விளக்குகளின் வெளிச்சத்திலேயே கேளிக்கைகள் நீண்டன.

வெள்ளை அதிகாரிகளின் மனங்கோணாமல் உபசரிப்பதில் கிழவி கைதேர்ந்தவள். போதை ஏறிப் போன எவனாவது, சுருக்கம் விழுந்த தன் கன்னங்களைக் கிள்ளினாலும்

ஒத்துழைப்பாள். விடுதியின் எல்லாத் திரைகளையும் விலக்கியே வைத்திருந்தாள். விலக்கவே முடியாத ஒரு திரைக்குள் கிழவியின் மகள் இருந்தாள். பெண்ணுக்குப் பெண்ணே ஆசைப்படும் பேரழகி. அவள் மட்டும் தீட்டுப்படச் சம்மதித்தால், கொட்டிக் கொடுக்க வெள்ளைக் கோமான்கள் வரிசையில் நிற்பார்கள். மகளை வற்புறுத்த கிழவிக்கு மனசில்லை. யார் கண்ணிலும் காட்டாமல் திரைச்சீலைகளை மூடி வைத்திருந்தாள்.

விடுதிக்கு வரும் வெள்ளை அதிகாரிகள், போதை தலைக்கேறியதும் பந்தயம் கட்ட ஆரம்பித்து விடுவார்கள்.

'கிழவியின் மகளை யார் கவர்வது? நம்மில் சிறந்த அழகனா? வீரனா? பாட்டுக்காரனா? ஆட்டக்காரனா? பெரும் குடிகாரனா?'

இரவு முழுக்க பந்தயம் களை கட்டும். திரை மட்டும் விலகாது. எல்லோரும் தோற்று, விடிந்ததும் குதிரையேறி, போய் விடுவார்கள்.

இன்றும் பந்தய மும்முரத்தில் இருந்தார்கள். பாட வந்த ஒரு வெள்ளைக்காரன், போதையில், ஆடக் கிளம்பி விட்டான். மேஜைகளைத் தட்டி எல்லோரும் சிரித்ததில் மதுக் கலயங்கள் உருண்டன. கிழவி ஓரமாய் சிரித்துக் கொண்டாள்.

ஒரு வெள்ளை அதிகாரி எழுந்தான். கையில் நீண்ட ஈட்டி இருந்தது. எல்லோருக்கும் கேட்கும்படி உரக்கச் சொன்னான்.

"விடுதியின் தலைவாசலை மறைத்து, காற்றிலாடிக் கொண்டிருக்கும் திரைச்சீலையை உரசாமல், ஓரத்து இடைவெளி வழியே இந்த ஈட்டியை எறிய வேண்டும். யாரால் முடியும்?"

எல்லோரும் திகைத்தார்கள்.

திரைச்சீலை முன்னும் பின்னும் ஆடிக்கொண்டே இருக்கிறது. இமைக்கும் முன் மறைந்து போகும் ஓரத்து இடைவெளியில் ஈட்டியை எறியவா? எப்படி முடியும்? பரிமாறித் திரியும் அழகிகளுக்கும் கிழவிக்கும் கூட வியப்பாய் இருந்தது.

ஈட்டியை ஏந்தி நின்றவன், "கோழைகளே! நான் எறிகிறேன் பாருங்கள்", என்றபடி ஆயத்தமானான்.

இந்தக் கேலிக்கூத்தையெல்லாம் காதில் வாங்கிக் கொண்டு, கிழவியின் மகள் திரைமறைவில் இருந்தாள்.

ஓங்கிய ஈட்டியோடு தருணம் பார்த்து நின்ற வெள்ளை அதிகாரி, காற்றில் திரைச்சீலை ஆடிய நொடி விலக்கத்தில் விட்டெறிந்தான். ஈட்டி, திரைச்சீலையை நெருங்கவும், திரைச்சீலையை முழுதாய் விலக்கி வில்லாயுதம் உள்ளே நுழையவும் சரியாய் இருந்தது. நுழைந்தவன், தன் முகத்துக்கு நேராக வரும் ஈட்டியை இடது கையால் பிடித்தான்.

வெள்ளை அதிகாரி திகைத்துப் போனான்.

வில்லாயுதம், ஈட்டியை விரல் இடுக்கில் வைத்துச் சுழற்றியபடி உள்ளே வந்தான். விடுதியை அலட்சியமாய் ஒரு சுற்றுப் பார்த்தான். எல்லோரும் விழி அகல உட்கார்ந்திருந்தார்கள்.

கிழவியின் மகள், மெல்லத் திரை விலக்கி, வில்லாயுதத்தைப் பார்த்தாள்.

கரும் திரேகம், தோள் புரளும் முடி, நெறித்த புருவங்கள், கூரிய மூக்கு, அகன்ற மார்பு, விட்டேத்தியான பார்வை.

தன்னுடன் வந்த கீரைச்சட்டியின் தோளில் கை போட்டவாறு இடம் தேடி அமர்ந்தான். எல்லா அழகிகளும் வில்லாயுதத்தின் அருகில் ஓடிவந்து நின்றார்கள். அத்தனை பேரையும் பார்வையால் புறந்தள்ளினான்.

கிழவிக்குப் புரிந்து போனது. ‘என் மகளுக்கு இவன்தான் ஏற்றவன். ஆனால் இவன் பெண்ணுக்காகவோ, பொன்னுக் காகவோ, போதைக்காகவோ இங்கு வந்தவன் போல் தெரிய வில்லை. வேறு எதற்காக வந்திருப்பான்?’

ஈட்டி எறிந்த வெள்ளை அதிகாரிக்கு, போதை இறங்கி, கோபம் உச்சிக்கு ஏறியது. கைவாக்கில் இருந்த முட்டைகளை எடுத்து வில்லாயுதத்தை நோக்கி வீசினான்.

வில்லாயுதம், சுழிவாய் விலகிக் கொள்ள, பின்னால் அமர்ந்திருந்த இன்னொரு அதிகாரியின் முகத்தில் அடித்து முட்டைகள் நொறுங்கி வழிந்தன.

எல்லோரும் ‘குபீர்’ என சிரித்தார்கள்.

முகத்தில் வடியும் முட்டையை வழித்துக் கொண்டே, தன் மேஜையில் இருந்த மாட்டிறைச்சித் துண்டுகளை அள்ளி

அவன் மேல் வீசினான். அடுத்தடுத்து பனங்கள்ளும் புளித்த ஒயினும் நிரம்பி இருந்த மதுக் கலயங்களைத் தூக்கி ஒருவர் மண்டையில் ஒருவர் மாறி மாறி உடைத்துக் கொண்டனர்.

வில்லாயுதம், கீரைச்சட்டியைப் பார்த்து ரகசியமாய் கண்ணடித்தான். கீரைச்சட்டி மெல்ல நழுவி வெளியேறினான்.

இரண்டு அதிகாரிகளும் கையில் அகப்பட்டதை எடுத்து வீசிக் கொண்டிருந்தார்கள்.

மலைதேசத்துக் குமரிகள் ஓரமாய் பதுங்கிக் கொண்டார்கள். உல்லாச விடுதி அல்லோலப்பட்டது.

வில்லாயுதம் சத்தம் இல்லாமல் வெளியேறி வாசலுக்கு வந்தான். கீரைச்சட்டி, வாசலில் கட்டிக் கிடந்த ஒரு குதிரையை அவிழ்த்து பக்குவமாய் தடவிக் கொடுத்துக் கொண்டிருந்தான். அது, ஈட்டி எறிந்த வெள்ளை அதிகாரியின் குதிரை. விடுதிக்குள் லம்பாடி கிழவி கூப்பாடு போட்டுக் கொண்டிருந்தாள்.

திரைக்குள் இருந்த பேரழகி, திரைச்சீலையை விலக்கி, எதிர்ப்படும் எல்லோரையும் பிடித்துத் தள்ளி விட்டு, வில்லாயுதம் நிற்கும் தலை வாசலை நோக்கி ஓடி வந்தாள். வில்லாயுதமும் கீரைச்சட்டியும் குதிரையில் தாவி ஏறி கொம்பூதி நோக்கி காற்றாய் பறந்தார்கள்.

சடுகுடு விளையாட்டில் மல்லுக்கட்டி உருண்ட கொம்பூதிக் குமரிகள், களைத்துச் சலித்த பாடில்லை.

‘ப்ளீங்... ங்... ங்சடுகுடு... குடு.. குடு...’

நிலாக் கணக்கும் நேரக் கணக்கும் கூழானிக்குத் தான் தெரியும்.

“அடியேய்... போன ஆம்பளைக... இந்நேரம் பிடிபட்டானோ.. அடிபட்டானோ... தெரியலே. பொட்டச்சிக கூடி கும்மாளம் போட்டது போதும். விடியுற நேரமாச்சு. குளிச்சு முழுகி... கோயிலுக்கு வந்து சேருங்கடீ...” கிழவி அதட்டினாள்.

சுற்றி உட்கார்ந்திருந்த பெண்களின் மடியில் சிறு குழந்தைகள் உறங்கிப் போயிருந்தார்கள்.

சிட்டு, ஆட்டத்தைக் கலைத்தாள்.

குமரிகள், அவிழ்ந்து தொங்கிய தலைமயிரை அள்ளி

முடிந்தார்கள். இன்றைய ஆட்டத்தில் செவ்வந்தியின் தாவணியை உருவியது... பந்தானத்தின் பாவாடை, தொடைக்கு மேல் உயர்ந்தது... நாலு குமரிகளை தரதரவென இழுத்துக் கொண்டே வந்து, இருளாயி, எல்லையைத் தொட்டது. அத்தனை பேரையும் சிட்டு, கொம்பு சுற்றி வந்தது என ஞாபகப் படுத்தி சிரித்து உருண்டார்கள்.

ஆட்டத்தில் கலந்து கொள்ளாத அன்னமயிலைச் சுற்றி குமரிகள் வட்டமிட்டார்கள்.

“ஏன்டீ... அன்னமயிலு... முரட்டு ஆட்டத்துக்குத் தான் நீ வரலே. முங்கிக் குளிக்கிற ஆட்டத்துக்காவது வர்றியா? இல்லையா?”

அன்னமயிலுக்கு சின்னப் பதற்றம். ‘எல்லோரும் கூடி என்னமோ பண்ணப் போறாளுக.’

மந்தையை ஒட்டி ஊரணிக்கரை. ஆலமரத்தடி தான் குளியல் துறை.

“ஏய்... எல்லோரும் சேர்ந்து அன்னமயிலைத் தூக்குங்கடீ...” சிட்டு சொல்லி முடிக்கவில்லை. அத்தனை பேரும் அன்னமயிலின் காலையும் கையையும் பிடித்து பூவாய்த் தூக்கினார்கள்.

“ஏய்... விடுங்கடி... விடுங்கடீ..'' அன்னமயில் செல்லமாய் குலுங்கினாள்.

குலவைச் சத்தத்தோடு, அன்னமயிலை முன்னேயும் பின்னேயுமா ஆட்டிக்கொண்டே ஊரணிக் கரை ஏறினார்கள். ஆலமரத்தடியில் நின்று கொண்டு முன்னிலும் சத்தமாய் குலவையிட்டார்கள். குமரிகளின் கைகளில் படுக்கை வசமாய் ஆடிக் கொண்டிருந்த அன்னமயிலுக்கு ஊரணிக் குளிர் சிலிரிப்பேற்றியது.

நிலா வெளிச்சம், ஊரணித் தண்ணீருக்குச் சந்தனம் பூசி, கோதி விட்டுக் கொண்டிருந்தது.

ஆலமரத்துப் பட்சிக் கூட்டம் சந்தோசக் கூச்சலிட்டன.

“வேண்டாம்... விடுங்கடீ... குளிருது.”

“விடிய... விடிய.. எங்களை விளையாட விட்டு, நீ வேடிக்கை பார்த்தே இல்லே.. இப்போ நாங்க பார்க்குறோம்.''

கூடிக் குலவையிட்டு அன்னயிலைத் தூக்கி விட்டெறிந்தார்கள்.

“தபீர்” எனத் தண்ணீரில் போய் விழுந்தாள்.

குமரிகள் கொட்டிச் சிரித்தார்கள். கண் கொண்டு பார்க்க ஆண்களே இல்லாததால் சாவகாசமாய் மேலாடைகளை களைந்து, உள் பாவாடையை மார்புகளுக்கு மேல் தூக்கிக் கட்டினார்கள். தினமும் கறி தின்னும் திரேகங்களில் படரும் ஊரணிக் காற்று, கள்ள முழி முழித்தது.

ஒவ்வொருவராய் கரை இறங்கி, உள்ளங்காலை நனைக்கப் பதறி நின்றார்கள். மூழ்கி குளிர் விட்டுப்போன அன்னமயில், இடுப்பளவுத் தண்ணீரில் நின்றுகொண்டு அத்தனை பேர் மீதும் ‘சளீர்’ என நீரைச் செதுக்கி அடித்தாள்.

ஊசிக் குத்தலாய் குளிர, ஒருத்தியை ஒருத்தி பிடித்துக் தள்ளியபடி, கண்ணை மூடிக்கொண்டு நீருக்குள் பாய்ந்தார்கள்.

சுற்றுக் கரை எல்லாம் தண்ணீர் அலம்பியது.

முழுதாய் நனைந்ததும் குளிர் விட்டுப் போனது. உள் நீர் வெதுவெதுப்பாய் இருந்தது. கையையும் காலையும் அகற்றிப் போட்டு நீச்சலடித்துக் கொண்டே, நடு ஊரணிக்கு வந்தார்கள். ஆழம், ரெண்டு ஆள் மட்டம்.

இருளாயி, தலைகீழாக முங்கிப்போய் தரைமண் எடுத்து வந்தாள். ஈரப் பாவாடை அலைந்து உரசும் தொடைகள் சுகப்பட்டன. மச்சினிச்சிக்கு மச்சினிச்சி, முங்கு நீச்சலில் போய், மார்புகளைக் கிள்ளி விளையாடினார்கள்.

“சும்மா இருங்க மதினி... வலிக்குது” என்று பொய்க் கோபம் கொண்டார்கள்.

“இந்த ஆட்டத்துக்கு நான்... வரலே” என்கிற மாதிரி; அன்னமயில் மட்டும் நீச்சலடித்துக் கரை நெருங்கினாள்.

ஊரணிக்கரை ஆலமரத்தடி நிழல் இருட்டில் ஒரு உருவம் பதுங்கியது. நடு ஊரணிக்குள் முங்கு நீச்சலாடி, கிள்ளவும் சிணுங்கவும், கிள்ளவும் சிணுங்கவுமாய் சந்தோஷத்தில் முக்குளித்துக் கொண்டிருந்த குமரிகளை, சிறிது நேரம் வேடிக்கை பார்த்துவிட்டு, “அடியேய்... தாலி கட்டப் போறவன்களுக்கு மிச்சம் வையுங்கடி. உங்க புருஷன்மாரு ஊரு திரும்புகிற நேரமாச்சு. கும்மாளம் போட்டது போதும். கரை ஏறுங்க.” கரகரத்த ஆண் குரல் எச்சரித்தது.

குளியலாடிக் கொண்டிருந்த குமரிகள் கதி கலங்கிப் போனார்கள்.

'இவ்வளவு நேரமும் தண்ணீருக்குள் தாம் போட்ட ஆட்டத்தை கரையிலிருந்து எவனோ ஒரு ஆம்பளை வேடிக்கை பார்த்திருக்கிறான்' எனத் தெரிந்ததும் தண்ணீருக்கு வெளியே தலை காட்ட வெட்கப்பட்டு, அத்தனை குமரிகளும் மூழ்கி மூச்சடக்கினார்கள்.

ஆலமரத்தடியிலிருந்து கூழானிக் கிழவி கூப்பாடு போட்டுச் சிரித்தாள். குரல் மாற்றிப் பேசி, கிழவி தான் பயமுறுத்தி யிருக்கிறாள்.

"கெக்கே... கெக்கே... கெக்கே... கெக்கே..."

8

இசையாய் நழுவி ஓடிக்கொண்டிருந்தது சம்பங்கி ஆறு.

உயரமான கரை மீதுள்ள ஒற்றைக் குடிலின் முற்றத்தில் பொன்னை உருக்கித் தெளிக்கும் நிலா. பட்டை உரிந்த நாவல் மரங்கள் கரை நெடுக மினுமினுத்துக்கொண்டு இருந்தன. அடுக்கடுக்கான படிகளின் முடிவில் கதவு மூடி இருந்தது. பழுப்பு நிறத்தில் பச்சைமலையும் மலை அடிவார ஆறும் ஆற்றங்கரைக் குடிலுமாக, பனிப் பொழுதில் சௌந்தர்யம் சம்மணமிட்டு உட்கார்ந்திருந்தது.

மெல்லத் திறக்கும் கதவுக்குள்ளிருந்து, பிடாரனின் கூடைப்பாம்பு போல் விருட்டென வெளியே வந்தான் நாகமுனி. முற்றத்தில் நின்று ஒரு சுற்றுப் பார்த்தான். குளிர் பொழுதில் கொதித்துப் போயிருந்தான்.

'விடியப் போகிறதே...!' தரையில் ஓங்கி மிதித்தான். நாவல் மரங்களைக் கடந்து, சம்பங்கி ஆற்றோரம் நீண்டு கொண்டே போகும் தடத்தில் ஆவேசத்தோடு நடந்து போனான்.

நாகமுனி புறப்படுவதற்காகவே காத்திருந்தது போல், குடிலின் பின்புறமிருந்து மருள விழித்துக் கொண்டு வந்த ஒரு

சிறு மான், படிகளில் தாவி, தாவி ஏறியது. திறந்து கிடந்த கதவருகே தலைநீட்டி ‘பிர்ர்... ர்...’ என்றது. குட்டி வாலை ‘விசுக்.. விசுக்’ என ஆட்டியது. மஞ்சளும் இளஞ்சிவப்புமாய் கசியும் விளக்கு ஒளி நிறைந்த குடிலுக்குள் உற்றுப் பார்த்தது.

பூசி மெழுகிய சிறு பீடத்தில் அமர்த்தப்பட்டிருந்த ஒரு வீணையின் தந்திகள், விரல் பாவ ஏங்கி முறுக்கேறிக் கிடந்தன. இன்னும் உற்றுப் பார்த்த மான், முதல் ஸ்பரிசத்துக்கு நாணும் மணப்பெண் போல் ரெண்டு எட்டு பின் நகர்ந்தது.

நறுமணம் கமழும் குடிலுக்குள் இருந்து, மெல்ல நகரும் வெள்ளை மேகமாய், கதவருகே வந்தாள் வஜ்ராயினி.

தழுவும் குளிர் காற்றில், மொட்டு அவிழாத பூ மேனி சிலிர்த்தது. நாதமாய் நெளியும் அங்கங்கள். பூமியின் வனப்போடு போட்டி போடும் திரட்டழகு.

முளைவிடும் தளிர் நுனி விரல்களால் மானைத் தொட்டுத் தடவினாள். மான், மெல்ல படி இறங்கியது. மானுக்குப் பின்னால் வஜ்ராயினி இறங்கினாள்.

“வஜ்ராயினி... கொஞ்சம் பொறு. நானும் வர்றேன்” குடிலுக்குள் இருந்து பெண் அலங்காரத்தோடு வெளிப்பட்டான் ஹஸார் தினார்.

சம்பங்கி ஆற்றில் குளியலாடப் போகும் வஜ்ராயினியின் மேனியில் பூசிக் கொள்ள, இயற்கை மூலிகைகளையும் வாசனைத் திரவியங்களையும், மாற்று உடைகளையும் இரு கை நிறைய அள்ளிக் கொண்டு ஹஸார் தினார் படி இறங்கினான்.

மானோடு மானாய் இறங்கிப் போகும் வஜ்ராயினியின் பின்னழகு பார்த்துப் பூரித்தான். நிஜாம்களின் அரண்மனை அந்தப்புரத்தில்கூட இப்பேர்பட்ட பேரழகியை அவன் பார்த்திருக்கவில்லை.

ஹஸார் தினார் கைப்பக்குவத்தில் வளர்ந்தவள் வஜ்ராயினி.

தன்னை விலை கொடுத்து வாங்கிய நாகமுனிக்கு அளித்த வாக்குப்படி, வஜ்ராயினியை வளர்த்து ஆயிற்று. கன்னிமை கழியாமல் பாதுகாத்தும் விட்டான்.

பச்சிளம் சிசுவாய்த் தத்தெடுத்து, வளர்த்து, கன்னிமை எய்தும் வரை பொறுமை காத்த நாகமுனி, இப்போதெல்லாம் வெறி கொண்டு அலைகிறான். நிஜாம்கள் பதுக்கி வைத்த

வைரங்களையும் வைடூரியங்களையும் தேடி, தினமும் பொழுது விடியுமுன் குடிலை விட்டு வெளியேறிப் போகிறவன், வனங்களிலும் மலைப் பள்ளத்தாக்குகளிலும் அலைந்து விட்டு இரவு திரும்புகிறான். ஹஸார்தினாருக்குத் தெரியும்... இந்த வைரங்களும் வைடூரியங்களும் நாகமுனிக்குத் தான் சேர வேண்டியவை என்று. அவற்றின் இருப்பிடம் நாகமுனியின் கண்ணில் படுமானால், உடனே வஜ்ராயினியை நரபலி கொடுக்க நாள் குறிப்பான். இந்தப் பேரழகுப் பெட்டகம், ஒரு பௌர்ணமி இரவில் துள்ளத் துடிக்கப் போகும். அது தான் விதி.

‘நாகமுனி, ஹஸார் தினார்... இவர்களெல்லாம் யார்? தன்னை ஏன் இவர்கள் வளர்க்கிறார்கள்?’ என்கிற கேள்விகளெல்லாம் வஜ்ராயினிக்குள் எழுந்ததில்லை, அவளுக்கு அழுகை இல்லை... சந்தோசமில்லை. பருவமெய்திய போது, தன் அங்க அவயங்களில் நிகழ்ந்த மாற்றங்கள் குறித்தும் அபிப்பிராயமே இல்லை. பறிக்கும் கைகளின்றி, சூடும் தலையின்றி கானகத்தில் தானே முளைத்து, மொட்டு விட்டு, மலர்ந்து உதிரப் போகும் காட்டுப்பூ போல் இருந்தாள்.

அவளுக்குத் துணை... வீணையும் இந்த மானும். அவளுடைய உலகம்... இந்த குடிலும் சம்பங்கி ஆறும் ஹஸார் தினாரும் தான்.

ஹாஸார் தினாருக்குத் தான் நெஞ்சுக்குள் அறுத்துக் கொண்டிருந்தது.

தன் கண்ணுக்குள் வளர்த்த வஜ்ராயினியை நரபலி கொடுக்கும் பாதகத்தைக் காண, தான் உயிரோடு இருக்கக் கூடாது. அவளோடு தானும் மடிந்து போக வேண்டும் என்கிற முடிவில் இருந்தான்.

மானுக்கு முன்னால் துள்ளிக் குதித்துக் கரை இறங்கிய வஜ்ராயினி, சலசலத்து ஓடும் சம்பங்கி ஆற்று நீரில் பாதம் நனைய நின்றாள். ஆற்று மீன்களெல்லாம் கூடி மொய்த்தன. குளியலாடி முடித்துக் கரை ஏறும் வரை மீன் கூட்டம் இவளை விட்டுப் போகாது.

வில்லாயுதத்தின் வெகுநாளைய ஆசை இன்று தான் கை கூடியது.

காடு, மாலை, ஆறு என காற்றுப்போல் சுற்றித் திரிய ஒரு குதிரை கிடைத்து விட்டது. முரட்டுத் குதிரை.

எத்தனையோ வெள்ளை அதிகாரிகள் சவாரி செய்ய முதுகு தந்த குதிரை. இதுவரை எவனும் இந்தக் குதிரையின் திமிருக்கேற்ப காலாற ஓட விட்டதில்லை. லகானை அப்படியும் இப்படியும் ஆட்டி, துரைத்தனம் பண்ணிக்கொண்டே மெதுவாக நடக்கத்தான் வைப்பார்கள்.

இரண்டு தொடைகளாலும் லாவகமாக முதுகைக் கவ்விப் பிடித்திருக்கும் வில்லாயுதத்தின் ஆளுமை குதிரைக்குக் கிளர்ச்சியை உண்டு பண்ணியது. தான் விரும்பியவனையே கைப்பிடித்த குமரியின் உற்சாகத்தோடு மலைஅடிவார மேடு பள்ளங்களில் காற்றாய் மிதந்து போனது. வனாந்தரக் குதிரைப் பயணம் சுகமாய் இருந்தது.

கீரைச்சட்டிக்குச் சந்தோசம் தாங்க முடியவில்லை. அடிவயிற்றோடு கூச்சமெடுத்தது. வில்லாயுதத்தின் முதுகோடு சேர்த்துக் கட்டிப் பிடித்துக் கொண்டான். உள்ளக்குள் ஒரு பயம் இருந்தது. ‘குதிரையைக் களவு கொடுத்தவர்கள் பின்னால் துரத்திவருவார்களோ?...’

“ஏய்... வில்லாயுதம்... வேகமா போ...” கீரைச் சட்டி தூண்டிக் கொண்டே வந்தான்.

சம்பங்கி ஆற்றோர ஒற்றை அடிப்பாதை, முன்னே நீண்டு கிடந்தது. விடிய வெகுநேரம் இல்லை. விடியுமுன் கொம்பூதிக்குப் போய்ச் சேர வேண்டும்.

ஊருக்குள் நுழைந்ததும் ஆத்தா அங்கம்மா திட்டும். அய்யா வேயன்னா, ஏற இறங்கப் பார்ப்பார். எதுவும் பேச மாட்டார். அப்பத்தா கூழானிக் கிழவி சந்தோசப்படுவாள். கிழவியைத் தூக்கிக் குதிரை மேல் உட்கார வைத்து... ஒரு சுத்து சுத்தி வரணும்!

வில்லாயுதம் குதிரையை விரட்டிக் கொண்டு போனான். எதிரே வெகு தூரத்தில் ஒரு ஆள் வருவது கீரைச்சட்டியின் கண்ணில் பட்டது.

“வில்லாயுதம்... எவனோ வர்றான்.”

“வரட்டும்...’’ குதிரை பாய்ந்து போனது.

திரித்த சடைகளுடன் நாகமுனி வந்து கொண்டிருந்தான். எதிர்த் தடத்தில் பாய்ந்து வரும் குதிரைக்காரர்களை நெறித்துப் பார்த்தான்.

'யார் இவர்கள்? நம் குடிலிருக்கும் திசையில் இவர்களுக்கு என்னகாரியம்?'

தடத்தை விட்டு விலகாமல் நின்றான். வில்லாயுதம், பாதையை விட்டு குதிரையை விலக்கி ஓட்டிக் கடந்து போனாள். நாகமுனியின் தோற்றம் வில்லாயுதத்துக்கும் கீரைச்சட்டிக்கும் உறுத்தியது.

"யார் இந்த சாமி...? இந்நேரம் எங்கே போறான்?

"எங்கேயும் போறான். நமக்கென்ன?"

"வெகுதூரம் ஓடிவரும் குதிரையின் வாயில் நுரை தள்ளுவதை வில்லாயுதம் கவனித்தான். ஆனாலும், குதிரையின் வேகம் குறையவில்லை. வழியில் நாவல் மரங்கள் எதிர்ப்பட்டன.

"ஏய்... கீரைச்சட்டி. குதிரை வாயிலே நுரை தள்ளுது. கொஞ்ச நேரம் நின்னு, காலாறக் கிளம்புவோம்.''

கீரைச்சட்டிக்கு குதிரைச் சவாரி புதுசு. முதுகெல்லாம் வலி.

குதிரையை இழுத்துப் பிடித்து வில்லாயுதம் நிறுத்தினான். கீரைச்சட்டிக்கு குதிரையை விட்டு இறங்கத் தெரியவில்லை. புரண்டு குதித்தான். குதிரையை, வில்லாயுதம், ஒரு நாவல் மரத்தூரில் தறித்துக் கட்டினான்.

வானத்தில் நிலா இளகிக் கொண்டிருந்தது,.

கீரைச்சட்டிக்கு அயர்ந்து வந்தது. ஈரமணலில் இரண்டு கால்களையும் பரப்பி, கைகளைப் பின்னுக்கு முட்டுக் கொடுத்து உட்கார்ந்தான்.

முன்னே நாவல் மரங்களுக்கு அப்பால் ஒற்றைக் குடில் தட்டுப்பட்டது.

"வில்லாயுதம்... இந்த வனாந்தரத்துக்குள்ளே... ஒய்யாரமாக ஒரு குடிசையைப் பாரேன்...!"

நெடுநேரமாக நாக்கு வறண்டு போயிருந்த வில்லாயுதத்துக்குக் குடிலைப் பார்த்ததும் ஒரு சந்தோசம். குடிலை நோக்கி நடந்தான்.

அழகான குடில். சின்னச் சின்ன வண்டுகளின், பறவைகளின் சத்தங்களுக்கு இடையிலும் அடர்த்தியான அமைதி நிலவியது.

குடிலின் முற்றத்தில் வந்து நின்று ஒரு வளையம் பார்த்தான். படிகளில் மெல்ல ஏறினான். குடிலின் வாயில் திறந்தே கிடந்தது.

ஆடை களையாமல் வஜ்ராயினி சம்பங்கி ஆற்றுக்குள் இறங்கினாள்.

சுற்றி மொய்த்த மீன் கூட்டம் அவளை வட்டமிட்டுஅழைத்துக் கொண்டு போயின. மாற்று உடைகளையும் வாசனைத் திரவியங்களையும் கரையில் ஒரு சிறு பாறை மீது பத்திரப் படுத்திய ஹஸார் தினார், ஆற்றுக்கரை ஓரமாகவே நடந்து, பூத்துக் குலுங்கும் காட்டுப் பூக்களை பறிக்கப் போனான். குளித்துக் கரையேறியதும் வஜ்ராயினிக்குச் சூட்டி அழகுப் பார்க்க வேண்டும்.

கால் நனைத்தபடி கரையில் நின்ற மான், நீருக்குள் மீன் கூட்டத்தோடு போகும் வஜ்ராயினியை வைத்த கண் வாங்காமல் பார்த்தது.

வஜ்ராயினியின் உள் எலும்புகள், வெள்ளி நிறத்தில் மீன் முள்ளாய் மாறின. மச்சக்கன்னி ரூபமெடுத்து மீன்களோடு மீனாய் சம்பங்கி ஆற்றுக்குள் நீந்தி விளையாடப் போய் விட்டாள். மான் கரை ஏறியது.

திறந்து கிடந்த குடிலின் வாயிலுக்குள் வில்லாயுதம் தயங்கி, தயங்கி நுழைந்தான். கதவை மெல்ல தட்டி அழைத்தான். உள்ளே ஆள் இருப்பதாகத் தெரியவில்லை. பூ வனத்து வாசனை குடில் முழுக்க நிறைந்திருந்தது. சம்பங்கி ஆற்றைப் பார்த்த சிறு பீடத்தில் வீணை இருந்தது.

பொத்தி பொத்தி எட்டு வைத்து, அருகே போனான். வீணையின் வடிவழகு, மலர்ந்து படுத்திருக்கும் ஒரு பேரழகி போல் நெஞ்சுக்குள் படிந்தது.

குனிந்து உற்றுப் பார்த்தான். தொட வேண்டும் போலிருந்தது. நா வறட்சி, தாகம் எல்லாம் மறந்து போயின. மேனி படர்ந்து மீட்டும் விரல்களுக்காக முறுக்கேறித் கிடக்கும் வீணையின் தந்திகளை, ஆட்காட்டி விரலால் தீண்டிவிட்டான்.

மான் மருண்டது. ஹஸார் தினார் கூடையில் பறித்துப் போட்ட புஷ்பங்கள் சிலுப்பின. சம்பங்கி ஆறு பொங்கிப் புரண்டது. அடி ஆழத்தில் நீந்திக் கொண்டிருந்த வஜ்ராயினியின் திரேகம் குலுங்கி நாளங்களில் சூடேறியது. அங்க அவயங்கள் புதுக் குணம் காட்டின. ரோமக் கால்களின் வழியே பருவம் உடைப்பெடுத்தது. வில்லாயுதம் வீணையைத் தீண்டத் தீண்ட சம்பங்கி ஆற்றுக்குள் வஜ்ராயினி சுழன்று சுழன்று பரவசக் கூத்தாடினாள்.

இதுவரை அறியாத பரவசம். மீன் கூட்டம் இசைந்தாடின.

ஹஸார் தினார் பதறினான். 'ஏதோ ஆபத்து நுழைந்து விட்டது.' பூக்கூடையோடு குடிலை நோக்கி ஓடி வந்தான்.

உயிரை இழைக்கும் நாதம் எழுகின்ற வீணையின் தந்திகளை வில்லாயுதம் சற்றே அழுத்திச் சுண்டினான். 'படீர்' எனத் தெறித்து அறுந்து சுருண்டது. குற்றம் செய்தவன் போல் பதறிப் போனான்.

நாதம் அலைந்து அடங்கியது. நீருக்குள் சதுராடிக் கொண்டு இருந்த வஜ்ராயினியின் நாடி தளர்ந்தது.

வில்லாயுதம் குடிலை விட்டு வெளியேறி, வாசலுக்கு வந்தான். ஆற்று நீர் கிழிபடும் சத்தம் கேட்டுத் திரும்பினான். அங்கம் இறுக்கிய ஆடையோடு, சொட்டச் சொட்டச் கரை ஏறிக் கொண்டு இருந்த ஈரப்பொன் சிற்பத்தைக் கண்டதும் மதி கலங்கி, கிறுகிறுத்துப் போனான்.

பாதம் கூச, பூமி நழுவிக் கொண்டிருந்தது. படி இறங்கி ஓடி, ஒரு நாவல் மரத்தின் ஓரம் பதுங்கினான்.

சீண்டப்பட்ட அரவமாய் வஜ்ராயினி படி ஏறிக் கொண்டிருந்தாள். 'தன்னை மீட்டியவன் யார்? தீண்டியது எவன் விரல்?'

குடிலுக்குள் நுழைந்து, தந்தி அறுந்து கிடக்கும் வீணையைக் கண்டதும் கலங்கினாள். ஓடிவந்த ஹஸார் தினார், ஆதரவாய்த் தோளைத் தொட்டான். இருவரும் வாயிலுக்கு வந்தார்கள்.

நாவல் மரத்தூரில் தறித்திருந்த குதிரையை அவிழ்த்து தாவி ஏறும் வில்லாயுதத்தின் முதுகும் பிடறியும்தான் வஜ்ராயினின் கண்ணில் பட்டன. முகம் காண மனது அலைந்தது. முகம் திருப்பாமலே, வில்லாயுதம், குதிரையை முன்னோக்கித் தட்டி விட்டான்.

கிளம்பிய குதிரையில் தடுமாறி ஏறிய கீரைச்சட்டியின் தோளில் வஜ்ராயினியின் மான் கிடந்தது. அதன் நாலு கால்களை இடது கையாலும் வாயை வலது கையாலும் கீரைச்சட்டி இறுக்கிப் பிடித்திருந்தான். மனக் கிறக்கத்திலிருந்த வில்லாயுதம், கீரைச்சட்டியின் தோளில் கிடக்கும் மானைக் கவனிக்கவில்லை.

கொம்பூதி நோக்கி குதிரை பறந்து போனது.

9

தோல் உரித்த நுங்கு நிறத்தில் பொழுது விடிந்து கொண்டிருந்தது.

கத்த விடாமல் குரல்வளை ஒதுக்கப்பட்ட ஆட்டுக் கிடாய்கள், எல்லோர் தோளிலும் தலைதொங்கிக் கிடந்தன. கனக்கும் தோள் சுமையோடு எவ்வளவு தூரம் ஓடி வந்தாலும் இளவட்டங்களுக்கு மலைப்புத் தெரியவில்லை.

கவுல்பட்டி கிடை ஆட்டு உருப்படிகள் எல்லாமே வளர்ப்பு ஏறிய கிடாய்கள். கறியும் தின்னத் தின்னத் திகட்டாது.

முகத்தில் அடிக்கும் கருவேல முள் செடிகளை வலது கை வேல்கம்பால் விலக்கி விட்டபடி முன்னே செல்லும் வேயன்னாவின் தோளில் வாலிபமான உருப்படி கிடந்தது. கழுவன் தோளில்மட்டும் கிடாயைக் காணோம். கன்னக்கோல், பாரக் கயிறு, ஆள்காட்டிக் குருவியோடு வரிசைக் கடைசியாய் ஓடி வந்தான்.

ராத்திரி குறி வைத்துப்போன இடம் தப்பி விட்டதில் வேயன்னாவுக்கு சின்ன வருத்தம். இந்தத் தொழிலில் அதெல்லாம் பார்க்க முடியாது. சில நாள் வாய்க்கும், சில நாள் வாய்க்காது.

ஊர் எல்லைக்குள் நுழையும் வரை பேச்சு இல்லை. சிரிப்பு இல்லை. இருமல்கூட இல்லை. முழங்கால் வரை புழுதி அப்பிக் கிடந்தது. உடல் நனைய ஓடும் வியர்வையை வழித்து எறிந்தபடி வந்தார்கள்.

ஆலமரத்தடியில் ஊர் காத்துக் கிடந்தது.

ஊர் திரும்பும் ஆம்பளைகள் ஆட்டுக் கிடாய்களோடு வருவதை மோப்பத்தில் கண்டு கொண்ட நாய்கள், செல்லக் குரைப்போடு சிணுக்காட்டம் போட்டன. புதர்க்காடு தாண்டி வேயன்னாவின் தலை தெரிந்ததும் நாலுகால் பாய்ச்சலில் கிளம்பின. வாய் ஒழுக, தலை தொங்கிக் கிடக்கும் கிடாய்களின் மேல் எக்குப் போட்டு நக்கின.

குளித்து முழுகி, நெற்றி நிறைய திருநீறு பூசி நின்ற கூழானிக்

கிழவி, ஆபத்தில்லாமல் ஊர் திரும்பிய தன் கொடிவழிப் பிள்ளைகளைத் தொட்டு தடவி வரவேற்றாள்.

வேல்கம்புகளை பெண்கள் வாங்கிக் கொண்டார்கள்.

வேயன்னாவின் தோள் கிடாய், குலதெய்வம் இருளப்ப சாமிக்கு சேர வேண்டிய பொதுக் கிடாய். சாமி கிடாயை கோயிலுக்கு முன்னால் இறக்கிப் போட்டார். மற்ற கிடாய்கள் அவரவர் வீடு போய் சேர்ந்தன.

வஜ்ராயினியின் குடிலை விட்டு குதிரை வெகுதூரம் வந்திருக்க, கொம்பூதி, சுண்டி விழும் தூரத்தில்தான் இருந்தது.

வில்லாயுதம் தன் மதியில் இல்லை. வஜ்ராயினியின் நினைவில் கிறுகிறுத்துப் போயிருந்தான்.

ஈரம் சொட்டச் சொட்ட அவள், சம்பங்கி ஆற்றின் கரை ஏறி வந்ததும். குடிலை நோக்கிப் படியேறிப் போனதும்... கனவுபோல் வட்டமிட்டன.

வில்லாயுதம், பகலில் கண் அயரும் போது கூட கனவுகளில் சஞ்சரிப்பவன். மலை உயர யானைகள் அவனை விரட்டி வரும். எங்கு ஓடினாலும் விடாது. அருவியாய் நீளும் துதிக்கையால் வளைத்துப் பிடிக்கவும் செய்யாது. துரத்திக் கொண்டே வரும். பதறி விழித்து விடுவான்.

இன்னொரு கனவில், வில்லாயுதத்தின் கைகள் இரண்டும் றெக்கையாகிப் போகும். ராட்சதப் பட்சி ஆகி, றெக்கைகள் விரித்துக் கிளம்பினால், பூமியில் சுழல் உருவாகும். பனி உருகி ஓடும். அழகழகான வனங்களில் தன்னந்தனியே பறந்து திரிவான்.

அத்தனை கனவுகளையும் அழித்து, வஜ்ராயினியைப் பார்த்தது பெருங்கனவாய் இருந்தது.

சுற்றித் திரிய குதிரை கிடைத்ததும். சொட்டச் சொட்ட வஜ்ராயினியைப் பார்த்ததும் ஒன்று கூடி, மனசு துள்ளல் போட்டது.

வீணையின் தந்திகளை முரட்டுத்தனமா தொட்டு அறுத்ததுதான் நெஞ்சுக்குள் உறுத்திக் கொண்டிருந்தது. தவறை மறக்க, முகத்தை இறுக்கி, உடலை ஒரு குலுக்கி

விட்டான். முதுகில் ஏதோ இடித்தது. பின்னால் அமர்ந்திருந்த கீரைச்சட்டியை போகிற போக்கில் திரும்பிப் பார்த்தவன் திடுக்கிட்டுப் போனான். இழுத்துப் பிடிக்க, குதிரை நின்றது.

வஜ்ராயினியின் மான் கீரைச்சட்டியின் தோளில் கிடந்தது. பிடி இறுக்கத்தில் சின்ன மான் துவண்டு தொங்கியது.

கீரைச்சட்டி சந்தோஷத்தில் இருந்தான். 'மான் கறி தின்னு ரொம்ப நாளாச்சு. கண்ணிலே பட்டதை ஏன் விடணும்? மான் கறிக்கு நோய் அண்டாது.'

கீரைச்சட்டியின் தோளில் வஜ்ராயினியே மயங்கிக் கிடப்பது போல் இருந்தது. வீணையின் தந்தியை அறுத்து... மானையும் களவாடி... கனவெல்லாம் தகர்ந்தவனாக... குதிரையை கொம்பூதி நோக்கி தட்டி விட்டான்.

எல்லா வீட்டுத் தாழ்வாரங்களிலும் தோல் உரித்த கிடாய்கள் தலைகீழாகத் தொங்கின. திண்ணையில் விரித்திருக்கும் ஓலைப் பாயில், அறுபட்ட கிடாய்த் தலை.

வீட்டு ஆம்பளைகள் கறியைப் பாளம் பாளமாக அரிந்து ஓலைப் பாயில் வீசிக் கொண்டிருந்தார்கள். முற்றங்களில் பின்னங் காலிட்டு உட்கார்ந்திருக்கும் நாய்கள், கறியை அரியும் கைகளையே வைத்த கண் வாங்காமல் பார்த்துக் கொண்டிருந்தன.

ஆட்டு ஈரலைச் சுட்டுத் தின்ன, சிறுவர்கள் செடி செத்தைகளில் தீ மூட்டினார்கள்.

ஆட்டுக் குடலைக் குழி தோண்டிப் புதைக்க, பிரம்புக் கூடைகளில் சுமந்து போகும் பொம்பளைகளின் தலை, முகம் எல்லாம் சாணக் கழிவு வழிந்து ஓடியது.

மண்சட்டியில் கவண் கல்லாய் உறைந்து போயிருக்கும் ஆட்டு ரத்தம். ரெண்டு பச்சை மிளகாய், வெங்காயம், உப்புக் கல்லு போட்டு வதக்கிய ரத்தப் பொறியலுக்கு கள்ளுத் தண்ணி, செம்பு செம்பாக இறங்கும்.

ஊரணிக்கரை ஒதுக்கத்தில் சூரங்குடி கள்ளுப்பானை நுரை கட்டி வந்து இறங்கியது. ரெண்டு பானைக் கள்ளு.

கள்ளு விற்கிற தேனம்மாவுக்கு கிண்ணிக் கோழி மாதிரி உடம்பு.

வேயன்னா கொண்டுவந்த பொதுக்கிடாய், குலசாமிக்கு முன்னால் அறுபட்டது. கிடாயை மல்லாக்கத் தூக்கிப் போட்டு கத்தக் கத்த கழுத்தை அறுத்த நரிவேலு, வாய் பேச முடியாதவன். எல்லாமே சைகை தான். எந்தக் காரியத்தையும் சுழிவாய் செய்து முடிப்பான். பீய்ச்சிய ரத்தத்தை, தாகப்பட்டுக் கிடக்கிற பூமி குடிக்க விட்டான்.

குலசாமிக்கு முன்னால் கூழானி, கல் அடுப்புக் கூட்டி உலை ஏற்றினாள். மீனாவும் பந்தானமும் கை உதவிக்கு நின்றார்கள்.

வேயன்னா, போகிற போக்கில் வெள்ளையம்மாவை வீட்டுக்கு வரச் சொல்லிவிட்டுப் போனார். வீட்டு வாசலில் கைச் செம்புத் தண்ணீரோடு அங்கம்மா நின்றாள்.

திண்ணையின் ஓரம் ஒரு கழுகு உட்கார்ந்திருந்தது. வில்லாயுதம் வளர்க்கிற கழுகு.

தண்ணீரைக் காலில் ஊற்றி விட்டு உள்ளே நுழைந்த வேயன்னாவின் எதிரே, தளிர் வாழை இலையாய் அன்னமயில் நின்றாள். மகளின் தலை கோதிவிட்டு கண் நிறையப் பார்த்தார்.

ஒரு நார்ப்பெட்டி நிறைய ஆட்டுக் கறியோடு ஓடி வந்த வெள்ளையம்மா, பெட்டியைத் திண்ணையில் இறக்கினாள்,

“அண்ணே கூப்புட்டீங்களாம்லே?” ஓரமாக நின்று சேலை போர்த்தினாள்.

வாயாடி சிட்டுவையும் வாய் பேசாத ஊமையன் நரிவேலுவையும பெத்தவள் வெள்ளையம்மா.

கறிப்பெட்டியைக் கண்டதும், கழுகு றெக்கை விரித்துக் கழுத்தை நீட்டியது. நாலு கறியை எடுத்து கழுகுக்குப் போட்டாள். மகளைக் கட்டப் போகிற மருமகன் வளர்க்கிற கழுகு மேலே ஒரு பிரியம்.

இடுப்புவாரைக் கழற்றிக் கொண்டே வாசலுக்கு வந்த வேயன்னா, “வெள்ளையம்மா... துப்பு பார்க்க உச்சிநத்தம் போனது நீதானே?” என்றார்.

“ஆமாம்... நான் தான் போனேன்.”

“குறிவச்ச லெக்கு தப்பிருச்சு. நீ கண்டு வந்து சொன்ன இடம் செட்டியார் வீட்டு அடுப்படி.”

வெள்ளையம்மாவுக்கு பொட்டில் அடித்தது போலிருந்தது.

“இன்னிக்கு மறுபடியும் உச்சிநத்தம் போயி... சரியாக இடம் கண்டு வந்து சொல்லு.”

வெள்ளையம்மா நோட்டம் பார்த்துச் சொன்ன இடம் இதுவரை தப்பியதில்லை. சேலைத் தலைப்பால் முகம் துடைத்தபடி தெருவோடு நடந்தாள்.

தெருவெல்லாம் பொம்பளைகள் பரபரத்துத் திரிந்தார்கள். பொழுது விடிஞ்சிருச்சே! என்கிற கவலை.

ஓலைப் பாயில் அரிந்து போட்ட கறியை அள்ளி அள்ளி நார்ப்பெட்டியில் அமுக்கினார்கள். கோயிலுக்கு முன்னால் ஒரு முடாவில் கறியும் ஒரு முடாவில் சோறும் வெந்து கொண்டிருந்தது. சாமி சோறு. கூழானிக் கிழவி பக்குவம் சொல்லிக் கொண்டிருந்தாள்.

கள்ளு விற்கிற தேனம்மா, வாய் நிறைய வெத்தலையை குதப்பிக் கொண்டு, குடிக்க வருகிற இளவட்டங்களுக்காக காத்திருந்தாள். தேனம்மா புருஷன் காசி, பச்சைப் பனை ஓலைப் பட்டைகளை வரிந்து கட்டிக்கொண்டிருந்தாள்.

இளவட்டங்கள் ராத்திரி வெகு தூரம் வந்த அலுப்புத்தீர, ஊரணியில்விழுந்து, முங்கி குளிச்சுத் தான் வருவான்ங்க. கள்ளு விற்கிற இடம், வில்லாயுதம் வந்தால்தான் களை கட்டும். வில்லாயுதத்தை இன்னும் காணோமே.

கள்ளுக் குடிக்கிற கொம்பூதி ஆளுக காசு தர மாட்டாங்க. ஆட்டுத் தோலு, கறிதான் கிடைக்கும். காலியான கள்ளுப் பானை நிறைந்து போகும். இதையெல்லாம் கொண்டு போயி அடுத்த ஊர்களில் காசாக்கிக் கொள்வாள் தேனம்மா.

ஊர்ப் பொம்பளைகள் தலையில் நார்ப்பெட்டியோடு வரிசையாகக் கிளம்பி விட்டார்கள். பெட்டி நிறைய கறி, உச்சியில் ஆட்டுத் தலை.

அக்கத்து ஊர், பக்கத்து ஊர்களில் கறியை கொடுத்து விட்டு, அரிசி, பருப்பு வாங்கி வரணும். கொம்பூதி கறியை பக்கத்து ஊர்ச் சனம் பிரியமா வாங்கும். எடைக் கணக்கெல்லாம் கிடையாது. குத்து மதிப்பாக அள்ளிப் போடுறது தான். ஆப்பனூர் முஸ்லீம் வீட்டுச் சனம் இந்தக் கறியை வாங்காது. ஆசாரி, பூசாரி அத்தனை சனமும் பிரியப்பட்டு வாங்கும்.

‘மையிருட்டுக்குள்ளேயே கிளம்பிப் போயிருக்கணும். இன்னிக்கு ‘பள... பள...’ன்னு பொழுது விடிஞ்சு போச்சு...”

ஒருத்திக்கு ஒருத்தி பேச நேரம் கிடையாது. ஆளுக்கு ஒரு ஊர் பிரித்துக் கொண்டு புழுதிக் காட்டில் நடந்தார்கள்.

வெள்ளையம்மா மட்டும் உச்சிநத்தம் பாதையில் பிரிந்தாள். மண்டிக் கிடக்கும் புதர்களுக்கு இடையே ஒற்றையடிப் பாதை

காட்டு விதையாக விழுந்து, முளைத்து, வளர்ந்து, வனமோடித் திரிந்தவள் என்பதால் தன்னந்தனியே நடக்க நெஞ்சில் அச்சம் கிடையாது.

பாதையிலேயே கண் வைத்து தலைநிமிராமல் போகிறவளின் எதிரே புழுதி கிளம்ப, குதிரையை விரட்டிக் கொண்டு வில்லாயுதம் வந்தான்.

ஊடுகாட்டில் குதிரையோடு மருமகனைக் கண்டதும் வெள்ளையம்மா நாணிப் போனாள். மகள் சிட்டுவைக் கட்டப் போகிற மாப்பிள்ளை, தன் உடன் பிறந்த அண்ணன் மகன்.

பாதையை விட்டு விலகி, ஒடுக்கி, ஒதுங்கி நின்றாள்.

அருகே வந்த வில்லாயுதம் குதிரையின் வேகத்தைக் குறைத்து, “அய்த்தே... எங்கே போறீக?” என்றான்.

நெஞ்சுக்குள் சின்ன குலுக்கலோடு, “உச்சி நத்தத்துக்கு கறி கொண்டு போறேன்ப்பூ...” என்றாள் ஏறிட்டுப் பாராமல்.

“ஆளுக ஊர் திரும்பிட்டாங்களா?” கீரைச்சட்டி கேட்டுக் கொண்டிருக்க, குதிரை வேகமெடுத்தது.

“திரும்பிட்டாங்க...”

குதிரையேறி மருமகன் போகிற அழகை, முன்னே விட்டு ரசித்தாள் வெள்ளையம்மா. சிட்டுப்புள்ள... குடுத்து வெச்ச புள்ள தான்..

உவட்டுக்காடு தாண்டி, ஓடை ஏறி, ஊரணிக்கரை வழித் தடத்தை குதிரை பிடித்தது.

சாமி சோறும் கறியும் வெந்து உலை இறங்கியது.

இருளப்பசாமியின் பீடத்துக்கு முன்னால் பெரிய பட்டியல் கல் கிடந்தது. நரிவேலு, ஊரணித் தண்ணீரைக் குடம் குடமாகக் கொண்டு வந்து சாமியைக் குளிப்பாட்டினான். தூசி, துரும்பு இல்லாமல் பட்டியல் கல்லைக் கழுவி விட்டான். பந்தானமும், மீனாவும் முடாச்சோறை பட்டியல் கல்லில் கொட்டி ஆற விட்டார்கள்.

தேனம்மாவின் கள்ளுப்பானையைச் சுற்றிக் கூட்டம் கூடிக் கிடந்தது. பெரியவர்களும், இளவட்டங்களும் அவரவர் சௌகரியத்துக்கு சம்மணமிட்டும், குத்துக்காலிட்டும், அமர்ந்திருந்தார்கள். கையிலும், கால் இடுக்கிலும் பச்சைப் பனை ஓலைப் பட்டைகள் இருந்தன.

சூரங்குடி கள்ளு, பேர் போன கள்ளு... இனிப்பும் இல்லாமல், புளிப்பும் இல்லாமல் பதமா இருக்கும். இளங்கள்ளு குடிச்சா வயித்திலெ தங்காது. புளிச்ச கள்ளு, குடிச்சதும் போதை ஏறும். ஒரு செம்புக் கள்ளை உள்ளே இழுத்ததும் "சுர்ர்.. ர்"னு நாசியில் புரை ஏறினால் தான் நல்ல கள்ளு. பனங்கள்ளைப் பாடம் பண்ணுவதில் தேனம்மா கெட்டிக்காரி.

ஒரு பானைக்கள்ளு முடிந்து இரண்டாவது பானை இறங்கிக் கொண்டிருந்தது. கள்ளுத் தண்ணி உள்ளே இறங்க, இறங்க இளவட்டங்களுக்கு பசி எடுத்தது. கோயில் பட்டியல் கல்லை கடைக்கண்ணால் பார்த்துக் கொண்டார்கள். எல்லோருக்கும் கன்னம் தெறிக்க போதை இருந்தாலும் வில்லாயுதம் இல்லாதது தான் குறை.

பட்டியல் கல்லில் விரிக்கப்பட்ட சோறோடு பந்தானமும், மீனாவும் முடாக் கறியைக் கவிழ்த்தார்கள். நீண்ட அகப்பையால் கறியையும் சோறையும் நரிவேலு கிளறி விட்டான். சோறும் கறியும் புரண்டு கலந்தன.

இருளப்பசாமி கோயில் பூசாரி திருமால், பூஜைப் பெட்டியை பீடத்தின் முன்னால் வைத்து விட்டு, தோளில் கிடந்த துண்டை எடுத்து தன் மூக்கோடு சேர்த்து வாயை இறுகக் கட்டிக் கொணடார்.

கூழானிக் கிழவி, ஒரு தட்டு நிறைய கறியையும், சோறையும் அள்ளி குலசாமியின் காலடியில் வைத்தாள். பூசாரி திருமால், பூஜைமணியைக் கையில் எடுத்தார். "எல்லோரும் படையலுக்கு வாங்கடோய்..." கூழானிக் கிழவி சத்தம் போட்டுக் கத்தினாள். பசியோடிருந்த இளவட்டங்கள் தடுமாறி எழுந்தார்கள்.

பூசாரி திருமால், மணியை 'கிணி... கிணி...' என ரெண்டு குலுக்குத் தான் குலுக்கி இருப்பார். புழுதிக் காற்றைக் கிழித்துக் கொண்டு ஊருக்குள் ஒரு குதிரை நுழைந்து வருவதைக் கண்டதும் கை அசையாமல் விறைத்துப் போய் நின்றார்.

இளவட்டங்கள், வருவது யாரென்று தெரியாமல் ஆளுக்கொரு திசையில் ஓடிப் பதுங்கினார்கள்.

நரிவேலு, ஊது கொம்பு கட்டித் தொங்கும் வேப்பமர உச்சிக்கு விறுவிறுவென ஏறினான்.

கூழானியோடு சேர்ந்து பந்தானமும், மீனாவும் கோயில் பீடத்துக்குள் ஒளிந்தார்கள்.

ஆம்பளைகள் வீடுகளுக்குள் ஓடிப் போய் வேல்கம்புகளைத் தூக்கினார்கள். குதிரை பாய்ந்து வந்தது.

10

பெரும்பச்சேரி வெறிச்சோடிக் கிடந்தது. ஒண்ணு ரெண்டு கிழடுகட்டைகள் திண்ணை இடுக்கத்தில் சுருண்டு கிடந்தன.

ஊருக்குள் இருக்கும் ஒரே பொம்பளை ராக்கு தான். பச்சப்புள்ளக்காரி. முக்கிப் பெத்து முப்பது நாள் கழியலே. விடியவும், பெரும்பச்சேரி சனமெல்லாம் திரண்டு பெருநாழி காட்டுக்கு போயிருச்சு. களை எடுப்பு காலம். நாலு களையை அத்துப் பறிச்சு விட்டாலும் நாழிக் கம்பரிசி கிடைக்கும்.

களை எடுத்தால் தான் கஞ்சி. சனத்தோட சனமா ராக்கும் கிளம்பப் பார்த்தாள். ‘முப்பது நாள் கழியுமுன்னே காட்டு வேலைக்குப் போக வேண்டாம்’னு புருசன் தான் சத்தம் போட்டு நிறுத்தினான்.

நெஞ்சிலே சொட்டுப் பால் கிடையாது. வெறும் காம்பைச் சப்புக் கொட்டுகிற பச்சமண்ணு, “வீர்ர்ர்... வீர்...”னு கத்துது. கருவாட்டுக் குழம்புக்கும் கம்பங்கஞ்சிக்கும் நெஞ்சுப்பால் நெறிகட்டி ஊறும். கஞ்சி கிடைத்தால்கூட போதும். கருவாட்டுக்கு எங்கே போவது?

பிள்ளையைக் குலுக்கிக் குலுக்கிப் பார்த்தாள். அழுகை நிற்கலே. தலைப்பிள்ளை, ஆம்பளைப் பிள்ளை. அப்பனை உரிச்சுவெச்சு அப்படியே பிறந்திருக்கு. ராக்குவுக்கு வீட்டுக் குள்ளே இருப்புக் கொள்ளவில்லை. வெளிலே வெயிலு ஏறுது. நா வறட்சி எடுக்குது. மண் பானையை உருட்டினாள். தண்ணி

இல்லே. பிள்ளை கத்துது. அழுகிற பிள்ளையை கை மாற்ற ஊருக்குள்ளே ஆள் கிடையாது.

அடுக்குப் பானை, சட்டிகளை உருட்டித் துளாவினாள். துண்டுக் கருப்பட்டி சிக்கியது. பானைத் தூரோடு கிடந்த தண்ணியை ஒரு கிண்ணத்தில் அள்ளினாள். கருப்பட்டித் துண்டை நசுக்கி நசுக்கி நீரில் கரைத்தாள். இனிப்புத் தண்ணீரை குழந்தையின் உதடு பிரித்து ஊற்றினாள். கத்திக் கத்தி வறண்டு போயிருந்த தொண்டை நனையவும் பிள்ளையின் அழுகை நின்றது.

தாயின் முகம் பார்த்துக் கால் உதறினான். கன்னம் இறுக்கி முத்தமிட்டாள்.

குடிக்க, பொட்டுத் தண்ணி கிடையாது. பிள்ளையின் அழுகை அமர்ந்த நேரம் போயி, தண்ணி கொண்டு வந்தால் தான் உண்டு. குடி தண்ணிக்கு பெருநாழி போகணும். பெரும்பச்சேரியிலே குடிதண்ணி கிடையாது. தோண்டுகிற இடமெல்லாம் உப்புத் தண்ணி.

பெருநாழி எஸ்டேட் கிணறு தான், சுத்தியுள்ள பட்டிகளுக்கு குடிதண்ணிக் கிணறு. தேனா இனிக்கும். வத்தாத ஊத்து. அதிலே ஒரு கொடுமை... பெரும்பச்சேரி சனம் போய் ‘தன் வாளி’ போட்டுத் தண்ணி இறைக்கக் கூடாது. தீட்டுப்பட்டு போகுமாம்! பானையைக் கொண்டு போயி பத்தடி தூரம் தள்ளி வைக்கணும். பெருநாழி ஆத்தாமார், ஆளுக்கு ஒரு வாளி ஊத்தினால்தான் பானை நெறையும். பத்து பேரு வர்ற வரை கிணற்றடியில் காத்துக் கிடக்கணும். கூத்தாடிக் கெஞ்சினாலும் ஒருத்தரும் ஒரு வாளித் தண்ணி அதிகம் ஊத்த மாட்டாக.

தண்ணிக்கு கருமாயம்... கஞ்சிக்கு கருமாயம். பொழப்பே கருமாயப்பட்ட பொழப்பு.

‘ச்... சேய்...’

திண்ணை இடுக்கில் படுத்துக் கிடந்த கிழவனின் கை அணைப்பில் குழந்தையைப் படுக்க வைத்தாள். அயர்ந்து படுத்திருந்த கிழவன் தலை திருப்பி, “டேய் ராஸ்கோல்...” பேரனைத் கொஞ்சினான்.

“ராக்கு... குடிக்க ஒரு செம்புத் தண்ணி குடும்மா.”

“குடி தண்ணிக்குத் தான் பெருநாழி போறேன். பிள்ளையைப் பார்த்துக்கோங்க.”

குடிசைக்குள் போய் மண்பானையை எடுக்கப் போன ராக்குவின் கண்ணில் ஒரு பனை ஓலைப்பட்டை தட்டுப்பட்டது. வாளி போல் மடக்கி கயிறு கட்டி இருந்தது. உள்ளூரில் உப்புத் தண்ணி இறைக்கிற பட்டை. ராக்கு புத்தியிலே ஒரு சின்ன யோசனை.

களை எடுப்பு மும்முரமா நடக்குது. பெருநாழி சனமெல்லாம் காட்டிலே நிற்கும். தண்ணிக் கிணத்துக்கு ஒருத்தியும் வர மாட்டாள். இங்கே பசிக்சு அழுகிற பச்சமண்ணைப் போட்டுட்டு... எவ்வளவு நேரம் அங்கே காத்துக் கிடக்க முடியும்? இந்தப் பட்டையைக் கொண்டுபோயி, தெரியாம இறைச்சுட்டு வந்துட்டா என்ன?

துணிந்து பட்டையை எடுத்து பானைக்குள் போட்டுக் கொண்டாள். திண்ணையைக் கடந்து இறங்கவும் குழந்தை அழக் கிளம்பியது. கிழவன் ‘ஹே... ஹே... ஹே...’ ராகம் போட்டு அமர்த்திப் பார்த்தான். அழுகை கூடியது. ராக்கு நில்லாமல் ‘வேகு... வேகு...’ என, பெருநாழிப் பாதையில் நடந்தாள். அழுகைச் சத்தம் ராக்குவின் குலையை அறுத்துக் கொண்டு பின்னாலேயே வந்தது.

குதிரை ஏறி வந்திருப்பது வில்லாயுதம் தான் எனத் தெரிந்ததும், கோயில் பீடத்தின் பின்னால் ஒளிந்திருந்த கூழானிக் கிழவி, வெளியே வந்து, கூப்பாடு போட்டுச் சிரித்தாள். மறைவிடங்களில் பதுங்கி இருந்த இளவட்டங்களை பார்த்து சத்தம் போட்டாள்.

“கொம்பூதி எல்லைக்குள் குதிரை ஏறி வந்திருக்கிற மகாராசன் யாருன்னு பாருங்க டோய்!” கிழவிக்கு சந்தோசம் தாங்க முடியவில்லை. பதுங்கி இருந்தவர்கள் ஒவ்வொருவராய் வெளியே வந்தார்கள். வேப்பமர உச்சிக்கு ஏறி கொம்பூதப் போன ஊமையன் நரிவேலு, கீழே இறங்கினான்.

பந்தானமும் மீனாவும் கூழானிக்கு அருகில் வந்து நின்றார்கள். எல்லோரும் கூடி, “ஏய்... நம்ம வில்லாயுதம்... குதிரையிலே வந்திருக்கானப்போய்...!” கத்தினார்கள்.

வால் ரோமத்தைப் பிடுங்கிய சோலையை, குதிரை ஒரு எத்து எத்தி விழுத்தாட்டியது. கள்ளு விற்கிற தேனம்மா, குதிரையில் வில்லாயுதம் அமர்ந்திருக்கும் அழகைக் கண்டு எச்சிலை ஒரு மடக்கு முழுங்கினாள். சுற்றி கூட்டம் கூடவும், குதிரை

முன்னங்கால் தூக்கி கனைத்தது. வஜ்ராயினியின் மானோடு பின்னால் அமர்ந்திருந்த கீரைச்சட்டி 'தொப்' எனக் கீழே விழுந்தான். கீரைச்சட்டிக்கு பந்தானத்தின் மீது ஒரு கண்ணு. அவளுக்கு முன்னால் கீழே விழுந்ததில் வெட்கப்பட்டுப் போனான்.

இளவட்டங்கள் சிரித்தார்கள்.

"டேய்... கீரைச்சட்டி... குதிரையை எங்கே அவுத்தே?"

"மானை எப்படிப் பிடிச்சே?"

எல்லோரும் போதையில் இருந்து கொண்டு கேள்வியாய் கேட்பது கீரைச்சட்டியைக் கிள்ளி விடுவது போலிருந்தது. மானைத் தூக்கி, வில்லாயுதத்தின் முன்னால், குறுக்கு வசமாய் போட்டான்.

"மானை... சம்பங்கி ஆத்திலே தூண்டில் போட்டு பிடிச்சேன்," என்றவன், "தேனம்மா... நாளு செம்பு கள்ளு ஊத்து. அப்போ தான் இவன்ங்க கிட்ட நான் பேச முடியும்.'' கள்ளுப்பானையை நோக்கி அலுப்போடு நடந்தான்.

'சாமி சோறு' பட்டியல் கல்லில் புரண்டு கிடந்தது.

பூசாரி திருமால் மணியை ஆட்டி பூஜையை ஆரம்பித்தார். எல்லா இளவட்டங்களும் சாமிசோறை பனை ஓலை இளங்குருத்தில் அள்ளினார்கள்.

குதிரையை வீட்டு வாசல் முன் கொண்டு வந்து நிறுத்திய வில்லாயுதம் குதித்து இறங்கினான். இரு கைகளாலும் மானை ஏந்தி இறக்கி திண்ணையில் படுக்க வைத்தான்.

கழுகு, றெக்கை சடசடத்து வில்லாயுதத்தின் தோளில் அமர்ந்து கொண்டது. மானைக் கண்டதும் வீட்டுக்குள் இருந்த அன்னமயில் ஓடி வந்தாள். கண்கள் அகல மானைக் கட்டிக் கொண்டாள்.

"அன்னமயிலு... கழுகுக்கு கறி எடுத்துட்டு வா''

அன்னமயில் உள்ளே ஓடிப் போய், ஒரு ஓலைக் கொட்டானில் பச்சைக் கறியை அள்ளிக் கொண்டு வந்து அண்ணன் வில்லாயுதத்திடம் கொடுத்தாள். மறுபடியும் மானுடன் உட்கார்ந்து கொண்ட அன்னமயிலைப் பார்த்து, "மானுக்கு இரையும் தண்ணியும் வை", என்ற வில்லாயுதம், தன் தோளில் கழுகு உட்கார்ந்து இருக்க, குதிரையில் தாவி ஏறினான். குதிரையோடு

வந்திருக்கும் மகனைப் பார்க்க, அங்கம்மா வாசலுக்கு வருமுன், வில்லாயுதம் மந்தையைக் கடந்து போய்விட்டான். எல்லாவற்றையும் ஓரக் கண்ணால் பார்த்தபடி வீட்டுக்குள் இருந்த வேயன்னா, உதட்டோரம் சிரித்துக் கொண்டார்.

மந்தையைக் கடந்து வந்த குதிரையை சிட்டு வழி மறித்தாள். தன்னைக் கட்டப் போகிறவன் குதிரையோடு வந்திருக்கிறான் எனத் தெரிந்ததும் மூச்சிரைக்க ஓடி வந்திருக்கிறாள். “மச்சான்... மச்சான்... குதிரையிலே என்னை ஏத்திட்டு போ.”

“ஏய்... கிறுக்குக் கழுதை... விலகு... வழியை விடு.”

‘‘விட மாட்டேன்.”

கூட்டம் கூடிவிட்டது.

கூழானியும் ஓடி வந்தாள். அப்பத்தாவைத் கண்டதும் வில்லாயுதம் கீழே குதித்தான்.

“அப்பத்தா... நீ வா... குதிரைலே ஏறு. ஒரு சுத்து சுத்திட்டு வருவோம்.” கிழவியைத் தூக்கிக் குதிரையில் உட்கார வைத்து தானும் ஏறி அமர்ந்தான்.

“அடேய்... அடேய்...! கீழே போட்டுறாதே...’’ கிழவி வளைந்தாள். சனம் சிரித்தது. அடிவயிற்றில் தட்டுப்பட... குதிரை ஓடக் கிளம்பியது. ‘ஹோ’ வெனச் சிறுவர்கள் கத்தினார்கள். சிட்டு திட்டினாள்.

“கிழட்டுச் சிறுக்கி... இந்த வயசுலே எனக்குப் போட்டியா வர்றா, பாரேன்!”

குதிரையில் போகிற கிழவிக்கு அந்தரத்தில் பறக்கிற நினைப்பு. ஊரணியோடு சேர்த்து ஊரை ஒரு சுற்றி வந்து குதிரை நின்றது. சிறு குழந்தை போல மலைத்துப் போயிருந்தாள் கிழவி. வில்லாயுதம், கைத்தாங்கலாக கிழவியை இறக்கி விட்டான். கிழவிக்குப் பெருமை பிடிபடவில்லை.

வில்லாயுதம் குதிரையில் உட்கார்ந்தபடி கறிக் கொட்டானிலிருந்து பச்சக் கறியை எடுத்து, தன் தோளில் அமர்ந்திருந்த கழுகின் கண்ணில் படும்படி காட்டி விட்டு வானத்தில் எறிந்தான்.

கறியைக் கவ்விப் பிடிக்க கழுகு பறந்து போவதை. சனமெல்லாம் வேடிக்கை பார்த்துக் கொண்டு நின்றது. பறந்து போகும் கறியை கழுகு கவ்வப் போகும் நேரம் வில்லாயுதம்,

கவண் கல்லால் குறிபார்த்துக் கறியை அடித்தான். கறி, கழுகிடம் பிடிபடாமல் மறுபடியும் வானத்தில் பறந்து போனது. கறியும், கழுகும் பறந்து போகும் திசையிலேயே குதிரையை விரட்டிக் கொண்டு போனான்.

கழுகிடம் கறியைப் பிடிபட விடாமல் திரும்பத் திரும்பத் கவண் கல்லால் அடித்தபடி 'காடோ செடியோ' என கொம்பூதியை விட்டு வெகுதூரம் வந்து விட்டான். இந்த விளையாட்டு விளையாடத் தான் வில்லாயுதத்துக்கு வெகு நாள் ஆசை.

கறிப் பெட்டியோடு உச்சிநத்தம் வந்து சேர்ந்த வெள்ளையம்மாவை சுற்றிச் சுற்றி நாய்கள் குரைத்துக் கொண்டே வந்தன. மேல்காட்டு முரட்டு நாய்கள். கவ்வினால் தொடைக் கறியைப் பிடுங்கி விடும். வெள்ளையம்மா நாய்களைக் கண்டு கொள்ளவே இல்லை. அதட்டிச் சத்தமும் போடவில்லை. பூமிநாதஞ் செட்டியார் வீட்டு வாசலில் போய் நின்றாள்.

இத்தனை நாய்களின் குரைப்போடு வருவது கொம்பூதி கறிப் பெட்டியாகத் தானிருக்கும் என்பது செட்டியார் வீட்டு அம்மாவுக்குத் தெரியும். பெரியம்மாவுக்கு தலைக்கறி மேலே ஒரு பிரியம். படர்ந்த உருவம். எழுந்து வாசலுக்கு வந்து நாய்களை அதட்டினாள். நாய்கள் லேசாக வாய் ஒடுக்கின. வெள்ளையம்மா, செட்டியாரம்மாவுகுத் தெரியாமல் ஒரு சிறு கல்லை எடுத்து நாய்களின் மேல் விட்டெறிந்தாள். நாய்கள் கனத்துக் குரைக்கக் கிளம்பி விட்டன.

செட்டியாரம்மா காதுகளைப் பொத்திக் கொண்டு வெள்ளையம்மாவைப் பார்த்து, "உள்ளே வா... தாயீ..." என்றபடி வீட்டு நடுக் கூடத்துக்குப் போனாள். வெள்ளையம்மா நாய்களின் மேல் கல் எறிந்ததே இதற்காகத் தான்.

கறிப் பெட்டியைத் தூக்கிக் கொண்டு நடுக் கூடத்துக்குப் போனாள். செட்டியார் பூஜையில் இருந்தார். பெரியம்மா ஊஞ்சலில் அமர்ந்தபடி உள்கூடம் பார்த்து, "அடியே... கண்ணாத்தா..." என்றழைக்கவும், சின்ன மருமகள் கண்ணாத்தாள் வந்து தலை காட்டினாள்.

"ஒரு சட்டி எடுத்துட்டு வாடீ...''

சமையலடிக்குப் போய் ஒரு வெண்கலப் பாத்திரத்தோடு கண்ணாத்தாள் வந்தாள். கறியை கொத்துக் கொத்தாய் அள்ளிப் பாத்திரத்தில் போட்ட வெள்ளையம்மா, பூஜை முடித்து செட்டியார் கூடத்துக்கு வந்து கொண்டிருப்பதைக் கடைக் கண்ணால் பார்த்ததும் நாலு கறியைத் தரையில் நழுவ விட்டாள்.

நெற்றி நிறைய திருநீறும் சந்தனமும் ஜவ்வாதும் மணக்க வந்து கொண்டிருந்த செட்டியார், பளபளக்கும் நடுக்கூடத் தரையில் இறைச்சித் துண்டுகள் சிதறிக் கிடப்பதைக் கண்டதும், "நாளும் கிழமையுமா... நடுக்கூடத்தை ஏன் நாசம் பண்றீக...? உள்ளே போ.. உள்ளே... போ" ஓரமாய் ஒதுங்கி நடந்தபடி அதட்டினார்.

இதற்காகத் தான் வெள்ளையம்மா நாலு கறிகளை நழுவ விட்டாள்.

பெட்டி, பாத்திரத்தை தூக்கிக் கொண்டு எல்லோரும் உள்கூடத்துக்குப் போனார்கள். இங்கிருந்து பார்க்க அத்தனை அறைகளும் தெரிந்தன. வெள்ளையம்மா இடது கை வாக்கில் ஒரு சுற்று நோட்டம் பார்த்தாள். பூஜை அறைக்கும் படுக்கை அறைக்கும் இடையிலே உள்ள அறைக் கதவிலே பெரிய பூட்டுத் தொங்கியது. வெள்ளையம்மாவைப் பார்த்து கண்ணாத்தாள் சொன்னாள்.

"தலையை வாட்டி, நறுக்கிக் குடுத்திரு..."

"சரி தாயீ..."

ஆட்டுத் தலையைத் தூக்கிக் கொண்டு வெள்ளையம்மா, பெரியபூட்டுத் தொங்கிய அறைக்கு நேராகப் போனாள்.

"அங்கே போகாதே தாயீ... அது லட்சுமி இருக்கிற இடம். இந்தப் பக்கம் சமையலடிக்குப் போ..." பெரியம்மா திருப்பி விட்டார்.

வெள்ளையம்மாவுக்கு விளங்கிப் போச்சு. வந்த காரியமும் முடிஞ்சு போச்சு.

11

வெயில் ஏறிக் கொண்டிருக்க, பெருநாழிப் பாதையில் ராக்கு மண்பானையோடு போனாள்.

பிறந்ததிலிருந்து பெருநாழிப் பாதையில் நடந் திருந்தாலும், மனசு கூசுது. மண்ணுலே நடக்கப் கூட மரியாதை தேவைப்படுது. என்ன பிறப்பு... ஈனப்பிறப்பு!

பிள்ளை இந்நேரம் என்ன கத்து கத்துதோ. கால்களை எட்டிப் போட்டு நடந்தாள். பச்ச உடம்பு சோர்ந்து வருது. தவிச்ச வாய்க்குத் தண்ணி வேணுமே.

போகிற நேரத்துக்கு கிணத்திலே ஆள் இருக்கக் கூடாது. இருந்தால் ஆளுக்கு ஒரு வாளித் தண்ணி கேட்டு காத்துக் கிடக்கிணும். யாரும் கண்ணிலேயும் படக்கூடாது. அதிலேயும் தலையாரி பொண்டாட்டி கண்ணிலே பட்டோம்... சீரழிவு தான்!

வடக்கே கூடி மடைக்குழிக்கு நேராக ஏறி, கண்மாய்க்கரை வழியே நடந்தாள். பானைக்குள் கிடக்கும் ஓலைப்பட்டை வெளியே தெரியாமல் அமுக்கி வைத்தாள். கரை மேல் தான் எஸ்டேட் கிணறு. கிணற்றடியில் ஆள் தெரிகிறதா? என இங்கிருந்தே ஆந்திப் பார்த்தபடி நடந்தாள். நல்ல காலம் ஆள் தட்டுப்படலே.

நெருங்கிப் போனாள். கிணற்றைச் சுற்றி இடுப்பளவு சுவர். ஆள் இல்லாத தெம்பில் பானைக்குள் கிடந்த ஓலைப் பட்டையை கை ஓட்டி எடுத்தவள், பதறிப் போனாள். பிடி சுவரின் தென்புறம் உட்கார்ந்து வெண்கலப் பானையை துலக்கிக் கொண்டிருந்த மாயக்கொத்தன் பொண்டாட்டி, தன் போக்கில் நிமிர்ந்தாள். அவள் கண்ணில் படுமுன் ராக்கு, பட்டையைத் தூக்கி முள் வேலிக்குள் எறிந்தாள். ஓலைப் பட்டையோடு பெரும்பச்சேரிக்காரி தண்ணி இறைக்க வந்திருக்கிறாள்.' என்பது தெரிந்து போகுமே.

ராக்குவைப் பார்த்த மாயக்கொத்தன் பொண்டாட்டி, "யாருடீ... பெரும்பச்சேரிக்காரியா?" என்றாள்.

"ஆமா... ஆத்தா.." ஓலைப்பட்டை கண்ணில் படாமல் தப்பி விட்டதில் ராக்குவுக்கு நிம்மதி.

“பானையைத் தள்ளி வை...” மாயக்கொத்தன் பொண்டாட்டி வாளி போட்டு இறைத்தாள்.

சுவரை விட்டு பத்தடி தூரம் தெற்கே தள்ளி வைத்து விட்டு, ராக்கு ஜாடையாக வேலியோரம் பார்த்தாள். மேல்வாக்கில் பட்டை கிடந்தது.

தன் பானையை நிரப்பிக் கொண்ட மாயக்கொத்தன் பொண்டாட்டி, கடைசி ஒரு வாளித் தண்ணீரை எட்டத் தூக்கி ராக்குவின் மண்பானையில் ஊற்றி விட்டு, வாளிக் கயிறைச் சுருட்டினாள்.

“ஆத்தா... நான் பச்சப் புள்ளக்காரி. முப்பது நாள் கூட கழியலே. குழந்தை பசியாலே கத்தும். கும்புடுறேன் தாயீ... நாலு வாளித் தண்ணி ஊத்துனீங்கன்னா... ஊரைப் பார்த்து ஓடிருவேன்...” ராக்கு கையெடுத்துக் கும்பிட்டாள்.

“ஏன்டீ... உன் பானை நிறைய, நான் இறைச்சு ஊத்தணுமா? கொழுப்பு தான். களை எடுக்க ஆள் போயிருக்கு... நான் நிற்க முடியாது.” பானையைத் தூக்கி இடுப்பில் வைத்துக் கொண்டு நடையைக் கட்டினாள்.

இவ்வளவு சீக்கிரம் அவள் போனதில் ராக்குவுக்கு நிம்மதி. நாலா திசையும் பார்த்தாள். ஆள் தெரியலே. மெல்ல போய் முள்வேலி மேல் கிடந்த பட்டையை எடுத்து வந்தாள். கண்களைச் சுழல விட்டபடி பிடி சுவரை நெருங்கினாள். மனசு ‘திக்... திக்’ எனஅடித்தது. பிள்ளை அழுகுற சத்தம் காதுக்குள் ஓடியது. விறு... விறுவென கயிற்றுப் பட்டையை உள்ளே இறக்கினாள். ரெண்டே ரெண்டு சுண்டில் ஒரு பட்டைத் தண்ணி. பத்து பட்டையிலே பானை நிறைந்து போனது. கயிற்றைச் சுருட்டினாள். பட்டையை சேலை மடிக்குள் மறைத்துச் செருகினாள். பானையைத் தலையில் ஏற்றி, கிணற்றடி தாண்டி கரை ஏறி கிழக்கே பார்த்து நாலு எட்டு தான் வைத்திருப்பாள். பின்னால் இருந்து சத்தம் கேட்டது.

“யாருடீ அவ... மண் பானையோட போறது? எந்த ஊருக்காரி...? ஏய்... நில்லுடீ... யாரு நீ...?

ராக்குவுக்குத் தெரிந்து போனது, இது தலையாரி பொண்டாட்டியோட சத்தம் தான்.

ராக்கு பதில் பேசலே... திரும்பிப் பார்க்கலே. விறு... விறுவென நடந்து போனாள்.

பெருநாழி முளைக்கொட்டுத் திண்ணையில் ஊர் முக்கியஸ்தர்கள் கூடி இருந்தார்கள். நெஞ்சு உயரத்துக்கு திண்ணை. நாலு மூலைகளிலும் நிற்கும் கல் தூண்களில் சரிந்திருக்கும் கூம்புக் கொட்டகை. திண்ணையின் நடுவில் கும்ப அடுக்கு.

யாரையோ எதிர்பார்த்துக் கூடி இருந்தார்கள். வரப் போவது யாருன்னு ஒருத்தருக்கும் தெரியலே.

'துரைமார்' என்று தலையாரி சொன்னான். துரைமார் என்றால் வெள்ளைக்காரன். வெள்ளைக்காரன் எதுக்கு இங்கே வரணும்? ஊர் நல்லாத் தானே இருக்கு? யாரும் தப்பு, தவறு பண்ணலையே! வெள்ளைக்காரன் வந்து எனன பேசப் போறான்? அவன் பேசுறது இங்கே யாருக்குப் புரியும்? வர்றது ஒருத்தனா? பல பேரா?

தகவல் சொன்ன தலையாரிப் பயலைக் காணோம். இந்த தலையாரிப் பயல், கெட்ட சாதிப்பயல். ஊரைப் பத்தி இல்லாததையும் பொல்லாததையும் சொல்லி இருப்பான். துப்புச் சொல்லிப் பயல். வர்றவன் சின்ன ஆளா? பெரிய அதிகாரியா? என்ன மரியாதை பண்ணணும்? ஒன்னும் விளங்கலே.

வேலைக வெட்டிய போட்டுவிட்டு பெரிய ஆளுகளெல்லாம் காத்துக் கிடந்தார்கள். கொட்டு மேளக்காரர்களெல்லாம் கோழித் தூக்கம் போட்டுக் கொண்டிருந்தார்கள்.

முளைக்கொட்டுத் திண்ணையிலே வந்து உட்கார்ந்தால் வந்த காரியம் முடியாமல் எழுந்திருச்சும் போக முடியாது. வெள்ளைக்காரன் எந்நேரமும் வருவான்னு தெரியலே. சண்முகப் பண்டாரம் ஐந்தாறு பூ மாலைகளைக் கட்டித் தூக்கிக் கொண்டு ஓடி வந்தார்.

ஆளு, மேளம், மாலை எல்லாம் வந்தாச்சு. வெள்ளைக்காரனைக் காணோமே!

கிழக்குத் தூணில் சாய்ந்திருந்த முத்திருளப்பனுக்கு இருப்புக் கொள்ளவில்லை. நெளிந்து கொண்டிருந்தார். மேற்குத் தூணில் சுப்புவிநாயகப் புலவர் சாய்ந்திருந்தார். அவருடைய அய்யா கந்தசாமிப் புலவர், ராமநாதபுரம் சமஸ்தானத்திலே பட்டயப் புலவராக இருந்தவர். மகன் சுப்புவிநாயகமும், பழங் கதைகளில் பெரிய வல்லவர். ராமாயணம், மகாபாரதக்

கதைகளை ராகம் போட்டுச் சொல்லுவார்

தினமும் பொழுது சாய முளைக்கொட்டுத் திண்ணையைச் சுற்றி ஊர் கூடி கதை கேட்கும். இப்போ சாய்ந்திருக்கிற இதே மேற்குத் தூண் தான், அவர் கதை சொல்ல உட்காருகிற இடம். கேட்க கேட்க அவ்வளவு லயிப்பா இருக்கும். ஆனாலும் இளவட்டங்கள், புலவரின் முதுகுக்குப் பின்னால் வக்களிப்பார்கள். அதிலும் வண்டிக்கார கோட்டைச்சாமி இருக்கானே... புலவரின் கதைக்குள் ஊடு கேள்வியாய்ப் போடுவான்.

இன்றைக்கும் பொழுது போகாமல் கேள்வியைப் போட்டான்.

“சித்தப்பூ... நம்ம ஊருக்குத் ‘பெருநாழி’னு பேரு வந்தது எப்படி?’’

வண்டிகாரக் கோட்டைச்சாமிக்கு புலவர் சித்தப்பா முறை. கேள்வி கேட்டதே போதும் என்று புலவர் ஆரம்பித்தார்...

“கிச்சிலப்ப நாயக்கன் கோட்டை கட்டி ஆண்ட இடம் பழசையம்பதி. பெருநாழிக்கு பழைய பேரு பழசையம்பதி. இப்போ... கோட்டை முனீஸ்சுவரன் கோயில் இருக்குதே... அந்த இடத்திலே தான் கிச்சிலப்பனோட கோட்டை இருந்தது.

பெரிய கோட்டை. கோட்டையைச் சுற்றி வனாந்தரம். அங்கே பத்துப் பேரு... இங்கே பத்துப் பேருன்னு காடுகளுக்குள்ளே தான் சனம் குடி இருந்தது. கிச்சிலப்பனோட தேச பரிபாலனம் நல்ல முறையில் இருந்ததும். கிச்சிலப்பன் சேதுபதி ராஜாவுக்குத் கட்டுப்பட்டவன்”, என்று சொல்லிக் கொண்டே வரும் புலவர், கிளைக் கதைக்குள் பாய்வார்.

“அந்தக் காலத்தில் ஒவ்வொரு சமஸ்தானத்திலேயும் ஒரு விசேஷமான கட்டுப்பாடு உண்டு. எட்டையாபுரம் சமஸ்தானத்திலே ஒரு தடை இருந்தது. சமஸ்தானத்துக்குட்பட்ட குடியான சனங்கள், ஒன்னு... ரெண்டு... மூனுன்னு எண்ணுகிற போது ‘எட்டு’ என்கிற எண்ணை மட்டும் உச்சரிக்கக் கூடாது. ஒன்னு, ரெண்டு, மூணு, நாலு, அஞ்சு, ஆறு, ஏழு, ராசா, ஒன்பது... பத்துனு தான் எண்ணிப் போகணும். என்ன காரணம்னா... ராசா பேரு எட்டப்பராசா. எட்டுன்னு குடியான சனங்க வாயால சொல்றது ராசாவுக்கு அவமரியாதையாம்!

தஞ்சாவூர் அரண்மனைப் பெண் ஒருத்தியை ஒரு மாடு குத்தி காயப்படுத்திருச்சு. அதிலே இருந்து தஞ்சாவூர் மாடுகளுக்கு

கொம்பு கிடையாது. முளைக்க ஆரம்பிச்சதுமே தீச்சூட்டுக் கோலாலே பொசுக்கி சாணியை அப்பி விடுவாங்க. திரும்ப கொம்பே முளைக்காது.

நம்ம ராமநாதபுரம் சமஸ்தானத்திலே உள்ள குடியான சனங்களுக்கு ஒரு தடை இருந்தது. அறுவடை காலத்திலே அம்பாரம் அம்பாரமா நெல்லு, கம்பு, சோளம் விளைஞ்சாலும் பெரிய மரக்கால்படி, நாழிப்படியாலே அளக்கக் கூடாது.

சின்ன மரக்கால், நாழியாலே தான் தானிங்களை அளந்து மூட்டை கட்டணும். பெரிய மரக்காலும் நாழியும் சேதுபதி அரண்மனையிலே மட்டும் தான் இருக்கணும்…”

கிளைக்கதை முடிந்ததும் விட்ட இடத்துக்கு வருவார் புலவர்.

“ஒருநாள் சேதுபதி மகாராசா நம்ம காடுகளில் வேட்டையாட குதிரை ஏறி வந்தாரு. வந்தவருக்குத் துணையா, கிச்சிலப்பன் நாயக்கன் போனான். வனாந்தரத்தில் வேட்டையாடித் திரிகிற போது, ஒரு பெரும் பள்ளத்திலே சேதுபதி குதிரை தடுமாறி விழப் போக… கிச்சிலப்பன் லாவகமாக கை கோத்து ராசாவைக் காப்பாத்திவிட்டான். சேதுபதிக்கு சந்தோசம். தன் உயிர் காத்த கிச்சிலப்பனுக்கு ஏதாவது மரியாதை செய்ய நெனச்சவரு, ‘கிச்சிலப்பா… உனக்கு என்ன வேண்டும். கேள். தருகிறேன்.’ என்றார். கிச்சிலப்பன் என்னத்தைக் கேட்டான் தெரியுமா…?” புலவர் ஒரு இடைவெளி கொடுத்து நிறுத்த, அத்தனை பேரும் ஆர்வம் தாங்காமல் பார்த்தார்கள்.

12

மேற்குத் தூணில் சாய்ந்த வாக்கிலேயே சுப்பு விநாயகப் புலவர் தன் கதையைத் தொடர்ந்தார்.

“சேதுபதி மகாராஜாவைக் கைதூக்கி காப்பாத்தி விட்ட கிச்சிலப்பநாயக்கன், கேட்ட உதவி என்ன தெரியுமா?”

“பிரபோ… தங்கள் கருணையால் எனக்கு செல்வக் குறைபாடு எதுவும் இல்லை. சேதுபதி சமஸ்தானத்து குடியான சனங்கள்

அறுவடைக் காலங்களில் அம்பாரமாய் குவியும் தானியங்களை, சிறுநாழி கொண்டு அளக்க, சிரமப்படுகிறார்கள். பெரிய நாழி கொண்டு அள்ளவும் அளக்கவும் தங்கள் உத்தாடம் வேண்டும்", என்றான்.

சேதுபதி வனமதிரச் சிரித்தார்.

"அப்படியே ஆகட்டும் கிச்சிலப்பா", என்றவர், ''வேறு ஏதாவது?"னு கிச்சிலப்பனின் தோளில் கை போட்டார்.

"பெரிய நாழி கொண்டு சமஸ்தனத்து சனங்களெல்லாம் அளக்க தங்கள் உத்தாடம் கிடைத்த இந்த இடத்துக்கு 'பெருநாழி' எனப் பெயர் வழங்கவும் அனுமதி வேண்டும்", என்றான்.

ராசா மறுபடியும் சிரித்து விட்டு, "இன்றிலிருந்து இந்த இடத்துக்கு 'பெருநாழி' என்றே பெயர் வழங்கட்டும்" னு சொல்லி விட்டு, குதிரை ஏறிப் போயிட்டாரு."

சொல்லி முடித்த புலவர், "இப்ப தெரியுதா... பெருநாழி பேரு வந்த கதை", என்று முடித்தார்.

வெள்ளைக்காரன் இன்னமும் வந்தபாடில்லை. முளைக்கொட்டுத் திண்ணையில் காத்துக் கிடந்த அலுப்பு எல்லோரையும் நெளிய வைத்தது. கொட்டு மேளக்காரன் ஒரு பக்கம் தூங்கறான்... மாலை வாடுது...

தான்யக்கடை முதலாளி பச்சமுத்துவுக்கு தன்னைச் சுற்றி நடக்கும் எதிலேயும் நாட்டமில்லே. புலவர் சொல்லுகிற கதையை காதிலேயே வாங்கலே. பச்சமுத்துவின் நெனைவெல்லாம் 'களையெடுப்பு நேரம். காசு, பணம், கடன் வாங்க சனம் அலைமோதும். நம்ம வெள்ளாமையைக் கெடுக்கறானே வெள்ளைக்காரன்' என்கிற கவலை. இன்று செவ்வாய்க்கிழமை வேறு. சந்தை கூடுகிற நாள்.

பொறுமை இழந்த முத்திருளப்பன், "என்ன புலவரே! எவ்வளவு நேரம் காத்துக் கெடக்கிறது? வெள்ளைக்காரன் வந்து ஊருக்கு எதை அள்ளிக் குடுக்கப் போறான்? கலைஞ்சு போவோமா?" என்றார்.

வாய் மூடியிருந்த சுப்பு விநாயகப் புலவரை கிளறி விட்டது தான் தாமதம்.

"அப்படியெல்லாம் பேசக் கூடாது முத்திருளப்பா. ஏற்கனவே பெருநாழிக்கு 'முடம் விழுந்த பெருநாழி'னு ஒரு

பேரு உண்டு" என்றார். வண்டிக்காரக் கோட்டைச்சாமி ஊடு கேள்வி போட்டான். "சித்தப்பூ... அதென்ன 'முடம் விழுந்த பெருநாழி'?"

"அது... ஒருத்தர் விட்ட சாபம்"

"சாபமா... யாரு விட்ட சாபம்?"

"பொறுமையா கேளுடா... விலாவிலே வெடிச்சுப் பொறந்த பயலே."

"சேதுபதி சமஸ்தானத்து திவான் வருசம் ஒரு தடவை தேச வலம் வர்றது வழக்கம். ஆள் தூக்கி பல்லக்குலே தான் ஊர் ஊரா வருவார். அப்படி வர்ற போது அந்தந்த ஊர் எல்லையிலே சனங்கள் கூடி கொட்டு மேளத்தோட திவானுக்கு மாலை மரியாதையெல்லாம் செய்து வரவேற்பு நடக்கும். திவான் சந்தோஷப்பட்டிருக்கிற நேரம் பார்த்து, 'எங்க ஊரிலே கோயில் கட்டணும், குளம் வெட்டணும், குடிதண்ணி கிணறு வேணும்'னு கேட்பாங்க. திவான் அந்த இடத்திலேயே உத்தரவு போட்டுட்டு அடுத்த ஊருக்குப் பயணம் போவார்."

"நம்ம பெருநாழிக்கு திவான் வர்றான்னு சனமெல்லாம் ஊர் எல்லையிலே காத்துக் கெடந்தது. இப்போ வெள்ளைக் காரனுக்காக நாம காத்துக் கெடக்கோமே... இதே மாதிரி தான். காலையிலே போன சனம் சாயங்காலம் வரை காத்துக் கிடக்குது. திவான் வந்தபாடில்லை. சனங்களுக்கு பசிக் கிரக்கம். பொறுமையிழந்த ஆளுக ஒவ்வொருத்தரா கலைஞ்சு ஊருக்குள்ளே வந்துட்டாங்க. கொட்டு மேளமெல்லாம் வீட்டுக்குப் போயிடுச்சு. எல்லையிலே மிஞ்சினது நடக்க் முடியாத, காது கேளாத, கண்ணு தெரியாத சனங்கதான்.

அந்த நேரம் பார்த்து திவானோட பல்லக்கு வந்து சேர்ந்தது. திரையை விலக்கி திவான் பார்த்தார். தன்னை வரவேற்க காத்திருந்ததெல்லாம் முடமான சனங்கன்னு தெரிஞ்சதும் உச்சிக்கு ஏறிடுச்சு.

'முடம் விழுந்த பெருநாழி' முகத்திலேயே முழிக்கக் கூடாதுன்னு முடிவு பண்ணி, "தூக்குடா பல்லக்கை! அடுத்த ஊருக்கு"னு கிளம்பினவரு, நம்ம ஊர்லே கட்ட வேண்டிய ஆதிசிவன் கோயிலை அடுத்த ஊரிலே கட்டச் சொல்லிட்டுப் போய்ட்டாரு, என்று சொல்லி கதையைச் புலவர் நிறுத்தினார்.

வெள்ளைக்காரனை எதிர்பார்த்து அலுத்துக் களைத்துப் போயிருந்த எல்லோருக்கும் நெஞ்சுக் குழிக்குள் பயம் கொடுத்தது. ஊரு உருப்படாமல் கிடக்கிறதுக்கு, திவான்விட்ட சாபம் தான் காரணம். வரப்போகிற வெள்ளைக்காரனால் ஏதாவது பெரிய காரியாம் நடக்கலாம். எதற்கும் பொறுமை வேணும். ஊருக்கு வருகிற அதிகாரிகளை எல்லையில் எதிர்கொண்டு கொட்டு மேளத்தோடு மரியாதை செய்து கூட்டி வர்றது தான் நல்லது.

மடைக்குழி தான் ஊர் எல்லை.

தலையாரி எதிரே ஓடி வந்தான்.

“துரைமாரு வந்துட்டாங்க”, கத்திக் கொண்டே வந்தவன், திரும்பி, வந்த வழியே ஓடினான்.

மடைக்குழிக்கு கிழக்கே, கமுதி பாதையில் ஒரு கருப்பு மோட்டார், மேடு பள்ளங்களில் குலுங்கி குலுங்கி வந்து கொண்டிருந்தது. பின்னால் ரெண்டு குதிரைக்காரர்களும் வந்தார்கள். மோட்டார் வண்டியை இதுக்கு முன்னாலே பெருநாழி சனம் பார்த்ததில்லை. கொட்டு மேளங்கள் அதிர்ந்தன.

ஊருக்குள் இருந்த மற்ற சனங்களும் மோட்டாரை வேடிக்கை பார்க்க மடைக்குழிக்கு ஓடி வந்தார்கள். சனம், வாய் பிளந்தவாறு பார்த்தது. கதவைத் திறந்து பூட்ஸ் காலால் தரையை அழுத்தி மிதித்து சத்தம் எழுப்பிக் கொண்டே இறங்கினார்கள். சனம் மிரண்டது.

மோட்டாரை ஓட்டி வந்த அதிகாரி மட்டும் இறங்கவில்லை. அவர் தான் பெரிய அதிகாரியாய் இருப்பார் போல் தெரிகிறது. கொட்டு மேள வரவேற்பைக் கண்டு ரசித்து உதட்டோரம் சிரித்தபடி உட்கார்ந்திருந்தார்.

ஊர் முக்கியஸ்தர்கள், மாலை மரியாதையை யாருக்கு முதலில் செய்வது என்று தெரியாமல் முழித்தபடி நின்றார்கள். வெள்ளை அதிகாரிகளோடு வந்த உள் நாட்டுச் சிப்பந்தி அதிகாரி ஒருவர் முன்னே வந்து, “முதல் மாலையை துரைக்குப் போடுங்க”, என்று மோட்டாருக்குள் இருந்த வெள்ளைக்காரரைக் காட்டினார்.

வியாபாரி பச்சமுத்து ஒரு மாலையோடு முந்திக் கொண்டு

ஓடினான். கதவைத் திறந்து இறங்கிய அதிகாரி மாலையைக் கையில் வாங்கிக் கொண்டார்.

முன்னே, மேளக்காரர்கள் போக, ஊடே வெள்ளை அதிகாரிகளை விட்டு எல்லோரும் பின்னால் திரண்டு முளைக்கொட்டுத் திண்ணைக்கு வந்து சேர்ந்தார்கள்.

சிப்பந்தி அதிகாரி பேசினார். "நாங்க எல்லாம் கமுதியிலே இருந்து வர்றேம். இந்தப் பகுதியிலே களவு நிறைய நடக்குதுன்னு தகவல் வந்திருக்கு. குற்றங்களை தடுக்க பெருநாழியிலே ஒரு போலீஸ் கச்சேரி உண்டு பண்ணப் போறோம். அதுக்கு நீங்க தான் இடம் தரணும். சகல ஒத்தாசையும் பண்ணணும்.''

ஊர் முக்கியஸ்தர்கள் ஒருவர் முகத்தை ஒருவர் பார்த்து முழித்தார்கள். "யோசிக்க வேண்டாம். உங்க ஊருக்கு கச்சேரி வந்தால் உங்களுக்கு பாதுகாப்பு தான்."

பெரிய அதிகாரி கண்களை இடுக்கி கொண்டு, "இங்கேயிருந்து கொம்பூதி எவ்ளோ தூரம்?" என்றார்.

"நாலு மைலு எசமான்!"

"ஓ... ஹோ..." தலையை ஆட்டியபடி யோசனையில் ஆழ்ந்தார்.

உச்சிநத்தம் போய் நோட்டம் பார்த்து திரும்பிய வெள்ளையம்மா, வேயன்னாவிடம் விவரம் சொன்னாள். கழுவனுக்கும் வையத்துரைக்கும் தகவல் சொல்லி அனுப்பினார்.

"இன்னிக்கு மறுபடியும் உச்சிநத்தம் தான் குறி." இந்தக் குறி தப்பாது.

13

ஊர் ஊராக கறி கொண்டு போன கொம்பூதி பொம்பளைகள் எல்லாம் ஒன்னு சொன்ன மாதிரி பெருநாழி வந்து சேர்ந்தார்கள்.

செவ்வாய்க்கிழமை சந்தைக் கூட்டம் நெறிப் பட்டது.

சுத்துப் பட்டிகளெல்லாம் கூடுகிற சந்தை. கூட்டத்தோடு கலந்து திரியும் கொம்பூதி பொண்ணுகளை, முன்னே நடக்க விட்டு பின்னழகு பார்க்கிற மற்ற ஊர் பொண்ணுகளுக்கும் மனசுக்குள்ளே ஒரு பொறாமை. அள்ளி முடிந்த கொண்டையோடு உயரமான திரேகக் கட்டும், அதுக்கு ஏத்த சேலைக் கட்டும், முகலட்சணமும், முடிச்சுருளும், களங்கமத்த கை வீச்சும், எந்த ஊர் பொண்ணுகளுக்கும் வாய்க்காது. கொம்பூதி கூட்டத்துக்கு எங்கிருந்துதான் இப்படி ஒரு லட்சணம் வாய்ச்சதோ!

கொம்பூதி சனத்தோடு மற்ற ஊர் சனம் வாய் திறந்து பேசப் பயப்படுது.

கொஞ்ச நாளாகத் தான் பெருநாழியிலே கன்னம், களவு இல்லை. கொம்பூதியாலே பெரும் சிரமப்பட்டதுண்டு.

சந்தைக்கு வந்திருக்கும் மற்ற ஊர் பொம்பளைகள், பெட்டி நிறைய பருத்தியை அமுக்கிக் கொண்டு வந்திருந்தார்கள். பருத்தியை கொடுத்து,என்ன பொருளும் வாங்கலாம். அந்த “லவி” கொம்பூதி சனங்களுக்குக் கிடையாது.

கறி விற்ற வெறும் பெட்டியை வீசிக் கொண்டு கூட்டத்துடன் நடந்தார்கள். இருளாயி தான் முன்னே போனாள். ஆத்தியப்பன் மளிகைக் கடையிலே போய் நின்றார்கள்.

“வாங்க... ஆத்தா...” ஆத்தியப்பன் எழுந்து நின்று கும்பிட்டான்.

“ஆத்தியப்பா... சீரகம் இருக்குதா?” இருளாயி கேட்டாள்.

“இல்லையே தாயீ...”

ஆத்தியப்பன் கடைக்குள் சீரகம் இருந்தது.

“மஞ்சள், புளி இருக்குதா?”

“மஞ்சள், புளி இல்லையே ஆத்தா.” மஞ்சளும் புளியும் கடைக்குள் இருந்தன.

‘‘என்னடா இது... எதைக் கேட்டாலும் ‘இல்லே... இல்லே’ன்னு சொல்றே. இல்லேன்னு சொல்றதுக்கா கடை வெச்சிருக்கே?’’

“இருந்தா கொம்பூதி ஆத்தாமாருக்கு கொடுத்துருவேனே தாயீ...”

“சரி விடு. இந்தா கெடக்குற வெங்காயம் ஒரு எடை போடு” வெங்காயம் முன்புறமே இருந்தது.

“போடுறேன் தாயீ...”

எடை போட்டு பெட்டியில் கொட்டினான்.

“துட்டு வேணாம் தாயீ... போயிட்டு வாங்க.”

எல்லாம் வாய் மரியாதை. உள்ளுக்குள்ளே அனலாக எரிந்தது.

அடுத்த கடை அருணாசலம் காய்கறிக் கடை.

“ஆத்தா... வாங்க... வாங்க...”

“ஏப்பா... அருணாசலம்... ஒரு எடை கத்திரிக்கா போடு.”

ஒரு எடை கத்திரிக்காய் போட்டவன், “துட்டு வேணாம்... போயிட்டு வாங்க தாயீ...” கையெடுத்துக் கும்பிட்டான். கொம்பூதி சனங்களிடம் துட்டு வாங்குறவன், ராத்திரி நிம்மதியா தூங்க மாட்டான். எதுக்கு வம்பு?சந்தை வியாபாரம் மும்முரமாய் இருந்தது.

வரிசையாக, மிட்டாய்க் கடை, சேகு கடை, கிழங்கு, பயறு, உழவு சாமான்கள், ஓரமாக சாராயம், கள்ளு வியாபாரம்... எல்லாக் கடைகளையும் ஒரு சுற்றுச் சுற்றி வந்த இருளாயி கூட்டம், பச்சமுத்துவின் தான்யக் கடையில் வந்து நின்றது.

“ஆத்தா வாங்க,... தாயீ வாங்க... இப்பத் தான் வர்றீங்களா? தாகத்துக்கு என்ன சாப்பிடுறீங்க?” பச்சமுத்து எப்பவும் ரொம்ப மரியாதைக்காரன். “சாமி... வேயன்னா அய்யா வரலையா?”

பெண்களெல்லாம் கால் ஓய, கடைப் பலகையில் உட்கார்ந்தார்கள்.

“இன்னிக்கு காலையிலேயே கொம்பூதிக்கு வரலாம்னு இருந்தேன். யாரோ அதிகாரிகள் வந்துட்டான்ங்க.'' பச்சமுத்து பேசிக் கொண்டே இருந்தான்.

கொம்பூதிப் பெண்கள் யாரும் காது கொடுத்து கேட்க வில்லை. சந்தைக்குப் போகிற வருகிற ஆட்களை வேடிக்கை பார்த்துக் கொண்டிருந்த பச்சமுத்து குரல் தாழ்த்தி, “தாயீ... நேத்து ராத்திரி உச்சிநத்தம் போனது என்னாச்சு?” என்றான்.

இருளாயிக்கு ‘விசுக்’ கென கோபம் வந்தது.

“ஏய்... பச்சமுத்து, இந்தக் கேள்வி எல்லாம் ஆம்பளை கிட்டேகேளு...

“சரி தாயீ... சரி தாயீ...” வாயைப் பொத்திக் கொண்டான்.

இருளாயிக்கு அருகில் உட்கார்ந்து இருந்தவள், “அடியே இருளாயி! ஏன்டீ பச்சமுத்தை இந்த விரட்டு விரட்டுற...? அவன் நமக்கு ஒத்தாசைக்ககாரன்... உதவிக்காரன். அவனைப்போயி...!”

இருளாயி மனதுக்குள் சிரித்துக் கொண்டாள்.

பச்சமுத்து மெல்ல வாய் திறந்து, “தாயீ... ஒரு வண்டி நிறைய அரிசி, பருப்பு, தவசம், தானியமெல்லாம் காலையிலேயே கொம்பூதிக்கு அனுப்பி வெச்சுட்டேன்”, என்றான்.

“சரி... சரி”

பச்சமுத்து மறுபடியும் குனிந்து தாழ்ந்த குரலில் “தாயீ... நேத்து ராத்திரி உச்சிநத்தம் போனது என்னாச்சு?” என்றான்.

“ஒன்னும் ஆகலே. வெறுங்கையோட திரும்பக் கூடாதுன்னு வர்ற வழியிலே ஆளுக்கொரு கிடாயைத் தான் கொண்டு வந்தாங்க” என்று சொல்லிக் கொண்டிருக்கும் போதே, சந்தை கூட்டத்தையும் ஊரையும் வேடிக்கை பார்த்தபடி வந்த உடுப்பணிந்த இரண்டு குதிரைக்காரர்களைக் கண்டதும் கொம்பூதிப் பெண்களுக்கு வேடிக்கையாகப்பட்டது.

“ஏய்... பச்சமுத்து... குதிரையிலே வர்றது யாரு?”

“நம்ம ஊருக்குப் புதுசா வந்திருக்கிற வெள்ளைக்காரன்ங்க.”

“இவன் தான் வெள்ளைக்காரனா?” எல்லோரும் ஆச்சரியமாக பார்த்தார்கள்.

குதிரைக்காரர்களுக்கு வழிவிட்டு ஒதுங்கும் சந்தைக் கூட்டம் ஓரங்களில் நின்று வேடிக்கை பார்த்தது.

இதுக்கு முன்னாடி வெள்ளைக்காரனை ஊருக்குள் யாரும் பாத்ததில்லை. அவன்ங்க நிறமும் உயரமும் மீசை இல்லாத சப்பை வாயும் பார்க்க பார்க்க வேடிக்கையாக இருந்தது. குதிரைகள் திமிராய் வால் ரோமத்தை ஆட்டிக் கொண்டு நடந்தன.

நாய் ஊளைச் சத்தம் தாறுமாறாக கேட்குது. ஆனாலும் உச்சிநத்தம் சனம் ஒன்னுகூட முழிக்கலே.

ஈ நெறியும் தேன்கூடு மாதிரி, கருத்த மேங்கள் வானத்தை அடைக்குது. பின்னிரவு நிலா, முண்டி முகம் காட்ட, கனத்த மழை பெய்கிற கூறு தெரியுது.

விவசாய காலம். அத்தனை சனத்துக்கும் காடு கரையில் பாடுபட்ட அலுப்பு. அடிச்சுப் போட்ட மாதிரி தூக்கம். இதை எல்லாம் கணக்குப் பண்ணித் தான் செட்டியார் வீட்டை குறி வச்சது.

நேற்றை விட இன்னிக்கு கூடுதலாக ஐந்தாறு இளவட்டங்கள் கொம்பூதியிலிருந்து வந்திருந்தார்கள். மடைக்குழி, ஊரணிக் கரை இறக்கம், படப்படி, செட்டியார் வீட்டுக்கு மேல்புறம் என அங்கங்கே ஆள் நிறுத்தியாச்சு. எந்த வழியாக எதிரி வந்தாலும் ஒருகை பார்க்கலாம். விசில் சத்தம் கேட்டால், எல்லோரும் படப்படிக்கு வந்துடணும்.

வெள்ளையம்மா கண்டு வந்து சொன்ன 'லெக்கு' சரி தான். கை நுழைகிற அளவு கன்னம் போட்டபின் ஆட்காட்டிக் குருவியை கழுவன் பொந்துக்குள்ளே விட்டான். உள்ளே நுழைஞ்ச குருவி சத்தம் போடலே. கை நூலைச் சுண்டி சுண்டிப் பார்த்தான். குருவி சத்தம் போடலே.

கன்னம் போடுற அறையிலே 'வீட்டு ஆள் இல்லை' என்பது உறுதியானது.

சுவரோரம் நின்று கொண்டிருந்த வேயன்னாவும் வையத்துரையும் பார்வையைச் சுற்றி உருள விட்டு கொண்டிருந்தார்கள்.

கழுவன் அண்ணாந்து வேயன்னாவைப் பார்த்தான். வேயன்னா தலை அசைத்தார். குருவிக் கால் நூலை கழுவன் மெல்ல வெளியே இழுத்தான். தன் காரியத்தை முடித்து விட்டுத் திரும்பிய ஆட்காட்டிக் குருவி ஓரமாய் நின்று கொண்டது. நரிவேலு, குத்துக் கம்பிளையை கையில் எடுத்தான்.

நாய் ஊளைச் சத்தம் நின்றபடில்லை. அங்கங்கே பதுங்கிக் கிடக்கும் இளவட்டங்கள் முழிப்பாய் இருந்தார்கள். இன்னிக்கு வில்லாயுதமும் வந்திருப்பது எல்லா இளவட்டங்களுக்கும் தெம்பாய் இருந்தது. வில்லாயுதமும் மூனு இளவட்டங்களும் ஊரணிக்கரை இறக்கத்தில் பதுங்கிக் கிடந்தார்கள். வெளியே கேட்காத சிரிப்பும் கேலியுமாக உட்கார்ந்திருந்தார்கள்.

அவர்களுக்கென்ன...? வந்த இடத்திலே ஒன்னு, கட்டிக் கொண்டு போகணும். இல்லேன்னா... வெட்டிப் போட்டுட்டு போகணும். இங்கேயும் கீரைச்சட்டி, வில்லாயுதத்தை விடாமல் ஒட்டிக் கொண்டே இருந்தான். குதிரையையும் மானையும் கொண்டு வந்த கதையைச் சொல்லி சிரித்துக் கொண்டிருந்தான்.

வில்லாயுதத்தின் நினைவெல்லாம் வஜ்ராயினியைச் சுற்றிக் கொண்டிருந்தது. நாளைக்கு மானைக் கொண்டு போய் திரும்ப விட்டு விட்டு வரணும்.

சத்தம் வெளியே கேட்காமல் குத்துக் கம்பியால் சுவரில் இடித்து, ஒவ்வொரு கல்லாய் உருவிக் கொண்டிருந்தார்கள்.

மேகம் நெறிகட்டுது. நிலாவைக் காணோம். ஒரு ஆள் நுழையும் அளவு பொந்து போட்டாச்சு. ஊமையன் நரிவேலுவின் தலையைத் தொட்டு தடவி விட்டார் வேயன்னா.

நரிவேலு வேட்டியைத் தார்ப்பாய்ச்சிக் கட்டினான். பொந்துக்கு நேராக நெடுஞ்சாண்கிடையாக படுத்தான். மெல்ல ஊர்ந்து ஊர்ந்து உள்ளே போனான். நெஞ்செல்லாம் கல்லும், மண்ணும் சிராய்த்தன.

வானம் இடிக்கக் கிளம்பி விட்டது. கிழக்கே மின்னல் வெட்டுது.

நாய் எழுப்ப முடியாத ஊரை, மழை எழுப்பி விடும் போலிருக்கே!

வேயன்னா கெந்தளிப்பாய் நின்று கொண்டிருந்தார்.

நரிவேலு உள்ளே நுழைந்து விட்டான்.

வானம் தூறல் போட்டது.

பதுங்கிக் கிடந்த இளவட்டங்கள் பேச்சை ஒடுக்கினார்கள்.

கழுவன் பொந்தையே பார்த்துக் கொண்டிருந்தான்.

வேயன்னாவும் வையத்துரையும் மேனி நனைய வேல் கம்புகளோடு நின்றார்கள். ஆட்காட்டிக் குருவி நனைந்தும் அசையாமல் நின்றது. ஒரு முழ உயர, நீளமுள்ள பளபளப்பான தேக்கு மரப்பெட்டி ஒன்று வீட்டுக்குள்ளிருந்து பொந்து வழியாக நகர்ந்து நகர்ந்து வெளியே வந்தது. கழுவன் கை அணைவாய் பற்றி மெல்ல வெளியேற்றினான்.

வேயன்னா கண் தாழ்த்திப் பெட்டியைப் பார்த்தார். வேயன்னாவின் சந்தோஷத்தை வையத்துரையின் தோள் உணர்ந்தது.

தூறல் போட்டுக் கொண்டிருந்த மழை திடீரென சடசடத்து பெருமழையானது.

நரிவேலு ஊர்ந்து வெளியே வந்து சேர்ந்தான். நெஞ் செல்லாம் ரத்தம் கீய்ச்சி இருந்தது.

கழுவனும் வையத்துரையும் பொந்தை அடைத்தார்கள்.

கன்னக்கோல், பாரக்கயிறு, குத்துக் கம்பியை சேகரித்தார்கள். ஆட்காட்டிக் குருவியை கழுவன் தோளில் அமர்த்தினான்.

பெட்டியை நரிவேலு தலைச்சுமையாய் ஏற்றிக் கொண்டான். மழை வலுத்தது. நாய்ச் சத்தம் நின்று போனது. பெட்டியோடு நரிவேலுவை ஊடே விட்டு, முன்னே வையத்துரையும் கழுவனும் போக, பின்னால் வேயன்னா நடந்தார்.

செட்டியார் வீட்டு மேல்புறத்தில், படப்படியில் பதுங்கி இருந்த இளவட்டங்கள் மெல்ல கூடி வந்தார்கள். ஊரணிக்கரை இளவட்டங்களுக்கு சோலை வெள்ளை வீசிக் காட்டினான். மழை அடிக்க மெதுவாக நடந்தார்கள். ஊரைக் கடக்கும் வரை அவசரப்படக்கூடாது. மடைக்குழி தாண்டணும்.

முன்னே வையத்துரையும் வில்லாயுதமும் வேல் கம்புகளோடு போனார்கள். எல்லோருக்கும் பின்னால் வேயன்னா வந்தார்.

மழைத் தண்ணீர் எல்லோர் கண்களையும் மறைத்திருக்க, ஊர்ச் சாவடிப் பக்கமிருந்து திமுதிமுவென உள்ளூர் ஆட்கள் "ஏய்... விடாதே... கள்ளன்... கள்ளன்" உலக்கை, ஏர்க்கலப்பை களோடு கத்திக் கொண்டே ஓடி வந்தார்கள். முன்னே நாய்கள் பாய்ந்து வந்தன.

கொம்பூதிக் கூட்டம் சுதாரித்தது.

வேயன்னா, வையத்துரை, வில்லாயுதம் மட்டும் நின்று கொண்டார்கள். மற்றவர்கள். நரிவேலுவைக் கடத்திக் கொண்டு ஓடினார்கள்.

உலக்கை, ஏர்க்கலப்பைகளோடு ஓடிவந்த உள்ளூர் ஆட்களில் முன்னே வந்த ஒருவனை, வையத்துரை, வேல் கம்பால் ஒரே வெட்டில் விழுத்தாட்டினான். வில்லாயுதம் இடுப்பிலிருந்த வளரியை எடுத்து தலைக்கு மேல் சுழற்றி

ஒருவனைக் குறிவைத்து எறிந்தான். மண்டை பிளந்தது. எக்கிப் பாய்ந்த நாயின் பிளந்த வாய்க்குள் வேயன்னா வேல்கம்பைச் செருகினார்.

கூட்டம் பின் வாங்கியது. நாய்களும் பின்னக் கட்டின. மழைத் தண்ணீரோடு ரத்தம் ஓடுது.

மடைக்குழியில் பதுங்கி இருந்த இளவட்டங்களையும் சேர்த்துக் கொண்டு நரிவேலுவை ஊடே விட்டு, சேறும் சகதியும் தெறிக்க மழையில் நனைந்தபடி கொம்பூதி நோக்கி ஓட்டமெடுத்தார்கள்.

14

ஆம்பளைகளை எல்லாம் உச்சிநத்தத்துக்கு அனுப்பி விட்டு கூழானிக் கிழவி கூட, ஒரு கோழித் தூக்கம் போட்டு விட்டாள்.

வெள்ளையம்மாவுக்கு பொட்டுத் தூக்கம் கிடையாது.

'நோட்டம் பார்த்து வந்து சொன்ன இடம் சரியான இடம்தான? நேற்று மாதிரி இன்றும் குறி தப்பி இருந்தால்... நம்ம இனத்துக்கே இழுக்கு. உயிரோடு இருக்க நியாயம் இல்லை. அரளிக்காயை அரைத்துக் குடித்து விட்டு சாக வேண்டியது தான்!'

வெள்ளையம்மா படுத்தவாக்கில் உருக்குலைந்து கொண்டிருந்தாள். ஓலைத் தடுக்கில் படுத்திருந்த சிட்டு, தூக்க கலக்கத்தில், "ஏய்... மச்சான்... என்னைய குதிரையிலே ஏத்திட்டு போ", என்று புலம்பினாள்.

வில்லாயுதத்தின் மேல் சிட்டு கிறுக்கு கொண்டு அலைவதை நினைத்து வெள்ளையம்மா சிரித்துக் கொண்டாள்.

"அடியே சிட்டு! எங்க அண்ணன் மகனுக்கு நீ தான் மாப்பிள்ளைக்காரி. சாதி வழக்கப்படி உன் கழுத்திலே தான் தாலி கட்டி ஆகணும். அதுக்கெல்லாம் நேரம், காலம் வரணும். நிம்மதியா தூங்கு!"

வெள்ளையம்மா சின்ன வயசுலேயே கைம்பெண் ஆனவள்.

குதிரைவால் ரோமத்தில் ரெண்டு பாசி கோத்து தொங்கும். அதுதான் கொம்பூதி தாலி.

புருசன் இருளாண்டி, காட்டுக்குள் குதிரைக்காரர்களால் குத்துப்பட்டு செத்தபோது பிணத்தைக் கூட தூக்காமல் வந்தாச்சு. இந்த சனங்க குத்துப்பட்டு, வெட்டுப்பட்டு, பாம்பு கடிச்சு செத்தால்தான் உண்டு.

நோயிலே படுத்து யாரும் செத்ததில்லை. இருளாண்டி செத்தபோது சிட்டு, கைக்குழந்தை. தலைப்பிள்ளை நரிவேலு, ஊமை.

கொம்பூதியில் வந்து குடியேறியதும் அண்ணன் வேயன்னா கேட்டார். “ஏம்மா... வெள்ளையம்மா. கழுவனைக் கட்டிக்கிறயா?”

வெள்ளையம்மா, “முடியாது”ன்னுட்டாள்.

பெண்களெல்லாம் அணைவாக உட்கார்ந்து, “அடியேவ்... வெள்ளையம்மா... நம்ம அறுத்துக் கட்டுற கூட்டம் தான். இந்தச் சின்ன வயசுலே உனக்கு ஆம்பளை துணை வேணாமா?” என்றார்கள்.

“வேண்டாம். ஒரு வீரவான் கிட்டே நான் கண்ட சுகம் போதும்.”

செத்துப் போன புருசன் நினைவோடு புரண்டு படுத்தாள். கையெட்டும் தூரத்தில் படுத்திருந்த மகள் சிட்டுவின் நெற்றியைத் தடவிக் கொடுத்தாள். ‘மகளை, அண்ணன் மகனுக்கு கட்டி வெச்சு, கண்ணழகு பார்க்கணும். மகன் நரிவேலுக்கு அன்னமயிலு தான்.’

மந்தையில் மணிச்சத்தம் கேட்டது.

“ஆத்தாடீ... ஆம்பளைக வந்துட்டாக போலிருக்கே!”

வாரிச் சுருட்டி எழுந்த வெள்ளையம்மா, சிட்டுவை அடித்து எழுப்பிவிட்டாள். கொண்டையை அள்ளி முடிந்து கொண்டே கோயிலுக்கு ஓடி வந்தாள்.

கூட்டத்துக்குள் நரிவேலுவின் தலையில் தங்கக் கவசம் போட்ட வடிவான பெட்டி இருந்தது. கண்டதும் நிம்மதிபட்டுப் போனாள்.

மணிகள் முழங்கின. கூழானி குலவையிட்டாள். வில்லாயுதம் கூட்டத்தை விட்டு நழுவினான். வீட்டை நோக்கி

வேகமாகப் போய்க் கொண்டிருந்தவனின் எதிரே சிட்டு வந்து கொண்டிருந்தாள். சுற்றும் முற்றும் பார்த்தாள். ஊரே கோயிலில் நின்றது. ஓடிப்போய் வில்லாயுதத்தை இறுகக் கட்டிப் பிடித்துக் கழுத்தைக் கவ்வினாள்.

"ச்ச்சீ... ச்சீ... ய் கழுதை..." வில்லாயுதம் தடுமாறிப் போனான்.

கன்னம், உதடெல்லாம் கடித்துக் தொலைத்து விட்டாள். மீளும் முன் வில்லாயுதத்துக்கு பெரும்பாடாகிப் போனது.

"இன்னிக்கு இது போதும் மச்சான்" உதடுகளைத் துடைத்துக் கொண்டு கோயிலுக்கு ஓடினாள்.

குலசாமி முன்னால் பெட்டி இறக்கப்பட்டது.

வேயன்னாவுக்கு அருகில் வையத்துரை நின்று கொண்டிருந்தான். கழுவன், சுருள் கம்பியால் பெட்டியைத் திறந்தான். பெட்டி நிறைய வைர அட்டியல்கள், வைர வளையல்கள், கம்பல், பவள மோதிரங்கள், வடம் வடமாய் தங்கச் சங்கிலிகள், கால் தண்டைகள்.

ஒவ்வொரு ஆபரணமாய் கையிலெடுத்து முகம் சுழித்து பார்த்துக் கொண்டிருந்த கூழானி, இடுப்பு ஒட்டியாணம் ஒன்றை மட்டும் எடுத்து பூசாரியிடம் கொடுத்தாள்.

"குலசாமி கழுத்திலே மாட்டு!"

மற்றதை எல்லாம் உள்ளே போட்டு பெட்டியை மூடப் போனாள். ஒரு சிறுமி கை நுழைத்து ஒற்றை வடம் சங்கிலி ஒன்றை எடுத்து கழுத்தோரம் கொண்டு போனாள். கூழானி, சிறுமியின் கையில் ஓங்கி ஒரு போடு போட்டாள்.

"நமக்கெதுக்கு இதெல்லாம்?" சங்கிலியைப் பிடுங்கி பெட்டிக்குள் போட்டு மூடினாள்.

பெருநாழியிலிருந்து கொம்பூதி நோக்கி நீண்டு கிடக்கும் பாதையில் வியாபாரி பச்சமுத்து, தோளில் கோணிச் சாக்கோடு வந்து கொண்டிருந்தான்.

வீட்டு வாசலில் நின்ற வையத்துரையை வேயன்னா அழைத்தார். "வையத்துரை உள்ளே வாப்பா."

திண்ணையில் கழுகு மட்டும் உட்கார்ந்திருந்தது. வில்லாயு தத்தைக் காணோம். வையத்துரை திண்ணையில் இறக்கி

வைத்த நகைப்பெட்டியின் மீது கழுகு ஏறி உட்கார்ந்து கொண்டது.

வாசலுக்கு வந்த அங்கம்மா, "வையத்துரை... வா... சாப்பிட!" என்றபடி உள்ளே போனாள். வேயன்னா, அங்கம்மாவிடம், "வில்லாயுதம் பயலை எங்கே?" என்றார்.

"வில்லாயுதம், வந்ததும் வராததுமா குதிரையை அவுத்தான்... மானைத் தூக்கிட்டு போயிட்டான். ஒரு வாய் கஞ்சி குடிக்கலை." நடுக்கூடத்தில ரெண்டு தட்டுகளில் சோறை அள்ளிப் போட்டுக்கொண்டே சொன்னாள் அங்கம்மா.

அன்னமயில் கொண்டு வந்த செம்புத் தண்ணீரை வாங்கி, வையத்துரை கால் அலம்பி விட்டு கூடத்துக்குள் வந்தான்.

பச்சமுத்து கோணிச் சாக்கோடு ஊரணிக் கரையேறிக் கொண்டிருந்தான்.

அரைத்த சந்தனமாய் குழைந்து கிடந்தாள் வஜ்ராயினி. மானைப் பறி கொடுத்ததிலிருந்து அன்ன ஆகாரம் எடுக்கவில்லை. சம்பங்கி ஆற்றைப் பார்த்த பீடத்தின் மீதிருந்த வீணையின் மேல் வலதுகை போர்த்தி உணர்வற்றுப் படுத்திருந்தாள். வில்லாயுதம் அறுத்த வீணையின் நரம்பைக் கூட ஹஸார் தினார் தான் முறுக்கிக் கட்டி இருந்தான். வில்லாயுதம் குடிலுக்குள் வந்துபோன தடயத்தை மறைக்க ஹஸார் தினார் சிரமப்பட வேண்டியதாயிற்று.

நாகமுனி எதையும் மோப்பத்தில கண்டு கொள்பவன். அதை முறிக்க வல்ல காட்டு மூலிகைகளை அரைத்து குடில் முழுவதும் தெளித்து விட்டிருந்தான் ஹஸார் தினார். குடம் குடமாய் நீர் ஊற்றிக் கழுவி விட்டிருந்தான்.

பொழுதெல்லாம் வனம் ஓடி அலைந்து திரும்பிய நாகமுனி குடிலுக்குள் நுழைந்ததும் முகம் சுழிக்க, சுகவீனப்பட்டிருக்கும் வஜ்ராயினிக்காக மருந்து அரைப்பது போல் பாவனை செய்து, நாகமுனியின் கவனத்தை ஹஸார்தினார் திசை திருப்பி விட்டிருந்தான்.

எவ்வளவு கெஞ்சியும் வஜ்ராயினி உண்ண மறுத்தாள். மானைக் களவு கொடுத்த சோகம் ஒருபுறம். தன் பருவ நரம்புகளை விரல் தீண்டி மீட்டி, உணர்ந்து அறியாத உச்சிக்கு கொண்டு போன அந்தக் கள்வன், இன்னதென அறியும் முன் தன்னை வீழ்த்தி விட்டுப்போனதால் உண்டான காயம் ஒருபுறம்.

வஜ்ராயினியின் மனக்கோணல் எதனால் என ஹஸார் தினாருக்குத் தெரியும். குதிரை ஏறிப் போனவன் முகம் காட்டாமலே போனது தான் வஜ்ராயினியை வதைக்கிறது.

பருவம் அப்படி. அவன் திரும்ப வராமல் இருப்பது நல்லது. வந்தால்... இளகிப் போயிருக்கும் வஜ்ராயினியின் மனது பிசகிப் போகலாம். கன்னிமைக்கு கேடு நேருமானால், நாகமுனி நாள் குறிக்காமலே எல்லோரையும் கொல்லுவான்.

ஹஸார் தினார் கையூன்றி எழுந்தான். ஒரு குடுவையை எடுத்துக் கொண்டு சம்பங்கி ஆற்றில் நீர் கொண்டுவர படி இறங்கினான்.

நாவல் மரங்களுக்கு ஊடாக வந்து கொண்டிருந்த வில்லாயுதம் குடிலை விட்டு வெகு தூரத்திலேயே குதிரையை நிறுத்தினான். தோளில் தலை தொங்கிக் கிடந்த மான். காற்றில் வஜ்ராயினியின் வாசனையை நுகர்ந்ததும் தலைதூக்கி குடிலைப் பார்த்தது. நாவல் மரத்தில் குதிரையை பிணைத்த வில்லாயுதம், தோளில் மானோடு குடிலை நோக்கி மெல்ல நடந்தான்.

ஹஸார் தினார் ஆற்றுக்கரை படியிறங்கிப் போய்க் கொண்டிருந்தான். வில்லாயுதம் குடிலின் படி ஏறினான். அரைபாதி திறந்திருந்த குடிலின் வாசல் வழியே உள்ளே பார்த்தான். சம்பங்கி ஆற்றைப் பார்த்தவாறு வீணையின் அருகே படுத்திருந்த வஜ்ராயினி சின்னதாய் நெளிந்தாள். வாசல் ஓரம் குத்துக்காலிட்டு, இடது கையால் மானை அணைத்தபடி அமர்ந்தவன், ஒரு சிறு கல் உருண்டையை எடுத்து, பதற்றத்தோடு வஜ்ராயினியின் மீது விட்டெறிந்தான்.

கல் குறி தவறி, வீணையின் தந்திகளில் பட்டதும் நாதம் தெறித்தது. ஒற்றைப் புள்ளியில் உயிர் கூடி, விருட்டென எழுந்தாள் வஜ்ராயினி. கை அணைவில் இருந்த மானைக் குடிலுக்குள் தட்டி விட்டான். துள்ளிப் போன மான், வஜ்ராயினியின் கழுத்தோடு முகம் தடவியது. அணைத்துக் கொண்டவள், வில்லாயுதத்தை விழி வாங்காமல் பார்த்தாள்.

இந்தத் தீச்சுருளா நேற்றுப் பதறி ஓடியது...! இந்தப் பெருத்த புஜங்களிலா என் மான் படுத்து வந்தது! தன் முகத்தில் விழும் முடியை ஒதுக்கி விடும் இந்த விரல்களா என் நரம்புகளைத் தீண்டி மீட்டியது! மானை நழுவ விட்டாள். வெளியே ஓடியது.

வில்லாயுதத்தின் மூல வேர்கள் இளகின. காட்டு நரம்புகள்

வேல ராமமூர்த்தி | 97

தளர்ந்தன. குடிலின் பூசி மெழுகிய தரையில் வில்லாயுதத்தின் விரல்கள் மெல்ல முன்னேறி ஊர்ந்தன. இசைவாய், வஜ்ராயினியின் கன்னிமேனி வாசலை நோக்கி அசைந்தது.

குடுவைத் தண்ணீரை இடுப்போடு அணைத்துக் கொண்டு ஹஸார்தினார் ஆற்றாங்கரை படியேறி வந்து கொண்டிருந்தான்.

15

வையத்துரையை வாய்க்கு வாய் புகழ்ந்து கொண்டிருந்தார் வேயன்னா. ரெண்டு பேருக்கும் கறியையும் சோறையும் அங்கம்மா அள்ளி அள்ளி வைத்தாள்.

அன்னமயில் ஓரத்தில் நின்று, அய்யா பேசுவதைக் கேட்டுக் கொண்டிருந்தாள்.

"நகைப் பெட்டியோடு உச்சிநத்தத்தை விட்டு கிளம்புற நேரம், ஊரே திரண்டு வந்துருச்சு. பெட்டிக்கு முன்னாலே வையத்துரையும் வில்லாயுதமும் போறான்ங்க. பின்னாலே நான் வர்றேன். திரண்டு வந்தவன்ங்க இருநூறு பேரு. நாங்க இருபது பேரு. கூட்டத்தைக் கண்டதும் 'தொழிலுக்கு இழுக்கு வந்துருமோ'ன்னு நான் கூடப் பதறிப் போனேன். வையத்துரை சுதாரிச்சு, வேல்கம்பாலே ஒருத்தனை விழுத்தாட்டினான். அப்புறம் வில்லாயுதம் ஒருத்தனைக் கை வச்சான். கூட்டம் பதறி, பின் வாங்கிருச்சு. இந்த தொழிலுக்கு அந்தச் சுதாரிப்பு தான் வேணும். கலகத்திலே கை முந்தணும்", என்றபடி இடது கை வாக்கில் அமர்ந்திருந்த வையத்துரையின் தோளில் தட்டிக் கொடுத்தார் வேயன்னா.

"மானத்தைக் காப்பாத்திட்டான் வையத்துரை."

ஒரு கை சோறை அள்ளினார். அகப்பை நிறைய கறியை அள்ளி, அங்கம்மா, வையத்துரையின் தட்டில் இட்டாள்.

"போதும் ஆத்தா" வாய் நிறையச் சோறோடு அகப்பையைத் தடுத்தான் வையத்துரை. "சாப்பிடுப்பா..." மறுபடியும் அகப்பையால் கறியைக் கோதினாள். கொண்டு வந்த செம்புத் தண்ணீரை வையத்துரையின் முன் வைக்க குனிந்த அன்னமயிலின் கழுத்தில் ஒரு தழும்பு கிடந்தது. ஓநாயின் பல் பதிந்த தழும்பு. அங்கம்மாவுக்கு பழைய நினைவு ஓடியது.

கொம்பூதியில் வந்து குடி அமர்ந்த நேரம். வீடு, வாசல் எதுவும் கிடையாது. ஓலைக் குடிசைகளைப் போட்டு உட்கார பெரும்பச்சேரி சனங்க தான் உதவினது. கொம்பூதிக்கு வந்த பின் பிறந்தவள் அன்னமயில்.

வையத்துரை இங்கேயே தான் கிடப்பான். பெரும்பச்சேரிக்குப் போக மாட்டான். அப்பன் திருவேட்டை வந்து இழுத்துக் கொண்டு போனால் தான் உண்டு. வில்லாயுதத்தைப் பிரியாமல் திரிவான் வையத்துரை.

ஒருநாள் ராத்திரி ஆம்பளைகள் தொழிலுக்குப் போயிட்டாங்க. அன்னமயில் ஆறு, ஏழு மாதக் குழந்தை, ஓலைக் குடிசைக்குள்ளே ஒரு பக்கம் அங்கம்மாவும், பச்சைக் குழந்தை அன்னமயிலும் படுத்திருக்க... கொஞ்சம் தள்ளி வையத் துரையும் வில்லாயுதமும் படுத்திருந்தான்ங்க.

சாமத்திலே ஓலையை விலக்கி விட்டு உள்ளே நுழைஞ்ச ஒரு ஓநாய் தூங்கிக் கிடந்த பச்ச மண்ணை கத்த விடாமல் கழுத்தைக் கவ்வி இழுத்துக்கிட்டுப் போச்சு. போற போக்கிலே குழந்தை, வையத்துரை மேலே உரசவும் முழிச்சுட்டான். ஓநாயைப் பார்த்தவன் கத்தலே, கதறலே! கை வாக்கிலே கிடந்த வளரியை எடுத்து, குறி பார்த்து ஒரே எறி. பிள்ளையைப் போட்டுட்டு ஓநாய் ஊளையோடு ஓடிப் போயிருச்சு. அன்னமயிலோட உயிரைக் காப்பாத்தினவனும் வையத்துரை தான். ஓநாய் பல் பட்ட இடம் தான் அன்னமயில் கழுத்திலே தழும்பாகக் கிடக்குது.

கழுத்துத் தழும்பைத் தடவுகிற போதெல்லாம் அன்னமயிலுக்கு வையத்துரை ஞாபகம் தான் வரும்.

குடிலின் பூசி மெழுகிய தரையில் வில்லாயுதத்தின் விரல்கள் மெல்ல ஊர்ந்து போக, இசைவாய் வஜ்ராயினியின் தேன் அடைமேனி முன்னே அசைந்தது. இடைவெளி, நெருப்பாய் தகித்தது. வீணையின் தந்திகளில் காற்று படர்ந்து இசைத்தது. 'விண்...' என ஓர் உள் நாதம் சுருதியை உயர்த்தி கொண்டே போனது.

சம்பங்கி ஆறு, ஓர் ஆரவாரத்துக்கான அமைதி காத்தது. படுக்கையாய் விரிய, ஆற்றங்கரைக் கொடி மலர்கள் போட்டி போட்டன. அவயங்கள் எல்லாம் தகனத்துக்கு ஆயத்தமாயின. குடிலின் அஸ்திவாரங்கள் பலங்கொண்ட

மட்டும் வலுவாய் காலுன்றி நின்றன. இருவருக்கும் இருந்த சின்ன இடைவெளியில் தீ எரிந்தது. பற்றி எரிய, திசைகள் மூண்டு கிடந்தன.

"வஜ்ராயினி... மான் வந்துருச்சு...!"

குடுவைத் தண்ணீரோடு கத்திக் கொண்டே படியேறி ஓடிவந்தான் ஹஸார் தினார்.

கையூன்றி எழுந்த வில்லாயுதம் வெளியேறினான். குடிலின் முற்றத்திலிருந்து தாவிக் குதித்தவனின் முகத்தை ஹஸார் தினார் பார்த்து விட்டான்.

கேடு நெருங்கிவிட்டது!

நெஞ்செல்லாம் பதை பதைத்தான் ஹஸார் தினார்.

"அய்யா..."

வாசல் பக்கம் அங்கம்மா ஆந்திப் பார்த்தாள்.

"கும்பிடுகிறேன் தாயீ... பெருநாழி பச்சமுத்து வந்திருக்கேன்." கட்கத்தில் கோணிச் சாக்கை இடுக்கி இருந்தான்.

"வாப்பா... பச்சமுத்து."

"ஆமா தாயீ..." திண்ணையில் இருந்த பெட்டியையும் பெட்டி மேல் இருந்த கமுகையும் பார்த்த பச்சமுத்துவுக்கு கையெல்லாம் முணுமுணுத்தது.

"யாரவன்... பச்சமுத்தா?"

"ஆமா... அய்யா" தலைநீட்டி உள்ளே பார்த்தான். வேயன்னாவும் வையத்துரையும் அருகருகே உட்கார்ந்து சாப்பிட்டுக் கொண்டிருந்தார்கள்.

"அது யாரு... பெரும்பச்சேரியானா?" முகம் சுளித்தான் பச்சமுத்து.

"ஏப்பா பச்சமுத்து! உனக்கு ஏன் மூஞ்சி கோணுது?"

"ஒண்ணுமில்லே தாயீ. அய்யா எவ்வளவு பெரிய மனுசன்! அவருக்கு சமதையா... உள் வீட்டுக்குள்ளே இவனை உட்கார வச்சு... சோறு போட்டுக்கிட்டு...! அது தான். வேற ஒண்ணுமில்லே தாயீ!"

வேயன்னாவுக்கு 'சுரீர்' என்றது. தண்ணீர் செம்பை எடுத்து

வாசலைப் பார்த்து வீசினார். செம்பு கதவில் பட்டு தெருவுக்கு ஓடியது.

“ஏய்... பச்சமுத்து. இந்த வேலையை எல்லாம் பெருநாழியோடு நிறுத்திக்கோ. இவன் யாரு... இவனுக்கும் கொம்பூதிக்கும் உள்ள தொடுப்பு என்னன்னு உனக்குத் தெரியுமா?

ஓரக்கரையிலே ஒதுங்கிக் கிடந்த எங்க சனத்தை எல்லாம் உசுப்பி, உயிர் உண்டாக்கி, கொம்பூதியைக் காட்டி, குடி ஊன்றி வெச்சது இவனும் பெரும்பச்சேரி சனமும் தான். அந்த தைரியமும் இரக்கமும் வேறு எவனுக்காவது உண்டா?” கை கழுவி விட்டு எழுந்தார் வேயன்னா.

பச்சமுத்து குலை பதறிப் போனான்.

“என் மகன் வில்லாயுதம் கூட எனக்குச் சமதையா உட்கார முடியாது. வையத்துரை ஒருத்தான் தான் உட்கார முடியும்.” சொல்லும் போதே நன்றிப் பெருக்கில் வேயன்னா தளும்பிப் போனார்.

“எங்களாலே இவனுக்கு கெடைச்சது ரத்தமும் காயமும் தான். பெரும்பச்சேரி சனத்துக்கு எதுவுமே செய்யலே.”

“அய்யா... மன்னிச்சிருங்க சாமி... மன்னிச்சிருங்க” வேயன்னா, வாசலில் கழற்றிப் போட்டிருந்த செருப்புகளை தொட்டுத் தொட்டுக் கும்பிட்டான் பச்சமுத்து.

திண்ணையில் வந்து வேயன்னா அமர்ந்தார்.

பெருநாழியில் இருந்து வரும் போதே, வேயன்னாவுக்கு பிடித்த சுருட்டு, வெத்தலை, பாக்குகளை ஒரு ஓலைக் கொட்டான் நிறைய வாங்கி வந்திருந்தான். வேயன்னாவின் காலடியில் அமர்ந்து வெற்றிலைக் காம்புகளைக் கிள்ளி, சுண்ணாம்பு தடவிக் கொடுக்க ஆரம்பித்தான் பச்சமுத்து. அவன் கண்ணெல்லாம் பெட்டியின் மீதிருந்தது.

“ஒரு வண்டி நிறைய தவசம், தான்யமெல்லாம் நேத்தே அனுப்பி வச்சுட்டேன் அய்யா” தாம்பூலத்தை நீட்டினான்.

“எல்லாம் வந்துச்சு...” என்றவர், சுருட்டைப் பற்ற வைத்துக் கொண்டே, “பச்சமுத்து... நீ சொன்ன மாதிரி உச்சிநத்தம் பெட்டியைக் கொண்டு வந்தாச்சு, எடுத்துக்கோ” என்றார் சுருட்டுப் புகையை இழுத்து ஊதிபடி.

வாயெல்லாம் பல் நிறைய, "அய்யா வச்ச குறி தப்புமா?" என்றவன், "பெட்டி மேலே கழுகு.." ஈனக்குரலில் இழுத்தான்.

ஈரக் கையை துடைத்தபடி வாசலுக்கு வந்த வையத்துரை, கழுகைப் பிடித்து திண்ணையில் விட்டான்.

அங்கம்மாவும், பின்னால் அன்னமயிலும் வந்தார்கள். பச்சமுத்து பெட்டியைத் திறந்தான். ஆபரணங்கள் ஜொலித்தன. கண்ணெல்லாம் ஒளி விட, ஒற்றை வடம் சங்கிலி ஒன்றை மட்டும் எடுத்து அன்னமயிலுக்கு முன் நீட்டி, "ஆத்தா... வச்சுக்கோங்க", என்றான்.

வேயன்னா மறித்து, "அந்த வழக்கமெல்லாம் எங்க சனத்துக்கு கிடையாது. குதிரை வால் ரோமமும் குண்டு மணியும் போதும் எங்க பொண்ணுகளுக்கு" என்றவர், "பச்சமுத்து... எங்க சனம் பசியாம கஞ்சி குடிக்கணும். அதுக்கு உண்டானதை அனுப்பி வை" புகையை உள்ளே இழுத்தார்.

"அன்னமயிலு ஆத்தாவுக்கு கலியாணம்னா... இதெல்லாம் வேண்டாமா அய்யா?"

"அன்னமயிலுக்கு... என் தங்கச்சி மகன் நரிவேலு தான் மாப்பிள்ளை. ரெண்டு வீட்டு வளரியையும் கை மாத்தினால் கலியாணம் முடிஞ்சது."

பச்சமுத்து, சங்கிலியைப் பெட்டிக்குள் போட்டு மூடினான். அன்னமயில், கழுத்துத் தழும்பை தடவிக் கொடுத்தாள். வையத்துரை, கழுகின் வாயில் விரலைக் கொடுத்து விளையாடிக் கொண்டிருந்தான். மூடிய பெட்டியை பச்சமுத்து கோணிப் பைக்குள் திணித்தான். கழுத்து வரை சந்தோசம் கட்டிக் கிடந்தது. "மூணு தலைமுறைக்குத் தாங்கும் இந்த நகை!" குனிந்து குனிந்து கும்பிடு போட்டான்.

"நான் வரட்டுமா... அய்யா...? வரட்டுமா... தாயீ...?" தலையில் ஏறிய கோணிப் பைக்குள் நகைகள் குலுங்கின. இந்தக் கோட்டிப் பயலுகளுக்கு, வேல்கம்பிலே விளக்கெண்ணையை போட்டு உருவத் தான் தெரியும். வேற ஒன்னும் தெரியாது.

ஊரைக் கடக்கும் வரை பம்மலாட்டம் போட்டு நடந்து போனான்.

வனங்களிலும் மலைகளிலும் அலைந்து திரியும் நாகமுனிக்கு மூக்கு வியர்த்தது. தன் குடிலுக்குள் ஓர் அன்னிய

ஆடவன் பிரவேசித்து விட்டதை இங்கிருந்தே மோப்பத்தில் கண்டு கொண்டான்.

விழி நெருப்பில் புருவம் கருகியது. காடு குலுங்க கத்தினான்.

‘‘ஹஸார் தினார்.’’

16

வேயன்னாவின் மடியில் தலை சாய்த்துக் குறுகிக் கிடந்தான் வையத்துரை. முதுகில் தட்டிக் கொடுத்தும் ஆற்றாமல் மூசுமூசுவெனஅழுதான். வேயன்னாவின் நெஞ் சுக்குள்ளும் முட்டியது.

திண்ணைக் கதவோரம் அங்கம்மாவின் பின்னால் நின்ற அன்னமயில், “வையத்துரை ஏன் அழுகுது...?’’ என்றாள். யாரும் பதில் சொல்லவில்லை.

கூழானிக் காதோரம் குனிந்து, “அப்பத்தா... வையத்துரை ஏன் அழுகுது?” அன்னமயில் மெல்லக் கேட்டாள்.

“இன்னிக்கு ஆடி அமாவாசை... செத்துப் போன அப்பன், ஆத்தாவை நெனச்சு அழுகுறான்...”

“என்ன...! வையத்துரையோட அப்பன், ஆத்தா செத்துப் போனாங்களா...? அப்போ... திருவேட்டையும் சிகப்பியும்...?”

வேயன்னா, அன்னமயிலை அதட்டினார்.

கிழவியின் கையைப் பிடித்து இழுத்துக் கொண்டு உள்ளே போன அன்னமயில், “சொல்லு அப்பத்தா”, கெஞ்சினாள்.

“அதெல்லாம் நாம் கொம்பூதிக்கு வர்றதுக்கு முன்னாடி நடந்ததாம். அவன் பெறந்த நாளும் அப்பன், ஆத்தா செத்த நாளும் ஒன்னு. இதே நாளிலே... பாவிக கொன்னுட்டான்ங்க!” உச்சுகொட்டினாள்.

வேயன்னா மறுபடி சத்தம் போட்டார், “ஏய்... புத்தி கெட்ட கிழவி... வாயைப் பொத்திக்கிட்டு இருக்கமாட்டே...?”

கிழவி வாயை இறுக்கிக் கொண்டாள்.

“அப்பத்தா... மெதுவா சொல்லு...”

“காளத்தி கதையைச் சொன்னால் தான்டீ அது புரியும். ஆனா, காளத்தி கதையை கன்னிப் பெண்ணுக கேட்கக் கூடாது....”

கூழானிக் கிழவியின் முகம் இறுகியது. பழுத்துக் காய்ந்த உதடுகளைச் சுற்றி, ‘காளத்தி கதை’ ‘மொசுமொசு’வென ஆய்ந்து மொய்த்தது.

பெரும்பச்சேரி ஊர் எல்லையில் காளத்தி அம்மன் தெய்வமாக வடிவெடுத்து நின்றாள். காலடியில் சனமெல்லாம் கவிழ்ந்து கிடந்தது.

“காளத்தி... எங்களை மன்னிச்சிடு தாயீ... இந்த ஏழை சனங்களாலே உன்னைக் காப்பாத்த முடியலே...” கசிந்து ஒழுகும் ரத்தத்தோடு சேர்ந்து, கண்ணீரும் காளத்தியின் பாதம் நனைத்தது.

அழுகையும் ரத்தமும் காளத்தியை இளக்கவில்லை. கண்களில் உயிர் ஆட, புள்ளி வெளிச்சம் கூடத் தென்படாத இருட்டுக்காகக் காத்திருந்தாள். அடிவயிறு கீறி, கதவிடுக்கில் ரத்தம் தெறித்துச் செத்த போது தான், காளத்தி தனது சனங்களின் மேல் நம்பிக்கை இழந்து போனாள்.

சாம்பல் வெளிச்சம் போய், மையிருட்டு சூழச் சூழ, வானத்துக்கும் பூமிக்கும் விசுவரூபமெடுத்தாள் காளத்தி. சனங்கள் பதறி எழுந்து, பெரும்பச்சேரி நோக்கி ஓடி, கண், காதுகளைப் பொத்திக் கொண்டு குடிசைக்குள் பதுங்கிக் கொண்டார்கள்.

வானப் பரப்பெங்கும் காளத்தியின் அழுகுரல் கேட்டது.

“வீரண மகாராசா... நீ எங்கே இருக்கே...? என் உயிர் அழியற நேரம் நீ எங்கே போனே...?”

சூறாவளி கிளம்பியது. மரங்கள் அலைக்கழிபட்டன. உழவு கட்டிகள் உயரப் பறந்து, பொழி மாறி விழுந்தன. சுழிக்காற்று பூமியைக் குடைந்தது.

“வயிறு நெறியுதே...! நெஞ்சு அடைக்குதே!”

மரங்கள், உச்சியில் தீப்பற்றி எரிந்தது. குதிரை ஏறி வேட்டைக்குப் புறப்பட்ட குலசாமிகள், சகுனத் தடை கழியக் காத்திருந்தனர்.

"வீரண மகாராசா...! எங்கே இருக்கே...?"

காட்டு முனிகளெல்லாம் மாற்று இடம் தேடி அலைந்தன.

"காளத்தி... இங்கே வராதே..."

வீரணனின் சத்தம் சங்கொலியாகக் கீறி வந்தது.

"வீரண மகாராசா... எங்கே இருக்கே...?"

முனி விழுந்த காட்டில் உழுது கொண்டிருந்த வீரணனின் கொழுமுனை பிளந்து போகும் தடங்களில் நெருப்புக் கங்குகள் புரண்டன.

"மணியக்கார வீட்டு மாடத்துக் கிளியே! உன் றெக்கையை வெட்டுன கத்தி, கழுத்தை வெட்ட வருது. நீ இங்கே வர வேண்டாம். நான் வந்து காப்பாத்துறேன்..."

நிறை சூலி காளத்தி, பெருத்த வயிறோடு தடுமாறி நடந்தாள்.

"வீரண மகாராசா... எனக்கு உன் மடி வேணும்... நான் தலைசாய்க்கணும்... வயிறு கனக்குது..."

"வேண்டாம்... வராதே... காளத்தி..."

தீ எரியும் பனைமர உச்சிகளில் எட்டு வைத்து நடந்த காளத்தி, முனி விழுந்த காட்டுக்கு வந்ததும் கவிழ்ந்து பார்த்தாள்.

ஏர்க் கொழு முனையில் ரத்தம் தெறித்துக் கிடந்தது.

கூழானிக் கிழவி வாயை இறுக்கிக் கொண்டாள். அவள் சொன்ன கதை அன்னமயிலுக்கு முழுசா விளங்கலே. கிழவியை இழுத்துக் கொண்டு வீட்டுக்கு வெளியே வந்த அன்னமயில், சுவரோர நிழலில் உட்கார வைத்தாள்.

திண்ணையில் இன்னும் வேயன்னாவின் மடியில் தலை சாய்த்துப் படுத்திருந்தான் வையத்துரை.

கிழவியின் முகவாயைத் தடவி, "அப்பத்தா... கதை ஒண்ணுமே விளங்கலே..." என்றாள்.

'காளத்தி கதை'யை கன்னிமாருக்குச் சொல்லக் கூடாதுடீ... கிறுக்குச் சிறுக்கி. ஒங்க அப்பனுக்குத் தெரிஞ்சா என்னைக் கொன்னு போடுவான்..."

"அது தான் பாதிக் கிணறு தாண்டியாச்சே! அப்புறம் என்னவாம்...?" கிழவியின் கைகளை எடுத்து தன் மடியில் வைத்துக் கொண்டாள் அன்னமயில்.

கிழவியின் வாயில் கொத்துக் கொத்தாகக் கதை தொங்க ஆரம்பித்தது.

பெருநாழி மணியக்காரர் வீடு தான் அந்தக் காலத்துப் பெரிய வீடு. அத்தனை சாதி சனமும் அங்கே தான் கைகட்டி சேவகம் பண்ணும். தொழுவத்திலே அவிழ்த்து விடுகிற கிடைமாட்டு மணிச் சத்தத்திலே தான் பக்கத்து ஊரெல்லாம் கண்ணு முழிக்கும்.

மணியக்காரர் ஆறடிக்கு மேலே ஓங்குதாங்கான ஆளு. கழுத்தைச் சுத்தி விசிறி மடிப்பு பட்டுத் துண்டு போட்டு, குடை பிடிச்சு நடந்து வந்தால், செருப்புச் சத்தத்துக்கே, ஊர் மரியாதை பண்ணும்.

வீட்டோட மூணு பொண்டாட்டி. ஊரெல்லாம் வைப்பாட்டிகள். ஆறு ஆண் வாரிசு. ஒரே பொண்ணு. அவள் தான் காளத்தி.

காளத்தி பிறந்த வருசம் களஞ்சியம் பொங்குச்சு. தவசம் தான்யத்தைக் கொட்டி வைக்க இடம் கொள்ளாமல், தெருக் காடெல்லாம் மிதிபட்டது. பருத்தியை மாட்டுத் தொழுவத்திலே அடைஞ்சாங்க. செல்ல மகள் காளத்தி மூச்சுப்பட்டு வெள்ளாமை பொங்கிப் போச்சு, பொங்கி!

கூட்டு வண்டிகளையும் வில்லு வண்டிகளையும் பராமரிக்கத் தனித்தனி ஆளுக. கிடைமாட்டுக்கு, உழவு மாட்டுக்கு, பந்தய மாட்டுக்குத் தனித்தனி தொழுவங்கள்.

மணியக்காரர் ஏறி வருகிற கூட்டு வண்டி, கல்யாணப் பொண்ணு ஜோடனையிலேயே எப்பவும் இருக்கும். தூர தேசத்தில் வாங்கி வந்த பூரணி மாடுகளை வேடிக்கை பார்க்க ஊர் திரண்டது.

பெரும்பச்சேரி வீரணன் தான் மணியக்காரருக்கு வண்டி ஓட்டி. கூட்டு வண்டியையும் பூரணி மாடுகளையும் தன் கண்ணுக்குள்ளே வைத்துப் பார்த்துக் கொண்டான். மணியக்காரர் போகிற வருகிற இடமெல்லாம் நிழலா இருப்பான். நெஞ்சுத் தாக்கான இளவட்டம். கம்பு விளையாட்டுக்காரன். பாத்தி நாத்து மாதிரி, கண்ணைக் கீறும் உடம்புக் கட்டு.

கூலி வாங்க வருகிற சனமெல்லாம் கோட்டைக்கு வெளியே நிற்கணும். வீரணன் ஒருத்தன் தான் வீட்டுக்குள்ளே போய் வருகிற ஆளு. அரங்கு அரங்காக பெரிய வீடு.

அம்மனுக்கு வளர்கிற முளைப்பாரி மாதிரி, வெயில் முகம் பாராமல் காளத்தி வளர்ந்தாள். விதை நெல்லைத் தொட்டுக் கொடுப்பதிலிருந்து வீடு முழுக்க விளக்கு ஏற்றுவதெல்லாம் காளத்தி தான். காளத்தியைப் பெத்து போட்ட முட்டு வீட்டிலேயே ஆத்தா இறந்து போனாள்.

அண்ணன், தம்பிமாரின் பொஞ்சாதிகள் ஆறு பேருக்கும் ஒரு பொறாமை. எதற்கெடுத்தாலும் 'காளத்தி... காளத்தி'னு அப்பனும், அண்ணன், தம்பிமாரும் கொண்டாடுறது பிடிக்கலே. கூடி கூடிப் பேசினார்கள். ஆனாலும் புருஷன்மார்களிடம் வாய் தெறக்க முடியலே. காளத்தியைக் குறை சொன்னால் கழுத்தை அறுப்பான்ங்க.

வீட்டுக்குள் புழங்கும் ஒரே வெளி இளவட்டம் வீரணன் தான். காளத்திக்கோ... பற்றிப் படர ஒரு கொம்பு தேடுகிற பருவம். மதினிமார்களுக்கு வீரணன் மேல் கண் விழுந்தது.

காளத்திக்குச் சேவகம் பண்ண ஒரு கூலிக்காரப் பொண்ணு இருந்தாள். குளிக்க தண்ணி இறச்சு விடுறதிலே இருந்து குங்குமம் வெச்சு விடுறது வரை காளத்திக்கு எல்லாம் அவள் தான். யாருக்கும் தெரியாமல் மதினிமார் கூடி அவளை விரட்டி விட்டுட்டாளுக.

வீரணனைக் கூப்பிட்டு, 'காளத்திக்கு இனிமேல் எல்லாமேநீ தான'னு சொல்லவும், வீரணன் 'முடியாது'ன்னுட்டான். மதினிமார் கூடி மிரட்டினாளுக.

கதை சொல்லிக் கொண்டிருந்த கூழானிக் கிழவியின் முகத்தில் ஏறுவெயில் 'சுள்' ளென அடித்தது.

"வெயில் கொடுமை தாங்கலே... கதை போதும்..." எழப் போன கிழவியை, அன்னமயில் அமுக்கி உட்கார வைத்தாள்.

"அப்பத்தா... காளத்திக்கு என்ன ஆச்சு...?"

''யாருடி இவ... இந்தப் பரபரக்கிறாள்..?''

"அப்பத்தா... அப்பத்தா.. சொல்லு அப்பத்தா..." முகவாயைப் பிடித்துக் கெஞ்சினாள்.

"'காளத்தி கதை'யைக் கன்னிப் பொண்ணுக கேக்கக் கூடாதுடீ..."

கிழவி மறுபடி திமிறி எழுந்தாள்.

17

சம்பங்கி ஆற்றங்கரை குடிலுக்குள் ஓர் அந்நிய ஆடவன் நுழைந்திருப்பதை இங்கிருந்தே மோப்பத்தில் கண்டு கொண்ட நாகமுனி, காடு குலுங்க கத்தினான்.

"ஹஸார் தினார்."

குடிலை நோக்கி கிளம்பினான். எதிர்பட்ட மரம், செடிகள் எல்லாம் முறிந்து நொறுங்கின. குதிகாலில் மிதிபட்ட மலைப் பாம்பு, நாக்கு தள்ளி செத்தது. நாகமுனியின் மூச்சுக் காற்று சீற்றமெடுத்தது.

கோபம் எல்லாம் ஹஸார் தினார் மேல் மையம் கொண்டது.

'நம்பி பொறுப்பை ஒப்படைத்த ஒருவனின் செயல்களில் இத்தனை ஒளிவு மறைவுகளா? முரட்டுத்தனமாய் பெண்டாளும் நிஜாம் அரண்மனைச் சிப்பாய்களிடமிருந்து, ஆயிரம் தினார் கொடுத்து ஹஸார் தினாரை விலைக்கு வாங்கிய போது அவன் கொடுத்த வாக்குறுதி என்ன? சிசுவாய் தத்தெடுத்து வஜ்ராயினியை வளர்த்து, ஆளாக்கி, கன்னிமை கழியாமல் தன் நரபலிக்கு ஒப்படைக்க வேண்டும். கொடுத்த வாக்குறுதியை ஹஸார் தினார் இதுவரை காப்பாற்றி வந்தவன் தானே? இப்போது என்னவாயிற்று? குடிலுக்குள் நுழைந்தவன் யார்? வயதென்ன இருக்கும்? ஹஸார்தினாருக்கு தெரிந்து நுழைந்தானா, தெரியாமலா...? வந்தவனுக்கும் வஜ்ராயினிக்கும் விபரீத உறவு முளைவிடுமானால்...!'

நினைக்கவே நாகமுனியின் திரேகம் படபடத்தது.

அந்த வனங்களில் எங்கோ பதுக்கி வைக்கப்பட்டிருக்கும் நிஜாம்களின் வைரங்களும், வைடூரியங்களும் புதைந்து புதைந்து பூமியின் அடி ஆழத்துக்குப் போவது போலிருந்தது.

'தவம் கூடி வரும் வேளையில் இப்படி ஒரு தடையா! ஹஸார் தினார்...!' நுனி நாக்கில் தீ எரிந்தது. 'முன்னொரு தடவை, தான் குடிலுக்குள் நுழைந்ததும் முகம் சுளித்த போது ஹஸார் தினார் அளவுக்கு அதிகமாக பாவனை செய்தானே! இந்தச் சந்திப்பு தொடர்ந்து நடக்கிறதோ?'

சம்பங்கி ஆற்றங்கரை குடிலை நோக்கி நீண்டு கிடக்கும் ஒற்றையடிப் பாதையில் சூறாவளியாய் வந்து கொண்டிருந்தான் நாகமுனி.

ஹஸார் தினார் துரோகி இல்லை. இயலாதவன். விபரீத உறவுக்கு, ஆண் பெண் கூடலுக்கு அவன் துணை போனால் ஆச்சரியமில்லை... நாம்தான் எச்சரிக்கையாய் இருக்க வேண்டும். வஜ்ராயினியைச் சுற்றி ஒரு பாதுகாப்பு வளையம் உண்டு பண்ண வேண்டும். யாரும் அறியாத ஓர் அரூப வளையம்.

நாவல் மரங்களைத் தாண்டி பாய்ந்து செல்லும் ஒரு குதிரை, புழுதிக் காற்றுக்குள் மறைந்தது. குதிரைக்காரனின் முதுகு தான் தெரிந்தது. முகம் தெரியவில்லை. நாகமுனி ஆடிப் போனான். நெஞ்சமெல்லாம் நெருப்பாய் எரிய, நாவல் மரங்களைக் கடந்து குடிலின் படி எறினான்.

கமுதி போலீஸ் கச்சேரி பரபரத்தது.

உடுப்பு அணிந்த வெள்ளை அதிகாரிகள் சின்ன வாயால் உதடு அலுங்காமல் பேசிக் கொண்டே இருந்தார்கள். சிப்பந்தி தானாக்காரர்கள் குறுக்கும் நெடுக்குமாக நடந்து திரிந்தார்கள். ஒருவருக்கொருவர் குசுகுசுத்துக் கொண்டார்கள். “மதுரை சூப்பிரண்டு துரை வர்றார்!” முனையில் கத்தி குத்திய துப்பாக்கி காவலர்கள் விறைத்த வாக்கில் நின்றிருந்தார்கள்.

கச்சேரிக்கு முன்னால் பெரிய கவாத்து மைதானம். தூசி துரும்பின்றி மணற்சாரியாய் விரிந்து வெயிலோடிக் கிடந்தது. வரப் போகும் பெரிய துரைக்கு அணிவகுப்பு மரியாதை செலுத்த ஆயத்தமாக தானாக்காரர்கள் காத்திருந்தனர். மழித்த முகம், ஒட்ட வெட்டிய தலைமுடி, கஞ்சிப் பசை போட்டுத் தேய்த்து, தொடைக்கு முன்னும் பின்னும் ஒரு அடி நீண்டு குத்திட்டு நிற்கும் காக்கி உடுப்போடு நின்றிருந்தனர். உயரமான கம்பங்களில் வெள்ளைக்காரர்களின் ‘யூனியன் ஜாக்’ கொடியும் போலீஸ் பட்டாலியன் கொடியும் பறந்து கொண்டிருந்தன. பிகில் வாத்தியக்காரர்கள், ஓரமாய் மர நிழலில் நின்றனர். ரெட்டைக் குதிரைகள் பூட்டிய சாரட்டி வண்டி... தேக்குப் பளபளப்பில் கண்ணைப் பறித்தது.

பெருநாழி கிராம முன்சீஃபும் தலையாரியும் ‘விதியே’ என ஒரு ஓரமாய் உட்கார்ந்திருந்தார்கள்.

லாடம் கட்டிய பூட்ஸ் கால்களால் தட... தட வென ஒலி எழுப்பிக் கொண்டு, ஒரு தானாக்காரர் ஓடி வந்து அறைக்குள் இருந்த அதிகாரி முன்னால் விறைத்த வாக்கில் ஓங்கி ஒரு சல்யூட் அடித்தார்.

"எஜமான்! பெரிய துரை மோட்டார் வண்டி வந்திருச்சு."

மேஜையில் விரித்திருந்த வரை படங்களை மடித்து வைத்து விட்டு எழுந்த அதிகாரிகள் வாசலுக்கு ஓடி வந்தார்கள். பிகில் ஒலித்தது. கவாத்து மைதானம் உத்தரவுகளுக்குள் ஒழுங்கானது.

சூப்பிரண்டு துரை மோட்டாரை விட்டு இறங்கினார். கொடிக் கம்பத் திடலில் ஏறி நின்று, அணிவகுப்பு மரியாதையை ஏற்றுக்கொண்டார். திடலோரம் நிறுத்தப்பட்ட சாரட் வண்டியில் ஏறி, கவாத்து மைதானத்தைச் சுற்றி வலம் வந்தார். முகத்தில் உணர்ச்சி ரேகையே இல்லாதவராக கச்சேரிக்குள் நுழைந்தார்.

துரைக்கு முன்னால், மேஜையில் கமுதி ஃபிர்கா வரை படம் விரிக்கப்பட்டதும் முதல் கேள்வியாய் கேட்டார்.

"கொம்பூதி எங்கே இருக்கு?"

காட்டினார்கள்.

"புதுசா கச்சேரி எங்கே வைக்கிறோம்?"

"பெருநாழியிலே துரை."

பெருநாழி முன்சீஃப் கைகட்டி குறுகி நின்றார்.

"உங்க ஊர் எப்படிருக்கு?"

முன்சீஃபை முந்திக் கொண்டு தலையாரி சொன்னான்.

"ஊரு நல்லா தான் இருக்குது எசமான்."

''சண்டை, திருட்டு இல்லையா..?''

"அது இல்லாமலா! பெருநாழியிலே வாராவாரம் நடுக்காட்டுச் சந்தை கூடும் எசமான். சுத்துப் பட்டி சனமெல்லாம் வரும். அந்தச் சந்தையிலே எப்பவாவது கொள்ளை நடக்கும். தீவட்டிக் கொள்ளை. மத்தபடி பக்கத்து ஊர்களில் களவு நடக்கும்."

தலையாரி தலையைச் சொரிந்தான்.

"இதெல்லாம் செய்யறது யாரு?"

தலையாரி, முன்சீஃபை கிள்ளி விட்டான்.

"நீங்க, சொல்லுங்க முனுசு" என்றான்.

'டேய் தலையாரிப் பயலே... இதுக்கு மட்டும் என்னை இழுத்து விடுறியா?' என மனதுக்குள் கறுவிக் கொண்டே முன்சீஃப், "கொம்பூதிக்காரங்க தான் எசமான்" சொல்லி விட்டார்.

"கொம்பூதியிலே யார் முக்யமான ஆளு?"

வெள்ளைக்காரன் விடமாட்டான் போலிருக்கே...! தலையாரியை முனுசு கிள்ள, அதைக் கவனித்த துரை, "சொம்மா... சொல்லுங்கோ... பயப்பட வேண்டாம்" என்றார்.

"வேயன்னான்னு ஒருத்தர் தான் எசமான்" சொல்லி விட்டு முனுசு தலையாரியைப் பார்த்துக் கண்களால் கெஞ்சினார். 'வெளியே போய்ச் சொல்லிறாதேடா.'

"வீயன்னா...!" துரையின் முகம் இறுகியது.

ஹஸார் தினாரின் கழுத்தைப் பிடித்து நெறித்தான் நாகமுனி. ''சொல்லு... வந்தவன் யார்..?''

ஹஸார்தினாருக்கு மூச்சுத் திணறியது. குடிலின் மூலையில் ஒடுங்கிப் போய் உட்கார்ந்திருந்தாள் வஜ்ராயினி.

"சொல்லுடா... துரோகி, யார் வந்தது?" திரிசடைகள் நாகமுனியின் முகத்தில் புரண்டன.

"தெரியாது", ஹஸார் தினாரின் விழி பிதுங்கியது.

"அவன் குதிரை ஏறிப் போகும் போது நான் பார்த்தேனே!" இன்னும் நெறித்தான்.

"வஜ்ராயினியின் மானைத் திருட வந்தவன் அவன்."

குடிலின் வாசலோரம் மான் நின்று கண்களால் அலைந்தது.

"வஜ்ராயினியின் மானைத் திருட வந்தவனா...? இல்லை... வஜ்ராயினியைத் திருட வந்தவனா...?"

"நேற்று மானைத் திருடிப் போனவன்... இன்று திரும்ப ஒப்படைக்க வந்திருக்கிறான்."

"இதென்ன நாடகம்! இடையில் என்ன நடந்தது?"

"எனக்குத் தெரியாது. நான் ஆற்றுக்குப் போய் விட்டேன்."

ஹஸார் தினாரை நாகமுனி விட்டு விட்டான். கூட்டுப் புழுவாய் சுருண்டிருந்தாள் வஜ்ராயினி. "ஹஸார் தினார்... கவனமாகக் கேட்டுக் கொள். என் கடும் தவத்தில் நான்

கடந்து வந்த சிரமங்கள் உனக்குத் தெரியும். எனக்கு அளித்த வாக்குறுதியை இதுவரை காப்பாற்றி வந்த நீ, அதை பூரணமாய் நிறைவேற்றித் தர வேண்டும். கொடுத்த வாக்குக்கு குந்தகம் ஏதேனும் நேருமானால்... அந்தக் கணமே உன் உடல் சாம்பலாகி அழிந்து போவாய். இது நான் உனக்கு இடும் சாபம். என் கண்ணுக்குள் மின்னிக் கொண்டிருக்கும் வைரங்களும் வைடூரியங்களும் கைக்கு வந்து சேரும் வரை, இந்தச் சாபத்துக்கு நீ கட்டுப்பட்டவன்' நெருப்புத் துண்டமாய் வெளியேறினான் நாகமுனி.

ஹஸார் தினார் ஓடிப்போய் வஜ்ராயினியைக் கட்டிக் கொண்டு அழுதான்.

வஜ்ராயினி மனசெல்லாம் வில்லாயுதம் இருந்தான்.

"காளத்தி கதையை கன்னிப் பொண்ணுக கேட்கக் கூடாதுடீ..." என்றபடி திமிறி எழுந்த கூழானிக் கிழவியை அன்னமயில் விடுவதாக இல்லை.

"அப்பத்தா... அப்பத்தா... சொல்லு அப்பத்தா. காளத்தியும் வீரணனும் என்ன ஆனாங்க?"

"ஏறு வெயிலு முகத்திலே அடிக்குதுடீ... நிழல் பார்த்து உக்கார்ந்து சொல்றேன்", என்றபடி கிழவி எழுந்தாள்.

18

அன்னமயில் கேட்கக் கேட்க, கிழவிக்கும் 'காளத்தி கதை'யைச் சொல்லாமல் இருக்க முடியவில்லை. இருவரும், வீட்டுக்குப் பின்னால் நின்ற மஞ்சணத்தி மர நிழலில் அமர்ந்தார்கள்.

கிழவி கேட்டாள்.

"கதையை எங்கே விட்டேன்?"

அன்னமயில், கதையை எடுத்துக் கொடுத்தாள்.

கூழானியின் கிழட்டு கண்களில் நீர் முட்டியது.

காளத்தி, தோட்டம் நிறைய வண்ண வண்ணப் பூச்செடிகள் வளர்த்திருந்தாள். ஐந்தாறு தென்னை மரங்கள். தோட்டத்தின் மூலையில் குளி கிணறு. மறைப்புத் தட்டி அடைத்திருக்கும். இடுப்பு உயர துவை கல். கல்லின் குளிர்ச்சி, அதன் மேல் உட்காருகிற உடம்பெல்லாம் ஏறும். தோட்டத்துப் பூக்களுக்கும் காளத்திக்கும் பரிச்சயம் உண்டு. தொட்டுப் தொட்டு சேதி கேட்பாள். கூடவே பறந்து திரியும் வண்ணத்துப் பூச்சிகளுக்கு காளத்தி தான் தலைமை.

வீடெல்லாம் காளத்தி நிறைந்திருப்பதால் அண்ணன்மார் இந்தப் பக்கம் எட்டியே பார்க்க மாட்டார்கள். மதினிமார்களின் கொள்ளிக் கண்கள்தான் காளத்தியைச் சுற்றியே அலையும். வீடு முழுக்கப் புழங்கித் திரியும் வீரணன் கூட குளி கிணறு, தோட்டத்துப் பக்கம் வந்ததில்லை.

மதினிமார் ஆறு பேரும் சொன்னார்கள். “வீரணா...! இனிமேல் நீ தான் காளத்தி குளிக்க தண்ணி எறச்சிவிடணும்... முதுகு தேய்ச்சு விடணும்... தலை துவட்டி விடணும்... எல்லாமே நீ தான்.”

வீரணன் பதறிப் போனான்.

“தாயீ...! வேணாம் தாயீ. காளத்தி வயசுக்கு வந்த பொண்ணு. என்னாலே முடியாது தாயீ...”

மதினிமார்களின் உத்தரவில் ஏதோ சூது இருப்பதாக உள் மனதில் தட்டியது.

“...வீரணா காளத்தி வயசுக்கு வந்த பொண்ணு தான். ஆனாலும் பச்ச குழந்தை மாதிரி. எங்க ஆறு பேரையும் அவளுக்குப் பிடிக்கலே. கொஞ்ச நாளைக்குத் தான். அப்புறம் வேலைக்காரி வந்துருவாள். மணியக்கார வீட்டுக்கு நீ இந்த உதவியைக் கூட செய்யக் கூடாதா?”

வீரணன் வேட்டியைத் தார்ப்பாய்ச்சிக் கட்டினான். தட்டி மறைப்பில், தண்ணீருக்குத் தலைகொடுத்து கண்மூடி அமர்ந்திருந்தாள் காளத்தி. முதல் வாளித் தணணீரை உச்சி குளிர ஊற்றி விட்டான்.

வீட்டிலிருந்தபடியே வேடிக்கை பார்த்துக் கொண்டிருந்தார்கள் மதினிமார்கள். முதுகு தேய்த்துவிடச் சொல்லி சைகை காட்டினார்கள்.

இவன் தேய்த்துவிட, அவள் குளித்தாள். கிணற்றுச் சுற்றுச் சுவர் காளத்தியையும் வீரணனையும் மறைத்தது.

இறைத்து விடும் கிணற்று நீர், வாய்க்கால் வழி ஓடி, தோட்டம் முழுக்கப் பாயும்படி பாத்தி அமைப்பு.

தோட்டத்துக் செடிகள் நாளும் ஒரு வளர்த்தி வளர்ந்தன.

காளத்தியின் முகம் ஒளி அடித்தது. மேனி மினுமினுப்பேறியது.

வீரணன் தினமும் கிணற்றடிக்கு வந்தான்.

மதினிமார்கள் கொண்டாட்டத்தில் இருந்தார்கள்.

"எதற்கெடுத்தாலும் காளத்தி... காளத்தி... காளத்தியா...!" என்று தங்கள் புருசன்களை நெட்டி முறித்தார்கள்.

மதினிமாருக்குத் தெரியாமலே, வீரணனை தினமும் இரவு வரச் சொல்லி காளத்தி குளியலாடினாள்.

தோட்டம் செழித்தது.

வீரணன் பொறுப்பிலிருந்த கூட்டு வண்டிப் பூரணி மாடுகள் பராமரிப்பின்றி இளைத்தன.

கதையை நிறுத்திய கூழானிக் கிழவி எச்சிலை முழுங்கினாள். கதை நின்று போனது தெரியாமல் அன்னமயில் நிலைகுத்தி உட்கார்ந்திருந்தாள்.

கிழவி செருமினாள். வாய் விட்டுச் செருமிய சத்தம் கேட்டு, தலை உதறிய அன்னமயில் "அப்புறம் என்னாச்சு...?" என்றவளைக் கிழவி, ஏற இறங்கப் பார்த்தாள்.

"சொல்லு அப்பத்தா... அப்புறம் என்னாச்சு...?"

கிழவி முறைத்துப் பார்த்தாள்.

"எல்லாம் பருவக் கோளாறு. காளத்தி கதையை முழுசாய் சொல்லி தொலைத்து விட வேண்டியதுதான்", என்கிற முடிவுக்கு கூழானிக் கிழவி வருகிற நேரம், வில்லாயுதம் குதிரை ஏறி வந்து, வீட்டு வாசலில் நிறுத்தும் குளம்புச் சத்தம்.

"அடியே... அன்னமயிலு... உங்க அண்ணன் வில்லாயுதம் வந்துட்டான். 'காளத்தி கதை'யை உனக்கு நான் சொல்லுறது தெரிஞ்சா... என்னை கொன்னு போட்டுருவான். வா... போயிரு வோம்."

“நம்ம ரெண்டு பேரும் இங்கே இருக்கிறது... அண்ணனுக்குத் தெரியாது. நீ தைரியமா சொல்லு...” கிழவியை அன்னமயில் உசுப்பினாள்.

சோறு உண்ட வயிறை மறைக்கலாம். சூல் கொண்ட வயிறை எப்படி மறைக்கிறது?

காளத்தி, நிறைசூலியாக நின்றாள்.

மதினிக்காரிகள், புருசன்மாரோடு சண்டைக்கு கொடி கட்டினார்கள். முகத்தில் பூச, கரியை அரைத்தார்கள்.

“தாயில்லாப் பிள்ளை... தாயில்லாப் பிள்ளையின்னு தலையில தூக்கி வச்சு ஆடுனீங்களே! உங்க அருமை தங்கச்சி... கழுத்திலே தாலி வாங்கும் முன்னாலேயே, வயித்திலே கூலி வாங்கிற நிற்கிற கொடுமையைப் பாருங்க...!”

காளத்தியின் அறைக் கதவைக் திறந்து காட்டினார்கள். பெரிய பெரிய வெண்கல பூண் போட்டு கனத்த ஒற்றைக் கதவு.

சுவரில் முதுகு சாய்த்து, கால்களை நீட்டிப் பரப்பி, நிறை சூல் தாங்கிய வயிறோடு காளத்தி கண் செருக அமர்ந்திருந்தாள்.

அண்ணன்மார் இதயத்துக்குள் ஈட்டி இறங்க, மதி இழந்து நிலைதடுமாறிப் போனார்கள்.

மணியக்காரர் ஓடி வந்தார்.

விதைப் பெட்டியை தொட்டுக் கொடுப்பதில் இருந்து, வீடேல்லாம் விளக்கேற்றி வைத்த செல்ல மகள் காளத்தி, குலம் அழிக்க வந்த கொள்ளித் துண்டமாகச் சாய்த்து கிடப்பதைப் பார்த்தார். ஆறு ஆண் மக்களையும் பார்த்துச் சொன்னார்.

“கொன்னு போடுங்கடா...”

உழுத கூலி வாங்க, மணியக்காரர் வீட்டுச் சுவருக்கு வெளியே பெரும்பச்சேரி சனமெல்லாம் காத்துக் கிடந்தது. கொஞ்ச நாளாகவே அரசல் புரசலாகப் பேசிக் கொண்டுதான் இருந்தார்கள்.

“வீரணன் போக்கு சரியில்லே. இது எங்கே கொண்டு போய் விடுமோ... தெரியலே...”

கூட்டத்துக்குள் திருவேட்டையும் சிகப்பியும் கையில் நார்

பெட்டியோடு காத்துக் கிடந்தார்கள். கல்யாணம் ஆனதிலிருந்து அவர்களுக்குப் பிள்ளையுமில்லே... குட்டியுமில்லே.

"கூலியை வாங்கிட்டு மெதுவா ஊரு போயி சேருவோம்", என்கிற நினைப்பில் திருவேட்டை ஒற்றைக்கால் ஊன்றி சுவரில் சாய்ந்திருந்தான்.

சுற்றுச்சுவர் தாண்டி வீட்டுக்குள்ளிருந்து அலறல் சத்தம் கேட்டது.

"வீரணா... என்னைக் காப்பாத்தேன்..."

மணியக்காரர் வீட்டு மாடத்துப் புறாக்களெல்லாம் சிதறிப் பறந்தன.

"கொன்னு போடுங்கடா..." சொன்னதும் மணியக்காரர் கிளம்பிப் போய் விட்டார்.

ஆறு அண்ணன்மாரும் கர்ப்ப ஸ்திரி காளத்தியை தர... தரவென இழுத்தார்கள். பெரிய பெரிய வெண்கலப் பூண் போட்ட கனத்த கதவு இடுக்குக்கு இழுத்து வந்தார்கள்.

"வீரணா... எங்கே இருக்கே? என்னைப் காப்பாத்தேன்" அலறிய காளத்தியை கதவிடுக்கில் திணித்தார்கள்.

மதினிக்காரிகள் அவரவர் இடம் தேடி, ஓடி ஒளிந்து கொண்டார்கள்.

அண்ணன்மார் ஆறு பேரும் பலங்கொண்ட மட்டும் கனத்த கதவை நெறித்தார்கள்.

"வயிறு நெறியுதே...! நெஞ்சு அடைக்குதே...!

நெறியும் கதவுக்கு இடம் கொடுக்காமல் காளத்தியின் நிறை வயிறு தட்டியது.

மூத்தவன் ஓடிப் போய் ஒரு சூரிக்கத்தியை எடுத்து வந்தான். கடைக்குட்டித் தம்பியிடம் கத்தியைக் கொடுத்து, "அவ வயித்தைக் கிழிடா..." என்றான்.

சுற்றுச்சுவருக்கு வெளியே பெரும்பச்சேரி சனம் பரிதவித்து நின்றது. "இன்னிக்கு ஆடி அமாவாசை. உச்சமான நாளு. என்ன நடக்கப் போகுதோ...!"

சனமேல்லாம் சுவர் விளிம்பை அண்ணாந்து பார்த்தபடி நின்றது.

திருவேட்டையின் மனசுக்குள் பதைபதைப்பான எண்ணம் ஓடியது.

"வீரணன் எங்கே போயிருப்பான்?"

சுவர் தாண்டி அலறல் கேட்டது.

''வயித்தைத் கிழிக்கிறான்ங்களே...!"

ஆறு பேரில் கடைக்குட்டி அண்ணன், சூரிக் கத்தியால் காளத்தியின் வயிறை ரெண்டாகக் கிழித்தான். கத்தி தட்டி இடத்தில் ஆழமாய்ப் பதித்து இழுத்தான். வயிற்றுக்குள்ளிருந்த சிசு, கன்னிக்குடத்தோடு 'தொபுக்' என வெளியில் வந்து விழுந்தது.

"அந்தக் கருமத்தைத் தூக்கி வெளியிலே எறிடா..."

நிணமும் நீருமாய்... கொடியும் குடலுமாய்க் கிடந்த சிசுவை, சொட்டச் சொட்ட இரண்டு கைகளில் அள்ளி ஏந்தியபடி தோட்டத்துக்கு வந்தவன், சுற்றுச்சுவருக்கு வெளியே விட்டெறிந்தான்.

சுவர் விளிம்பையே பார்த்துக் கொண்டு நின்றிருந்த பெரும்பச்சேரி சனங்களில் திருவேட்டை சுதாரித்து, சுவர் தாண்டிப் பறந்து வரும் சிசுவை, கூலி வாங்கக் கொண்டு வந்திருந்த நார்ப்பெட்டியில் அப்படியே ஏந்தினான்.

ஆண் குழந்தை.

"வீரணா... என் உயிர் அழியிற நேரம் நீ எங்கே போனே?" கதறியபடியே கதவிடுக்கில் நெறிபட்டு காளத்தி செத்து விழுந்தாள்.

கூலி வாங்க கூடிக் கிடந்த சனங்கள் ஓட்டமெடுத்தனர். நார்ப் பெட்டியில் குழந்தையோடு திருவேட்டையும் சிகப்பியும் சேர்ந்து ஓடினார்கள்.

மணியக்காரர் காடுகளைக் கடந்து, உழவுக் கட்டிகளை மிதித்து நொறுக்கியபடி ஓடினார்கள்.

ஓடுகிற வழியில், ஏர்க் கொழு முனையை தன் நெஞ்சில் தானே பாய்ச்சி, ரத்தம் தெறித்துச் செத்துக் கிடந்தான் வீரணன்.

கதை சொல்லி முடித்த கூழானியின் கண்களில் தாரை தாரையாக கண்ணீர் ஓடியது. கிழவியின் மடியில் முகம்

புதைத்து அழுது கொண்டிருந்தாள் அன்னமயில்.

"நார்ப்பெட்டியில் திருவேட்டை ஏந்திப் பிடித்த அந்தக் குழந்தை தான் வையத்துரை..."

அழுகையோடு கிழவி சொல்லி முடித்தாள்.

19

ஆடிக் காற்று மாரப்புச் சேலையைச் சுழித்து சுழித்து இழுத்தாலும், தலையாரி பொண்டாட்டி வீரசுத்திக்குப் பேச்சு ஓயவில்லை. தோள் வரை தொங்கும் காதுத் தண்டட்டி அறுந்து விழாத குறை தான். முன்னேயும் பின்னேயும் அலப்பினாள்.

"குடி தண்ணி தீட்டுப் பட்டுப் போச்சு. சாதிக் கட்டுமானம் இல்லாத ஊருக்குள்ளே குடியிருக்க நீதி இல்லேன்னு, ஒருபொம்பளை ரெண்டு நாளா பல்லுல பச்சத் தண்ணி படாம மருகிறேன். ஆம்பளையா பொறந்த ஒரு பயலுக்கும் சூடு, சொரணை கிடையாதா...?"

முளைக்கொட்டுத் திண்ணையில் உட்கார்ந்திருந்த பெருசுகளுக்குச் 'சுருக்'கென்றது. ஒருவர் முகத்தில் ஒருவர் திருதிருவென முழித்தார்கள். வாய் திறக்கத் தைரியம் வரலை.

வீரசுத்தி அன்றைக்கே வந்து சொன்னாள்.

"பெரும்பச்சேரி துருவன் பெஞ்சாதி ராக்கு, நம்ம ஊரு எஸ்டேட் கிணத்துல, தான் கொண்டு வந்த பனை ஓலைப்பட்டை போட்டுத் தண்ணி இறைச்சதை என் ரெண்டு கண்ணாலேயும் நான் பார்த்தேன்...!

உண்மையாகக் கூட இருக்கலாம். ஆனாலும் இதைச் சொல்லுற வீரசுத்தி லேசுப்பட்ட பொம்பளை இல்லே. அடி தெண்டமா பழிபோட்டுப் பல குடும்பங்களைக் கெடுத்தவள்.

கூடியிருந்த பொம்பளைகள், வீரசுத்தி குதிக்கிற குதிப்பைப் பார்த்து விட்டு, "ச்சீய்... இவ என்ன பொம்பளை தானா! இவ்வளவு ஆங்காரம் கூடாதுடீ..." என்று ஒருவருக்கொருவர் சுளுக்கிக் கொண்டார்கள்.

கல் தூணில் சாய்ந்திருந்த புலவர், வீரசுத்தி பக்கம் திரும்பவே இல்லை. நல்ல மாட்டுக்கு ஒரு சூடு. அவரும் ஒரே சூட்டில் புத்தி கண்டவர்.

ஏழெட்டு மாசத்துக்கு முன்னால்... புலவர் வீட்டுக்குப் பஞ்சாங்கம் பார்க்க வீரசுத்தி வந்தாள். புலவர் அவசரமாக வெளியே கிளம்பிக் கொண்டிருந்த நேரம்...

"ஏம்மா வீரசுத்தி... நான் அவசரமா வெளியூர் போறன். திரும்பி வந்து நிதானமா பஞ்சாங்கம் பார்த்துச் சொல்றேன்..." என்று அவளை பரிவாக ஒரு பார்வை பார்த்து சொல்லிவிட்டு, விபூதிப் பையோடு கிளம்பினார்.

பொறுமை கெட்ட வீரசுத்தி, புலவரைப் பார்த்துக் கேட்டாளே ஒரு கேள்வி! "ஏன்டா புலவப் பயலே! உன் வயசென்ன... என் வயசென்ன... என்னை ஒரு மாதிரியாப் பாக்கிறியே...?" புலவரின் கையிலிருந்த விபூதி பை கீழே விழுந்தது. கழுத்தோடு ஒட்டிக் கிடக்கும் உத்ராட்சக் கொட்டையைத் தடவிக் கொடுத்தபடி, "தாயீ... இப்படியெல்லாம் அபாண்டமா பேசாதே... பரம்பரை பரம்பரையா பஞ்சாங்கம், பழங்கதை, பாரதம், ராமாயணம் படிக்கிற வம்சத்தில் வந்தவன் நான். கதை சொல்லி, ஜோதிடம் பார்த்துப் பிழைக்கிறவனைப் பார்த்துக் களவு சாற்றாதே தாயீ..." என்று தான் சொன்னார்.

'அப்போ... நான் தப்பிலிப் பயல் வம்சத்திலே பொறந்தவள்'னு சொல்றியா...?" தலைமயிரை அள்ளி முடிந்தாள் வீரசுத்தி.

"தெரியாமல் சொல்லிட்டேன்... மன்னிச்சிடு தாயீ..." தப்பிக்கப் பெரும்பாடாகிப் போனது. அதோடு, வீரசுத்தி இருக்கிற திசைப் பக்கம் புலவர் திரும்புவது இல்லை.

முளைக்கொட்டுத் திண்ணையிலிருந்த பெருசுகள் எல்லாருமே வீரசுத்தி பேச்சை நம்பி வாய் திறக்க அஞ்சினார்கள். ஏகாம்பரத்துக்கு வாயோரம் வார்த்தை முட்டுது. ஆனாலும் பேச்சு வரலே... செல்லச்சாமி எங்கோ பார்த்துக் கொண்டு உட்கார்ந்திருந்தார்.

பச்சமுத்துவுக்கோ சுற்றி நடக்கும் எதிலுமே மனசு ஒட்டலே.

கொம்பூதியிலிருந்து அவன் கொண்டு வந்த நகைப் பெட்டிக்குள் இருக்கும் வைர அட்டியல்களும் வளையல்களும் தங்கச்சரங்களும் நெஞ்சுக்குள் மின்னிப் கொண்டிருந்தன.

சுப்பையாவுக்கு அண்ணன் மகள் தான் வீரசுத்தி. அண்ணன் மகளுக்கு ஆதரவாகப் பேசலாம். பேசப் பதறினார்.

வீரசுத்திக்குக் கோபம், மண்டை முட்டிப் போச்சு. முந்தானையை வரிந்து இடுப்பில் செருகினாள். தலை மயிரை அள்ளி முடிந்தவள், விறுவிறுவென வீட்டை நோக்கிப் போனாள். என்னவோ... ஏதோவென்று அவள் பின்னாலேயே புருஷன் தலையாரி ஓடினான். பெருசுகள் மலைத்துப் போய் உட்கார்ந்திருந்தார்கள். இளவட்டங்களுக்கு ஒண்ணும் விளங்கலே.

வீட்டுக்குள் நுழைந்த வீரசுத்தி, தொட்டியில் உறங்கிக் கொண்டிருந்த தன் ரெண்டு வயசுப் பெண் குழந்தையைக் கையோடு அள்ளித் தோளில் போட்டாள். தலையாரி தடுத்துப் பார்த்தான். பேச்சு எடுபடலே... குழந்தையோடு தெரு வழியே ஓடி வந்தாள். பெருசுகளெல்லாம் நிமிர்ந்து உட்கார்ந்திருந்தார்கள்.

முளைக்கொட்டுத் திண்ணையைப் பார்த்து, " தீட்டுப்பட்ட கேணித் தண்ணியும், எருமை மாட்டு சாணித் தண்ணியும் ஒண்ணு..." என்று வீரசுத்தி காரித் துப்பினாள்.

முளைக்கொட்டுத் திண்ணைக்குக் கிழக்கே தரையோடு முளைத்த பத்ரகாளியம்மனுக்கு அருகில் நட்டுக் குத்தலாக ஒரு சூலாயுதம் நின்றது. கழுத்தை வளைத்து பூச்சருகு ஆடிக் கொண்டிருந்தது.

வீரசுத்தி, அம்மனின் சூலாயுதத்தை வெறித்துப் பார்க்க. அத்தனை சனமும் அவள் நினைப்பில் ஓடுவதை அறிய முடியாமல் திகைத்தது.

தோளில் கிடந்த குழந்தை இன்னும் தூக்கக் கலக்கத்தில் இருந்தது.

வலது கையால் சூலாயுதத்தைப் பிடுங்கினாள். குழந்தையை பத்ரகாளியம்மனுக்கு முன்னால் கிடத்தினாள். முகத்தில்ஆங்காரத்தைத் தேக்கிக் கொண்டு குழந்தையை நோக்கி சூலத்தை உயர்த்தினாள்!

"அடியே வீரசுத்தி... வேண்டாம்..." தலையாரி கத்திக் கொண்டு ஓடினான். அவனைப் புறங்கையால் தள்ளி விட்டாள். சூலாயுதத்தால் ரெண்டு வயசுப் பெண் குழந்தையின் நடு நெஞ்சைக் கிழித்தாள். குழந்தை அலறித் துடிக்க, ரத்தம் தெறித்தது. காய்ந்திருந்த பூச்சருகு நனைந்தது.

'நான் சொல்றது சத்தியம் தான்'னு இப்பவாவது நம்பறீங்களா...?" கண்கள் நெருப்புக் கங்குகளாகி வீரசுத்தி பேசப் பேச, சூலாயுதத்திலிருந்து சொட்டுச் சொட்டாக ரத்தம் வடிந்து கொண்டிருந்தது.

"அடேய் தம்பி, வையத்துரை! கூலி வேலைக்குப் பெருநாழி போன உங்க மச்சானை ரெண்டு நாளாக காணோம்ப்ப...!"

கொம்பூதி தெரு வழியே அலறிக் கொண்டு ஓடி வந்தாள் பெரும்பச்சேரி துருவன் பொஞ்சாதி ராக்கு. பிறந்து முப்பது கழியாத பச்ச மண்ணு, தாயாரின் மடிச் சேலைக்குள் பொட்டலமாகச் சுருண்டு கிடந்தது.

"என் புருசனை ரெண்டு நாளாக காணோமே...!"

வேயன்னாவின் வீட்டு முற்றத்தில் குத்துக்காலிட்டு உட்கார்ந்து தரை பரசி அழுதாள்.

திண்ணையில் உட்கார்ந்திருந்த வையத்துரையும், வில்லாயுதமும் பதறிப் போனார்கள். வீட்டுக்குள்ளிருந்து வேயன்னாவும் வாசலுக்கு வந்தார்.

"பெருநாழி போன மனுசன் வீடு திரும்பலையே...!" மீண்டும் தலையில் அடித்துக் கொண்டு அழுதாள் ராக்கு.

தண்ணிக் கிணத்தடியிலே தலையாரி பொண்டாட்டி வீரசுத்தியின் கண்ணில் பட்டதிலிருந்து ராக்கு பதறிப் போய் தான் இருந்தாள். பெருநாழிக்குள் ஏதோ நடந்து போச்சு. போன இடத்திலே புருசன் பிடிபட்டுப் போனானோ...?"

"அடேய் தம்பி, வையத்துரை, உங்க மச்சான் உயிரோட இருக்காரோ... இல்லையோ தெரியலையே..." ஒப்பாரி வைத்தாள்.

"ஏய்... ஏன் கத்துறே! ஏதும் தப்பு, தவறு நடந்துச்சா...?"

வீட்டிலே பச்ச மண்ணைக் கதறப் போட்டுட்டு, பனை ஓலைப்பட்டையோடு தண்ணிக்குப் போய் வந்ததை ராக்கு சொன்னாள்.

"பாவிச் சிறுக்கி... நான் தப்புப் பண்ணிட்டேன்...!" குழந்தையும் கத்தியது. ஊர் கூடி விட்டது.

வேயன்னாவுக்கு புரிஞ்சு போச்சு. வீட்டுக்குள் போய் வேல்கம்போடு வெளியே வந்தார்.

“டேய் வையத்துரை! கிளம்புடா...” தெருவில் இறங்கினார். வில்லாயுதமும் வையத்துரையும் கிளம்பினார்கள். சுற்றி நின்ற இளவட்டங்கள் வீடுகளுக்குள் ஓடி வேல்கம்புகளைத் தூக்கினர்.

“இளவட்டங்க யாரும் வரவேண்டாம். ராக்கு, நீ வா...” என்றபடி வேயன்னா முன்னே நடந்தார். வில்லாயுதமும் வையத்துரையும் இணை சேர்ந்து நடந்தார்கள்.

கூட்டத்துக்குள் நின்ற கூழானிக் கிழவி, தன் போக்கில் சொன்னாள்.

“தரையிலே ஊறுகிற தண்ணியை இறைக்கக் கூட, தகுதி பார்க்கிறன்ங்க. கிறுக்குப் பயலுக!”

வேயன்னா, வில்லாயுதம், வையத்துரை, ராக்கு நால்வரும் வழியில் பெரும்பச்சேரியைக் கடக்கும் போது திருவேட்டை முன்னே ஓடி வந்து, “அய்யா... நாங்களும் வர்றோம்...” என்றான்.

“கொம்பூதியும் பெரும்பச்சேரியும் ஊர் திரண்டு போகிற அளவுக்குப் பெரிய காரியமில்லே இது. யாரும் வர வேண்டாம். நாங்க போய்ப் பார்த்துட்டு வர்றோம்...”

ஊர் கடந்து பெருநாழி நோக்கி நடந்தார்கள்.

முளைக்கொட்டுத் திண்ணையில் சீட்டாட்டம், தாயக்கட்டம், ஆடுபுலி ஆட்டம் மும்முரமாக நடந்து கொண்டிருந்தது. தலைகிழிய அடிக்கிற வெயிலிலும் ஓரம் பார்த்து நாலு பேர் தூங்கிக் கொண்டிருந்தார்கள்.

முளைக்கொட்டுத் திண்ணையில் முன்னே வரிசை கட்டி நிற்கும் வேப்பமர நிழற்காற்று உறக்காட்டியது. வடக்குப் பார்த்த மர வரிசையின் மேல்புறம் ரெண்டு சோள நாற்றுப் படப்புகள் நின்றன. படப்புகளுக்கு ஊடு கூடி ஒரு மஞ்சணத்தி மரம். பெருத்த தூர். அடி சுற்றி எறும்புப் புற்றுகள். பெரும் பெரும் கட்டெறும்பு.

துருவனின் புறங்கைகளை மஞ்சணத்தி மரத்தூரோடு பிணைத்துக் கட்டி, திரேகம் முழுக்க சர்க்கரைப் பாகு தெளித்து, கட்டெறும்புப் புற்றிலும் பாகைச் சிதறி விட்டிருந்தார்கள். ரெண்டு நாளா சனம் வந்து வேடிக்கை பார்த்து விட்டுப் போனது.

முளைக்கொட்டுத் திண்ணை ஆட்டங்கள் கேலியும் கும்மாளமும் நடந்து கொண்டிருந்தன. இங்கிருந்து பார்க்க மஞ்சணத்தி மரம் தெரியாது. படப்புகள் மறைத்துக் கொள்ளும்.

பெருநாழி தெருக்களுக்குள் நுழைந்து வரும் வேயன்னாவுக்கு முன்னே எதிர்ப்பட்ட புலவர், "வாங்க அய்யா... வாங்க..." குனிந்து கும்பிடு போட்டார். "எங்கே இவ்வளவு தூரம்...?"

"புலவரே... ஊர் பெரிய மனுசங்களை முளைக்கொட்டுத் திண்ணைக்கு வரச் சொல்லு..." திரும்பாமல் நடந்தார்.

"எல்லோரும் முளைக்கொட்டுத் திண்ணையிலே தான் இருக்காங்க..." பின்னாலேயே புலவரும் ஓடி வந்தார்.

வேயன்னாவைக் கண்டதும் முளைக்கொட்டுத் திண்ணை ஆட்டம் கலைந்தது.

"வாங்க அய்யா..." திண்ணைத் தூசியைத் தட்டி விட்டு உட்காரச் சொன்னார்கள். கைகளில் பச்ச மண்ணு கதற, ராக்கு வெகுதூரம் தள்ளியே நின்று கொண்டாள். ராக்குவைக் கண்டதுமே எல்லோருக்கும் விளங்கிப் போச்சு. வேயன்னா வந்திருக்கும் சேதி கேட்டு பச்சமுத்து ஓட்டமாய் ஓடி வந்தான்.

வேல்கம்பை ஓரமாகச் சாத்தி விட்டு, வேயன்னா நேரடியாகவே கேட்டார். "பெரும்பச்சேரி துருவனை எங்கே...?"

நடு ஊருக்குள் இடி இறங்கியது போலிருந்தது. எல்லோருக்கும் தொண்டைக் குழிக்குள் உருண்டது. முழித்தார்கள். பச்சமுத்து, தூணோரம் பதுங்கிக் கொண்டான். புலவர், விபூதியை அள்ளி நெற்றி நிறையப் பூசிக் கொண்டார்.

"வினைக்காரி வீரசுத்தி... வில்லங்கத்தை இழுத்துட்டாளே!"

ஒருத்தரும் வாய் திறக்கலே.

வேயன்னா மறுபடியும் ஒரு சுற்றுப் பார்த்து விட்டு, "அவனை என்ன பண்ணுனீங்க...?" தன் பின்முடியைக் கோதி விட்டார்.

ஏகாம்பரத்துக்கு, இதுக்கு அப்புறமும் சொல்லாமல் இருக்க தைரியமில்லே... ஆனாலும் பொறுப்பு தன் மேல் விழுமே... வாயை இறுக்கிக் கொண்டார்.

சுப்பையாவுக்கு உள்ளுக்குள் ஒரு நினைப்பு ஓடியது. 'பெருநாழி விவகாரத்திலே தலையிட இவரு யாரு...?' எல்லாம் நினைப்புதான். வெளியே சொல்ல முடியலே!

தரையோடு முளைத்த பத்திரகாளியம்மனின் சூலாயுதத்தில் ரத்தம் உறைந்திருந்தது.

சாத்தி வைத்த வேல்கம்பை லாவகமாய்க் கையிலெடுத்தார் வேயன்னா.

சூலாயுதத்துப் பூச்சருகு காற்றில் சிடுசிடுத்தது.

20

வேல்கம்பை வேயன்னா கையில் எடுக்கவும், புலவர் முளைக்கொட்டுத் திண்ணையை விட்டுக் கீழே குதித்தார். கை வாக்கில் இருந்தவர் அவர் தான்.

'புலவனுக்கு யானையைக் கொடு... உழவனுக்குக் காளையைக் கொடு' என்று பழமொழி உண்டு. யானையும் வேண்டாம்... பூனையும் வேண்டாம். அடி விழுகாமல் இருந்தால் சரி தான்.

கதை சொல்லும் போதெல்லாம் புலவரிடம் ஊடு கேள்வி போடும் வண்டிக்கார கோட்டைச்சாமிக்குச் சிரிப்பு பொத்துக் கொண்டு வந்தது. அடக்கிக் கொண்டான். அடி, தன் மேல் விழுமே?

வேயன்னாவின் கையில் வேல்கம்பைப் பார்த்ததும் சம்மணம் போட்டுச் சாவகாசமாக உட்கார்ந்திருந்தவர்கள் எல்லாம் சுதாரித்து, குதித்து ஓட வாகாகக் குத்துக்கால் இட்டார்கள்.

ஏகாம்பரத்துக்கு வேட்டியிலேயே சிறுநீர் பிரிந்தது. தூணோரம் பதுங்கிய பச்சமுத்து தலை நீட்டலே.

கட்டிப்போட்ட சிங்கம் மாதிரி வில்லாயுதமும் வையத்துரையும் நிற்கிறான்ங்க. வேயன்னாவின் கண்ணசைந்தால் போதும்... ஊரையே அழிச்சுட்டுப் போயிருவான்ங்க. ரெண்டு பேருமே அசுர வித்துக்கள்.

முளைக்கொட்டுத் திண்ணையின் வழக்கமான நியாயப்படிதான், துருவனின் விவகாரமும் முடிந்திருந்தது. தரையோடு முளைத்த பத்திரகாளியம்மனின் சூலாயுதத்தில் தலையாரி பெஞ்சாதி வீரசுத்தி, தன் ரெண்டு வயசுப் பெண் குழந்தையின் நடு நெஞ்சைக் கிழித்து, ரத்தப்பலி காட்டி பிராது கொடுத்தாள். அவள் என்ன தான் வாயாடி, பழிகாரி என்றாலும், பிள்ளையைக் கிழித்து பிராது தந்ததை ஊர்ச்சபை தள்ள முடியாது.

கூலி வேலைக்கு வந்த இடத்திலே துருவன் பிடிபட்டான். முளைக்கொட்டுத் திண்ணையைச் சுற்றி ஊர் கூடிக் கிடந்தது. முக்கியஸ்தர்கள் எல்லாம் திண்ணையில் சம்மணமிட்டிருந்தார்கள். பிடித்து வரப்பட்ட துருவன். ஓரத்தில் கைகட்டி நின்றிருந்தான்.

உழுத காலோடு வந்த துருவனின் உடம்பெல்லாம் உழவு கட்டிப் புழுதி அப்பிக் கிடந்தது. கரும் திரேகத்தில் வியர்வை, உப்புப் பொரிந்திருந்தது. காலமெல்லாம் கூலிக்குக் கலப்பை பிடித்த உள்ளங்கைகள் காய்ப்பேறிக் கிடந்தன.

பத்ரகாளியம்மனுக்கு முன்னால் கல் அடுப்பில் தீ மூட்டி, கொதிக்கிற எண்ணெய் சட்டிக்குள்ளே ஒரு நாணயம் கிடந்தது. பக்கத்துச் சட்டியில் குளிர்ந்த தண்ணீரும் இருந்தது.

புலவருக்கு இந்த விவகாரத்தில் தலையிட மனசில்லே. எல்லோரும் வாய் மூடியிருக்க, சுப்பையா தான் முந்தினார்.

“துருவா... இந்த ஊரு எஸ்டேட் கிணறு தான் சுத்துப் பட்டிக்கெல்லாம் தாகம் தீர்க்கிற தர்மக் கிணறு. இங்கே உள்ள ஊர்க் கட்டுமானம் பெரும்பச்சேரி சனத்துக்கெல்லாம் தெரியும். உன் பெஞ்சாதி ராக்கு, தானே கொண்டு வந்த பனையோலைப் பட்டையைப் போட்டுத் தண்ணி எறைச்சதை, தலையாரி பெஞ்சாதி வீரசுத்தி ரெண்டு கண்ணாலேயும் பார்த்திருக்கு. உன் பெஞ்சாதி செய்த காரியத்தால், தாகம் தீர்க்கிற தண்ணிச் சுரங்கம், தீட்டுப்பட்டுப் போச்சு. சனம் நா வறண்டு சாகப் போகுது. இதுக்கு உன் முகாந்திரம் என்ன...?’’

துருவன் கைகட்டிக் குறுகி நின்றான். “அய்யாவுகளே...! என் பெஞ்சாதி ராக்கு, பச்சப் புள்ளக்காரி, இந்தத் தப்பை அவ செஞ்சாளோ... செய்யலையோ! முளை கொட்டுத் திண்ணை முடிவு தப்பாகவா இருக்கப் போகுது...? அவளுக்கு உண்டான தண்டனையை எனக்குத் குடுங்க. எதுவானாலும் நான் ஏத்துக்கிறேன் சாமீ...”

துருவன் வழித்துச் சுண்டி விட்ட வியர்வைத் துளிகள், கொதி எண்ணெய்ச் சட்டியில் தெறித்துச் சடசடத்தன.

“உன் பொண்டாட்டி குத்தம் செஞ்சாளா இல்லையானு பத்ரகாளியம்மனே சொல்லும். குத்தம் செய்யாத கையைக் கொதிக்கிற எண்ணெய் சுடாது. உள்ளே கிடக்கிற துட்டை எடுக்கிற போது உண்மை தெரிஞ்சு போகும். குத்தம்

செய்யாதவனுக்குக் கொதிக்கிற எண்ணெயும் குளிர்ந்த தண்ணி மாதிரி! முளைக்கொட்டுத் திண்ணை முறைமை எப்பவும் நியாயம் தப்பாது..."

சுப்பையா புருவம் உயர்த்தி ஊர்ச்சபையை ஒரு சுற்றுப் பார்த்தார். 'வெட்டு ஒண்ணு... துண்டு ரெண்டு'னு பேசிய சந்தோசம்.

சனமெல்லாம் துருவனையே பார்த்தது.

கைகளில் கிடந்த துண்டை இடுப்பில் கட்டினான். பத்ரகாளியம்மனுக்கு முன்னால் நெஞ்சு பரவி விழுந்து கும்பிட்டான்.

சட்டி எண்ணெய் சுண்டக் கொதித்துக் கொண்டிருந்தது. உட்கார்ந்திருந்த சனமெல்லாம் எழுந்து நின்று பார்த்தது.

துருவன் எண்ணெய்ச் சட்டியில் வலது கையை விட்டுத் துழாவினான். சனமெல்லாம் கண்ணை மூடிக் கொண்டது.

அடிச்சட்டியில் ஒட்டிக் கிடந்த நாணயம், துருவனின் விரல்களில் சிக்கியது. துட்டோடு கையை வெளியில் எடுத்து, குளிர்ந்த பச்சத் தண்ணிச் சட்டிக்குள் முக்கினான். ஒரு சத்தம் இல்லே... அழுகை இல்லே!

சனம், விருமாந்து போய் நின்றது.

வலது உள்ளங்கையில் நாணயத்தை எடுத்து, சபையார் எல்லோருக்கும் தெரிகிற மாதிரி காட்டினான் துருவன். கொதி எண்ணெய்க்குள் முங்கிய வரை, கை வெந்து விரிந்திருந்தது. துருவனின் கண்களில் நீர், மாலை மாலையாக ஓடியது.

"அப்போ... உன் பொண்டாட்டி தப்புப் பண்ணியிருக்கிறாள்..." சுப்பையா, முளைக்கொட்டுத் திண்ணையை விட்டு இறங்கி வந்தார். நாலு இளவட்டங்களைப் பார்த்து, "இவனைப் பிடிச்சுப் அந்த மஞ்சணத்தி மரத்திலே கட்டுங்கடா..." உத்தர விட்டார்.

கூட்டத்திலிருந்த வீரசுத்திக்கு, தான் சொன்ன குற்றச் சாட்டைநிரூபித்த சந்தோசம் தாங்கலே.

கையில் எடுத்த வேல்கம்பை வேயன்னா, முளைக்கொட்டுத் திண்ணையின் மையத்தில் தூக்கிப் போட்டார்.

"பெருநாழிக்குள்ளே கொம்பூதி ஆளுக கைவரிசையைக் காட்டி வெகுநாளச்சு. அக்கத்து ஊர், பக்கத்து ஊருக்குள்ளே

கன்னம் களவு, சண்டை சச்சரவு வேண்டாம்னு நெனச்சேன். இப்போ நீங்களே வினையை இழுக்குறீங்க...!" என்றபடி பக்கத்தில் நின்ற வில்லாயுதம், வையத்துரை பக்கம் திரும்பினார்.

துருவனுக்கு தீர்ப்பு சொன்ன சுப்பையா வாயைத் திறக்கவில்லை. ஏகாம்பரம் உளறக் கிளம்பினார்.

"அய்யா... துருவன் பெஞ்சாதியாலே குடிதண்ணி தீட்டுப்பட்டுப் போச்சு. ஊரு வழக்கப்படி..." முடிக்கவில்லை.

"மனுசனுக்கு மனுசன் என்னடா தீட்டு...? உங்க புஞ்சையை அவன் மிதிக்கிறான்... உங்க கலப்பையைப் பிடிச்சு அவன் உழுகுறான். அவன் காலாலே மிதிச்சு கசக்குற கதிரிலே தான், நீங்க வாயாலே திங்கிற நெல்லும் தவசமும் ஒட்டி இருக்கு...? அதிலே எல்லாம் தீட்டு இல்லே... தரையிலே ஊறுற தண்ணிக்கு மட்டும் எங்கிருந்துடா வந்தது தீட்டு...?"

ஓரமாக நின்ற ராக்குவின் கைக்குழந்தை தொண்டை வறளக் கத்திக் கொண்டிருந்தது.

வேயன்னா எழுந்தார். "சொல்லுங்கடா... துருவனை என்ன பண்ணுனீங்க..."

திண்ணையிலிருந்த அத்தனை பேரும் ஓரக் கண்ணால் சோளநாற்றுப் படப்பு பக்கம் பார்த்தார்கள். இங்கிருந்து பார்க்க, படப்புகளைத் தாண்டி நிற்கும் மஞ்சணத்தி மரம் தெரியாது. ஊடாக நுழைந்தால் மஞ்சணத்தி மரம்.

வில்லாயுதம் உற்று நோக்கினான். பெருநாழி சனத்துக்கு ஈரல்குலை ஆடியது. ஊரை அழிக்கப் போறான்ங்க.

வில்லாயுதத்துக்குப் பின்னால் வையத்துரையும் ஓடினான். கைக்குழந்தையோடு ராக்கு ஓடி வந்தாள்.

படப்புகளைக் கடந்து மஞ்சணத்தி மரத்தை கண்டதும் வில்லாயுதம் தடுமாறிப் போனான்

கூட்டில் நெறியும் தேனீக்கள் மாதிரி, துருவனின் உடம்பு முழுக்கக் கட்டெறும்புக் கூட்டம்.

கட்டப்பட்டிருந்த துருவனின் உள்ளங்கால் முதல் உச்சந்தலை வரை, இறுக்கிப் பல் ஊன்றி ஆய்ந்து கொண்டிருந்தன. உதடு வீங்கித் தடித்து திறந்து தொங்கிய வாயிலிருந்து எச்சில் ஓடிக் கொண்டிருந்தது. மூக்குத் துவாரம், கண் இமை, காது

மடல் எல்லாம் கட்டெறும்புக் கூட்டம் மொய்த்துக் குதறிக் கொண்டிருந்தன.

கொதி எண்ணெய் சட்டிக்குள் நுழைந்து வெந்து விரித்திருந்த வலது கை, கடிக்கப் பதமாக இருந்தது. மஞ் சணத்தி மரத்தோடு பிணைத்துக் கட்டப்பட்டு, தலை தொங்கிக் கிடந்தான் துருவன். ரெண்டு நாட்களாகக் கட்டெறும்புகளுக்கு உடம்பை ஒப்புக் கொடுத்து விட்டான்.

பச்சப் புள்ளக்காரி ராக்கு அலறினாள்.

"ஆத்தாடீ...! ஆத்தாடீ...! என் புருசனைக் கொன்னுட்டான்ங்களே!"

வேயன்னா, முளைக்கொட்டுத் திண்ணையிலிருந்து குதித்து ஓடிவந்தார். வில்லாயுதமும் வையத்துரையும் துருவனின் புறங்கைக் கட்டுகளை அவிழ்த்து விட்டுத் தரையில் சாய்த்து, புழுதி மண்ணில் முன்னும் பின்னும் புரட்டினார்கள்.

ராக்கு கைக்குழந்தையோடு அலறி உருண்டாள். வேயன்னா தவித்துப் போனார்.

கை விலகிய குழந்தை, தனியே கிடந்து வீறிட்டது. குழந்தையைத் தூக்கிக்கொண்ட வேயன்னா, தோள் துண்டை வில்லாயுதத்திடம் கொடுத்து கட்டெறும்புகளை வழித்தெறியச் சொன்னார். துருவனுக்கு உயிர் இருந்தது.

வையத்துரை, விழுந்து கிடந்த ராக்குவின் முகம் குலுக்கி அவளை உட்கார வைத்தான். கண் திறந்ததும் எழுந்து ஓடி, புருசனின் நெஞ்சில் விழுந்து கதறினாள். வீங்கிப் பெருத்திருந்த தலையைத் தூக்கித் தன் மடியில் வைத்துக் கொண்டு பொங்கிப் பொங்கி அழுதாள்.

"ஒரு வாய் தண்ணிக்காக... என் உசுரை பணயம் வச்சுட்டேனே...!" தலையில் அடித்துக் கொண்டு கத்தினாள்.

வேயன்னாவுக்கு நெஞ்சை அடைத்தது. வில்லாயுதம், துருவனைத் தூக்கித் தன் தோளில் போட்டான். வையத் துரையின் கைத் தாங்கலில் ராக்கு எழுந்தாள்.

கைக்குழந்தையோடு வேயன்னா முன்னே நடக்க, படப்படி தாண்டியதும் முளைக்கொட்டுத் திண்ணை வெறிச்சோடிக் கிடந்தது. வேயன்னாவின் வேல்கம்பு மட்டும் திண்ணையின் மையத்தில் கிடந்தது. வேல்கம்பை எடுக்க வந்த வேயன்னாவின்

கண்ணில் தூணோரம் பச்சமுத்து தட்டுப்பட, கையெடுத்துக் கும்பிட்டவன், "அய்யா... இந்த பத்ரகாளி சத்தியமா.. எனக்கு ஒண்ணும் தெரியாது..." கண் கலங்கினான்.

"டேய் பச்சமுத்து! உங்க ஊரு பெரிய மனுசங்க எல்லோருக்கும் சொல்லு... நாளையிலே இருந்து, பெரும்பச்சேரி சனமெல்லாம் இந்த ஊரு எஸ்டேட் கிணத்துல, 'தன் வாளி' போட்டுத் தான் தண்ணி இறைப்பாங்க. தடுக்கிறவனைக் கிணத்துக்கு வரச் சொல்லு..."

துருவனைத் தோளில் சுமந்து கொண்டு வில்லாயுதம் முன்னே போக, வையத்துரையையும் ராக்குவையும் ஊடே விட்டு, ஒரு கையில் வேல்கம்பு, இன்னொரு கையில் பச்சக் குழந்தையோடு பெருநாழி தெரு தகிக்க, வேயன்னா நடந்து போனார்.

தன்னைக் கட்டிப் பிடித்து அழுது கொண்டிந்த ஹஸார் தினாரைப் பிடித்து தள்ளி விட்டாள் வஜ்ராயினி.

முழங்கால்களுக்கு உள்ளிலிருந்து தலையைத் தூக்கி, "நான் யார்...? சொல்லுங்க... நான் யார்...?" முதல் முறையாகக் கேள்வி கேட்டாள்.

ஹஸார் தினார் அதிர்ந்து போனான். "வஜ்ராயினி!"

"சொல்லுங்க... என்னை ஏன் வளர்க்கிறீங்க...?"

இப்படி ஒரு கேள்வியை ஹஸார் தினார் எதிர்பார்க்கவில்லை.

வஜ்ராயினியின் தலையைக் கோதப் போனான்.

"என்னைத் தொடாதீங்க... நான் அவனைப் பார்க்கணும்..."

"நீ அவனைப் பார்க்கக் கூடாது..."

"நான் அவனைப் பார்க்கணும்... அவனோடு பேசணும்..."

உள்ளே நுழைந்த மான், மெல்ல வந்து வஜ்ராயினியை அணைந்து நின்றது.

பொழுது விடியுமுன்பே பெரும்பச்சேரி சனம் கிளம்பி விட்டது. ஆண், பெண் அத்தனை பேர் தலையிலேயும் கையிலேயும் பானை, குடங்கள். வீட்டுக்கொரு பனை ஓலைப்பட்டை.

வேயன்னா, வில்லாயுதத்தோடு கொம்பூதி இளவட்டங்களும்

ஆயுதங்களோடு, விடியுமுன்பே பெரும்பச்சேரி வந்து விட்டனர்.

சாபம் விலகிய சந்தோசத்திலே பெரும்பச்சேரி சனம் குதியாட்டம் போட்டுக் கிளம்பியது. சின்னஞ் சிறுசுகளும் கையில் அகப்பட்ட மண் சட்டிகளோடு கூட்டத்துக்குள் கலந்தார்கள். காலமெல்லாம் குடி தண்ணிக்குப்பட்ட கருமாயம் தீரப் போகிற துள்ளுமானம், ஒவ்வொரு முகத்திலும் பளிச்சிட்டது.

பொழுது இன்னும் விடியலே.

பெருநாழி உழவு கட்டிகளை மிதித்து நொறுக்கி கொண்டு உள்ளே போகும் வேயன்னாவைப் பின் தொடர்ந்து தாகப் பட்ட சனம் நடந்தது.

கொம்பூதி இளவட்டங்களும் பெரும்பச்சேரி இளவட்டங்களும் கலந்து நடந்தார்கள்.

இன்றைக்கு நடுக்காட்டுச் சந்தை கூடுகிற கிழமை. பொருத்தமான நாளாகத் தான் வாய்த்திருக்கிறது.

கண்மாய்க்கரை ஏறியதும் பொழுது, பளபளவென விடிந்திருக்க, எஸ்டேட் கிணத்தடியிலே உள்ளூர் ஆள் ஒருத்தரையும் காணோம்.

கிணற்றருகே வந்து நின்ற வேயன்னா, சனங்களைப் பார்த்து கையசைத்தார். அத்தனை பனை ஓலைப் பட்டைகளும் சரசரவெனக் கிணற்றுக்குள் இறங்கின.

நாலு பக்கச் சுற்றுச்சுவர் நெடுக நின்ற அத்தனை ஆணும் பெண்ணும் முதன் முதலாக எஸ்டேட் கிணற்றுத் தண்ணீரைக் குனிந்து பார்த்தார்கள். தண்ணீர் நிறைய 'மலம்' மிதந்தது.

21

"பெரும்பச்சேரி சனம், நாளையிலிருந்து எஸ்டேட் கிணத்திலே 'தன்வாளி' போட்டுத் தான் தண்ணி இறைப்பாங்க. உங்க ஊரு ஆளுககிட்டே சொல்லிரு" என்று வேயன்னா, பச்சமுத்துவிடம் சொல்லி விட்டுப் போனதுமே கூடிப் பேசுனாங்க.

"நம்ம ஊரு விவகாரத்திலே கொம்பூதிக்காரர் தலையிடுறது தப்பு. 'தன்வாளி' போட்டு தண்ணி இறைக்க உத்தரவு போட அவரு யாரு?"

'ஊர்க் கட்டுப்பாடு... சாதிக் கட்டுப்பாடு'ன்னு எதுக்கு இருக்குது?"

"அதெல்லாம் அவருக்குத் தெரியாதுப்பா. பூர்வீகமா குடியிருக்கிறவனுக்குத் தான் அதெல்லாம் புரியும். அவரு 'வந்தேறி' தானே? எந்தக் காட்டிலேயே இருந்து ஓடிவந்து உட்கார்ந்த ஆளுகளுக்கு, இங்கே உள்ள வழமை என்ன தெரியும்?"

"கொம்பூதிக்காரன் பேச்சைக் கேட்டு பெரும்பச்சேரிக்காரன் கெட்டுப் போகப் போறான்."

"தன்வாளி போட்டுத் தண்ணி இறைக்க விடவே கூடாது."

"என்ன செய்யலாம்?"

"இப்படிச் செய்வோம்."

"எப்படி?"

சுப்பையா குசுகுசுத்தார்.

புலவருக்கு சம்மதமில்லே. பச்சமுத்துவுக்கு வயிற்றைப் பிசைந்தது.

எஸ்டேட் கிணற்று குடிநீர் முழுக்க 'மலம்' மிதந்தது.

தாகமெடுத்து நீண்ட நாக்குகள் சுருண்டு கொண்டன. கண்கள் அசிங்கப்பட்டுக் கூசின. மனசெல்லாம் நாறியது. பாதங்களில் முளைத்த வேர்கள், நீர் நிலை காணும் இடம் தேடி பூமியைத் துளைத்துக் கொண்டு பயணப்பட்டன. காற்றின் ஈரம் சேகரிக்க, வானப் பரப்பெங்கும் நாவுகள் துழாவி அலைந்தன.

வேயன்னா நிலைகுலைந்து போனார்.

குதியாட்டம் போட்டு வந்த சனம் அத்தனையும், அம்மணமாகிய நினைப்பில் கூனிக் குறுகித் தடுமாறியது. கையில் அகப்பட்ட மண சட்டிகளோடு ஓடி வந்திருந்த சிறு குழந்தைகள், கிணற்றுச் சுற்றுச் சுவர் மறைக்க எக்கி எக்கி பார்த்தார்கள். நிற்க வலுவிழந்த கால்கள் தரையைத் தேய்த்தன.

விடிந்து வெகுநேரமாகியும் பெருநாழி தெருக்களில் நடமாட்டம் இல்லை.

வேல ராமமூர்த்தி

அலைஅலையாய் பெருஞ்சிரிப்பு கேட்டுக்கொண்டே இருந்தது. காலம் காலமாய் கேட்கும் வெறி கொண்ட சிரிப்பு.

ஓடிவந்த வேகத்தில் சரசரவென கிணற்றுக்குள் இறங்கி விட்ட பனை ஓலைப்பட்டைகள், மெதுவாய் இழுபட்டு மேலேறின. சனம் மெல்ல கலைந்தது.

வேயன்னா, குத்துப்பட்ட காட்டுப் பாம்பாய் பெரும்பச்சேரி தடத்தில் முன்னே போக, தாகப்பட்ட சனம் பின் தொடர்ந்தது. ஆடிகாற்றுக் கூட, அடிக்கப் பதறி எங்கோ பதுங்கி கிடந்தது.

அந்தப் பெருஞ்சிரிப்பு மட்டும் பிடறியில் அடித்துக் துரத்திக் கொண்டே வந்தது.

ஊருக்குத் தெற்கே 'நடுக்காட்டுச் சந்தை' கூட ஆரம்பித்தது. சாயங்காலம் தொடங்கி தீவட்டி வெளிச்சத்தில் விடிய விடிய வியாபாரம் மும்முரமாய் நடக்கும். சுற்றுப்பட்டி அத்தனை சனமும் கூடுகிற இடம்.

சலங்கை மணி பூட்டிய மாட்டு வண்டிகள் பாரமேற்றி வந்து குவியத் தொடங்கின. பெரிய பெரிய நார்ப்பெட்டிகளில் தவசம் தான்யத்தை தலைச்சுமையாய்ச் சுமந்துகொண்டு 'ணங்... ணங்' என எட்டுப் போட்டு வரும் பெண்கள் கூட்டம். வேடிக்கை பார்க்க வரும் இளவட்டங்கள்.

சந்தைக்கு மேற்கே ஊரணிக் கரை நெடுக பெரும் பெரும் புளியமரங்கள். கிழக்கே ஆட்டுச்சந்தை, மாட்டுச் சந்தை... வட்டம் போட்டு விரிந்து கிடக்கும் நடுக்காட்டுச் சந்தையிலே பொழுது மயங்க, மயங்ககூட்டம் நெறியத் தொடங்கியது.

குடை ராட்டினத்தில் சிறுபிள்ளைகள் கத்துற சத்தம்தான் பெருஞ் சத்தமாகக் கேட்குது.

கத்திரிக்காய், அவரைக்காய், தக்காளிக் கடைப் பக்கம் கூட்டத்தையே காணோம். அத்தனை கொள்முதலும் முடிந்து கடைசியாக தான் காய்கறிக் கடைப் பக்கம் சனம் திரும்பும்.

கருவாட்டுக் கடையிலே சனம் மொய்த்தது.

வாளை, சீலா, சூடை நெத்திலி கருவாடுகள். உப்புப் போட்டு பதப்படுத்திய கருவாடுகள். அதிலும் வாளைக் கருவாட்டு வயிற்றைக் கீறி உப்பு வைத்த இடத்தைத் திறந்து பார்த்தால், செக்கச்செவேர்னு...' பச்சை கருவாட்டையே திங்க வாய் ஊறும்.

அம்பாரம் அம்பாரமாய் குவிந்து கிடக்கும் நுங்கு. பாளை

அரிவாளால் சீவி துணுக்கு துணுக்காய் இள நுங்குகளை எடுத்துக் தின்பதும் உண்டு... நுங்கு முகம் கண்டதும் விரலால் குத்தி உறிஞ்சிக் குடிக்கிறதும் உண்டு.

புட்டு புட்டாக பழுத்து விரிந்திருக்கும் வெள்ளரிப் பழம். மாவாய்க் கரையும் விதை ருசி தனி.

அய்யாப்பிள்ளை பெஞ்சாதி வெள்ளைச் சீலை சிவபாக்கியம் சுடுகிற அங்காடித் தோசைக்கு அடிபிடி. கல்லிலே மாவு ஊத்தி, மாவுக்கு மேலே முட்டை ஊத்தி, முட்டைக்கு மேலே மாவு ஊத்தி, வேக வேக புரட்டிப்போட்டு சுடுகிற அங்காடித் தோசை, பல் இல்லாத கிழடுகளின் வாய்க்கு மெதுவாகவும் ருசியாகவும் இருக்கும். வெள்ளைச் சீலைக்கார சிவபாக்கியம் கைப்பக்குவத்திலே பாசிப் பயத்துச் சட்டினி ஒரு ருசி!

நரிக்குறவர்கள் விரித்திருக்கிற கடைப்பக்கம் சனங்களைக் காணோம். ஆனாலும் சத்தம் பலமா கேட்குது. மரச்சீப்பு, மாட்டுக் கொம்பு சீப்பு, தந்தத் சீப்பு... வகை வகையான சீப்புகள். நரிக்கொம்பு, புலி பல்லு, ஊசி பாசி மணிகள்.

காட்டுபாவா ராவுத்தர் கடையிலே குமரிகள் கூட்டம். தலை அலங்கார ஜோடனைகள். ஒரு பொருளை வாங்கும் முன் ஒன்பது யோசனை பண்ணும் குமரிகள். சிரிப்பும் கும்மாளமுமாய் நின்றார்கள்.

கார்மேக ஆசாரி கலப்பை செதுக்கறதிலே வல்லவன். எத்தனை ஆசாரிகள் விரித்து வைத்திருந்தாலும், எல்லா சம்சாரிகளும் ஏர்க்கலப்பை, இரும்புக் கொழு வாங்க கார்மேக ஆசாரியிடம் தான் வருவார்கள். உட்கார்ந்து ஊர்க்கதை பேசி வாங்குவார்கள்.

செல்லையா பிள்ளை சேவுக்கடையிலே வியாபாரம் தீ பறக்குது. சீனி மிட்டாய், கொட்டான் கொட்டானாக அடிபடுது.

ஊரணிக் கரையோரம், சூரங்குடி தேனம்மாள் கள்ளுப் பானை. ஒரு புளிய மரம் தள்ளி, வேப்பங்குளம் சாராயம். குடிக்க வர்றவன் இதைக் குடிப்பானா... அதைக் குடிப்பானா...? பொண்ணுக்காக கள்ளு, போதைக்காக சாராயம். ரெண்டையும் குடிச்சவன் ஊரணிக்கரை மேலே உருண்டு கிடக்கிறான்.

ஆட்டு வியாபாரம், மாட்டு வியாபாரம் ஒரு பக்கம்.

சனம் நெறிபட்டுத் திரிந்தது. இருட்டு ஏறிக் கொண்டே போகிறது.

ரெண்டு குதிரைப் போலீஸ், சந்தைக்குள் கண்காணிப்பாய் நடைபோட்டு திரிந்தார்கள்.

ராட்டினத்துச் சிறு குழந்தைகள் ‘ஹோ...’ வென சிரித்துக் கூப்பாடு போட்டுக் கொண்டிருந்த நேரம். மேற்கே ஊரணிக்கரை இறக்கத்திலிருந்து ஒரு கூட்டமும், தெற்கே கருவக்காட்டுக்குள்ளிருந்து ஒரு கூட்டமும் தீவட்டிகளோடு வந்தார்கள். எல்லோரும் இடது கையில் தீவட்டியும் வலது கையில் ஆயுதமும் வைத்திருந்தார்கள்.

ரெண்டு திசைகளிலிருந்தும் ‘திமுதிமு’ வென நுழைந்து சந்தைக்குள் புகுந்து வரிசையாய்க் கை வைத்தார்கள்.

கடைக்காரன் எல்லாப் பயலுக்கும் வெட்டு. குவிந்திருந்த தானியங்களைச் சிதறி அடித்தார்கள். கூடாரங்களைத் தீயிட்டுக் கொளுத்தினார்கள். அலறிய கடைக்காரன் வாயில் தீவட்டியை நுழைத்தார்கள்.

சந்தைக்கு வந்த சனம் ஓடக் கிளம்பியது.

தளவாடப் பொருட்களை நொறுக்கினார்கள். பாய்ந்து வந்த போலீஸ் குதிரையின் முன்னத்திங்காலை வெட்டி விழுத்தாட்டினார்கள். காவலுக்கு வந்தவர்களின் உடுப்பில் தீப்பற்றி எரிய, ஓடிப்போய் ஊரணித் தண்ணீருக்குள் விழுந்து அணைத்தார்கள்.

துண்டுக்குள் கைபோட்டு பேரம் பேசிய வியாபாரிகளின் மணிக்கட்டு வெட்டி எறியப்பட்டது. எண்ணெய்ச் சட்டிகள் கவிழ்ந்தன. ஆடு, மாடுகள் துரத்தியடிக்கப்பட்டன. மிச்சம் மீதியை அள்ளிக்கொண்டு ஓடியவர்களின் குதிகால்கள் வெட்டுப்பட்டன. பெருநாழிக்காரர்களை பார்த்து பார்த்து வெட்டினார்கள்.

சந்தைக்கு வந்த வெளியூர்ச் சனம் மட்டும் சிறு கீறல் கூட விழுகாமல் தப்பி ஓடியது.

சந்தையைச் சூறையாடிய கூட்டம் வடக்கே திரும்பி ஊருக்குள் நுழைந்தது. எதிர்பட்ட வீடுகளுக்கு தீ வைத்தது.

இந்தத் தெரு வழியாக தான் நேற்று, பெரும்பச்சேரி ராக்கு புருசன் துருவனைத் தோளில் சுமந்து கொண்டு வில்லாயுதம் நடந்து போனான்.

பெருநாழி முக்கியஸ்தர்களுக்குத் தெரிந்து போயிற்று. ‘பெரும்பச்சேரிக்காரனும் கொம்பூதிக்காரனும் ஒண்ணு சேர்ந்து ஊருக்குள்ளே நுழைஞ்சிட்டான்ங்க.’

‘தெருவழியே வீடுகளை நொறுக்கிக் கொண்டு வந்தார்கள். ஆடு, மாடுகளை அவிழ்த்து ஓட்டி விட்டார்கள்.

ஊரோடு திரண்டு பெருநாழி முக்கியஸ்தர்கள் எல்லாம் கமுதி போலீஸுக் கச்சேரியில் வந்து விழுந்தார்கள்.

“எசமான்... என்ன செய்வீங்களோ தெரியாது... எங்க ஊருக்குக் கச்சேரி வேணும். கொம்பூதிக்காரன் எங்களை குடியிருக்க விடமாட்டான். இப்போ பெரும்பச்சேரிக்காரனும் ஒன்னு சேர்ந்துட்டான். எங்க உயிருக்கும் பொருளுக்கும் பாதுகாப்பு வேணும்.’’

“கச்சேரிச்சு இடம்... அதிகாரி தங்கறதுக்கு வீடு எல்லாம் தருவீங்களா?”

இதையெல்லாம் கேட்பார்கள் என்று தெரிந்தே வந்திருந்தார்கள்.

“காளத்தி சாபத்திலே மணியக்காரர் வீடு வாரிசு இல்லாமல் போச்சு. பெரிய வீடு. மராமத்து பண்ணித் தர்றோம். அங்கே தங்குங்க...”

“நீங்க இனிமேல் பயப்படத் தேவையில்லை. எல்லாம் எங்க பொறுப்பு. கொம்பூதியை ஒரு வழி பண்ணுறேன்” அதிகாரி எழுந்தார். குறிப்பறிந்து பெரும் போலீஸ் படை கிளம்ப ஆயத்தமானது.

22

சூறையாடப்பட்ட ‘நடுக்காட்டுச் சந்தை’ விடிய விடிய புகைந்து கொண்டிருந்தது.

வெட்டுப்பட்டது, அடிப்பட்டது, சேதப்பட்டது கூட பெருநாழிக்காரர்களுக்குப் பெரிதாகக் தெரியவில்லை. கொம்பூதிக்காரனும் பெரும்பச் சேரிக்காரனும் ஒண்ணு சேர்ந்து வந்தது தான் ஆபத்தான அறிகுறியாகத் தெரிந்தது.

காலமெல்லாம் தலை நிமிராமல் கவிழ்ந்த வாக்கில் ஊழியம் செய்து விட்டு, கொடுக்கிற கூலியை மடியேந்தி வாங்கிக் கொண்டு, குடும்பம் குடும்பமாகக் கூழுக்கும்

கஞ்சிக்கும் பாடுபடுகிறவன் பெரும்பச்சேரிக்காரன். அவன்... கொம்பூதிக்காரனோடு சேர்ந்து கம்பெடுத்து வந்து விட்டான்!

நம்ம காடுகரையிலே பாடுபட்டால் தான் அவனுக்குக் கஞ்சி. அந்த நினைப்பு கூட இல்லையே நாமும் ரோசப்பட்டு, 'இனிமே எங்க காட்டு வேலைக்கு நீங்க வரவேண்டாம்'னு சொன்னால் நமக்கு ஊழுகிறது, விதைக்கிறது யாரு...? அவனை விட்டால், நம்மகாடு தரிசாகிப் போகும். பெரும்பச்சேரிக்காரன் பேரிலே குத்தம் இல்லே... எல்லாம் கொம்பூதிக்காரன் கொடுக்கிற தைரியம்.

கொம்பூதிக்காரன் 'வந்தேறி' பயலுக. எங்கேயோ இருந்து இங்கே வந்து குடியேறிக் கொண்டு அட்டூழியம் பண்றான். அவனைக் கட்டுப்படுத்த ஆள் கிடையாது. சுத்துப்பட்டியெல்லாம் தன்போக்கிலே புகுந்து கொள்ளையடிக்கிறான்.

கொள்ளையடிக்கிற பொருளையும் காப்பாத்தத் தெரியலே. நம்ம ஊர் பச்சமுத்து கிட்டே தூக்கிக் கொடுத்து விட்டு வயிற்றைக் கழுவுறான்ங்க. ரெண்டு ஊரு கோட்டிப் பயலுகளையும் ஒண்ணு சேர விடக்கூடாது. சேரவிட்டால்... நமக்கு பிழைப்பு இல்லாமல் போகும். கொம்பூதிக்காரனை ஒடுக்கினால், பெரும்பச்சேரிக்காரன் பதறிப் போவான்.

அதுக்கு ஒரே வழி... வெள்ளைக்கார போலீஸுக்கு வேண்டி வசதிகளை பண்ணிக் கொடுத்து, இங்கேயே உட்கார வைக்க வேண்டியது தான்.

பெருநாழிக்கு போலீஸ் வந்திறங்கியது.

வெள்ளைக்காரத் துரை விக்டர், ஈவு இரக்கமில்லாத அதிகாரி என்று பேர் வாங்கியவர். சிப்பந்தி தானாக்காரர்களில் ஒன்னு ரெண்டு பேர் உள்நாட்டு ஆட்கள். மற்ற எல்லோருமே வெள்ளைக்காரன்கள். முரட்டு முரட்டு ஆட்கள். அவர்கள் பேசுவது ஊர் சனத்துக்கு ஒன்னும் புரியலே.

பாழடைந்து போன மணியக்காரர் வீடு 'தானாக் கச்சேரியாக' மாறியது. இடிபாடுகளை ஒழுங்கு பண்ணி உட்கார, ஊர்ச்சனம் உதவியது. வெள்ளைக்கார போலீஸுகளைப் பார்க்கப் பார்க்க வேடிக்கையாக இருந்தது. பொம்பளைகளை போலீஸுக்காரன் பார்க்கிற பார்வை தான் சரியில்லே.

பெரிய அதிகாரி விக்டர் துரை குடியிருக்க, ஊருக்கு ஒதுக்குப்புறமாக ஒரு வீடு ஏற்பாடானது. விஸ்தாரமான ஓட்டு

வீடு. சுற்றி மூங்கில் பட்டியல் வரிந்த வேலி. சின்னத் தோட்டம். குளிக்கக் கிணறு. காற்றோட்டமான சாளரம்.

ஊருக்குள் வந்திறங்கியதுமே விக்டர் துரை, முக்கியஸ்தர்களை அழைத்துக் கொண்டு, இரவு சூறையாடப்பட்ட நடுக்காட்டுச் சந்தையைப் பார்வையிடப் போனார். லாடமும் குமிழ் ஆணியும் பொருத்திய கனத்த காலணிகளை மாட்டிய போலீஸ் படை சூழ, தெரு நெடுக நடந்தார்கள்.

இதே தெரு நெடுக, நேற்று கொம்பூதிக்காரர்களும் பெரும்பச்சேரிக்காரர்களும் அடித்து நொறுக்கிக் கொண்டு வந்த போது வீட்டுக் கதவுகளை மூடி அஞ்சிக் கிடந்தவர்களுக்கு போலீஸைக் கண்டதும் தெம்பாக இருந்தது.

தீக்கிரையாகி சூறை போன 'நடுக்காட்டுச் சந்தை' குவியல் குவியலாகக் கருகிக் கிடந்தது. தப்பியோடும் போது நெருப்பில் சிக்கிய ஆடுகள், விறைத்து கால் அகற்றிக் கிடந்தன. தானியங்கள் சாம்பலாகக் குவிந்திருந்தன. கூடாரங்கள் அரை பாதி விழுந்தும் நின்றும் புகைந்து கொண்டிருந்தன. குடை ராட்டினத்தில் இன்னும் நெருப்பு கனன்று கொண்டிருந்தது. சுப்பையாவும் ஏகாம்பரமும் விக்டர் துரைக்கு முன்னே ஓடி ஓடி விவரம் சொன்னார்கள். முன்சீப்பும் தலையாரியும் சுரத்தில்லாமல் உடன் வந்தார்கள்.

நேற்று கூட்டத்தோடு ஓடி தோள்பட்டையில் வெட்டுவாங்கிய சுப்பையா சொன்னார்...

"எசமான்... கேட்க ஆளில்லாமல் போச்சு எசமான். இத்தனைக்கும் காரணம் கொம்பூதிக்காரன் தான். அவனை ஒடுக்கினால், பெரும்பச்சேரிக்காரன் தன்னாலே வழிக்கு வருவான்..." இடையில் ஏகாம்பரமும் நுழைந்தார் "பெட்டிப் பாம்பாக இருந்த பெரும்பச்சேரிக்காரனை உசுப்பேத்தி விட்டதே கொம்பூதிக்காரன்தான். அவனை ஒடுக்கினால், பெரும்பச்சேரிக்காரன் தன்னாலே வழிக்கு வருவான்..."

கூட்டத்தோடு வந்த பச்சமுத்து மெல்லக் கேட்டான் "பெரும்பச்சேரி துருவனை மஞ்சணத்தி மரத்திலே கட்டி செச்சது அவசரப்பட்ட முடிவோனு தோணுது..."

சுப்பையாவுக்குப் பொறுக்கவில்லை "ஏப்பா பச்சமுத்து... கொம்பூதிக்காரன் களவுக்குப் போகலேன்னா உன் பிழைப்பு கெட்டுப் போகும், அப்படித் தானே? குடி தண்ணியைத் தீட்டுப்

படுத்தினால் என்ன தண்டனையோ, அதைத் தான் ஊர் கூடி முடிவு பண்ணுச்சு...”

புலவர் இடக்காகக் கேட்டார் “ராக்கு இறைச்சதாலே தண்ணி தீட்டுப் பட்டுச்சா...? இல்லே, நரகலை அள்ளி நம்ம ஆளுகள் கொட்டுனதினாலே தீட்டுப் பட்டுச்சா...?”

எல்லோரும் சீறினார்கள் ‘ரெண்டு ஊருக்காரனையும் தூண்டி விட்டதே புலவராயிருக்குமோ...?’

புலவர் வாயை இறுக்கிக் கொண்டார்.

எல்லாவற்றையும் கேட்டுக் கொண்டே நடுக்காட்டுச் சந்தை முழுவதையும் சுற்றிப் பார்த்த விக்டர் துரை, நிறுத்தி வைக்கப்பட்டிருந்த குதிரைச் சாரட்டில் ஏறி அமர்ந்தார். கண்கள் நெருப்புக் கங்குகளாகச் சிவப்பேறிப் போயிருந்தன.

“இதுக்கெல்லாம் முடிவு கட்ட வேண்டியது என் பொறுப்பு. நீங்க பயப்பட வேண்டாம்...”

விக்டர் துரையின் சாரட் கச்சேரி நோக்கிப் புறப்பட்டது.

வஜ்ராயினியைப் பார்த்து இரண்டு நாட்களாகி விட்டன. குதிரை ஏறிப் பறந்து வந்து கொண்டிருந்தான் வில்லாயுதம். அவள் இருக்கும் திசை நோக்கிப் பயணப்படுவதே சுகமாக இருந்தது. எதிர்கொண்டு வீசும் காற்றெல்லாம் நறுமணம் கமழ்ந்தது. நெருங்க நெருங்க, உயிர் இளகிக் கொண்டே வந்தது. வஜ்ராயினியைச் சந்தித்த இரண்டு முறையும் பேச்சில்லை... ஸ்பரிசமில்லை. பார்வையாலேயே கூடு மாறிக் குடியிருந்த விந்தை நிகழ்ந்தது.

வஜ்ராயினியைப் பார்க்காத இந்த இரண்டு நாட்களும் வில்லாயுதம் ஊருக்குள் இருந்தானேயொழிய, ஊமையாகத் தான் இருந்தான். ஒரு வார்த்தை யாருடனும் பேசவில்லை. மூச்சை எல்லாம் அந்தரங்கமாக அடக்கி வைத்து, அவளுடைய சுவாசத்தோடு கலந்து விடப் பறந்து வந்தான்.

அன்று, இவனுக்கும் அவளுக்கும் சின்ன இடைவெளி தான். இவன் யாசகம் கேட்பதும் அவள் இறைக்கத் துடிப்பதுவுமாக நொடிப் பொழுதில் யுகங்களைத் தாண்டிய அயர்ச்சி. தகித்த தகிப்பில் மேனிகள் பொசுங்கி, உயிர்கள் பிணைந்தன.

ஆற்றங்கரை ஓரம் அமர்ந்திருந்த வஜ்ராயினி, இரண்டு நாட்களாக ஹஸார் தினாருடன் பேசவில்லை. கரை மேட்டிலிருந்த நாவல் மரத்தடியில் வஜ்ராயினியின் காவலுக்கு உட்கார்ந்திருந்தான் ஹஸார்தினார்.

தன் வளர்ப்பு ரகசியம் பற்றிக் கேட்கும் வஜ்ராயினியிடம் உண்மையை எப்படிக் கூறுவது...? நாகமுனியின் வைரக் கனவுகளுக்கு, நரபலி உறுதி. வஜ்ராயினியும் அவளைத் தொடர்ந்து தானும் பலியாகப் போவது விதி. எங்கிருந்து முளைத்தான் இந்த திருடன்...? கேள்விகளற்று வளர்ந்தாளே வஜ்ராயினி! இடையில்இதென்ன விபரீதம்!

பட்டினியும் பல நினைவுகளுமாக அமர்ந்திருந்த ஹஸார் தினார், முதுகுக்குப் பின்னால் ஆள் அரவாட்டம் உணர்ந்து திரும்பினான். குதிரையிலிருந்து குதித்த வில்லாயுதமும் ஹஸார் தினாரைப் பார்த்து விட்டான்.

ஹஸார் தினார் எழுந்து ஓடி வந்தான். மலைத்து நின்ற வில்லாயுதத்தின் வலது கரத்தைப் பற்றிக் கொண்டான். வில்லாயுதம் வந்திருப்பது வஜ்ராயினிக்குத் தெரிந்து விடக் கூடாது என்பதற்காக, அவன் வந்த வழியே இழுத்துப் போனான். ஒரு மரத்தின் மறையில் நிறுத்திய ஹஸார் தினார், வில்லாயுதத்தின் இரண்டு கால்களையும் கட்டிப் பிடித்துக் கொண்டான்.

"நீ இங்கே வராதே... இனிமேல் எப்போதும் வராதே..." அழுதான்.

"ஏன் வரக்கூடாது... அவள் யார்... நீங்களெல்லாம் யார்...?"

''விவரமாகச் சொல்கிறேன், கேள்...''

வில்லாயுதத்தைத் தரையில் உட்கார வைத்துத் தானும் அமர்ந்தான் ஹஸார் தினார்.

ஆற்றங்கரையோரம் அமர்ந்திருந்த வஜ்ராயினியை மீன் கூட்டம் நீந்தி ஆட அழைத்தது. சம்பங்கி ஆறு சுமந்து வந்த பூக் குவியல், வஜ்ராயினியின் காலை விட்டு மீண்டு போகாமல் அந்த இடத்திலேயே மண்டியது. வில்லாயுதத்துக்காகக் காத்திருக்கும் வஜ்ராயினிக்கு எதிலும் மனம் ஒட்டவில்லை.

எல்லாவற்றையும் சொல்லி முடித்திருந்தான் ஹஸார் தினார். வில்லாயுதம் எழுந்தான்.

“வில்லாயுதம்... என்ன சொல்றே...?” கையைப் பிடித்துக் கெஞ்சிய ஹஸார் தினாரை உதறி விட்டு, வஜ்ராயினியைப் பார்க்காமல் குதிரை ஏறிக் கொம்பூதி நோக்கிப் புறப்பட்டான் வில்லாயுதம்.

கொம்பூதியை விட்டுக் கிளம்பியதிலிருந்தே வேயன்னாவின் நெஞ்சுக்குள் உறுத்தியது. சகுனம் எல்லாம் சரியாகத் தான் இருந்தது. ஆனாலும் மனசு சஞ்சலப்பட்டது. ஏதோ ஒரு கெட்ட காரியம்நடக்கப் போகுது.

எருமைகுளம் தாண்டி, கோவிலாங்குளத்தை நெருங்கிக் கொண்டிருந்தார்கள். ‘இனிமேல் பின்வாங்க முடியாது. வந்தது வரட்டும்... முன்னே நடந்தார். வையத்துரையும் இளவட்டங்களும் தடம் பார்த்துப் போனார்கள்.

மந்தையில் நிலவடித்துக் கொண்டிருந்தது. ஆம்பளைகளைத் தொழிலுக்கு அனுப்பி விட்டு குமரிகள் விளையாடக் கிளம்பினார்கள். பெரிய பொம்பளைகள், விளையாட்டை வேடிக்கை பார்க்கக் கூடினார்கள்.

இன்னிக்கு விளையாட்டிலே சிட்டு சேரவில்லை. அன்னமயில் எப்பவும் சேருவதில்லை.

மந்தை ஓரம் கிடந்த ஊர்ப்பொது உரலில் வெள்ளையம்மா தவசத்தை அள்ளிக் கொட்டினாள். உரலுக்கு ஒரு பக்கம் சிட்டுவும், மறுபக்கம் அன்னமயிலும் ரெட்டை உலக்கை போட்டு தவசத்தை குத்த ஆரம்பித்தார்கள்.

அங்கம்மா, உரலோரம் உட்கார்ந்து தவசத்தை புடைத்துக் கொண்டே குமரிகளின் ஆட்டத்தை வேடிக்கை பார்த்தாள். தொழிலுக்குப் போய்த் திரும்புகிற ஆம்பளைகளுக்கு தவசத்தை இடித்துப் புடைத்து தான் கஞ்சி காய்ச்சி வைக்கணும்.

கூழானிக் கிழவி, வழக்கம் போல் குமரிகளை அதட்டவும், கும்மாளம் போட்டுச் சிரிக்கவுமாக இருந்தாள்.

ஆண்களே இல்லாத கொம்பூதி நோக்கி முதன்முதலாக போலீஸ் நடை போட்டு வந்து கொண்டிருப்பதை அறியாமல், குமரிகளின் இரவு நேர விளையாட்டு களை கட்டியிருந்தது.

23

இன்ஸ்பெக்டர் விக்டர் துரை, சிப்பந்தி தானாக்காரர்களுக்கு நேற்று மாலையே உத்தர விட்டு இருந்தார்.

"இன்னிக்கு ராத்திரி கொம்பூதி போகணும். அந்த ஊர் வீயன்னாவைக் கச்சேரிக்கு கூட்டி வரணும்...''

சிப்பந்தி தானாக்காரர்களில் வெள்ளை போலீஸும் உள்நாட்டு போலீஸும் கலந்திருந்தார்கள்.

உள்நாட்டு போலீஸில் ஒரு கிழட்டு போலீஸு, "துரை அவர்களே... மன்னிக்கணும். கொம்பூதி மோசமான ஊரு. கொலைகாரப் பயலுக. ஊருக்குள்ளே இதுவரை போலீஸை பார்த்துக் கூட இருக்க மாட்டான்ங்க. புது ஆளை ஊருக்குள் உள்ளே நுழைய விடமாட்டான். ஒரு பட்டாலியன் போலீஸாவது போனால் தான் காரியமாகும்..." பணிவாகச் சொன்னார்.

விக்டர் தீர்க்கமாகச் சொன்னார் "கொம்பூதி விவகாரத்தை ரொம்ப எச்சரிகையாகச் கையில் எடுக்கணும். முரட்டுத்தனம் கூடாது. ரெண்டு போலீஸ் மட்டும் போங்க. ஒரு இங்கிலீஸ் போலீஸ்... ஒரு தமிழ் போலீஸ். ஓகே...?''

விக்டரைப் பற்றி போலீஸுகளுக்கெல்லாம் தெரியும். விக்டரின் வீரமும் திறமையும் பற்றி வெள்ளை அதிகாரிகள் வாய் ஓயாமல் பேசுவார்கள்.

விக்டரின் இளம் மனைவி, சுத்தத்துக்கும் அழகுக்கும் பேர் போனாவள். குடியிருக்கும் வீட்டு வாசலில் ஒரு துரும்பு கூடக் கிடக்கச் சம்மதிக்க மாட்டாள். வீட்டைத் துடைத்துக் கொண்டே இருப்பாள். வீடெல்லாம் வாசனைத் திரவியங்களால் கமகமக்கும் பிள்ளை இல்லை. வீட்டை அலங்கரிப்பதில் தான் அவளுக்குப் பொழுதே கழியும்.

கொம்பூதிக்கு ஒரு வெள்ளை இளவட்ட போலீஸும் உள்நாட்டு கிழட்டு போலீஸும் புறப்பட உத்தரவானது. கிழட்டு போலீஸ் மறுபடியும் பணிந்து, "துரை அவர்களே... கொம்பூதிக்கு ஒத்தையடிப் பாதை தான். வண்டிப் பாதை கூடக் கிடையாது. ரெண்டு பக்கமும் கருவேல முள்ளுக் காடு. போகிற ஆளு நடந்து தான் போகணும்...'' என்றார்.

"சரி, நடந்தே போங்க..." என்றபடி எழுந்தவர், "எனக்கு வீயன்னா வேணும்..." தொப்பியை அணிந்து கொண்டு படியிறங்கினார். வாசலில் ஆயத்தமாக நின்ற குதிரைச் சாரட்டில் ஏறி அமர்ந்தார்.

குடியிருக்க ஒதுக்கப்பட்ட புது வீடு, மனைவிக்குப் பிடிக்குமோ... இல்லையோ என்கிற நினைப்பில் சாரட்டைச் செலுத்தினார்.

குலசாமியைக் கும்பிட்டு விட்டுப் புறப்படும் போது சகுனம் எல்லாம் சரியாகத் தான் இருந்தது. ஆனாலும் வேயன்னாவின் நெஞ்சுக்குள் ஏதோ ஒன்னு உறுத்திக் கொண்டே வந்தது. என்னன்னு பிடிபடலே...

களவுக்குப் போகிற ஆளு எண்ணிக்கை ஒத்தப் படையிலே தான் இருக்கணும். இன்னிக்கு ரெட்டைப் படையிலே வந்துட்டான். யாரையும் நிறுத்த முடியாது.

இருளாயி புருசன் சோலை, வரும் போது வளரியை மறந்து வச்சுட்டு வந்துட்டான். வளரி தான் உயிர் காக்கிற ஆயுதம். வளரியை எடுத்து வர மறந்தவனைத் தொழிலுக்குச் சேர்க்கிற வழக்கமில்லே. முகத் தாட்சண்யம் பார்த்தால் தொழில் கெட்டுப் போகும். அவனும் ஊர் எல்லை தாண்டி வெகுதூரம் வந்த பின்னாலே தான் சொல்றான். வர வர பயலுகளுக்கு எச்சரிக்கை போதவில்லை...

இது எல்லாம் சேர்ந்து தான் வேயன்னாவுக்குள் உறுத்திக் கொண்டே வந்தது. அதே மாதிரி, வந்த இடத்திலே நடந்தும் போச்சு. குறி வச்சு வந்த ஊரு முழிச்சுக்கிருச்சு. ராஜபாளையத்துக் கோம்பை நாய்கள் கிளம்பி விட்டன. கவ்வினால் ஒரு தொடைக் கறியைக் குதறி விடும். ஏழெட்டு நாய்கள், நாலு கால் பாய்ச்சலில் விரட்டி வருகின்றன.

கஞ்சா இலையைத் தூளாக்கி, கம்பஞ்சோற்றில் கலந்து நாயைத் திங்க வைத்திருந்தால் மயங்கிப் போயிருக்கும். கஞ்சா சோற்றைக் கொண்டு வர வேண்டியவனும் சோலை தான். வளரியை எடுத்து வர மறந்தது போலவே, கஞ்சா சோற்றையும் மறந்து விட்டான். புதுசா கல்யாணம் பண்ணின பயல். அதனாலேயா இவ்வளவு மறதி?

நாய்ச் சத்தத்தில் ஊருக்குள் தூங்கிக் கிடந்த ஆண், பெண் அத்தனையும் முழித்துக் கொண்டன. அரிவாள், கம்புகளோடு

சனம் திரண்டு வருது. இந்தப் பெருங்கூட்டத்தை எதிர்த்து நின்றால், நிறைய சேதாரம் உண்டாகும். பின் வாங்குறது தான் புத்திசாலித்தனம். எல்லோரும் ஓடக் கிளம்பினார்கள்.

கொம்பூதி நோக்கி போலீஸ் வருவது தெரியாமல், மந்தையில் அடிக்கும் நிலவொளியில் குமரிகள் குதியாட்டம் போட்டுக் கொண்டிருந்தார்கள். செவ்வந்தியும் பந்தானமும் மல்லுக்கட்டி உருண்டார்கள். கூழானிக் கிழவிக்கு எதற்கெடுத்தாலும் சிரிப்பு தான்.

ஊர்ப் பொது உரலில் ரெட்டை உலக்கை போட்டு தவசம் குத்திக் கொண்டு இருந்த சிட்டுவுக்கு விளையாட்டை விட்டு விட்டு நிற்க முடியலே. தொழிலுக்குப் போய்விட்டு ஊர் திரும்புகிற அண்ணன் நரிவேலு, அம்மான் வேயன்னா, மச்சான் வில்லாயுதத்துக்குக் காலைக் கஞ்சி வேணுமே! வில்லாயுதத்தை நினைத்ததும் சிட்டுவின் உலக்கை குத்து வேகமாய் விழுந்தது. மனதுக்குள் திட்டினாள்.

"என் உசுரு உருகிக் கரையுது. அது புரியாமல் ஊர் சுத்துது கழுதை...!"

சிட்டுவும் அன்னமயிலும் கைமாற்றி, கைமாற்றி உலக்கையைத் தூக்கிப் போட்டுப் பிடித்து தவசம் குத்தினார்கள். 'ணங்... ணங்' எனப் பூமி அதிருது. இதிலே ராகத்தோடு பாட்டு வேறு.

குத்திய தவசத்தைச் சொளகில் அள்ளிப் போட்டு நாவிப் புடைத்துக் கொட்டுகிற வெள்ளையம்மாவுக்கும் அங்கம்மாவுக்கும் தவசத்திலே ஒரு கண்ணு... விளையாட்டிலே ஒரு கண்ணு.

நிலா வெளிச்சம் குளிருது.

ஒற்றையடித் தடம் பிடித்து கொம்பூதி நோக்கி வரும் ரெண்டு போலீஸ்களுக்கும் முகத்தில் அடிக்கும் முள்ளுக்காட்டைக் கடக்கும் முன்னே பெரும் பாடாகிப் போச்சு.

கிழட்டு போலீஸ் தன்போக்கில் புலம்பினார்." இந்த முள்ளுக்குள்ளே குடியிருக்கிறவன் மனுசன் தானா!

வேல ராமமூர்த்தி | 143

பின்வாங்கி ஓடிவந்த கூட்டம் காட்டுக்குள் சிதறியது.

ஊர் எல்லையை விட்டு வெகுதூரம் வந்தும், நாய் விடலே... விரட்டி விரட்டிக் கவ்வுது! ஓடைச் சகதியிலே விழுந்து புரண்டு ஓடினார்கள்.

ஊர் இருக்குது வெகு தூரத்திலே.

சிதறி ஓடிய ஆளுகள் ஒவ்வொருவராக கரிசல்புளி காலாங்கரையிலே வந்து கூடுறாங்க.

நிலா இறங்கிக் கொண்டிருந்தது.

இந்தத் தொழிலிலே இப்படியெல்லாம் நடக்கத் தான் செய்யும். காலச் சூழ்நிலை அறிந்து பின்வாங்குறது தப்பில்லே... எல்லா இடத்திலேயும் நிமிர்ந்த வாக்கில் மோதக் கிளம்பினால், இளவட்டப்பயலுகள் பலி ஆயிருவான்ங்க.

காலாங்கரைக்கு எல்லோரும் வந்து சேர்ந்திருக்க, சோலையை மட்டும் காணோம்.

இன்னிக்கு உண்டான தடங்கல் எல்லாமே சோலையாலே தான். அவனை இன்னும் காணோமே...! எந்தப் பக்கம் பிரிந்து போனான்...?

காலாங்கரை மீது நின்று கொண்டு எல்லோரும் கண்ணுக் கெட்டிய தூரம் பார்த்தார்கள்.

ஊமையன் நரிவேலு வாயோரம் கைகளை குவித்து வைத்துக் கொண்டு, நரி ஊளையிடுவது போல் கத்தினான்.

இந்தச் சத்தத்துக்கு காட்டில் பிரிந்து போனார்கள். கூடி வந்து சேரணும்.

நரிவேலு மறுபடியும் ஊளையிட்டான்.

வெகுநேரமாகியும் சோலை வந்து சேரவில்லை.

வேயன்னா மனசு சஞ்சலப்பட்டது.

ஊர் போய்ச் சேருமுன் விடிந்து போகும். ஏழெட்டு ஊர்களைக் கடந்து கொம்பூதி இருக்கு. இடைப்பட்ட ஊர்க்காரன் கண்ணுலே படாமல் தப்பிக்கணும்.

காலாங்கரையை விட்டு இறங்கி கள்ளராமன், நிலா வெளிச்சத்தில் தேடிப் பிடித்து ஆவாரஞ் செடிகளை, கொத்துக் கொத்தாக ஒடித்துக் கொண்டு வந்தான். கள்ளராமனோடு

சின்னகத்தியும் சேர்ந்து கொண்டான். இருவரும் ஆவார இலைகளை உருவி உருவி மேல்துண்டு நிறையப் போட்டுக் கொண்டார்கள்.

கடைசியாக நரி வேலு ஊளையிட்டான். சோலை வந்தபாடில்லை

கிளம்பினார்கள். போகிற வழிநெடுக கள்ளராமனும் சினனக்கத்தியும் ஆவார இலைகளைத் தூவிக் கொண்டே வந்தார்கள். இந்த அடையாளத்தைப் பிடித்தாவது, பிரிந்து போனவன் ஊர் வந்து சேர வேண்டியது தான். ரெண்டு, மூணு பாதை பிரிகிற இடத்தில், தாம் போகும் திசைப்பக்கம் திரும்பி இருக்குமாறு ஆவாரங்குச்சியை நட்டார்கள்.

கொம்பூதிக்குள் முதன் முதலாக நுழைந்த ரெண்டு போலீஸும் திகைத்துப் போய் நின்றார்கள்.

மந்தையடியிலே... நிலா வெளிச்சத்திலே கொம்பூதிப் குமரிகளின் சிரிப்பையும் கும்மாளத்தையும் பார்த்த வெள்ளை போலீஸ் நிலைகுத்தி நின்றான்.

கால் நீட்டி அமர்ந்திருந்த கூழானிக் கிழவி, குமரிகளுக்குக் கோளாறு சொல்லிக் கொண்டிருந்தாள்.

பாடி வந்த முத்துமீனாவை, பந்தானம் தூக்கி விட்டெறிந்தாள்.

இளவட்ட போலீஸ், பிளந்த வாய் மூடாமல் நின்றான்.

அன்னமயில் தான், போலீஸுகளை முதலில் கண்டவள். உயரத் தூக்கிய உலக்கையை உரலில் குத்தாமல் மெதுவாக தரைக்கு இறக்கியபடியே, “அப்பத்தா... யாரு இவன்ங்க...?” கூழானியின் முதுகில் உலக்கையை உரசினாள்.

சிரிப்பு சிரிப்பாக இருக்க... கூழானி திரும்பி கண்களை இடுக்கிப் பார்த்து, “யார்டா அவன்ங்க?” கையூன்றி எழுந்தாள்.

கிழட்டு போலீஸ் தொண்டை கனத்துச் செருமினார்.

புது செருமல் சத்தம் கேட்டதும், ஆட்டம் நின்றது.

“யார்டா நீங்க...?” அதட்டியபடி கிழவி ஓரடி முன்னே வைத்தாள்.

‘இதுவரை எவனும், இந்த நேரம் கொம்பூதிக்குள்ளே வந்ததே இல்லை... இவன்ங்க யாரு புதுசா...?’

'கிழட்டுப் போலீஸ்' சொன்னார் "நாங்க தானாக்காரர்கள்..."

"தானாக்காரன்னா...?"

"போலீஸ்க்காரங்க... புதுசா பெருநாழிக்கு வந்திருக்கிறோம்..."

"நீ எவனா இருந்த எங்களுக்கென்ன...? உனக்கு இந்த நேரம் இங்கே என்ன அலுவல்...?"

"ஆம்பளைக யாருமில்லையா...?"

"தொழிலுக்குப் போயிருக்காக... ஏன் கேக்குறே...?"

"இங்கே 'வேயன்னா' யாரு...?"

"ஆமாம்... என் மகன் தான்..."

"அவரைப் பெருநாழிக்குத் கூட்டிப் போகணும்..."

கலக்கம் கலக்கமாக நின்ற பெண்கள் கூட்டம் இறுகியது.

"ஏதூ...! எம் மகனைக் கூட்டிட்டுப் போக வந்தீயா...?" கிழவி நரைத்த முடியை அள்ளி முடிந்தாள்.

வெள்ளை போலீஸ் திமிராக ஒரு எட்டு முன்னே வைத்தான். "வியன்னா... எங்கே...?"

சேலையை வரிந்து கட்டிய வெள்ளையம்மா, உலக்கையைத் தூக்கிப் போலீஸ்க்கு முன்னால் போட்டாள்.

"டேய் நில்லுடா... ஆம்பளை இல்லாத ஊருக்குள்ளே... இந்த உலக்கையைத் தாண்டி ஒரு எட்டு எடுத்து வச்சே... உன் காலை ஒடிச்சிருவேன்.'' இன்னொரு உலக்கையைத் தூக்கினாள்.

கிழட்டு போலீஸ், இளவட்ட போலீஸின் கையைப் பிடித்து இழுத்தார்.

"ஊர் எல்லைக்குள்ளே நிக்காம ஓடுங்கடா..." உச்சிக்கு மேல் உலக்கையைத் தூக்கினாள்.

ரெண்டு போலீஸும் திரும்பியது.

24

“எசமான்... அவளுக பொம்பளைகளே இல்லே எசமான். ஒரு பொம்பளை, பத்து போலீஸை தூக்கி வீசுவாள் போலிருக்கு!

கொம்பூதி போய் வந்த விவரத்தை கிழட்டுப் போலீஸ்ஃ விவரித்துக் கொண்டிருந்தார். விக்டர் துரைக்கு சூடேற்றும்படி என்ன தான் சொன்னாலும், அவர், அலுங்காமல் உட்கார்ந்திருந்தார்.

“எங்களை ஊருக்குள்ளே நுழைய விடலே எசமான். ஆம்பளை யாரும் கிடையாது. நிலா வெளிச்சத்திலே பொம்பளைக விளையாட்டுத் தான்...! கும்மாளம் தான்! ஒரு கிழவி இருக்கிறாள்... நூறு வயசு இருக்கும். அவ தான் பேசுகிறாள் எசமான்.”

கிழட்டு போலீஸ்ஃ வியர்வைத் துடைத்துக் கொண்டார்.

“ஆம்பளைக எல்லாம் தொழிலுக்குப் போயிருக்காகளாம் களவுக்குப் போறதுதான் அவுகளுக்கு தொழிலு! களவு பண்றது தப்புன்னு கூட தெரியலே!”

விக்டர் துரை, புருவம் உயர்த்தி வியப்புடன் பார்த்தார்.

“ஒரு எட்டு தான் எடுத்துச் வெச்சேன் எசமான். உலக்கையைத் தூக்கி ஒருத்தி குறுக்கே போட்டாள். ‘மண்டையைப் பிளந்துருவேன்’னு உன்னொரு உலக்கையைத் தூக்கி விட்டாள்!

விக்டர் துரை முகவாயைத் தடவினார்.

“அப்படியா...!” எழுந்தார்.

“ஆமாம் எசமான்... பொம்பளைகளே இப்படின்னா.. ஆம்பளை எப்படி இருப்பான்? கொம்பூதிக் கூட்டத்தை அடக்குறது சிரமம் தான் எசமான்.’’

விக்டர் துரை உலாவிக் கொண்டே பேசினார். ‘‘அதுக்கெல்லாம் புதுசா ஒரு சட்டம் வந்திருக்கு. ‘ரேகைச் சட்டம்’. கொம்பூதிக்காரன் தப்பிக்கவே முடியாது.’’

துரை, சுருட்டுப் புகையை வாய் நிறைய இழுத்து ஊதினார். போலீஸுக்காரர்கள் வரிசையாய் அணிவகுத்து நின்றனர்.

விக்டர் துரை திரும்பினார். "ஏழெட்டு போலீஸ் மறுபடியும் கொம்பூதி போங்க. வீயன்னாவை கச்சேரிக்குக் கூப்பிடுங்க. ஆயுதம் எடுத்துப் போக வேண்டாம். போகிற இடத்திலே காரியம் கை மீறாமல் எச்சரிக்கையா இருக்கணும்.'' மறுபடியும் சுருட்டுப் புகையை இழுத்தார் ஊதினார்.

குருவம்மா, தலையிலும் தொடையிலும் அடித்துக் கொண்டு தெருவுக்கு ஓடி வந்தாள்.

"ராத்திரி போன என் மகன் சோலை மட்டும் இன்னும் ஊர் திரும்பலைையே!"

குருவம்மாவோடு இருளாயியும் தெருவுக்கு வந்து மலங்க மலங்க முழித்தபடி அழுதாள்.

ஆலமரத்து குருவிகள் 'குய்ய்...' என படபடத்து அமர்ந்தன.

நாற்பது வீட்டுத் தெருவும் குருவம்மாவைப் பார்த்தது. வீடுகளுக்குள் உறங்கிக் கிடந்த ஆம்பளைகளுக்கு உறைத்தது. குருவம்மா திரும்பத் திரும்பக் கத்தினாள்.

"போன இடத்திலே என் பிள்ளைக்கு என்ன ஆச்சு?"

ஈரத்தோடு குமரிகள் ஊரணிக்கரை ஏறி ஓடி வந்தார்கள்.

இருளாயி, அடிச்சேலை கால் தடுக்காமல் அள்ளிக் கொண்டு வேயன்னா வீட்டுக்குள் ஓடினாள்.

ஓடிய வேகத்தில் தாழ்வாரத் தூணைப் பிடித்து மூச்சிரைத்தாள். அப்போது தான் தலை சாயந்த வேயன்னா, வாசலில் நின்ற இருளாயியைப் பார்த்து புருவம் உயர்த்தினார்.

"என் புருசன்..." உள்ளங்கைகளை மலர்த்தினாள்.

"என்னது...! சோலை இன்னும் வீடு திரும்பலையா?" உதறி எழுந்தார். சுவற்று ஆணியில் தொங்கிய இடைவாரை எடுத்துக் கட்டி, கூரை முகட்டில் செருகி இருந்த சூரிக்கத்தியை எடுத்து இடுப்பில் செருகினார். உள் வீட்டு மூலையில் சார்த்தி இருந்த வேல்கம்பை கையில் எடுத்தார். வாசலுக்கு வந்து செருப்பை மாட்டிக் கொண்டு தெருவில் இறங்கினார்.

இருளாயியைப் பார்த்து, "நீ வீட்டுக்குப் போம்மா" என்றபடி நடந்தார்.

148 | குற்றப் பரம்பரை

ஆம்பளைகள் கம்புகளோடு கிளம்பினார்கள். திரண்டு வந்த பெண்களை கைகாட்டி நிறுத்தி விட்டு ஆலமரம் தாண்டி நடந்தார்கள்.

ஓடையில் இறங்கி ஏறியதும் உவட்டுப் பாதை. உவட்டுப் பாதையில் நடக்க நடக்க சுகமாய் இருந்தது. வெயில் ஏறிக் கொண்டிருந்தது. குருவம்மா வீட்டில் பெரிய பொம்பளைகள் கூடிக் கிடந்தனர். இருளாயி திண்ணை தாழ்வாரச் சுவரில் சாய்ந்திருந்தாள்.

"இருளாயி... நீ தைரியமா இரும்மா. உன் புருசனுக்கு ஒன்னும் ஆகி இருக்காது."

கூழானிக் கிழவி, இருளாயியின் தலை தடவி ஆறுதல் சொன்னாள்.

சோலைக்கு இருளாயி வாக்கப்பட்டு மூனு மாசங்கூட முழுசா முடியலே. சிறு வயசுப் பொண்ணு.

குருவம்மாவும் இருளாயியும் ஒரே ஜாடை. அண்ணன் மகள். ஆளான பருவத்தில் குருவம்மா அவ்வளவு அழகா இருப்பாள். இப்பவும் என்ன? கட்டு விடாத திரேகம். நெளிவு முடி. கள்ளிப்பழம் மாதிரி கண்ணு. வேப்பம்பழ நிறம். சின்ன வயசுலேயே தாலி அறுத்துட்டாள்.

குருவம்மாவுக்கு பொருந்தாத புருசன் செல்லையா. பொசுக்கட்டையாய் இருப்பார். செம்மறி ஆட்டு காது. புற்றுக்காலோடு பொத்தி பொத்தி நடப்பார். ஓடத்தான் முடியாது. ஆனால் கன்னம் போடுறதிலே சூரன். வசகமில்லாதவர்.

செல்லையாவுக்கு வாழ்க்கைப்பட குருவம்மா இசையவில்லை தான். வேறு வழியின்றி கட்டுப்பட்ட பிறகும் மனக் கோணல்தான். குருவம்மா இருக்கிற அழகுக்கு அவளை நெருங்க அச்சப்பட்டு செல்லையாவும் கட்டுப்படுத்தலே.

குருவம்மாவுக்குச் சில பொம்பளைகள் புத்தி சொன்னார்கள்.

"புருசன் பிடிக்கலேன்னா... பச்சைப் பனை ஓலையை ரெண்டா கிழிச்சு கைமாத்தி போட்டுட்டு புருசனை ரத்து பண்ணி, வேற ஒருபயலுக்கு வாக்கப்படு. தட்டு நிறைய கறியும் சோறையும் அள்ளி வெச்சுட்டு, சாப்பிடக் கூடாதுன்னா என்ன அர்த்தம் குருவம்மா? நீ செய்யறது நாயமில்லேடீ..."

அதற்கும் குருவம்மா சம்மதிக்கலே.

ஏதோ ஒரு நாள் செல்லையாவுக்கு குருவம்மா இசைய, வயித்திலே சோலை உண்டானான்.

தெற்குப்பட்டி அம்பலம் வீட்டிலே கன்னம் போடப் போன இடத்திலே கலகம். எவனோ முன்கூட்டியே தகவல் கொடுத்து விட்டான். ரெண்டு பக்கமும் ஏகப்பட்ட சேதாரம். செல்லையாவுக்கு ஓட முடியலே. வெட்டுப்பட்டுச் செத்துப் போனார்.

வாழ வேண்டிய வயசுலே குருவம்மா தாலி அறுத்துட்டு நின்னாள். அந்த 'லவி' இருளாயிக்கும் வந்துறக் கூடாதேன்னு தான் சனத்துக்கெல்லாம் பயம்.

இருளாயியைச் சுற்றிப் பெண்கள் உட்கார்ந்திருந்தார்கள்.

நேற்று ராத்திரி கண்ணு மூக்கு தெரியாமல் ஓடி வந்த தடம் பார்த்து நடந்து போனார்கள். கரிசல்புளி காலாங்கரை வரை வந்தாச்சு. ராத்திரி களவுக்கு வந்த ஊருக்கு இன்னும் கொஞ்ச தூரம் போகணும். சோலைக்கு ஏதாவது ஆகி இருந்தால், அடுத்து கொஞ்சதூரம் இடைவெளிக்குள்ளே தான் நடந்திருக்கணும்.

வேயன்னாவுக்கு பல மாதிரி யோசனை ஓடியது.

'நேத்து ராத்திரி ஆட்டுக் கிடையிலே நாய்ச்சத்தம் கேட்டு ஊர்ச்சனம் திரண்டு வந்தது. ராசபாளைத்து நாய்களிடம் அகப்பட்டிருந்தால் உயிரோடு விடாது.

ஊர்க்காரன் கையிலே சோலை ஒத்தையிலே பிடிபட்டிருந்தால் தாறுமாறாக அடிச்சு சீரழிச்சிருப்பான்ங்க.

என்னதான் இருந்தாலும் சுத்துப்பட்டி எல்லாருக்கும் நம்மைப்பத்தி தெரியும். கை வைக்க அஞ்சுவான்ங்க.

போயி... ஊர்க்காரன்கிட்டே பேசிப் பார்ப்போம். கட்டுப் படாமல் பேசினால்... ஊரையே வளைத்துக் கை வெச்சுற வேண்டியது தான்.

சேறும் சகதியுமாக சின்ன ஓடை குறுக்கே மறித்தது. எல்லோரும் செருப்புகளை கழற்றி கையில் எடுத்துக் கொண்டார்கள். வேட்டியைத் தூக்கிக் கட்டி இறங்கினார்கள்.

இடதுபக்கம் சகதியில் நாய் புரண்டு உழப்பிய தடம் கிடந்தது. தடம் கிடந்த பக்கமே... ஓடைக்கரை தாண்டி... முள் புதருக்கு அந்தப் பக்கம் வெள்ளையாக ஏதோ தெரிந்தது.

எல்லோரும் 'சதக் பொதக்' என சகதியில் மிதித்து தாவி, கரை ஏறி ஓடினார்கள். புதர் ஓரம், நாய் கிழித்த வேட்டி கிடந்தது. வையத்துரை ஓடிப்போய் வேட்டியை எடுத்தான்.

நாலு பக்கமும் வெறித்தார்கள்.

வேட்டி கிடந்த புதருக்கும் தெற்கே, சோள நாத்துக்குள், வேல்கம்புத் தலைமாட்டில், சோலை, அம்மணமாய்க் கிடந்தான்.

வெயில் முகம் பார்த்துக் கிடந்தவனின் உடம்பெல்லாம் நாய்க் குதறல்.

வில்லாயுதம் ஓடிப் போய் சோலையின் முகத்தை திருப்பினான். குரல்வளை அறுந்து, கழுத்துக்கு வெளியே தொங்கியது. இடது கண் முழி பிடுங்கி தரையில் கிடந்தது. பால் ஊறுப்புக்கு கீழே விரைகளைக் காணோம் பத்தடி கிழக்கே தள்ளி, நாய் கிடந்தது. உடம்பெல்லாம் வேல்க்கம்பு குத்துப்பட்டு வாய் கிழிந்து கிடந்தது. சோலையின் விரைகள் நாயின் கிழிந்த வாயோரம் தொங்கின.

சோள நாத்துக்களிலும் தரையிலும் ரத்த திட்டு.

நரிவேலு, சோலையின் மேல் வேட்டியைப் போர்த்தினான். பக்கத்துக்கு மூன்று பேராகத் தோள் கொடுத்து சோலையைத் தூக்கினார்கள்.

'ஏறிக் கொண்டிருந்த வெயில் பிணத்தின் மீது தெறித்துச் சுண்டியது.

வேயன்னா வாயில் துண்டை வைத்து மூடியபடி முன்னே நடந்தார்.

இளவட்டங்கள் எதுவும் பேசாமல் நடந்தார்கள்.

25

கொம்பூதி நோக்கி வந்து கொண்டிருந்த ஏழெட்டு போலீஸுகளில் கிழட்டுப் போலீஸு மட்டும், வாய் ஓயாமல் பேசிக்கொண்டே வந்தார்.

"நம்ம துரை நினைக்கிற மாதிரி, கொம்பூதி ஆட்களை நல்ல வார்த்தை சொல்லித் திருத்தி விடலாம் என்பதெல்லாம் நடக்கிற காரியமில்லே. ஒரு ஆளுக்கு ஒன்பது துப்பாக்கி போனாலும் பயப்பட மாட்டான்ங்க..."

வெள்ளைக்கார சார்ஜெண்டுக்குப் பாதி புரிந்தும் புரியாமல் இருந்தாலும் தலையாட்டிக் கொண்டே, "நம்ம விக்டர் துரை ரொம்ப புத்திசாலி. இது மாதிரி எத்தனையோ பார்த்தவர். அவர் கணக்கு தப்பாது..." என்றபடி நடந்தார்.

வெள்ளைக்கார போலீஸுகளுக்கு உழவுக் கட்டிகளில் நடக்கச் சிரமமாக இருந்தது.

நேற்று கிழட்டுப் போலீஸுடன் வந்த வெள்ளைக்கார இளவட்ட போலீஸுக்கு கொம்பூதிக் குமரிகளின் நினைப்பு ஓடிக் கொண்டே இருந்தது.

கிழட்டுப் போலீஸு, திரும்பத் திரும்ப சொன்னதையே சொல்லிக் கொண்டு வந்தார்.

"ஒரு பொம்பளை என்ன தைரியமா சொல்றாள்...! 'உலக்கையை தாண்டி ஒரு எட்டு எடுத்து வைத்தால், உச்சந் தலையைப் பிளந்துடுவேன்'னு! என்ன திமிர்...! என்ன நெஞ் சழுத்தம்!"

உடுப்பணிந்த போலீஸ்களைக் கண்டதும் பெரும்பச்சேரி சனம் வீடுகளுக்குப் பதுங்கியவாறு வேடிக்கை பார்த்தது.

சார்ஜெண்ட் கேட்டார்: "இது என்ன ஊர்...?"

"இது தான் பெரும்பச்சேரி. இந்த ஊர்க்காரன்ங்க நல்ல மனுசங்க. பெருநாழி காடுகரையிலே பாடுபட்டு, கண்ணியமா கஞ்சி குடிக்கிறவன்... கொம்பூதிக்காரன் இவங்களைத் தூண்டி விட்டுக் கலகம் பண்ணி விட்டுட்டான்ங்க. இப்போ இந்த ஊர்க்காரன் வேலைவெட்டி கிடைக்காமல் பட்டினி கிடக்கிறான்."

பெரும்பச்சேரி வரை வண்டிப் பாதை. கொம்பூதிக்கு ஒத்தையடிப் பாதை. ரெண்டு பக்கமும் முள்ளுக்காடு. முகத்தில் அடிக்கும் முள்ளுக்காட்டுக்குள் நடக்கச் சிரமப்பட்டார்கள். விக்டர் துரை உத்தரவுப்படி யாரும் ஆயுதம் எடுத்து வரவில்லை. கையில் வைத்திருக்கும் லத்திக் கம்பால் முள் செடிகளை விலக்கி விட்டபடி குனிந்து விலகி நடந்தார்கள்.

கிழட்டு போலீஸ் வாயை மென்றார். "திட்டம் போட்டே, ஊருக்கு வர்ற பாதை நெடுக முள்ளு வளர்த்து வெச்சிருக்கான்ங்க!"

சார்ஜெண்ட் தடம் பார்த்து நடந்து கொண்டே, "திருடுறது தப்புனு அவர்களுக்குத் தெரியாதா...?" என்றார்.

"திருடுறது தான் அவங்க தொழில்னு நினைக்கிறாங்க...!"

"களவு கொடுத்தவங்க ரிப்போர்ட் செய்யறது கிடையாதா...?"

"கொம்பூதியை எதிர்த்துப் புகார் பண்ற பழக்கம் இல்லே... புகார் பண்ணினால் வெட்டு, குத்து தான்... எதுக்கும் அஞ்சாதவன்ங்க..."

ஊரணிக்கரை தாண்டி பிணம் வந்தது. நாய்கள் சுற்றிச் சுற்றிக் கத்தின.

குருவம்மா வீட்டில் கூடிக் கிடந்த பொம்பளைகள் அத்தனை பேரும் எழுந்து ஓடினார்கள்.

"என் பிள்ளைக்கு என்னாச்சு...?"

கண் கலங்கியபடி முன்னே வந்த வேயன்னாவைக் கண்டதும் சனத்துக்குப் புரிஞ்சு போச்சு.

"ஆத்தாடீ... ஆத்தாடீ... என் ஈரக்குலையே...! என் வல்லாளனே...!"

பிணத்தை இறக்க விடாமல் புழுதி மண்ணில் உருண்டாள் இருளாயி. குருவம்மா பல்லுக்கட்டி கீழே விழுந்தாள்.

"என் ராசா... என் செல்லம்..." சனமெல்லாம் கூப்பாடு போட்டது.

கூழானிக் கிழவிக்கு நெஞ்சு உறைந்தது. 'எத்தனை சாவுகள்...!'

பொம்பளைகளை விலக்கிவிட்டு, பிணத்தைத் தூக்கி வந்த இளவட்டங்கள் வீட்டு முற்றத்தில் இறக்கினார்கள். அடுப்படி

வேலைகளை அப்படி அப்படியே போட்டுவிட்டு குமரிகள் பதறி ஓடி வந்தார்கள்.

கீரைச்சட்டி ஓடிப்போய், வேயன்னா வீட்டிலிருந்த ஒரு பலகையைத் தூக்கிக்கொண்டு ஓடி வந்தான். வடக்கே முகம் பார்க்க, பலகையின் மேல் படுக்க வைத்தார்கள்.

வேட்டி மூடிக்கிடந்த சோலையின் முகத்தைப் பார்க்க பெண்கள் நெருக்கியடித்தார்கள். திறந்து காட்ட ஆம்பளைகளுக்கு மனசில்லே. பார்க்கிற மாதிரியாகவா முகம் இருக்கு...? சுற்றி நின்று கொண்டு பெண்களை மறித்தார்கள்.

கூழானிக்கிழவி இளவட்டங்களின் கைகளை விலக்கி நுழைந்து, முகத்து வேட்டியை திறந்தாள்.

இடது கண்ணு முழி இருந்த இடத்தில் ரத்தக் குழி. கருரத்தமாய் வீங்கிப் பெருத்த உதடுகள். முகமெல்லாம் நாய்க் கீறல். வெளியே தொங்கும் தொண்டைக்குழி.

"ஆத்தாடீ... என் சிங்கம்...!" குருவம்மா, பல்லுக்கட்டி கீழே விழுந்தாள்.

இருளாயிக்குக் கண்ணை இருட்டியது. நெஞ்சை அடைத்தது. சரிந்து விட்டாள்.

சனம் தலையில் தலையில் அடித்துக் கொண்டு கத்தியது. சிறுபிள்ளைகள் கண்ணீர் வடிய நின்று கேவினார்கள்.

சனத்தைப் பார்க்க வேயன்னாவுக்கு சகிக்கலே. பிணத்தின் மீது பெண்கள் விழுந்து அழுகிற துயரம் தாங்கலே. வாயைப் பொத்தியிருந்த துண்டு நனைய, கண்ணீர் ஓடியது.

பெண்கள், இருளாயியைக் கட்டிப் பிடித்துக் கொண்டு கத்தினார்கள்.

பல்லுக்கட்டி மயங்கிக் கிடந்த குருவம்மாவின் முகத்தில் தண்ணீர் தெளித்து, முகத்தைத் துடைத்து விட்டார்கள்.

கண்ணு முழித்ததும் குருவம்மா, மருமகளைக் கட்டிப் பிடித்துக் கொண்டு ஒப்பாரி வைத்தாள்.

இருளாயி, சோலைக்கு முழுசா மூனு மாசங்கூட முந்தி விரிக்கவில்லை. கன்னி கழிஞ்சதும் கழுத்துக் கயிறை பறி கொடுத்து நிற்கிற கொடுமையை அனுபவித்தவள் குருவம்மா. புருசன் வெட்டுப்பட்டு செத்தார். மகன் நாய் குதறி செத்தான்.

குருவம்மா புருசன் செல்லையா வெட்டுப்பட்டுச் செத்த போது குருவம்மாவுக்கு பதினேழு, பதினெட்டு வயசு. நல்ல பிராயம். மூணுமாசம் கழிச்சுத் தான் சோலை பிறந்தான். கள்ளையும் சாராயத்தையும் குடிச்சிட்டு நித்தம் கறி திங்கிற ஊரு. ஆனாலும் பழிச் சொல்லுக்கு இடமில்லாமல் பிள்ளை முகம் பார்த்தபடியே மானங்காத்தாள். அந்தா... இந்தானு காலந் தள்ளி வர்ற போது ஒருநாள் புருசன் கூடப் பிறந்த கொளுந்தனுக்கு உடன்பட வேண்டியதாகிப் போச்சு. ரெண்டு பேருக்கும் ஒருநாள் ஏற்பட்ட தொடுப்பு, ஒளிவுமறைவாநீடிச்சு நடந்துச்சு. இப்பவும் கண்டும் காணாமல் நடக்கும்.

இருளாயி சமஞ்சு இருக்கிறப்போ... பருத்திமாரு பிடுங்க படப்படிப் பக்கம் போனாள். படப்புக்கு கிழக்கே சடசடன்னு சத்தம் வந்த பக்கம் தலைநீட்டி இருளாயி பார்க்க, குருவம்மா, தன் கொளுந்தனோடு அரைகுறையாக படுத்துக் கிடந்தாள்.

இருளாயியைக் கண்ட ஆம்பளை, வேட்டியை இழுத்துக் கட்டிக் கொண்டு ஊரணிப் பக்கம் போய்விட்டார். விரிச்சுக் கிடந்த முந்தியைக் கூட்டிச் சேர்த்து நெஞ்சை மறைத்தபடி, குருவம்மா, படப்படியில் ஒண்டினாள். இருளாயியைப் பார்த்து கையெடுத்துக் கும்பிட்டாள். இருளாயி, வந்த வழியே தலைநிமிராமல் ஓடினாள். இதுவரை யார் கிட்டேயும் மூச்சு விடவில்லை.

இளவட்டங்கள், ஊரணிக் கரைக்கும் இழவு வீட்டுக்குமாகத் தடுமாறி திரிந்தார்கள். வேப்பங்குளத்துச் சாராயம் புளிய மரத்தடிக்கு வந்து இருந்தது. குடிக்காத ஆம்பளை கிடையாது.

பிணத்தை வெகுநேரம் போட்டு வெச்சிருக்க முடியாது. ரொம்பவும் சேதாரம் ஆகியிருக்கு. சுருக்கா அடக்கம் பண்ணிடணும்.

வேயன்னா, இளவட்டங்களை வேகப்படுத்தினார்.

"டேய்... நேரமாகுதுடா..."

ஊரணிக் கரைக்கு ஆள் விட்டார். கருப்பையா, கீரைச்சட்டி, சின்னக்கத்தி, கள்ளராமன் நாலு பேரும் வேட்டி அவிழ வந்தார்கள்.

வேயன்னாவுக்கு முன்னே நிற்க பதறி, ஒருவருக்குப் பின்னால் ஒருவர் தடுமாறி நின்றார்கள்.

“நேரமாகுதுடா... பாடையை தோது பண்ணுங்கடா...”

கள்ளராமன் பிணத்தின் காலைக் கட்டிப் பிடித்துக் கொண்டு அழுதான்.

“சோலை... போயிட்டியேடா...!”

வேயன்னா மறுபடி துரத்தினார்.

ஊரணிக் கரையோரம் மிச்சமான போதையில் ரெண்டு பேர் மல்லாந்து உருண்டார்கள். பிணத்தின் கால்மட்டில் தலை இறக்கி அழுதுகொண்டிருந்த இருளாயிக்கு சத்தம் வரலே. தொண்டை கட்டிப் போச்சு. குருவம்மாமட்டும் ஒப்பாரி வைத்துக்கொண்டிருந்தாள். கூழானிக் கிழவி. பெரிய பொம்பளைகளுக்கு யோசனை சொல்லிக் கொண்டிருந்தாள்.

“ஒரு பானையில் சாணித் தண்ணியை கரைங்கடீ. ஒரு விளக்குமாறும் கொள்ளிக் கட்டையும் கொண்டுவந்து முச்சந்தியிலே வையுங்க.”

பிணத்தைக் குளிப்பாட்ட முடியாது. சாஸ்திரத்துக்கு ஒரு சொம்புத் தண்ணீரைத் தெளித்து தூக்கிவிட வேண்டியது தான். பிணத்தைத் தூக்கிப் பாடையிலே வைக்க ஆளைக் காணோம். எல்லாப் பயல்களும் ஊரணிக் கரையிலே வெட்டி வழக்காடிக் கிடக்கிறான்ங்க.

வேயன்னாவுக்கு இருப்புக் கொள்ளவில்லை.

எழுந்து “டேய் கீரைச்சட்டி... கருப்பையா...” கூப்பிட்டு முடிக்கவில்லை.

ஊரணிக்கரை இளவட்டங்கள், கிடைக்குள் நரி நுழைந்ததும் ஆடுகள் சிதறவதுபோல் காட்டுவாக்கில் விழுந்து ஓடக் கிளம்பினார்கள்.

வேப்பங்குளத்துச் சாராயம் கருவமுள்ளுப் புதருக்குள் பதுங்கியது.

ஊரணிக்கரை தொட்டு போலீஸு வந்து கொண்டிருந்தது.

26

நடு ஊருக்குள் பிணம் கிடப்பதைக் கண்டதும் போலீஸுகள் ஊரணிக்கரை மீதே நின்று கொண்டனர்.

சிதறி ஓடிய இளவட்டங்களும் பெரியாம்பளைகளும் தாங்கள் பதுங்கியிருந்த புதர் இடுக்குகள் வழியே நோட்டம் பார்த்தனர்.

போலீஸ் தலை தெரிந்ததும் மந்தை வேம்புவின் உச்சிக்கு ஏறிய நரிவேலு, கிளையில் கட்டித் தொங்கிய கொம்பை எடுத்து, ஊதுவதற்கு நிமித்தம் பார்த்து உட்கார்ந்திருந்தான்.

ஒரு எட்டுகூட முன்னே எடுத்து வைக்கவிடாமல் மற்ற போலீஸுகளை தடுத்து நிறுத்தியது கிழட்டு போலீஸ்தான். நேற்றிரவு உச்சந்தலைக்கு மேல் உலக்கையைத் தூக்கி அடிக்க வந்த வெள்ளையம்மாவும் பெண்கள் கூட்டத்துக்கு அமர்ந்திருந்தார்கள்.

நாய் குதறியதில் சோலையை பறி கொடுத்துவிட்டு, சனம் அழுது தவித்து கூடிக் கிடந்தது. பிணத்தோரம் உட்கார்ந்திருந்த குமரிகளின் மேல் இளவட்ட போலீஸுகளின் கண்கள் மேய்ந்தன.

விழி கலங்கிச் சிவந்து யோயிருந்த வேயன்னா, ஊரணிக் கரை மீது நிற்கும் உடுப்புக்காரர்களைக் கண்டதும் இடது கை வாக்கில் வேட்டி நுனியைத் தூக்கிப் பிடித்தபடி நாலு எட்டு முன்னே வந்தார்.

"யாரப்பா நீங்களெல்லாம்?" புருவம் உயர்த்தினார்.

"இங்கே வேயன்னா யாரு?" சார்ஜெண்ட் விறைத்தபடி கேட்டான்.

தோள்களை விரித்த வேயன்னா, "நீங்க யாரு?" கண்களை இடுக்கினார். கூழானிக் கிழவி எழுந்து 'வெடுக்... வெடுக்' கென வந்தாள். "ராத்திரி வந்தவன்களாடா நீங்க?" கிழட்டு போலீஸை நோக்கி விரல் நீட்டிக் கேட்டாள்.

'ஊருக்குள்ளே பிணம் கிடக்குது. நாம வந்த நேரம் சரியில்லே' என நெஞ்சுக்குள் பதறிப் போன கிழட்டு போலீஸு,

‘பெருநாழியில் புதுசா போலீஸ் கச்சேரி வந்திருக்கு. சுத்துப்பட்டி முக்கியஸ்தர்களை எங்க துரை பார்க்கணும்னு சொன்னாரு. அதுதான்... நீங்க கச்சேரி வரை வந்து திரும்பிடணும்” வேயன்னாவிடம் ரொம்ப நயந்து சொன்னார்.

முன்னே நிற்கும் போலீஸ்களையும் பின்னே கிடக்கும் பிணத்தையும் மாறிமாறிப் பார்த்த வேயன்னா, “இன்று முடியாது. நாளை பார்க்கலாம்” என்றபடி திரும்பி நடந்தார்.

போலீஸ்கள் ஒருவர் முகத்தை ஒருவர் பார்த்தனர்.

தலைமை தாங்கி வந்த வெள்ளைக்கார சார்ஜெண்ட், ஊரணிக்கரையில் நின்றபடி ஊரை இளக்காரமாக அளவெடுத்தார்.

‘நாற்பது வீடு... நாலு சந்து. ஒரு பட்டாலியன் போலீஸ்க்கே ஊர் தாங்காது. கண் மூடி முழிக்கறதுக்கு முன் அழிச்சுறலாம்.’

‘புதர்களுக்குள் பதுங்கிக் கிடந்த இளவட்டங்கள், சார்ஜெண்ட்டின் கண்களில் படவில்லை.

வேப்பமர உச்சியில் உட்கார்ந்திருந்த நரிவேலு, கையில் ஊது கொம்போடு கீழே நடப்பவற்றை குறுகுறுவெனப் பார்த்துக் கொண்டிருந்தான்.

சார்ஜெண்ட், மற்ற போலீஸ்களைப் பார்த்து ரகசியமாகப் கண் சிமிட்டினார்.

நடுக்காட்டுச் சந்தையைச் சூறையாடியதிலிருந்து பெரும்பச்சேரி சனம் பட்டினியாய்க் கிடந்தது. ‘எங்க காடுகரை வேலைக்கு நீங்க வரவேண்டாம்’னு பெருநாழி ஆட்கள் சொல்லலே. ஆனாலும் எப்படிப் போவது?

‘நடுக்காட்டுச்சந்தையைக் தீ வச்சுக் கொளுத்தினோம். வீடுவாசல்களை அடிச்சு நொறுக்கினோம். செய்தது சரியா... தப்பான்னு தெரியலே. கொம்பூதி வேயன்னா சொன்னார். செய்தோம். அவரும்... அவருக்காக சொல்லே. நமக்காகதான்... நம்ம அவமானத்தை துடைக்கத் தான். எறும்புப் புற்றிலே துருவனைக் கட்டிப் போட்ட மாதிரி கொடுமையெல்லாம் இன்னிக்கு நேத்தா நடக்குது? தொன்று தொட்டு நடக்குது. அதை எதிர்க்கிறதா... ஏத்துக்கிறதான்னும் விளங்கலே. ஏத்துக்கிட்டால், அவமானம்... எதிர்த்தால் பட்டினி.

எல்லாம் தவிச்ச வாய் தண்ணிக்குத்தான். பெரும்பச்சேரியிலே தோண்டுற இடமெல்லாம் உப்புத் தண்ணி. அந்தக் காலத்திலே நம்ம பயலுகளை, நல்ல தண்ணி கிடைக்கிற இடத்திலே குடியேற விடலே.

பெரும்பச்சேரி சனம் கூடிச் கூடிப் பேசியது. ரெண்டு நாளாக கூடி பேசுறது தான் வேலை.

கூட்டத்துக்குள் திருவேட்டையும் துருவனும் இருந்தார்கள். வீடுகளில் மிச்சம் மீதி இருந்த தவசம் தான்யத்தை அரித்துப் பொறுக்கி ஆக்கி குடிச்சாச்சு. அடுத்த வேளைக் கஞ்சிக்கு வழியில்லே. ஆகாயத்தைப் பார்த்து உட்கார்ந்தாச்சு.

கூட்டத்துக்குள்ளிலிருந்த விசக்குட்டை கேட்டான். “கொம்பூதி ஆளுக பேச்சைக் கேட்டிருக்க கூடாதோ?”

திருவேட்டைக்கு ‘பொசுக்’ என கோபம் வந்தது.

“ஏன்டா... அறிவு கெட்டவனே...! நக்கிக் குடிக்க நாழித் தண்ணிக்கு காலமெல்லாம் கருமாயப்பட்டது, நம்ம ஆளுகளா... இல்லே, கொம்பூதி ஆளுகளா? கட்டெறும்புக் கடிபட்டு சாகக் கிடந்த நம்ம துருவனை மீட்டு வந்தது நம்ம ஆளுகளா, கொம்பூதி ஆளுகளா? நம்ம பொம்பளையாலே நல்ல தண்ணி தீட்டுப்பட்டுப் போயிருச்சுன்னு நரகலை அள்ளிக் கொட்டுனதைப் பார்த்து கோபப்பட்டது நம்ம ஆளுகளா, கொம்பூதி ஆளுகளா?” திருவேட்டை பொரிந்து தள்ளி விட்டான்.

விசக்குட்டை தலையைக் கவிழ்ந்து கொண்டே, “இப்போ... பட்டினி கிடக்றது நம்ம ஆளுகளா, கொம்பூதி ஆளுகளா?” என்றான்.

“ஒருநாள் பட்டினி கிடக்க, உன்னால் முடியாதுன்னா... உனக்கு எப்பவும் விடிவே கிடையாது.”

எல்லாவற்றையும் சொல்லி முடிந்திருந்தான் ஹஸார் தினார். அவனது கையை உதறி விட்டு, வஜ்ராயினியைப் பார்க்காமலே குதிரை ஏறிப் புறப்பட்டான் வில்லாயுதம். குறுக்கே மான் நுழைந்தது. வில்லாயுதத்தை மருள பார்த்தது. வஜ்ராயினியாகவே தெரிந்த மானை பார்க்கக் கூட வில்லாயுதத்தின் மனசு மறுத்தது.

குதிரை ஏறி உட்கார்ந்திருந்த வில்லாயுதத்தின் காலோரம்

முகத்தைக் கொண்டு வந்த மானிடமிருந்து வஜ்ராயினியின் வாசனை வந்தது. கபாலத்தைக் கலக்கும் வாசனை.

மான், ஏறிட்டு வில்லாயுதத்தைப் பார்த்தது. இப்படி தான் அவளும் பார்த்தாள். உயிரைக் கரைக்கிற பார்வை. வில்லாயுதம் கண்களை இறுக மூடிக்கொண்டான்.

பாதத்தில், மான், முகம் தேய்த்தது.

ஆற்றோரம் அமர்ந்திருந்த வஜ்ராயினியின் மேனியில் ரோமக்கால்கள் பூத்தன. மெல்ல இமை திறந்து திரும்புவதற்குள், அடிவயிற்றில் தட்டு வாங்கிய குதிரை, கொம்பூதி நோக்கி, புழுதி கிளப்பி போய்க் கொண்டிருந்தது.

கரையேறி ஓடி வரும் வஜ்ராயினிக்கு ஆயிரமாயிரம் சேதிகளோடு துள்ளி வந்துகொண்டிருந்தது மான்.

பாழடைந்த மணியக்காரர் வீடு முகம் மாறி, குணம் மாறி இருந்தது. நிறை உடுப்போடு போலீஸ்காரர்கள் உலாத்திக் கொண்டு திரிந்தனர்.

விகடர் துரையும் வெள்ளைக்கார சார்ஜெண்டும் தனித்த ஆலோசனையில் இருந்தார்கள்.

கொம்பூதி விவகாரத்தில் கிழட்டு போலீஸ் தான் துருப்புச் சீட்டாக இயங்கிக் கொண்டிருந்தார்.

வேயன்னாவை எதிர்பார்த்துக் காத்திருந்தது கச்சேரி.

ஊர் முக்கியஸ்தர்களுக்கு தகவலை கசிய விட்ட கிழட்டு போலீஸ், "வேயன்னா இன்னிக்கு வர்றார். விக்டர் துரைகிட்டே மாட்டின ஆள் தப்பிக்க முடியாது" என்றபடி தொப்பியையும் உடுப்பையும் அடிக்கடி சரி செய்துகொண்டார்.

நடுக்காட்டுச் சந்தையைக் கொளுத்திவிட்டு, ஊரையும் அடித்து நொறுக்கிய பின்னால் வேயன்னா பெருநாழிக்கு வரவில்லை. இன்றைக்கு தான் ஊருக்குள் நுழைகிறார்.

'கொம்பூதியை மடக்கினால்... பெரும்பச்சேரி விழுந்து விடும்.' இது தான் பெருநாழி கணக்கு.

சுப்பையாவோடு சேர்ந்து ஏகாம்பரமும் முக்கியஸ்தர்களும் ஜாடைமாடையாக கச்சேரியை வேடிக்கை பார்த்தார்கள்.

இன்னும் வேயன்னாவைக் காணோம்.

களவாடுறதும், கலகம் பண்றதும் கொம்பூதிக்காரன் இஷ்டம் தான். இத்தனை நாளா வேயன்னாவைக் கேட்க ஆளில்லை. இப்போ கேள்வி கேட்க ஆள் வந்துட்டான்... வெள்ளைக்காரன்!

நடுக்காட்டுச் சந்தையில் அடிப்பட்ட எல்லோரும், சிரித்து குழைந்து திரிந்தார்கள். கச்சேரி வாசலைக் கடக்கும் போதெல்லாம் கும்பிடு போட்டு நடந்தார்கள். வெளிப் பார்வைக்குத் தெரியும்படி கச்சேரிக்குள் வரிசையாக அடுக்கப் பட்டிருந்த துப்பாக்கிகளைப் பார்க்கப் பார்க்க தைரியமும் சந்தோஷமும் தாங்காமல் இன்னொரு கும்பிடு போட்டார்கள்.

சுற்றுச் சுவருக்குள் நிறுத்தி வைக்கப்பட்டிருந்த குதிரைச் சாரட்டு, சாமி ஏறி வரும் சப்பரம் போல் தெரிந்தது! அதற்கும் ஒரு கும்பிடு போட்டார்கள்.

கொம்பூதியை விட்டுக் கிளம்பிய வேயன்னாவும் வையத்துரையும் பெரும்பச்சேரியைக் கடக்கிற போது சனம், வாடிப் போய் உட்கார்ந்திருந்தது.

வேயன்னா சொன்னார்: "எல்லோரும் கொம்பூதிக் கிணத்திலே குடி தண்ணி எடுங்க. பெருநாழியைக் காட்டிலும் கொம்பூதி, கொஞ்சம் தூரம் அதிகம், எஸ்டேட் கிணத்து தண்ணி ருசி, எங்க ஊருத் தண்ணிக்கு கிடையாது. இருக்கட்டுமே. மானம் போயி கிடைக்கிறது, தேவாமிர்தமா இருந்தாலும் நமக்கு வேண்டாம்."

வேயன்னாவும் வையத்துரையும் பெருநாழி வண்டிப் பாதையில் நடந்தார்கள். நாலு புஞ்சையைக் கடந்து போகையில், எதிரே ஒரு மாட்டு வண்டி பாரமேற்றி வந்து கொண்டிருந்தது. கையிலிருந்த வேல் கம்பால் வண்டியை மறித்தார்.

"யார்டா அவன்?"

வண்டி ஓட்டி வந்தவன் மாடுகளை இழுத்துப் பிடித்து நிறுத்தி கீழே குதித்தான்

வண்டிப் பாரத்துக்கு ஊடாக இருந்த பள்ளத்துக்குள் முக்காடு போட்டு முகத்தை மறைத்துப் படுத்துக் கிடந்தவன், மெல்ல தலைதூக்கிப் பார்த்தான்.

"யார்டா அவன் வண்டி பாரத்துக்குள்ளே?" அதட்டினார்.

முக்காட்டை விலக்கியவன், "அய்யா... நான்தான் பச்சமுத்து. கொம்பூதிக்குத் தான் தவசம் தான்யம் கொண்டு போறேன்..."கும்பிட்டான்.

வேயன்னா சிரித்து விட்டார்.

"பச்சமுத்து... இதென்ன முக்காடு?"

"சந்தையிலே நடந்த சம்பவத்துக்கு பிறகு, பெருநாழி ஊர் நிலவரம் சரியில்லே அய்யா. அதுக்காக நம்ம உறவு விட்டுப் போயிறக் கூடாதுல்லே? என்னிக்கும் போலே என் ஊழியம் நீடிக்கும் சாமி..."

வேயன்னா நெகிழ்ந்து போனார்.

"பச்சமுத்து, பெரும்பச்சேரி சனம் பட்டினி கிடக்குது. இந்த தவசம் தான்யத்தை பெரும்பச்சேரியிலே இறக்கு. கொம்பூதிக்கு அவசரமில்லே."

"சரி அய்யா..." என்றவன், "அய்யா இப்போ பெருநாழியா போறீங்க?"

"ஆமாம்! எவனோ வெள்ளைக்காரன் வந்திருக்கானாம். என்னைப் பார்க்கணுமாம். அது தான் ஒரு எட்டு போயிட்டு வந்துர்றேன். நீ கிளம்பு."

"அய்யா மன்னிக்கணும். நல்ல எண்ணத்தோடு உங்களை வரச்சொன்ன மாதிரி எனக்குத் தெரியலே."

பச்சமுத்துவை ஏற இறங்கப் பார்த்து ஒரு நமட்டுச் சிரிப்பு சிரித்த வேயன்னா, "பச்சமுத்து... தான்யத்தை பெரும்பச்சேரியிலே இறக்கு. ரெண்டு நாளாக சனம் பட்டினி கிடக்குது..." என்றபடி பெருநாழி வண்டிப் பாதையில் நடந்தார்.

மதயானை போல் முன்னே போகும் வேயன்னாவின் நடையை ஈடுகட்டி வையத்துரை நடந்து போனான்.

27

ஓடி வந்த மானும் வஜ்ராயினியும் கரை இறக்கத்திலேயே மோதி நிற்க, வில்லாயுதத்தின் குதிரை கண்ணைவிட்டு மறைந்திருந்தது.

ஒரு கை, மானின் தலை மீதும், இன்னொரு கை, வில்லாயுதம் குதிரை ஏறிப்போன திசைப் பக்கமும் நீண்டிருக்க, வஜ்ராயினியை ஒரு சிறு காற்று, மெல்ல அசைத்தது.

உற்சாகப் பொங்கலில் இருந்த மான், வஜ்ராயினியின் முழங்காலில் முகம் தேய்த்து உரசியது. உடல் அசைவுகளால் மான் பேசும் மொழி வஜ்ராயினிக்குப் புரியும். இந்த உரசலில் ஏதோ சேதியின் துவக்கம் தெரிந்தது. அணைவாய் அமர்ந்து மானின் கழுத்தைக் கட்டினாள். மானுக்கு சந்தோஷம் தாங்க முடியவில்லை. இமைகளை மூடி மூடித் திறந்தது. கொஞ்சம் நாணவும் செய்தது.

தலையை நீவி விட்டவள், "சொல்லு... என்ன சேதி?" மறுபடியும் நீவி விட்டாள்.

வஜ்ராயினின் கை நீவலில் சுகம் கண்ட மான், கண்களை மூடவும் திறக்கவுமாய் பேசியது.

"ம்... சொல்லு... என்ன சேதி?"

"உன் பெயரைக் கேட்டான்."

"சொன்னாயா?"

"ஆமாம்."

"அவன் பெயர் என்னவாம்?"

"வில்லாயுதம்."வஜ்ராயினியின் காது மடல்கள் இளகின.

சுவாசம் மணத்தது.

மனசெல்லாம் 'வில்லாயுதம்... வில்லாயுதம்...' என்று அடைத்துக் கொண்டது.

"ம்... வேறு என்ன கேட்டான்?"

"உன்னைக் கேட்டான். நீ வேண்டுமாம் அவனுக்கு!"

வஜ்ராயினியின் திரேகம் உருகியது. வானம் உச்சி வழியே பூச்சொரிந்தது. அண்ணாந்து வஜ்ராயினியின் முகம் பார்த்த மான், மறுபடியும் முழங்காலுக்கு கீழே உரசவும், இவள் ஓரக்கண் தாழ்த்தி, "மறுபடி எப்போ வருவானாம்?" என்றாள்.

"அதை மட்டும் சொல்லாமல் போய் விட்டான், திருடன்" மான் முகம் தொங்க வருத்தப்பட்டது.

ஹஸார் தினார் கரை மீதிருந்தபடியே அவதானித்துக் கொண்டிருந்தான்.

மானின் காதோரம் குனிந்து ஏதோ சேதி சொன்ன வஜ்ராயினி, முதுகில் ஒரு தட்டு விட்டாள். கரை ஏறிய மான், ஹஸார் தினாரைக் கடந்து குதிரை போன திசையில் பாய்ந்து ஓடியது.

கூழானிக் கிழவி வாய் பிளந்து உறங்கிக் கொண்டிருந்தாள். நூறு வயசான மச்சம், நுனி மூக்கில் கரு உண்ணி போல் வட்டம்போட்டிருந்தது.

கிழவிக்கு ராத்தூக்கம் கிடையாது. எப்போதும் பகல் தூக்கம் தான். ரொம்பவும் அலுத்துப் போய் உறங்கிக் கிடந்தாள்.

மகன் வேயன்னா வீட்டுக்கு கிழவி போவாள்.... வருவாள். படுக்கை மட்டும் வெள்ளையம்மா வீட்டில் தான். தாலி அறுத்த மகள் வீடு. பேத்தி சிட்டு, கன்னிப் பொண்ணு. ஒண்ணுக்கு ஒண்ணு துணை தான். பேச்சுத் துணை... சிரிப்பு துணை.

எந்தக் கவலையும் இல்லாமல் படுத்துக் கிடக்கும் கிழவியைப் பார்க்கப் பார்க்க சிட்டுவுக்கு பொத்துக்கொண்டு வந்தது. 'எல்லாத்தையும் ஆண்டு அனுபவிச்ச கிழட்டுச் சிறுக்கி நிம்மதியா உறங்கறதைப் பாரேன்! பேரன், பேத்திகளுக்கு வயசாகுதே... காலாகாலத்திலே கழுத்து நூலைப் போட்டு வைப்போம்னு கவலையே இல்லாம, என்ன உறக்கம் வேண்டிக் கிடக்கு?'

தேடிப் பிடித்து ஒரு கோழி இறகை எடுத்தாள். கிழவியின் திறந்த வாய்க்குள் இறகை நுழைத்து உருட்டினாள். கிழவிக்கு ஒண்ணும் தெரியலே.

காதுக்குள் விட்டு திருகினாள்.

கிழவி அந்தப் பக்கம் புரண்டு படுத்தாள். சிட்டுவும்

பக்கம் மாறி உட்கார்ந்து, கோழி இறகை கிழவியின் மூக்குத் துவாரத்துக்குள் நுழைத்து சுற்றி விட்டாள்.

தலை குலுக்கி கிழவி எழுந்தாள்.

முன்னே கைகொட்டிச் சிரித்துக் கொண்டிருக்கும் சிட்டுவைக் கண்டதும் கைவாக்கில் அகப்படுவதை எடுத்து அடிக்கத் தேடினாள். ஒன்றும் கிடைக்கவில்லை.

“ஏன்டீ... கொழுப்பு ஏறின சிறுக்கி...! நாலு கழுதை வயசு ஆகுது உனக்கு. பச்சப்புள்ளை மாதிரி என்னடீ விளையாட்டு?” அடிக்கக் கை ஓங்கினாள்.

“அப்படி வா வழிக்கு. எனக்கு நாலு கழுதை வயசு ஆகுதுன்னு தெரியுதில்லே? ‘போடீ... உன் புருஷன்காரன் வீட்டுக்கு’னு பிடறியைப் பிடிச்சு தள்ளி விட்டிருந்தா... நான் ஏன் இன்னும் பச்சப்புள்ள மாதிரி விளையாடுகிறேன்? கிழட்டுச் சிறுக்கிக்கு வயசுதான் ஆகுது. புத்தி இல்லே” கூழானியின் குமட்டில் இடித்தாள்.

“என் பேரன் வில்லாயுதம் உன்னைக் கட்டிக்கிட்டு என்ன பாடுபடப் போறானோ...!”

“ஆமா... இதுக்கு ஒன்னும் குறைச்சலில்லை. எல்லோரும் கூடி வாயாலேயே பாயாசம் காய்ச்சுறீக. நான் வாக்கப்பட்டு போகிற வழியை தான் காணோம்.” சிட்டு முகம் கோணி பொய் அழுகை அழுதவள், “இன்னாரை தான் எனக்குக் கட்டி வையுங்கன்னு ஒரு பொட்டச்சி வாய் விட்டுக் கேட்கவா முடியும்? நான் ஒரு மானங் கெட்ட கழுதை... மாமன் மகன் மேலே உசுரை வச்சிட்டு மருகுகிறேன்.”

கண்ணை ஓரங்கட்டி கிழவியைப் பார்த்தாள்.

“அடியே சிட்டு.. அந்த மகாராசன் உனக்கு தான்” கிழவி சிட்டுவின் தலையைக் கோதி விட, கை நீட்டினாள்.

“மகாராசன்...! நல்ல மகாராசன்...!” இரண்டு கைகளையும் விரித்து ஒரு அலப்பு அலப்பிவிட்டு, “அந்த குரங்கு... குதிரையிலே ஏறி கொம்பு சுத்தி வர்றதைப் பார்த்தால்... என் நெனைப்பிலே மண்ணு விழுந்துடும் போலிருக்கே!” கண்ணீரை வழித்து கிழவியின் முகத்தில் சுண்டி விட்டாள்.

“அடி கிறுக்குச் சிறுக்கி... ஏன்டீ அழுகுறே! நம்ம சாதி வழக்கத்தை மாத்த, சாமியே குறுக்கே வந்தாலும் முடியாது.

உன் மாமன் மகன் வில்லாயுதத்தின் முறைப்பொண்ணு நீ தானே? உன்னை இழுத்துக் கொண்டு போயி... என் மகன் வேயன்னா வீட்டுத் தூணிலே கட்டி வச்சுட்டு வந்துருவோம்... ஆமா! கொஞ்சம் பொறு... அது அதுக்கு நேரம் காலம் வர வேண்டாமா?"

கிழவி சொல்லி முடிக்கவும், சிட்டு தானே நகர்ந்து கூழானியின் மடியில் 'பொசுக்' என தலை சாய்த்துப் படுத்துக் கொண்டாள்.

வேயன்னாவும் வையத்துரையும் பெருநாழி வண்டிப் பாதையில் பல பேச்சுக்களைப் பேசிக் கொண்டே வந்தார்கள்.

"பெருநாழியிலே சாதிக்கு ஒரு ஆள் இருந்து ஊரைக் கெடுக்குறான். அடிபடாமல் திருந்தமாட்டான்ங்க."

பின்னால் நடந்து வந்த வையத்துரை, "பச்சமுத்து எப்படி ஆளு அய்யா?" ஒவ்வொரு விளக்கமாய் கேட்டுக்கொண்டே வந்தான்.

"பச்சமுத்து... நம்ம மேலே விசுவாசமான ஆளு."

"பெருநாழியிலே புதுசா கச்சேரி வந்துருக்குதுன்னு சொன்னங்களே... எதுக்காம்?"

"தெரியலையே!"

"நம்மை ஏன் கூப்பிட்டு விட்டாங்கய்யா?"

"அதுவும் தெரியலையே"

பேசிக்கொண்டே இருவரும் கண்மாய் கரை ஏறினார்கள். எஸ்டேட் கிணறு வழியாகத்தான் ஊருக்குள் நுழைய வேண்டும். வேயன்னாவுக்கு மனசு ஒப்பவில்லை. எஸ்டேட் கிணற்றுப் பக்கம் நடக்கவே கூசியது. பாதையை மாற்றி, தெற்கே கூடி ஊரை வளைத்துப் போனால் நடுக்காட்டுச் சந்தை வரும். தீ வச்சு கொளுத்தி ரெண்டு நாளு தான்ஆகுது. வடக்கே வறண்டு கிடந்த கண்மாய்க்குள் இறங்கி கையில் வேல்கம்புகளோடு நடந்தார்கள்.

விக்டர் துரையுடன் கச்சேரிக்குள் தனித்த ஆலோசனையில் இருந்த வெள்ளைக்கார சார்ஜெண்ட் எழுந்து வெளியே வந்தான். கூடி இருந்த போலீஸுகளைப் பார்த்து, "வேயன்னா வந்தாச்சா?"என்றான்.

கிழட்டு போலீஸு முந்திக் கொண்டு, "இன்னும் வரலே" என்று சொல்லி முடிப்பதற்குள், வேட்டி அவிழ ஓடி வந்த முனியசாமி, "எசமான்... கொம்பூதிக்காரன் ரெண்டு பேரு... வேல்கம்போடு... கண்மாய்க்குள்ளே பதுங்கிப் பதுங்கி வர்றான்ங்களாம்! இன்னிக்கு என்ன நடக்கப் போகுதோ எசமான்...!" கும்பிட்டு குறுகினான்.

தன் அறைக்குள் நுழையப் போன சார்ஜெண்ட் திரும்பி, "யார் பார்த்தது?" என்றான்.

"விறகுக்குப் போன என் பொஞ்சாதி எசமான்" முனியசாமி குலை பதறினான்.

விக்டர் துரைக்கு விவரம் சொல்ல உள்ளே நுழைந்தான் சார்ஜெண்ட்.

முனியசாமியைப் பார்த்து, "யோவ்... ஏன்யா... கத்துறே!" கிழட்டு போலீஸ் அதட்டினார்.

விக்டர் துரையுடன் சார்ஜெண்ட் பேசத் துவங்கும்போதே கச்சேரி வாசலில் 'திமு... திமு' வென ஒரு கூட்டம் நுழைந்தது.

ஏகாம்பரம், சுப்பையாவோடு சேர்ந்து உள்ளூர் கூட்டம். ஆளாளுக்கு கூப்பாடு போட்டார்கள்.

"எசமான்... ஊருக்கு வடக்கே ஒரு வீடு தீப்பிடிச்சு எரியுது. பிள்ளத்தாச்சிப் பொண்ணு ஒருத்தி உள்ளே மாட்டிக்கிட்டாள்..." ஏகாம்பரம் கை கட்டினார்.

"கொம்பூதிக்காரன் எங்களைக் குடியிருக்க விட மாட்டான் போலிருக்கே எசமான்...!"

"கொஞ்சம் தாமதிச்சாலும் தீ... ஊரை லாவிப் பிடிச்சிரும்" ரெண்டு கைகளையும் விரித்துக் காட்டினார் பரிபூர்ணம்.

"நான் சொன்ன மாதிரியே ஆகிப் போச்சே!" முனியசாமி கத்தினான்.

வாயில் சுருட்டு புகைய, வெளியே எழுந்து வந்த விக்டர் துரை, "என்ன சத்தம்?" ஊதினார்.

வண்டிக்கார கோட்டைச்சாமி உதட்டுக்குள் பேசினான். "வெள்ளைக்காரனுக்கு சொல்லிப் புரிய வைக்கும் முன்னே ஜோலி முடிஞ்சு போகும்யா."

விக்டர் மறுபடியும் கேட்டார். "ஏன் கத்துறீங்க?"

விக்டர் போட்ட மிரட்டலில் படபடப்பு அடங்கிய ஏகாம்பரம் "ஊருக்கு வடக்கே... கார்மேக ஆசாரி வீடு தீப்பிடிச்சு எரியுது! ஆசாரி பெஞ்சாதி, நிறை மாச கர்ப்பிணி. எரியிற வீட்டுக்குள்ளே மாட்டிக்கிட்டாள் எசமான்."

கூட்டத்துக்கு முன்னே நின்ற சுப்பையா, "இதுவும் கொம்பூதிக்காரன் வேலைதான். எங்களை எசமான் தான் காப்பாத்தணும்" கையெடுத்துக் கும்பிட்டார்.

விக்டர் துரையின் கண்ணசைவில் சார்ஜெண்டிடமிருந்து உத்தரவு பறந்து. அத்தனை போலீஸ்களும் கிளம்பினார்கள். சுருட்டுப் புகைத்தபடி முன்னால் நடந்த விக்டர் துரைக்கு கோபம் உச்சிக்கு ஏறி வாய் முணுமுணுத்தது. 'கொம்பூதி... கொம்பூதி... கொம்பூதி...!'

வறண்ட கண்மாய்க்குள் இறங்கிய வேயன்னாவும் வையத்துரையும் முகத்தில் அடிக்கும் கருவேல முள்ளை, வேல் கம்பால் விலக்கி விட்டபடி நடந்தார்கள்.

வையத்துரை கேட்டான். "கச்சேரி எங்கே இருக்குதாம் அய்யா?"

"நீ பொறந்த வீட்டிலே தானாம். உங்க ஆத்தா காளத்தி பிறந்து வளர்ந்த மணியக்கார வீட்டிலேதான் கச்சேரி வந்துருக்காம்!"

வையத்துரை பிறந்ததிலிருந்து மணியக்காரர் வீட்டு வாசல்படிகூட மிதிச்சதில்லே. தன்னைப் பெற்ற தாய் காளத்தியின் நினைவு கனக்க, கவிழ்ந்தபடி நடந்தான் வையத்துரை.

கண்மாயைக் கடந்து கரை ஏறியதும் வேயன்னா திகைத்துப் போய் நின்றார்.

"டேய் வையத்துரை...! ஊருக்குள்ளே ஒரு வீடு தீப்பிடிச்சு எரியுதுடா...!"கரை ஏறிய வையத்துரையும், "கார்மேக ஆசாரி வீடு மாதிரி தெரியுதே...!" எக்கிப் பார்த்தான்.

28

ஆடிக்காற்று சுழித்து அடிக்க, நாக்குகளைச் சுழற்றி போட்டு 'தீ' ஆட்டமாய் ஆடியது.

கார்மேக ஆசாரி வீடு ஊருக்கு ஒதுக்குப்புறமாய் இருந்தது. வீட்டோரம் கொல்லம் பட்டறை. ஆசாரி மனைவி நிறைவயிறோடு வீட்டுக்குள் மாட்டிக் கொண்டாள். பெருநாழிச் சனமெல்லாம் நெருப்பை அணைக்க, ஓடியாடி திரிந்தாலும், உள்ளே சிக்கிய உயிரைக் காப்பாற்ற வழி தெரியாமல் தவித்தது.

வறண்டு கிடந்த கண்மாய்க்குள்ளே வெட்டுக் கிடங்களில் கூட பொட்டுத் தண்ணி கிடையாது. எஸ்டேட் கிணற்றையும் நரகலை அள்ளிப் போட்டு மூடியாச்சு. வீட்டுப் பண்ட பாத்திரங்களில் மிச்சம் மீதி இருக்கும் தண்ணீரைக் கொண்டுவந்து ஆளாளுக்கு எறிந்தாலும் நெருப்பு குதியாட்டம் போடுது.

நிறைமாசக் கர்ப்பிணி, வீட்டுக்குள்ளிருந்து அலறுகிறாள். திக்கெல்லாம் லாவிப் பிடிக்கும் தீ, உள்ளே நுழைய இடம் தரவில்லை. விளையாட்டு காட்டுது. ஊற்றுகிற தண்ணீரை எல்லாம் வாங்கிக் கொண்டு சடசடத்து எரியுது. அடிக்கிற வெயிலுக்கும் காற்றுக்கும் பொறி பறக்குது.

கார்மேக ஆசாரி பரிதவித்து சுற்றிச் சுற்றி வந்து கத்தினார்.

"எரியிற தீயிலே, என் குலவிளக்கு அணையுதே!

பெண்களெல்லாம், "புள்ளத்தாச்சியைக் காப்பாத்துங் களேன்..." ரெண்டு கைகளையும் ஏந்தி தவித்துத் திரிந்தனர்.

சிறுவர்கள் ஏதோ தங்களால் ஆனதாக, புழுதி மண்ணை அள்ளி அள்ளி நெருப்பில் எறிந்தார்கள்.

நெருப்புக்குள் பாயப் போன கார்மேக ஆசாரியை இளவட்டங்கள் விடவில்லை.

பெஞ்சாதி மேல் கார்மேக ஆசாரி உயிரையே வைத்திருந்தார். பெஞ்சாதியை தாங்கி, தடவிக் கொண்டே திரிவார். ஊருக்கு ஒதுக்குப்புறமான வீடு என்பதால் இன்னும் சௌகரியமா

போச்சு. வேலைவெட்டியெல்லாம், போட்டு விட்டு சேலை முந்தியைப் பிடித்துக் கொண்டே அலைவார். அதிர நடக்க விடமாட்டார்.

"ஆத்தா... தாயீ... மெதுவா நடடா..."

ஊரிலேயே வளர்த்தியான ஆளு கார்மேக ஆசாரி தான். நடையிலேயே சின்ன ஆட்டம் கொடுத்து நடப்பார். பேச்செல்லாம் நக்கலும் நையாண்டியும் தான். பேச விட்டு கேட்பதற்கென்றே கொல்லம் பட்டறையில் ஆள் கூடும். பேச்சிலேயே எல்லோரையும் இடக்கு குத்து குத்துவார். யாருக்கும் கோபம் வராது. பேசப் பேச சிரித்து உருளுவார்கள்.

"என்னை விடுங்களேன்.... நானும் தீயிலே விழுந்து சாகுறேன்..." கத்திக் கதறி உருண்டு கொண்டிருந்தார்.

விக்டர் துரை தலைமையில் போலீஸ் பட்டாளம் 'திமுதிமு'வென வந்து சேர்ந்தது. தீயை நெருங்க முடியலே. உத்தரவுக்குப் பணிய, தீ என்ன... உடுப்பு போட்ட போலீஸா?

விக்டர் கேட்டார்

"தண்ணி எங்கே இருக்கு?"

"எங்கேயும் இல்லை எசமான்."

"எஸ்டேட் கிணறு என்னாச்சு?"

முக்கியஸ்தர்கள் முழித்தார்கள். கிழட்டு போலீஸ் உடைத்தார்.

"நரகலை அள்ளிப் போட்டு மூடிட்டாங்க துரை."

"முட்டாள்களே...! எல்லோரும் போய் அந்த தண்ணியைக் கொண்டு வாங்கோ." நெருப்பருகில் விக்டரின் முகம் மேலும் சிவந்து தெரிந்தது.

பண்ட பாத்திரங்களை எடுத்துக் கொண்டு எல்லோரும் எஸ்டேட் கிணற்றுக்கு ஓடினார்கள்.

இந்த நெருப்பிலும் சுப்பையா 'பற்ற' வைத்தார்.

"எசமான்... இது கொம்பூதிக்காரன் வேலை தான் எசமான்..."

விக்டர் முகம் சுழித்தார்.

"இது யாரு வீடு?"

கத்தி உருண்டு கொண்டிருந்த கார்மேக ஆசாரியைக் கை காட்டினார்கள்.

"வீட்டுக்குள்ளே அவரு பெஞ்சாதி சிக்கியிருக்குது எசமான்."

விக்டர் துரை, வெள்ளைக்கார சார்ஜெண்டைத் தோளருகே அழைத்து, "அந்தப் பொண்ணை மீட்மீணும். என்ன செய்யலாம்?" கேட்டபடி, பைக்குள்ளிருந்து சுருட்டை எடுத்து வாயில் வைத்துக் கொண்டார்.

"உள்ளே யாரும் நுழைய முடியாது. தீயை அணைச்ச பின்னாடி தான் நுழையலாம் துரை."

உள்ளே இருந்து கூக்குரல் கேட்டது.

எரிந்து கொண்டிருந்த விக்டர் துரையை நெருங்கி. , "அந்த கொம்பூதிக்காரன்ங்களை ஒன்னும் பண்ண முடியாதா, எசமான்?" எண்ணெயை ஊற்றினார் ஏகாம்பரம்.

"என் கையிலே கொம்பூதிக்காரன் அகப்பட்டால் தெரியும். என்ன செய்வேன் என்று..." சுருட்டைப் பற்ற வைத்தார்.

கண்மாய்க் கரையில் நின்று கார்மேக ஆசாரி வீடு எரிவதைப் பார்த்த வேயன்னாவும் வையத்துரையும் ஓட்டமும் நடையுமாக வந்தார்கள். "பாவம் கார்மேகம்... நல்ல மனுஷனாச்சே...!"

கார்மேக ஆசாரியின் பேச்சு வேயன்னாவுக்கு ரொம்பவும் பிடிக்கும். வஞ்சகம் இல்லாத பேச்சாளி.

இன்னும் வேகமாக வந்தார்கள்.

காளத்தி கதையை கூழானி கிழவி வாயால் கேட்டதிலிருந்து அன்னமயிலுக்கு மனசு சரியில்லை.

'இப்படியுமா மனுசன்ங்க இருப்பான்ங்க? கூடப் பிறந்த தங்கச்சியை நிறை வயிறோடு கதவிடுக்கில் திணித்து நெரித்து கொன்னுருக்கான்ங்களே, பாவிக! காளத்தி அப்படி என்ன தான் தப்பு பண்ணிவிட்டாள்? அவள் காதலிச்ச வீரணனும் ஒரு மனுஷசன் தானே? எவன் கண்டுபிடிச்சான். இந்தச் சாதியை?' தனக்குள் கேள்வியாய் கேட்டுக் கொண்டிருந்தாள்.

'கதவிடுக்கில் வைத்து நெரிச்சுக் கொன்றதோடு, கத்தியாலே வயித்தைக் கீறி, பிள்ளையை எடுத்து வெளியே வீசி இருக்கான்ங்களே இரக்கமில்லாத பயலுக!'

‘பாவம் வையத்துரை. பிறப்பே கொடுமையா இருக்கு!’

அன்னமயில் ஓய்ந்திருக்கும் போதெல்லாம் இந்த நினைவுகளைத்தான் உருட்டிக் கொண்டே இருந்தாள். உள் வீட்டு ஓலைத் தடுக்கில் மாறி மாறி புரண்டு படுத்தாள்.

அடுப்பு வேலைகளில் இருந்த அங்கம்மா, “அடியே... அன்னமயிலு... வாசல்லே யாரோ வந்து நிற்கிற சத்தம் கேட்குது. யாருன்னு பாரு...” அடுப்புச் சட்டியை இறக்கினாள்.

அன்னமயில் எழுந்து உட்கார்ந்து தலைமுடியை அள்ளி முடிவதற்குள் வாசலில் இருந்த கூழானி கூவினாள்.

“அடியே... அன்னமயிலு... உன்னைக் கட்டப் போற புருஷன் வந்திருக்கான். வந்து எட்டிப் பாரு.”

அன்னமயில் எழுந்து வாசலுக்கு வந்தாள். ஊமையன் நரிவேலு நின்று கொண்டிருந்தான். மாராப்பை ஒழுங்கு பண்ணிக் கொண்ட அன்னமயிலு, “ஏய் கிழவி... எப்போ பார்த்தாலும் உனக்கு இது தானா பேச்சு?” கிழவியிடம் முகம் சுளித்தாள்.

”நான் என்ன தப்பாகவா சொன்னேன்? உன்னைக் கட்டப் போற புருஷன் இவன் தானே?”

கிழவி சொன்னதைக் காதில் வாங்காமல், நரிவேலுவைப் பார்த்து, “என்ன மச்சான்?” பாதி பேச்சிலும், பாதி சைகையிலும் கேட்டாள்.

நரிவேலு, குதிரை கடிவாளம் கையில் இருக்கிற பாவனையோடு, மேலண்ணத்தில் நுனி நாக்கை அழுத்தி, “... ல்லாயுத்த... ங்க...?”என்று முடித்தான்.

திண்ணயில் அமர்ந்து, நரிவேலு முகத்தையும் அன்னமயில் முகத்தையும் மாறி மாறிப் பார்த்த கூழானி, “என்னடா சொல்றே? இவளை குதிரையிலே தூக்கி வெச்சு, கொம்பூதியைச் சுத்தி வர கூப்பிடுறியா?” கேட்டுவிட்டுச் சிரித்தாள்.

நரிவேலு உடனடியாக சைகையால் மறுத்து, மறுபடியும் பழைய குதிரைப் பாவனையில், “...ல்லாயுத்த...ங்க...?” என்றான்.

‘‘அண்ணன்... குதிரை ஏறி காலையிலே போன ஆளு தான். இன்னும் திரும்பலே...’’

நரிவேலு, அன்னமயிலைக் கண் நிறையப் பார்த்தான். கவனித்த கூழானிக்கிழவி, நரிவேலுவின் தொடையில் ஒரு கிள்ளு கிள்ளி, "என்னடா.. அவளை இந்தப் பார்வை பாக்கிறே? உனக்குனு உள்ளவள்தான் அவள். கொஞ்ச நாள் பொறு. உன் மாமன்கிட்டே பேசி, ரெண்டு கல்யாணத்தையும் ஒண்ணாவே முடிச்சிருவோம்..." கிள்ளிய இடத்தை தடவிக் கொடுத்தாள்.

ஊமையன் நரிவேலு ஒரு சின்ன சத்தம் கொடுத்து வெட்கப்பட்டபடி தெரு வழியே நடந்து போனான்.

எஸ்டேட் கிணற்றுத் தண்ணி இன்னும் வந்து சேரவில்லை. 'தீ' பிடித்துப் பறந்து கொண்டிருந்தது. நடந்தோடி வந்த வேயன்னாவும் வையத்துரையும் ஆசாரி வீட்டை நெருங்கினார்கள்.

கைகளை ஆட்டி ஆட்டி யோசனை சொல்லிக் கொண்டிருந்த முக்கியஸ்தர்கள் கண்ணில் வேயன்னாவும் வையத்துரையும் படவில்லை. யாரும் குறிப்பாக கவனிக்கவில்லை.

கார்மேக ஆசாரி, எரியும் வீட்டைப் பார்த்து இரண்டு கைகளையும் விரித்துக் கதறிக் கொண்டிருந்தார்.

"ராசாத்தி... என் கண் முன்னாலேயா... நீ கரியாகணும்!" வாய்விட்டுக் கத்தினார்.

நிலைமையை நொடியில் புரிந்துகொண்டே வேயன்னா, வேட்டியைத் தார்ப்பாய்ச்சிக் கட்டினார். துண்டை வரிந்து தலையில் கட்டினார். கூடவே வையத்துரையும் வரிந்து கட்டினான்.

கையில் வேல்கம்போடும் கனத்த செருப்புகளோடும் நெருப்புக்கு முன்னே வந்து நின்ற வேயன்னா, "வாடா வையத்துரை!" தலையசைத்தார்.

கூடி நின்ற கூட்டம் திகைத்துப் போனது.

சுருட்டுப் புகைத்து கொண்டிருந்த விக்டர் துரை, நெருப்புக்குள் நுழையப் போகும் இருவரையும் இமை ஆடாமல் பார்த்தார். பிளந்திருந்த வாய்க்குள் புகை மண்டியது.

வெள்ளைக்கார சார்ஜெண்ட் திரேகம் அசையாமல் நின்றான்.

கார்மேக ஆசாரியின் அழுகை நின்று போனது. வேயன்னாவையும் வையத்துரையையும் வைத்த கண் வாங்காமல் பார்த்தார்.

ரெண்டு வேல் கம்புகளாலும் 'தீ' தடைகளை அடித்துச் சாய்த்தபடி மதமதவென வேயன்னாவும் வையத்துரையும் நெருப்புக்குள் நுழைந்து போனார்கள்..

ஆடிக்காற்று முன்னிலும் வேகமாக சுழன்றடித்தது.

ஏகாம்பரத்துக்கும் சுப்பையாவுக்கும் பகீரென்றது. விக்டர் துரையின் காதோரம் "எசமான்... கொம்பூதி வேயன்னா இவர் தான்" பணிந்து ஓதினார்கள்.

'சுருக்' என பார்த்த விக்டர் துரை, "வீயன்னா... இவரா?" முழுச் சுருட்டைக் கீழே போட்டு காலால் நசுக்கினார்.

29

ஏதோ கிணற்றுத் தண்ணீருக்குள் விழுந்து குளிப்பது போல் வேயன்னாவும் வையத்துரையும் ஆசாரி வீட்டு நெருப்புக்குள் நுழைந்திருந்தார்கள். ஆணு, பொண்ணு அத்தனைக்கும் மலைப்பு! தீக்குள் நுழைந்தது 'இன்னார்' எனப் பல பேருக்கு அடையாளம் தெரியலே.

உள்ளூர் ஆளுகளும், வெள்ளைக்கார அதிகாரிகளும் நெருப்புக்கு அருகில் நெருங்க முடியாமல் வேடிக்கை பார்த்துக் கொண்டிருக்க, 'குளிருக்கு அனல் காய்கிற மாதிரி, அது யாரு... உள்ளே நுழைஞ்சது?' கையைப் பிசைந்து கொண்டு சனம் நின்றது.

"ஒரு ஆளு கொம்பூதியாம். இன்னொரு ஆளு... பெரும்பச்சேரியாம்!"

"கொம்பூதி வேயன்னாவா...?"

"அது தானே! உள்ளூர்க்காரனுக்கு ஏது இவ்வளவு தைரியம்...?"

"நடுக்காட்டுச் சந்தையை தீ வெச்சுக் கொளுத்துனதும்... பெரும்பச்சேரி துருவனை மீட்டுக் கொண்டு போனதும் இவரு தான்..."

பெண்களுக்குள் பேசிக் கொண்டார்கள்.

கார்மேக ஆசாரி கையேந்திக் காத்திருந்தார். சுப்பையாவுக்கும் ஏகாம்பரத்துக்கும் பொறுக்க முடியலே.

“எசமான்... வீட்டுக்குத் தீயையும் வெச்சுட்டு, காப்பாத்தவும் வந்திருக்காரு வேயன்னா! இது தான் ‘கொம்பூதி தந்திரம்’. எச்சரிக்கையா இருக்கணும் எசமான்...”

எரிகின்ற வீட்டைச் சுற்றி போலீஸை நிறுத்த விக்டர் உத்தரவிட்டார். முக்கியஸ்தர்கள் துரையைச் சுற்றி நின்றனர்.

“எசமான்... இந்த ஊருக்குக் கச்சேரி வந்தது, வேயன்னாவுக்குப் பிடிக்கலே... நீங்க ஊருக்குள்ளே கால் வெச்சதுமே உங்களுக்குக் கொடுக்கிற எச்சரிக்கை தான் இதெல்லாம்...

விக்டர் துரை இன்னொரு சுருட்டைப் பற்ற வைத்தார்.

எரிகின்ற வீட்டுக்குள்ளிருந்து இதுவரை கேட்ட கதறல் சத்தம் நின்று போனது.

கார்மேக ஆசாரிக்குப் பதற்றம் கொடுத்தது

. “என்ன ஆச்சோ...?”

வீட்டை வளைத்து நின்ற போலீஸுகள், சனங்களை நெருங்க விடாமல் விரட்டிக் கொண்டிருந்தார்கள்.

பற்றி எரிந்து கொண்டிருந்த வீட்டுத் தலைவாசல் நிலைக் கதவை ஓங்கி மிதித்து செருப்புக் கால்களால் நெருப்பு பாலங்களை நொறுக்கியபடி வேயன்னாவும் வையத்துரையும் வெளிப்பட்டார்கள்.

ஆசாரி பெஞ்சாதியின் தலைப்புறத்தை வேயன்னாவும் கால்புறத்தை வையத்துரையும் ஏந்திக் தூக்கிக் கொண்டு, இமைக்கும் முன் தீயைக் கடந்தார்கள்.

“தாயீ...!” கத்திக் கொண்டு ஆசாரி ஓடினார்.

ஓரத்தில் பக்குவமாகக் கிடத்தினார்கள். சனம் சுற்றிக் கூடியது.

வெள்ளைக்கார சார்ஜெண்ட் கண் சிமிட்டலில் போலீஸு, மொத்தக் கூட்டத்தையும் சுற்றி வளைத்து நின்றது.

கூட்டத்துக்கு நடுவில் நின்ற வேயன்னாவுக்கும் வையத்துரைக்கும் கை, கால் ரோமங்களில் மேலோட்டமான கருகல்கள். வேட்டி நுனிகளில் தீக்கரை. உடம்பெல்லாம் வியர்த்து ஊற்றியிருந்தது.

நிறைமாதக் கர்ப்பிணி, முகம் வாடி, மூர்ச்சையாகிக் கிடந்தாள்.

“தாயீ... என்... ராசத்தி... அம்மா....!” கார்மேக ஆசாரி மனைவியின் முகத்தை தொட்டு ஆட்டினார்.

‘சுளீர்’ என கைத் தண்ணீரை முகத்தில் அடிக்கவும் மெல்லக் கண் விழித்தாள்.

“அம்மா... என் செல்லம்...” கார்மேக ஆசாரிக்கு கண்ணீர் ஓடியது. ஏறிட்டு வேயன்னாவையும் வையத்துரையும் கையெடுத்துக் கும்பிட்டார்.

பச்சமுத்து ஓட்டி வந்த தான்ய வண்டி, பெரும்பச்சேரியில் இறங்கிக் கொண்டிருந்தது. வண்டி நிறைய தவசம் தான்யத்தை பார்த்த பெரும்பச்சேரி சனத்துக்கு ஒன்னும் புரியலே. எல்லோரும் ஓடி வந்து வண்டியைச் சுற்றி நின்றார்கள்.

நிமிர்ந்த வாக்கில் இறங்கிய பச்சமுத்து, எல்லோரையும் ஒரு சுற்றுப் பார்த்தான். பட்டினி கிடக்கும் சனங்களின் முகம் வாடிப் போயிருந்தது. மனதுக்குள் ஒரு கணக்குப் போட்டான்.

‘கொம்பூதிக்கார கோட்டிப் பயலுக... கொள்ளையடிக்கிற பொருளைக் கொடுக்கிறான். அவனுக்கு இரை போடுறது சரி தான். இந்தப் பெரும்பச்சேரி பயலாலே நமக்கு என்ன லாபம்...? ஒண்ணும் கிடையாது. ஆனாலும் வேயன்னா சொல்லிட்டாரே! என்னிக்காவது ஒருநாள் இவங்களாலும் நமக்குத் காரியமாகுமே...?’

சுற்றி நின்ற சனங்களில் திருவேட்டை முன்னே வந்தான்.

“வாங்க முதலாளி... வண்டி வந்திருக்கே, என்ன விவரம்...?”

“வண்டி நிறைய தவசம் தான்யம்ப்பா! எல்லாம் உங்க சனத்துக்கு தான் திருவேட்டை....”

கூடி நின்றவர்கள், ஒருவர் மூஞ்சியை ஒருவர் பார்த்துக் கொண்டனர். “

“வழக்கமாக வண்டி கொம்பூதிக்கு தாளே போகும்... வேயன்னாஅய்யா சொன்னாரா...?”

“திருவேட்டை.... எனக்கு கொம்பூதி வேற, பெரும்பச்சேரி வேற இல்லை. ‘பெருநாழிக்காரனைப் பகைச்சுட்டு பெரும்பச்சேரி சனம் பட்டினி கிடக்குது’னு கேள்விப்பட்டடேன். மனசு கேட்கலே...” கண்ணீரை வரவழைத்துக் கொண்டே, “அவன்ங்க செய்த பாவத்துக்கு நான் பாரம் சுமக்கிறேன்.” தாரளாமாக இரண்டு கைகளையும் விரித்துக் நீட்டி, “ம்...

எல்லாம் உங்களுக்குத் தான். எடுத்துக்கோங்கப்பா...” உருகி முடித்தான் பச்சமுத்து.

சனம் பட்சியாகப் பறந்தது.

கையில் கிடைத்த சட்டி, பெட்டிகளில் எல்லாம் தவசம் தான்யத்தை அள்ளி நிரப்பினார்கள்.

போலீஸ் சுற்றி வளைத்திருந்த கூட்டத்தை விலகி நிற்கும்படி விக்டர் துரை கைகாட்டினார்.

கண்ணீர் ஓட, வேயன்னாவைப் பார்த்து கையெடுத்துக் கும்பிட்டுக் கொண்டிருந்தார் கார்மேக ஆசாரி. கண்விழித்த பெஞ்சாதியும் கை நிறையக் கும்பிட்டாள்.

விக்டர் குழம்பிப் போய் நின்றார்.

“கார்மேக ஆசாரி, ஒரு முட்டாள் பய எசமான்... வீட்டுக்குத் தீ வெச்ச வேயன்னாவையே கையெடுத்துக் கும்பிடுகிறான் பாருங்களேன்!” சத்தம் வெளியே கேளாமல் ஏகாம்பரம் சிரித்து வைத்தார்.

கருகிய முடிகளைத் துடைத்துக் கொண்ட வேயன்னா, கார்மேக ஆசாரியின் தலையைத் தொட்டு, “கார்மேகம்... உன் பெஞ்சாதி தான் வெளியே வந்துட்டாளே...! அப்புறம் ஏன் அழுகுறே...?” தடவிக் கொடுத்தார்.

கேட்டதும், கார்மேக ஆசாரிக்கு மேற்கொண்டும் கண்ணீர் பெருக்கெடுத்தது.

எல்லாவற்றையும் விக்டர்துரை உன்னிப்பாகக் கவனித்துக் கொண்டிருந்தார்.

கூட்டத்தை கலைத்து வேயன்னாவைப் பிடிக்க வெள்ளைக்கார சார்ஜெண்ட் தருணம் பார்த்து நின்றான்.

பெஞ்சாதியின் தலையைத் தன் மடியில் தாங்யிருந்த கார்மேக ஆசாரி, வேயன்னாவின் கையைப் பிடித்துக் கொண்டார்.

“எசமான் வேயன்னாவை விடக்கூடாது எசமான்...” சுப்பையா குழைந்ததைக் கவனிக்காத விக்டர் துரை, கூட்டத்துக்குள் நுழைந்து நெருங்கி வந்து நின்றார்.

தன் கையைப் பிடித்திருந்த கார்மேக ஆசாரியிடம், “ஏய் கார்மேகம்... அழுகாதேப்பா...” வேயன்னா ஆறுதல் சொன்னார்.

“இது அழுகை இல்லய்யா... அழுகை இல்லே...” வேயன்னாவின் கையைத் தன் கண்ணோரம் வைத்து, “இந்தக் கண்ணீரை நான் விடலேன்னா, நெஞ்சு அடைச்சு செத்துப் போவேன்...” கார்மேக ஆசாரி பொங்கிப் பொங்கி அழுதார்.

“கார்மேகம்... மனுசனுக்கு மனுசன் செய்கிற உதவி தானே... அழுகாதே...”

“இந்த ஊரிலேயும் தான் மனுசங்க இருக்கிறோம். ஊரே கூடி, ஓடியும் ஆடியும் ஒண்ணும் நடக்கலையே!”

உள்ளூர் ஆட்கள் தலை திருப்பி எங்கோ பார்த்தார்கள்.

விக்டர் துரை எல்லாவற்றையும் கவனித்துக் கொண்டு நின்றார்.

“கொல்லம் பட்டறை துருத்திலே இருந்து கிளம்பின தீப்பொறி கூரையிலே தாவி, ஆடிக் காத்துக்கும் அடிக்கிற வெயிலுக்கும் அரைக்கணத்திலே லாவிருச்சு! நான் ஒரு முட்டாள் பய... பட்டறைச் சாமான்களை ஒதுங்க வெச்சுட்டு நிமிர்ந்து பார்த்தால், வீடே எரியுது!” பெஞ்சாதியின் தலையைக் கோதினார்.

“இவளைத் திரும்ப உயிரோட பார்ப்பேன்னு நினைக் கலேய்யா... நினைக்கலே...! அய்யா, இனிமே கோயிலுக்குப் போறதை விட்டுட்டு கொம்பூதிக்கு தான் போகணும்...!” கார்மேக ஆசாரி, வேயன்னாவின் கையைக் கண்ணீரால் நனைத்தார்.

விக்டர் துரை, வேயன்னாவைக் கூர்மையாக அளந்தார்.

யுகங்களைத் தாண்டிய நெஞ்சுரமும் வலிமையும், சட்டங்களுக்குக் கட்டுப்படாத நேர்மையும் சுதந்திரமும் உள்ளடங்கிக் கிடந்தன.

கூட்டத்தை விலக்கி, வேயன்னா வெளியேற கிளம்பினார்.

“மிஸ்டர் வீயன்னா...!”

விக்டர் துரையின் சீற்றமெடுத்த அழைப்புக் குரல் வேயன்னாவை நிறுத்தியது.

வேயன்னா திரும்பி, முதன்முறையாக வெள்ளை அதி காரியைப் பார்த்தார். இடுக்கிய கண் வழியே ஒளி ரேகைகள் கிளம்பின.

நொடியில் தடுமாறிப் போன விக்டர் துரை, சாவகாசமாக நடைபோட்டு அருகே வந்து, வேயன்னாவின் வலது கரத்தைப் பற்றிக் கொண்டார்.

"என் பெயர் விக்டர். உங்களைப் பார்த்திலே ரொம்ப ரொம்ப சந்தோசம்...!" இறுக்கிக் கை குலுக்கினார்.

வேயன்னா முகத்தில் குழப்ப ரேகைகள் பரவின.

சனம் விலகி நின்றது.

30

வேயன்னாவின் கையை இறுகப் பற்றி விக்டர் துரை குலுக்கியது. பெருநாழி ஆட்கள் பலருக்கு நெஞ்சைப் பிசைந்தது.

'வெள்ளைக்காரன் விவரங்கெட்டவனா இருப்பான் போலிருக்கே! நமக்கு பாதுகாப்பா இருப்பான்னு தானே கச்சேரிக்கு இடமும் குடியிருக்க வீடும் கொடுத்தோம்? ஆரம்பமே கோணலா இருக்குதே!'

'ரெண்டு நாளைக்கு முன்னாலே தான் நடுக்காட்டுச் சந்தையை தீவச்சு கொளுத்துனாங்க... ஊருக்குள்ளே நுழைஞ்சு வீடு வாசல்களை அடிச்சு நொறுக்குனாங்க. அதுக்கெல்லாம் கேள்வி கிடையாதா?'

'வலை விரிக்காமலே வந்து விழுந்த வேயன்னாவுக்கு மரியாதை பலமா இருக்குதே! முடம் விழுந்த பெருநாழி'னு புலவன் சொன்னது சரி தானோ?' என்று எண்ணும் போதே சுற்றி வளையமிட்டிருந்த போலீஸுகளுக்கு விறைப்பு குறைந்தது.

தருணம் பார்த்துக் காத்திருந்த வெள்ளைக்கார சார்ஜெண்ட் முகம் சுழித்தான். விக்டர் துரையின் செயல் ஆச்சரியமாய் இருந்தது. 'இதுவும் ஒரு தந்திரமோ!' என யோசனை ஓடியது.

"மிஸ்டர் வீயன்னா... கச்சேரிக்கு போவோமா?" விக்டர் துரை புன்முறுவலோடு அழைத்தார்.

வேயன்னாவுக்கு விக்டர் துரையை புரிந்து கொள்ள முடியவில்லை.

‘இவன் தான் வெள்ளை அதிகாரியோ...! பல வருடங்களுக்கு முன் வனங்களுக்குள் இருந்து நம் கூட்டத்தை விரட்டி வந்த குதிரைக்காரர்களின் சாயல் இவனிடம் தெரிகிறதே...! இவ்வளவு பேர் மத்தியில் இவன் தரும் மரியாதையின் நோக்கம் என்ன? ஏதேனும் சூது இருக்குமோ! இருந்தாலும் இவன் நம்மை என்ன செய்து விடமுடியும்?’

கூட்டம் விலகி வழி விட்டது. வேயன்னாவும் விக்டர்துரையும் நடக்க, வையத்துரை அணைவாய் நடந்தான்.

ஓரமாய் ஒதுங்கிக் கிடந்த முக்கியஸ்தர்களுக்கு சின்ன நம்பிக்கை துளிர் விட்டது. ‘ஏதோ திட்டம் போட்டுத்தான் வேயன்னாவை வெள்ளைக்காரன் கூட்டிப் போறான்.’

போலீஸுகள் பின் தொடர்ந்தார்கள்.

சிட்டு நடந்தால்... புழுதி கிளம்பும்! பேசினால்... ஊர் கூடும்! இன்று என்னவோ... வாயை இறுக மூடிக்கொண்டு, பொத்தி, பொத்தி நடந்தாள். ‘இன்னிக்கு ரெண்டிலே ஒன்னு! முடியுமா... முடியாதா...? அப்புறம் என்ன? இந்த வில்லாயுதம் மச்சான், இன்னும் எத்தனை நாளைக்கு தான் ஏய்ப்பான்? முடியாதுனு சொல்லு. என் மாமன் வேயன்னா இருக்காரு. அவருக்குத் தெரியாத நியாயமா?’ கண்ணை கசக்கிக் கொண்டாள்.

‘உனக்கு மாப்பிளைக்காரி யாரு? நான் தானே? என்னை ஏறெடுத்தும் பாராமல், நீ காடோ... செடியோனு அலைந்தால்... என் கதி என்ன? நம்ம சாதி வழமை உனக்கு தெரியுமா... தெரியாதா?’ காலை இடறும் சேலையை இடுப்பில் செருகிக் கொண்டு நடந்தாள்.

‘என்னைத் தொட வேண்டாம்... தூக்க வேண்டாம். ஒரே ஒரு வார்த்தை அடியே கிறுக்கு சிறுக்கி... நீ தானே எனக்கு மாப்பிளைக்காரி. உன்னைதான் கட்டுவேன். கொஞ்சம் பொறுனு ஒரு வார்த்தை பேசுனா மனசு ஆறிப் போகுமே!’

தலைமயிரை அள்ளி முடிந்து கொண்டே வந்தாள்.

நீண்டு தொங்கும் வால் ரோமத்தை அசைத்தவாறு குதிரை நின்றது. திண்ணையில் கழுகு உட்கார்ந்து இருந்தது. ‘வில்லாயுதம் மச்சான் வீட்டுக்குள்ளே தான் இருக்கு.’ வீட்டை நெருங்கியதும் மனசுக்குள் பயம் கொடுத்தது. மெல்ல வாசலோரம் தலை நீட்டினாள்.

உள்ளே வில்லாயுதம் படுத்திருந்தான்.

வாசலில் தேடிப் பிடித்து ஒரு சின்னக் கல்லை எடுத்து எறிய ஓங்கினாள்.

"வாங்க மதினி..." ஈரத் தலையை உலர்த்தி கொண்டே அன்னமயில் வந்தாள்.

"உங்க அண்ணன் எங்கே?" கல்லை பின்புறம் மறைத்தாள்.

"அதோ... தூங்குது."

"ஊர் சுத்தி வந்த அலுப்பு கழுதைக்கு."

"யாரு...? எங்க அண்ணா... கழுதை?" தலைமுடி ஈரத்தை சிட்டுவின் முகத்தில் தெறிக்க உதறி விட்டாள்.

"தெரியாம சொல்லிட்டேன் டீ... உங்க அண்ணன் கழுதை இல்லே... யாருக்கும் அடங்காத குதிரை!" திண்ணையில் சம்மணமிட்டு உட்கார்ந்திருந்தாள். கண்கள் 'துறு... துறு'வென அலைந்து கொண்டே இருந்தன.

வில்லாயுதத்தின் குதிரையைப் பார்க்க பார்க்க உறுத்திக் கொண்டே இருந்தது. குதிரை, வில்லாயுதம் போலவும் தெரிந்தது.

"அடியே அன்னமயிலு... இந்த குதிரை மேலே என்னை ஏத்திவிடேன்."

அன்னமயில் சிரித்தாள்.

"குதிரையைப் பார்த்தாலும் எங்க அண்ணன் நினைப்பு தானா?"

"அன்னமயிலு... அன்னமயிலு... ஏத்தி விடுடீ..." கையைப் பிடித்திழுத்துக் கெஞ்சினாள்.

"இதுக்கு முன்னாலே குதிரை மேலே ஏறி இருக்கீகளா?"

"மச்சானோட குதிரை தானே? எனக்கு அடங்கித் தான் போகும். ஊரை ஒரே ஒரு சுத்து." குதிரைக் கட்டை அவிழ்த்தாள்.

"மதினி... வேண்டாம்."

சிட்டு விடுவதாக இல்லை. சேலையை வரிந்து கட்டினாள்.

"ம்... காலைக் கொஞ்சம் தாங்கி விடு... ம்... கொஞ்சம்."

தாவிப் பிடித்து ஏறினாள்.

அன்னமயில், அரை மனசும் குறை மனசுமாக சிட்டுவின் காலைத் தாங்கி விட்டாள்.

வீட்டுக்குள் வில்லாயுதம் புரண்டு படுத்தான்

சிட்டு ஏறி உட்கார காத்திருந்தது போல்,

குதிரை பாய்ந்து கிளம்பி விட்டது.

கச்சேரியாக மாறி இருந்த மணியக்கார வீட்டு எல்கையில் கூட மிதிக்காமல், வையத்துரை வெளியிலேயே நின்று கொண்டான். தன் தாயார் காளத்தி கொலையுண்ட வீடு. தாயாரின் வயிற்றைக் கீறி எடுத்து, தன்னைத் தெருவில் விட்டெறிந்த வீடு. முகம் தெரியாத தாயின் உயிர் உள்ளூக்குள் அலை அடித்தது. நிமிர்ந்துகூட பார்க்கவில்லை.

வலிய வந்து சிக்கிக் கொண்ட கொம்பூதி வேயன்னாவை வெள்ளைக்காரன் படுத்தப் போகும் பாட்டை வேடிக்கை பார்க்க, உள்ளூர் சனம் கச்சேரி வாசலில் ஜாடை மாடையாக அலைந்து திரிந்தது.

‘வெள்ளைக்காரன் விவரமானவன் தான். நயந்து பேசி வேயன்னாவை உள்ளே கொண்டு போயிட்டானே! வேயன்னா அடிபடுவதை கண்ணாலே பார்க்க முடியாவிட்டாலும், கத்துற சத்தத்தை காதாலே கேட்போம்.’ உள்ளூர் ஆள் யாருக்கும் கச்சேரிக்குள் நுழைய அனுமதி இல்லை. கண்ணுகளையும் காதுகளையும் காயப் போட்டுக் காத்திருந்தார்கள்.

கச்சேரிக்குள் முதன்முதலாக நுழைந்த வேயன்னா, சுற்றிலும் ஒரு பார்வை பார்த்தார்.

பின்தொடர்ந்து வந்த போலீஸுகள், கச்சேரித் தடம் மிதித்ததும் தட... தடவென ஓடி அவரவர் நிலைகளில் நின்று விறைத்துக் கொண்டார்கள்.

துப்பாக்கிகள் வரிசையாய் அடுக்கி வைக்கபட்டிருந்தன. கை விலங்குகளும், திருக்கை வால் சவுக்கும் சுவரில் மாட்டித் தொங்கின. கையில் வேல்க்கம்போடு வேயன்னா படி ஏறினார்.

வெள்ளைக்கார சார்ஜெண்ட்டுக்கு ‘சுருக்’ கென்றது. இருக்கையை வாகு பண்ணி, வேயன்னா அமர்ந்தார்.

“மிஸ்டர் வியன்னா, உங்களைப் பற்றி நிறைய கேள்விப் பட்டேன். ஆனால், தப்பு... தப்பாக கேள்விப்பட்டேன்.” விக்டர் துரை உதடு அலுங்காமல் பேசினார்.

“எப்படி கேள்விப்பட்டீங்க?” வேயன்னா இயல்பாய் கேட்டார்.

“நீங்க ஒரு முரடன்... கொள்ளைக்காரன்... வெட்டு, குத்துக்கு அஞ்சாத ஆள்!”

“ஒகோ...!” உள் அறையை ஒரு பார்வை பார்த்தார்.

“ஆனால், நீங்க ‘பெரிய மனுசன்’ என்பதை ஆசாரி வீட்டிலே பார்த்தேன்” விக்டர் மனதாரப் புகழ்ந்தார்.

வேயன்னா பார்வையால் தள்ளினார்.

“பெருநாழியிலே போலீஸ கச்சேரி உண்டானதே உங்களுக்காகத் தான்!”

“எங்களுக்காவா!” வேல்க்கம்பை கை அருகில் நெருக்கி வைத்துக் கொண்டார்.

“ஆமாம். இந்தப் பகுதியிலே களவு, கொள்ளை அடிக்கடி நடக்குது. அதை செய்யிறது கொம்பூதி ஆளு தான் என்று எங்களுக்குத் புகார் வந்தது. அதனாலே நாங்க வந்தோம்.”

“கச்சேரி ஆரம்பிச்சா களவு நின்னு போகுமா?” வேயன்னா புரியாமல் கேட்டார்.

“நீங்க தான் நிறுத்தணும்.”

“அது எங்க தொழில். தொழிலை நிறுத்தி விட்டால் கஞ்சி எப்படி குடிக்கிறது?”

“வேறு தொழில் பாருங்கள்.”

“வேறு எல்லா தொழிலிலும் வஞ்சகம், சூது, ஏமாற்றுத்தனம் இருக்குது. எங்க தொழில் அப்படி இல்லே. உயிரைப் பயணம் வச்சு போறோம். கிடைச்சா கஞ்சி... இல்லேன்னா சாவு. எங்களுக்கு வேறுதொழில் தெரியாது.”

“சனங்களை பாதுகாக்க வேண்டிய பொறுப்பு எங்களுக்கு இருக்கு.”

“எந்த சனங்களை...? தண்ணிக் கிணத்திலே நரகலை அள்ளிப் போட்டாங்களே... அந்தச் சனங்களையா?

காலமெல்லாம் கஞ்சிக்கும் தண்ணிக்கும் கருமாயப்படுறானே... பெரும்பச்சேரிக்காரன்...! அவனைப் பாதுகாக்க வேண்டிய பொறுப்பு யாருக்கு?"

''அதுக்கெல்லாம் சட்டம் இருக்குது...''

"சட்டமா...? குடி தண்ணிக் கிணத்திலே பனை ஓலைப் பட்டை போட்டு ஒரு குடம் தண்ணி இறைச்சதுக்காக, மஞ்சணத்தி மரத்திலே கட்டி வச்சு கட்டெறும்புக் கடியிலே ஒருத்தனை கொல்லாப் பார்த்தது எந்தச் சட்டம்? அவங்க சட்டமும் உங்க சட்டமும் ஒண்ணா கைகோத்து வர்றது யாரைப் பாதுகாக்க...? யாரை அழிக்க?" வேயன்னாவின் வார்த்தைகள் நெருப்பாய் வந்து விழுந்தன.

விக்டர் துரைக்கு சூடேறியது. "மிஸ்டர் வீயன்னா...! நீங்க களவுக்குப் போகக் கூடாது. நாங்க விடமாட்டோம்.''

விக்டருக்கு நேராக விரலை நீட்டியபடி விருட்டென எழுந்த வேயன்னா, "தம்பி... என் பெயரைச் சொல்லிக் கூப்பிட உனக்கு வயசு போதாது. நாங்க களவுக்கு போறதை... முடிந்தால்... நீ தடுத்துப் பார்" தலையைச் சிலுப்பியவாறு வேல் கம்போடு படி இறங்கினார்.

வெள்ளைக்கார சார்ஜெண்டும் போலீஸுகளும் அதிர்ச்சியில் குலுங்கினார்கள். விக்டர் துரை கை அமர்த்தினார்.

சட்டத்தின் நடு நெஞ்சில் சவாலைச் செருகி விட்டு, கையில் வேல்கம்போடும், கனத்த செருப்புச் சத்தத்தோடும் படி இறங்கிப் போகும் வேயன்னாவை நிலைகுத்திய கண்களால் கூர்ந்து நோக்கியவாறு, விக்டர் துரை அசையாமல் உட்கார்ந்திருந்தார்.

31

வெட்டிச் சிதறும் மின்னலாக, கச்சேரியை விட்டு வெளியேறினார் வேயன்னா.

அலறலையும் கதறலையும் கேட்க காய்ந்து கிடந்த உள்ளூர் காதுகளில், வேயன்னாவின் செருப்புச் சத்தம் பாம்பாக நுழைந்தது. வேல்கம்போடு வருபவரின் கண்ணில் பட்டுவிடாமல், தெருவோர தடுப்புகளுக்குள் பதுங்கினார்கள்.

தன் தாயைப் பலி கொண்ட மணியக்கார வீட்டு வாசலை மிதியாமல், வெளியே ஒற்றை ஆளாய் காத்திருந்த வையத் துரை, வேயன்னாவைக் கண்டதும் எழுந்து ஓடி வந்தான். முகக் குறியிலேயே புரிஞ்சு போச்சு, "அய்யா... உள்ளே ஏதும் விவகாரமா?" வையத்துரை நடந்து கொண்டே பேசினான்.

"மீன் வலையைப் போட்டு, யானையை பிடிக்கப் பார்க்கி றான்ங்க!

"என்னய்யா சொன்னாங்க?"

"ஊருக்கு வா... விவரமா சொல்றேன்" என்றவர். "பச்சமுத்து சொன்னது சரி தான்" என்றபடி பெருநாழி கடைத் தெருவுக்குள் நுழைந்தார்.

கடைக்காரர்களில் பலபேர் சந்தைச் சூறையில் அடி வாங்கியவர்கள். திடுதிப்பென வேல் கம்புகளோடு வேயன்னாவையும் வையத்துரையையும் பார்த்தவர்கள், கடையை விட்டுக் கீழே குதித்து கும்பிட்டு நின்றார்கள். கைகளில் விலங்கும் கால்களில் சங்கிலியும் மாட்டி இழுபட்டு வருவார்கள் என எதிர்பார்த்துக் காத்திருந்தவர்களுக்கு 'சப்'பென்று போனது. வேயன்னாவை விட வையத்துரைதான் ஆத்திரப் பெருக்கோடு நடந்து போனான். முடிக் கருகலால் இருவரின் மேனியும் இன்னும் கறுத்திருந்தது.

விளையாட்டுப் போக்கில் வில்லாயுதத்தின் குதிரை மீது சிட்டு ஏறி உட்கார்ந்ததும், நாலு கால் பாய்ச்சலில் கிளம்பியது.

குதிரையின் எந்தத் துள்ளலுக்கும் சிட்டு பதற காணோம். ஒரு குருட்டுக் கணக்கில் லகானை இறுகப் பற்றியிருந்தாள்.

கொம்பூதித் தெரு வழியே குதிரை ஓட்டமெடுத்தது. ஆணு பொண்ணு அத்தனையும் விருமாந்து போய் வேடிக்கை பார்த்தது.

கூழானிக் கிழவிக்கு பெருமை பிடிபடலே.

"அடியே சிட்டு... நீ உக்காந்திருக்கிறது குதிரை மேலே இல்லே... உன் மச்சான் வில்லாயுதத்தோட தோள் மேலே. பிடிச்ச பிடியை விடாதேடீ..." குதிரை ஓட்டத்துக்கு சத்தமிட்டுக் கத்தினாள்.

சிட்டுவை குதிரையில் ஏற்றி விட்ட அன்னமயில், குதிரைப் பாய்ச்சலைக் கண்டதும் குலை பதறி வீட்டுக்குள் ஓடினாள்.

வஜ்ராயினி பற்றிய கனவில் உழன்று கொண்டிருந்த வில்லாயுதத்தின் தோளில் தட்டி எழுப்பினாள். அரைக் கோபத்தோடு கண் விழித்தவனுக்கு விவரம் சொன்னதும், “என்ன...! சிட்டு, குதிரை ஏறிப் போறாளா...! எந்தப் பக்கம்?” துள்ளி எழுந்து வாசலுக்கு ஓடினான்.

“மந்தைப் பக்கம் தான் போகுது. இந்நேரம் சிட்டு மதினி எங்கே விழுந்து கிடக்குதோ!“

“அவள் விழுந்தால் விழுகட்டும். குதிரை எங்கே போச்சோ...!” தெரு வழியே பாய்ந்து ஓடினான்.

ஊர் சனத்துக்கு நல்ல வேடிக்கை. குதிரை ஏறி முன்னாலே பொண்ணு போகிறாள். பின்னாலேயே மாப்பிளை ஓடுகிறான். கள்ளுக் குடிவெறியில் இருந்த இளவட்டங்கள் கால் அகற்றிப் பரப்பி, புறங்கைகளை ஊன்றியவாறு சிரித்து உருண்டார்கள். கள்ளு விற்கிற தேனம்மாள், வெற்றிலை வாய்க்குள் சிரிப்பைக் குதப்பினாள்.

சிட்டு ஏறிய குதிரை ஆலமரம் தாண்டி விட்டது. வில்லாயுதம் குறுக்கே பாய்ந்து ஓடினான். மேடு பள்ளங்களில் குதிரைப் பாய்ச்சலை சிட்டுவால் சமாளிக்க முடியவில்லை. முகத்தில் பாதையின் இருபக்க முள்ளடி வேறு காயப்படுத்தியது. தலை கிறுகிறுத்தது.

ஊடுபாதையில் புகுந்து வந்த வில்லாயுதம், ஓடைக்கரை இறக்கத்தில் குதிரையை மறித்தான். ஓடைப் பெருமணலில் குளம்படி வேகம் குறைந்தது. ஆனாலும் குதிரை நிற்கவில்லை. இணைசேர ஓடியவன், ஒரே தாவலில் குதிரையின் முதுகில் அமர்ந்தான். மயங்கிக் கிறுகிறுத்த சிட்டு, வில்லாயுதத்தின் மார்பில் சாய, லகானைப் பிடித்துக் கொண்டாள்.

ஓர மர நிழலில் குதிரை நின்றது.

மார்பில் சாய்ந்து கிடந்த சிட்டுவை தன் உடம்போடு ஏந்திக் கீழே குதித்தான். மச்சான் உடம்போடு பரவிக் கிடந்த சிட்டுவுக்கு மயக்கம், போன போக்குத் தெரியவில்லை!

பெரிய மனுஷி ஆன பின்னால் இப்படி ஒரு முழுமையான திரேகக் தீண்டலை சிட்டு அனுபவித்ததே இல்லை. காலமெல்லாம் மச்சான் மடியில் இப்படி மயங்கிக் கிடக்கத் தானே சிட்டு, தவமாய் தவமிருக்கிறாள்.

கண் விழித்தால் போச்சு... வில்லாயுதம் உதறி விடுவான்.

மர நிழலில் பெண் பாரம் இறக்க குனிந்தான். கழுத்தை வளைத்திருந்த சிட்டுவின் கரங்கள் மெல்ல இறுகின. முகத்தோரம் உரசிய வில்லாயுதத்தின் மீசை, உதடுகளில் கள்ளக் கண் போட்டாள். தோணாமல் முகம் நகர்த்தி உதட்டோரம் கொடுத்தாள். முதுகை வளைத்தாள். நெஞ்சு அழுந்திய வில்லாயுதம், பூமி நழுவி, அடி ஆழத்தில் இறங்கிக் கொண்டிருந்தான்.

சிட்டுவின் அளவுக்கு வில்லாயுதத்தின் கண்களும் செருகிப் போயிருந்தன. ஓடைத் தனிமையில், அவளை விட்டு இறங்கிய மயக்கம் இவனைப் பிடித்தாட்டியது.

மச்சானின் கைகளில் இணக்கம் தெரியவும், பயம் விட்டு முழுதாக கண் விழித்தாள். இவன் கண் மூடி அணைந்தான்.

குதிரை கால் உதறி நின்றது.

ரெட்டைத் திரேகங்கள் பற்றி எரிந்து, ஒற்றைப் பின்னலாகும் நொடியைக் கலைத்துச் சிதறி விட, ஆயிரமாயிரம் சேதிகளோடு ஓடி வந்து நின்றது வஜ்ராயினியின் மான்.

விக்டர் துரை ஏறி வந்த சாரட் வண்டி, வீட்டு முன்வாசலில் நின்றது.

மண் நடைபாதையைக் கூட விக்டரின் இளம் மனைவி கண்ணாடி ஒழுக்கத்தில் வைத்திருந்தாள். சாளரத்தில் இடப்பட்டிருந்த மர இருக்கைகள் பளபளப்புடன் அமைந்திருந்தன. ஒரு தூசு துரும்பைக்கூட கண்டெடுக்க முடியாத சுத்தம் வீடு முழுக்க நிறைந்திருந்தது. சாரட்டை விட்டிறங்கிய விக்டர், கலையாத உடுப்புடன் கைப் பிரம்பை மெல்ல அலைந்தவாறு நடந்து வந்தார்.

வருகைக்காகக் காத்திருந்தவள், சாளரத்து வாசலோரம் முறுவலித்து நின்றாள்.

நடைபாதையில் இறங்கியதுமே உரக்க, "மேரி..." என்றழைத்தபடி வர வேண்டிய கணவன், இன்று ஏனோ மௌனமாக வந்தான். அணிந்து வரும் கருப்புக் கண்ணாடியும் தொப்பியும் ஆழ்ந்த சிந்தனையில் அவன் இருப்பதைச் சொல்லின.

வேல ராமமூர்த்தி | 187

வாசலருகே வந்ததும், "ஹாய்... மேரி..."என்றவர் வழக்கம் போல் சின்ன முத்தமிட்டு, பதில் முத்தத்துக்கு குனிந்து கன்னம் கொடுத்தார். உதடுகளை மெல்ல ஒற்றி எடுத்தவள், கண்ணாடியையும் தொப்பியையும் சுழற்றி மேஜையில் வைத்தாள்.

"விக்டர்... களைப்பாக இருக்கிறீர்களே!"

பழரசத்தைக் கண்ணாடிக் கோப்பையில் நிரப்பி முன்னே வைத்தாள். இருக்கையில் ஓய்வாக சாய்ந்த விக்டரின் நாசி நிறைய வாசனைத் திரவியங்கள் மணத்து கமகமத்தன.

"மேரி... டார்லிங்... வீடு பிடிச்சிருக்கா?"

"விக்டர் டியர்... பலமுறை சொல்லிட்டேன்... வீடு பிடிச்சிருக்கு. கொஞ்சம் 'ஈ' தொல்லை இருந்தது. அதையும் இப்போது சரி செய்து விட்டேன்" திரவியங்களின் மணத்தை தானே முகர்ந்து அனுபவித்தாள்.

விக்டர் அயர்வாக கண்களை மூடினார்.

"விக்டர்... ஏதேனும் பிரச்சனையா?"

"ஒன்றுமில்லை, வந்த இடத்தில் வேலை துவங்கி விட்டது."

பழரசக் குவளையை எடுத்து கணவனுக்கு முன் நீட்டினாள். வாங்கிக் கொண்டே, "மேரி டியர்... நான் ஒரு கணக்கு போட்டேன். தப்பாகி விடும் போல் தெரிகிறது", பழரசத்தை உறிஞ்சினார்.

"என்ன கணக்கு?"

"கொம்பூதிக் கணக்கு..."

"உங்கள் கணக்கு தப்பியதில்லையே விக்டர்!"

"இந்தக் கணக்கில், துப்பாக்கியைச் சேர்க்காமல் போட்டுப் பார்த்தேன். விடை தப்பாக வருகிறது."

"வேண்டாம் விக்டர்... துப்பாக்கி வேண்டாம்."

"உண்மை தான்... துப்பாக்கி எடுப்பதற்கான ஆட்கள் இல்லை அவர்கள்." பழரசத்தைக் கொஞ்சம் கொஞ்சமாக உறிஞ்சினார்.

"யார் அவர்கள்?"

"கொம்பூதிக்காரர்கள். பாவம் முரட்டு அப்பாவிகள்!"

"என்ன குற்றம் செய்கிறார்கள்?"

"களவு, கொள்ளை, கொலை..."

"இவர்களா அப்பாவிகள்?"

"நம்பமாட்டாய் மேரி... இவர்கள் வேறு யாரோடும் இசைந்து வாழ மாட்டார்கள். காரணம், இங்குள்ள மற்ற பெரும்பாலோர் சமூக குற்றவாளிகள்; சுயநலக்காரர்கள்; தீண்டாமையைப் போற்றுபவர்கள்; முதுகில் குத்துபவர்கள்; சமூகத்தை சந்தை ஆக்குபவர்கள். இந்தக் குணங்கள் எதுவுமற்றவர்கள் கொம்பூதிக்காரர்கள். பெரிய ஆசைகள் எதுவும் இவர்களுக்கு இல்லை."

மேரி மிகுந்த ஆர்வத்துடன் கேட்டுக் கொண்டிருந்தாள்.

"பிறப்பிடத்திலிருந்து துரத்தப்பட்டார்கள். வந்து குடியேறிய இடத்தில் வயிற்றுக் கஞ்சிக்காக களவு செய்தார்கள். தனக்கு இணக்கமற்ற சந்தைச் சமூகத்தோடு ஒட்டி வாழ மறுத்து, களவையே தொழிலாக்கிக் கொண்டார்கள். களவாடும் அனைத்தையும் கைமாற்றிக் கொடுத்து விட்டு வெறும் வயிறு நிறைக்கிறார்கள். பொருள் மதிப்பு அறியாத அப்பாவிகள்!"

மேரியின் கண்கள் அகல விரிந்திருந்தன.

"நம்பியவர்களுக்கு உயிரைக் கொடுக்கிறார்கள். நம்பிக்கைத் துரோகிகளைக் கொலை செய்கிறார்கள். வேட்டைச் சமூகத்தின் மிச்ச சொச்சங்கள் இவர்கள்."

விக்டர், வியந்து பேசிக்கொண்டே இருந்தார்.

"ஆனால் மேரி... எத்தனையோ தேசங்களைப் பார்த்து வந்தவன் நான். இவர்களைப் போன்ற நெஞ்சுரமும் உடல் வலிமையும் கொண்டவர்களை எங்கும் நான் கண்டதில்லை!"

குடித்து முடித்த குவளையை மேஜையின் மீது வைத்தார்.

"அந்த வீயன்னாவின் நடையை நீ பார்க்க வேண்டும்... சிங்கம் தோற்றுப் போகும்! கழுத்தில் விழும் பூ மாலைக்கு கூட, தலைகுனிய மறுக்கும் மாவீரன்! ஆனால் அவருக்கு எதிராக கோழைகள் எல்லாம் கூடி சதி செய்கிறார்கள்." விக்டர் இமைகளை மூடி ஆழ்ந்து யோசித்தார்.

"இவர்களை வேறு வழிப்படுத்த வேண்டும்" தனக்குள் பேசினார்.

வேல ராமமூர்த்தி

“என்ன செய்யப் போகிறீர்கள் விக்டர்?”

“தொடர்ந்து பேசுவேன். எதுவும் பலன் தராத போது, இறுதியாக துப்பாகி எடுத்தாவது திருத்துவேன்.”

விக்டர் துரை எழுந்து, தன் இளம் மனைவியை அணைத்தவாறு ஓய்வறைக்குள் போனார்.

வேயன்னாவும் வையத்துரையும் பெரும்பச்சேரியை நெருங்கிக் கொண்டிருந்தார்கள்.

வேயன்னா நடந்து போகும் வேகத்தைப் பார்த்து பேச்சுக் கொடுக்கவே தயங்கினான் வையத்துரை. தொண்டையை செருமிக்கொண்டு, “வெள்ளைக்காரன் என்ன சொன்னான் அய்யா?”என்றான்.

நடந்தவாக்கில் திரும்பாமலே, “நாம களவுக்குப் போகக் கூடாதாம். போக விடமாட்டானாம்!” சூடுபட்டவராக பேசினார்.

“போகக் கூடாதுன்னு சொல்ல இவன் யாரு?”

“என்னமோ சட்டமாம்... சர்க்காராம்!”

“அவனைப் பெருநாழியிலே இருக்கவிட்டால் தானே?”

வேயன்னாவின் பேச்சுக்குள் உள்ள அர்த்தம் வையத்துரைக்கு புரியவில்லை. எதிர்க் கேள்வி போடத் துணியாதவனாக நடந்தான்.

பெரும்பச்சேரியை அனுசரித்து நடக்கையில், எதிரே தவசம் தான்யப் பாரம் இறக்கிய வண்டி வந்து கொண்டிருந்தது.

வேயன்னாவைப் பார்த்ததும் வண்டியிலிருந்த பச்சமுத்து குதித்தான்.

“ஏம்ப்பா பச்சமுத்து... பெருநாழிக்கு வந்திருக்கிற வெள்ளைக்காரத் துரை கல்யாணம் ஆனவனா?”

“கல்யாணம் ஆனாவன் தான். ஆனால் பிள்ளை கிடையாது அய்யா. அவன் பொண்டாட்டி மாதிரி சுத்தக்காரியை உலகத்திலே பார்க்க முடியாதாம்! வீட்டுச் சுத்தம் தான் அவளுக்கு உசுராம். ஊரே பேசுது சாமி!”

“அப்படியா...!” வேயன்னா கண்களை இடுக்கி, தலையை லேசாக அசைத்தார்.

“பச்சமுத்து... நீ கிளம்பு” என்றவர், “வையத்துரை... நீ வாப்பா...” தீர்மானத்தோடு கொம்பூதி நோக்கி நடந்தார்.

32

வஜ்ராயினியின் மானைக் கண்டதும், சிட்டுவின் பிடியிலிருந்து உதறி எழுந்தான் வில்லாயுதம். வஜ்ராயினியிடமே கையும் களவுமாக பிடிபட்டது போல், மானை ஏறிட்டுப் பார்க்க கூசியது.

ஆயிரமாயிரம் சேதிகளோடு ஓடிவந்த மான், முகம் சுருக்கி, வேறுபக்கம் திருப்பிக் கொண்டது. சம்பங்கி ஆற்றாங்கரை ஒற்றைக் குடில் அழகி வஜ்ராயினி, தன் உயிர் உருகி இவன் நினைவில் கிடக்க, இவனோ... இன்னொருத்தியின் நெருக்கத்தில்...! தன்னைத் தொட வந்த வில்லாயுதத்தை விட்டு ஓரடி விலகிப் போனது.

கூடைப் பாம்பின் நெளிப்பில் கிடந்த சிட்டு, வில்லாயுதத்தின் காலைப் பற்றிக் கொண்டாள். வில்லாயுதத்துக்கும் மானுக்கும் இடையில் உள்ள அந்தரங்கம் புரியாமல், தகிக்கும் அவயங்களை ஒப்புக் கொடுக்க இழைந்தாள். வில்லாயுதத்தின் கெண்டைச்சதையை கவ்விக் கொண்டாள். "மச்சான்... மச்சான்...!" தாபத்தில் தீய்ந்து கொண்டிருந்தாள்.

மானுக்கு மேனி குறுகியது.

எல்லாவற்றையும் வேடிக்கை பார்த்தவாறு, குதிரை தலை கவிழ்ந்து நின்றது.

சிட்டு இழைய இழைய, மானின் கண் முன்னால் குற்றங் களின் அடுக்கு கூடிக் கொண்டே போவதாகப் பதறினான்.

'மான், தானே வந்ததா? வஜ்ராயினி அனுப்பி வைத்தாளா? என்ன சொல்லி அனுப்பி இருப்பாள்? சேதிகளோடு மான் வந்த நேரம், இப்படி ஒரு அவக்காட்சியா? நொடியில் மதி இழந்து போனேனே!' மன்னிப்புக் கோரும் பாவனையில் மானை நோக்கி கையை நீட்டினான். திரும்பிக் கூடப் பார்க்காத மான், ஓடைக்கரை தாண்டி துள்ளிப் பாய்ந்து, உவட்டுப் பாதையில் பறந்து போனது.

சிட்டு, மானைப் பார்க்கவில்லை; குதிரையைப் பார்க்க வில்லை.

“மச்சான்... மச்சான்...!” வில்லாயுதத்தின் காலை வளைத்திருந்தாள்.

சிட்டுவைப் பார்க்க வில்லாயுதத்துக்கு மனங் கொள்ளவில்லை. தன் முறைப் பெண்; அத்தை மகள். தன் மேல் உரிமை கொண்டாட உடைமைப்பட்டவள் தான். ஆனாலும் மனசெல்லாம் வஜ்ராயினியைச்சூழ்ந்து கிடக்கிறதே!

“சிட்டு... எழுந்திரு. வீட்டுக்குப் போவோம்!”

‘‘மச்சான்...’’

“வேண்டாம். எழுந்திரு.”

குதிரையில் சிட்டுவை தூக்கி போட்டான். மேலேறி அமர, குதிரை கொம்பூதி நோக்கி நடந்தது.

கொம்பூதி மந்தையில் வேயன்னாவைச் சுற்றி ஊர் கூடிக் கிடந்தது.

“பெருநாழியிலே போலீஸுக் கச்சேரி உண்டு பண்ணினதே நமக்காக தானாம்!”

கூடிக் கிடந்த சனங்களுக்கு ஒண்ணும் புரியலே.

கழுவனுக்கு கேள்வி கேட்கத் தோன்றியது.

“கச்சேரி உண்டு பண்ணி நம்மை என்ன பண்ணப் போறான்ங்களாம்?”

“களவுக்கு போகக் கூடாதாம், போனால் தடுப்பான்ங்களாம்!”

கூழானிக் கிழவிக்கு இப்போது தான் விசயமே தட்டுப்பட்டது.

“இதென்னடா கூத்து! களவுக்குப் போகக் கூடாதா?”

ஆளாளுக்குப் பேசினார்கள்.

“களவுக்குப் போகாமல் பட்டினி கிடந்து சாகச் சொல்றானா?”

“வேற தொழில் பார்க்கச் சொல்றான்.”

“நமக்கு இதை விட்டால் என்ன தொழில் தெரியும்? நம்மை எவன் நம்புவான்?”

ஒருவர் முகத்தை ஒருவர் பார்த்து முழித்தார்கள்.

“களவுக்குப் போக விடாமல் தடுக்கிறதுக்கு இவன்ங்க யாரு?”

“சர்க்காரு ஆளுகளாம்.”

“சர்க்காரு ஆளுகளோ...! அரண்மனை ஆளுகளோ...! அவன்ங்க அதிகாரமெல்லாம் கொம்பூதி எல்லைக்கு வெளியே தான் நிக்கணும். ஊருக்குள்ளே நுழைஞ்சா ஒட்ட நறுக்கிடணும்.” கூழானி, விரல்களில் கத்திரி போட்டுக் காட்டினாள்.

“முதல் நாளு... ஊருக்குள்ளே கால் வச்ச போதே உலக்கையாலே அவன்ங்க உச்சியை பிளந்திருக்கணும்” வெள்ளையம்மா ஆத்திரப்பட்டாள்.

“எத்தனை பேரு இருப்பான்ங்க?”

“பத்து பதினஞ்சு பேரு இருக்கும்.”

“தூ... கழுதை! பத்து பதினஞ்சு பேர் தானா?”

இளவட்டங்களுக்கு லகுவா தெரிந்தது.

“ஊர்விட்டு ஊர்வந்து, வெள்ளைக்காரன் இவ்வளவு தைரியமா பேசுறான்னா... ஏதோ இருக்குது!”

“கச்சேரியில் ஆயுதம் இருக்குதா?”

“கட்டைகளை வரிசையாக அடுக்கி வச்சிருக்கான்ங்க. கையிலே கம்பு இருக்கு.”

“நம்ம வளரி, வேல்க்கம்பு, அருவாள் மாதிரி ஏதும் இருக்குதா?”

“வேல்க்கம்பு, அருவாள் தட்டுப்படலே. ஆனால், அடுக்கி வெச்சிருக்கிறது. வெறுங்கட்டை போல தோணலே. ஏதோ... சீமை ஆயுதமா இருக்கும்னு நினைக்கிறேன்.”

“எந்தச் சீமையிலே இருந்து ஆயுதம் கொண்டு வந்தாலும் இந்தக் கொம்பூதி வாரிசுகளை ஒன்னும் பண்ண முடியாது.”

சனமெல்லாம் தெம்பாகத் தான் பேசினார்கள். ஆனாலும் வேயன்னாவுக்கு ஒரு முடிச்சு விழுந்து உறுத்திக் கொண்டே இருந்தது. வெள்ளைக்காரன் தோரணை, அதிகாரம், கட்டுக் கோப்பு எல்லாம் சேர்ந்து ஒரு முடிச்சாக விழுந்திருந்தது. “பெரும்பச்சேரியை தவிர மற்ற ஊர்க்காரனுக்கு நம்ம பேரிலே நல்லெண்ணம் கிடையாது. எச்சரிக்கையாகத் தான் இருக்கணும்.”

“வர்ற ஆபத்தை முளையிலேயே கிள்ளுறது தான் நல்லது” கள்ளராமன் சுழியாய் யோசனை சொன்னான்.

வேயன்னா கணக்கும் அது தான்.

"ஆனாலும் அவசரப்பட வேண்டாம். வெள்ளைக்காரன் அடுத்து என்ன பண்றான்னு பார்ப்போம்..."

சுற்றி நின்ற போலீஸுகளுக்கு மத்தியில் விக்டர் துரை பேசினார்.

"இன்னிக்கு ராத்திரி எல்லாரும் கொம்பூதி போங்கோ. ஊருக்குள்ளே போகக்கூடாது. களவுக்கு புறப்பட்டு வர்ற வழியிலே பதுங்கி இருங்கோ. எவ்வளவு நேரம் ஆனாலும் நீங்க காத்திருக்கோணும். அவங்க வெளியேறி வரவும் சுற்றி வளைச்சு..."விக்டர் துரை சொல்லி முடிக்கவில்லை.

கிழட்டு போலீஸு, "துப்பாக்கி இல்லாமல் நெருங்க முடியாது எசமான்" எல்லோர் சார்பிலும் பேசினார்.

"துப்பாக்கி கொண்டு போங்க. ஆனால் சுடக் கூடாது" துரை சொல்வது போலீஸுக்கு புரியவில்லை.

"நிலைமை ரொம்பவும் மீறினால் மட்டும் சுடுங்க. ஆனால் யாரும் சாகக் கூடாது."

கிழட்டுப் போலீஸுக்கு உச்சி மண்டை வியர்த்தது. 'இந்த துரை என்னய்யா சொல்றாரு! துப்பாக்கி கொண்டு போகலாம்... ஆனால், சுடக் கூடாதாம்! சுட்டாலும் யாரும் சாகக் கூடாதாம்! வாயோரம் முட்டிக் கொண்டிருந்தை சொல்லியே விட்டார்.

"எசமான்... கொம்பூதிக்காரன் கொலைக்காரப் பயலுக எசமான். பொம்பளை கூட ஆயுதம் தூக்குவாள்! சுட்டால் தான் சொன்னபடி கேட்பான்ங்க."

விக்டர் துரைக்கு 'சுரீர்' எனக் கோபம் வந்தது.

"ஏய்... ஓல்டு மேன்...! எடுத்ததும் சுடுறதுக்கு இல்லை துப்பாக்கி. பயமுறுத்தணும். 'துப்பாக்கி'னா என்ன? என்று முதலில்அவனுக்கு தெரிய வைக்கணும்."

வெள்ளைக்கார சார்ஜெண்ட் வாய் திறந்தான்.

"துரை அவர்களே! கொம்பூதிக்கு மோட்டார் கார் போக பாதை இல்லை. நடந்து தான் போகணும்."

"இன்னிக்கு நடந்து போங்கோ. பயமுறுத்தி விட்டு வந்துருங்கோ. நாளை, முள்ளு வெட்டி பாதை ரெடி பண்ணுங்கோ."

கிழட்டுப் போலீஸு வாய்க்குள் முணுமுணுத்தார்.

'கொம்பூதிக்காரனாவது... பயப்படுறதாவது!'

விக்டர் துரை மறுபடியும் சொன்னார்.

''ரெண்டு பக்கமும் ஆள் சேதாரம் ஆகக் கூடாது. ஓகே...?''

வெள்ளைக்கார இளவட்ட போலீஸ்கள் கொம்பூதி குமரிகளை மனசுக்குள் போட்டு மென்று கொண்டிருந்தார்கள்.

கொம்பூதிக்கு மானை அனுப்பி விட்டு, வஜ்ராயினி உற்சாகப் பெருக்கில் இருந்தாள்.

"ம்... சொல்லு... வேறு என்ன கேட்டான்?"

"உன்னைக் கேட்டான். நீ வேண்டுமாம் அவனுக்கு!" மான் சொன்ன வார்த்தைகளை மாறி மாறி நெந்து கொண்டிருந்தாள்.

விதம் விதமான ஆடைகளை உடுத்திக் கொண்டாள். வண்ண வண்ண மலர்களைச் சூடிக் கொண்டாள். வகை வகையான வாசனைத் திரவியங்களைப் பூசிக் கொண்டாள். வீணையின் தந்திகளில் விரல் மேவ விட்டு, வானத்து மேகங்களைக் கறுக்க வைத்தாள். சம்பங்கி ஆற்றுக்குள் இறங்கி, மீன் கூட்டத்துக்கெல்லாம் சேதி சொன்னாள்.

'அவன் பெயர் வில்லாயுதமாம்! என்னைக் கேட்டானாம்... நான் வேண்டுமாம் அவனுக்கு!'

வஜ்ராயினி மேனியை மொய்த்த மீன் கூட்டம், 'நீ போகாதே. அவனை இங்கு அழைத்து வா. எங்களின் விருந்தாளியாய் அவனும் இருக்கட்டும்' எனக்கு மட்டுமே விருந்தாளி. அவனுக்கு நான் மட்டுமே விருந்தளிப்பேன். வேறு யார் அவனை நெருங்கினாலும் என்னால் பொறுத்துக் கொள்ள முடியாது!

ஓடைக்கரையில் வில்லாயுதத்தை கையும் களவுமாகக் கண்டுகொண்ட மான், மனம் கோணி, துள்ளிப் பாய்ந்து வந்து கொண்டிருந்தது.

பொழுது மயங்கிக் கிளம்பிய போலீஸ்கள், கொம்பூதி நோக்கி வந்து கொண்டிருந்தார்கள்.

விக்டர் துரையின் அணுகுமுறை வெள்ளைக்கார சார்ஜெண்டுக்கே புரியவில்லை. 'கச்சேரிக்குள் வந்த வேயன்னாவை கட்டி உட்கார வைத்திருந்தால்... கொம்பூதி கிராமம் தன்னாலே வந்து சிக்கும்!'

கிழட்டுப் போலீஸுக்கும் அது தான் தோன்றியது.

“தலையைச் சுத்தி மூக்கைத் தொடுகிற கதையா இருக்குது! வந்த ஆளை விட்டாச்சு. இப்போ என்னடான்னா... துப்பாக்கி கொண்டு போகவாம். சுடக் கூடாதாம்! சுடலேன்னா... அது வெறும் மரக்கட்டை தானே? எவன் பயப்படுவான்? அதுவும் கொம்பூதிக்காரனா பயப்படுகிறவன்? நம்ம கையிலே உள்ள துப்பாக்கிகளை புடுங்கி கொம்பூதி பொம்பளைக அடுப்பு எரிக்கப் போறாளுக பாருங்களேன்! சுடணும் எசமான்... சுடணும். நாலு பேரையாவது சுட்டுத் தள்ளணும்” கிழட்டுப் போலீஸு வயசுக்கு மீறிய வேகத்தில் இருந்தார்.

நடந்து வரும் எல்லா போலீஸுகளின் கையிலும் துப்பாக்கி இருந்தது. எல்லாவற்றிலும் ரவை ஏற்றி இருந்தார்கள்.

பெரும்பச்சேரியைத் தாண்டும் போது இருட்டுக் கிளம்பியது. இனி, ஒத்தையடிப் பாதை. முள்ளுக்காடு. முன்னே நடந்து கொண்டே சார்ஜெண்ட் சொன்னான்.

“பெரிய மோட்டார் போகிற அளவு பாதையை நாளைக்கே ரெடி பண்ணணும். பெரும்பச்சேரி ஆளுகளை விட்டு வெட்டச் சொல்லணும்.”

“கொம்பூதியைப் பிடிச்சுக் கொடுக்க பெரும்பச்சேரிக்காரன் வரமாட்டான் எசமான். ரெண்டு ஊருக்காரனும் நகமும் சதையும் மாதிரி. பெருநாழி ஆளுகளைத் தான் கிளப்பி விடணும்” கிழட்டுப் போலீஸு எல்லாவற்றுக்கும் பதில் வைத்திருந்தார்.

“சதையிலே இருந்து நகத்தை பிய்த்து எறியணும்.” சார்ஜெண்ட்டை முள்ளுக்காட்டில் நடக்க விடுகிற கோபம் அவனது வார்த்தைகளில் தெறித்தது.

“நம்மை இப்படி முள்ளுக் காட்டிலே அலைய விடுறதுக்காகவாவது ரெண்டு பேரைச் சுடணும்.”

பின் நிலா கிளம்பி மேலேறிக் கொண்டிருந்தது. வழக்கம் போல் களவுக்குப் புறப்பட ஆயத்தமாக இருந்தது கொம்பூதி.

உள்ளூர் நாய்களுக்கு என்னவோ இருப்புக் கொள்ளவில்லை. ஆலமரம் தாண்டி ஓடவும் திரும்பவுமாய், கனத்து குரைத்துக் கொண்டே இருந்தன. மனுசர் கண்ணுக்குத் தட்டுப்படாத ஆபத்தை, மோப்பத்தில் கண்டு குரைக்கும் குரைப்பு.

கூழானிக்கு உறுத்தியது.

நாய் ஓயவில்லை.

வேயன்னாவுக்கு தெரிஞ்சு போச்சு.

'ஊர் எல்லையிலே வெள்ளைக்காரன் பதுங்கி இருக்கிறான்.'

33

ஊர் எல்லையில் பதுங்கிக் கிடக்கும் ஆபத்தை மோப்பத்தில் கண்டு கொண்ட நாய்கள், மருகி மருகிக் குரைத்தன.

வந்திருக்கும் ஆபத்து சின்ன விதத்தில் என்றால், நாய்களே பாய்ந்து குதறி இழுத்து வந்திருக்கும். இத்தனை நாய்களும் ஊர் எல்லையை நெருங்கிப் போகாமல் மருகுவது பெரிய அறிகுறியாய்த் தெரிந்தது.

கொம்பூதியில் வந்து குடியேறிய பின்னால், நாய்கள் ஒரு நாளும் இப்படிக் குரைத்ததில்லை. காட்டிலிருந்து குதிரைப் படைகளால் துரத்தப்பட்டு தப்பி ஓடி வந்த பழைய ஆட்களுக்கு, அடிநெஞ்சில் பயம் கொடுத்தது. இங்கு வந்த பின் பிறந்த இளவட்டங்களுக்கு 'இது புதுசு'

கூழானியோடு சேர்ந்து பொம்பளைகளுக்கு பதைபதைத்தது. இளவட்டங்கள் கைகளில் வளரியும் வேல்க்கம்புமாய் தெருவில் இறங்கி, நிலவடிக்கும் மந்தையில் கூடினார்கள்.

ஆட்கள் கூட, கூடசேர்ந்து நாய்கள் இன்னும் பலமாய்க் குரைத்தன. குலையை பிடுங்கிப் போடும் மந்தையில் குரைப்புச் சத்தம்!

எதிரி, கண்ணுக்குத் தெரியாமல் பதுங்கி இருக்கும் நிலையில் வேயன்னா ரொம்பவும் நிதானிக்க வேண்டியிருந்தது.

எடுத்தேறி வர எவனும் துணியாத அளவுக்கு, கொம்பூதியின் பெயரில் ஓர் அச்சம் பரவிக் கிடந்தது. சுத்துப்பட்டியான் எவனும் கொம்பூதிக்காரனை மறித்ததில்லை. களவுக்குப் போகும் இடங்களில் கூட, ஊரோடு திரண்டு ஒப்புக்கு மறிப்பவர்களை, விளையாட்டாக ரெண்டு 'தட்டு' தட்டி விட்டு வந்து விடுவார்கள்.

பெரிய சேதாரம் கொம்பூதிக்கு இருந்ததில்லை. எங்கேயோ இருந்து நேத்து வந்த வெள்ளைக்காரனுக்கு கொம்பூதியை வளைக்க துணிச்சல் வந்திருக்கு!

வேயன்னாவின் நெஞ்சுக் கூட்டுக்குள் ஆத்திரம் மூண்டு எரிந்தது. ஆனாலும் எதிரி என்ன வகையில் வந்திருக்கிறான் என்பது தெரியாமல் இளவட்டங்களை இறக்கி விட முடியாது.

பெண்களை பின்னக்கட்டி போகச் சொல்லிக் கை காட்டினார். வையத்துரை ஒரு பக்கமும், வில்லாயுதம் ஒரு பக்கமும் இளவட்டங்களை வரிசை கட்டினார்கள். வலது கையில் வளரியும் இடது கையில் வேல்க்கம்பும் இருந்தன. 'கொம்பூதிக்காரன் வீசுகிற வளரி, கொல்லாமல் விடாது.'

'மந்தையின் நடுவே, கூழானியும் வேயன்னாவும் மட்டும் நின்றார்கள்.

வரிசை கட்டி நின்ற இளவட்டங்கள், வேயன்னாவின் சைகைக்கு முன்னே நகர, நாய்கள் மந்தை தாண்டி ஆலமரத்தடி வரை போய், பின்னிப் பின்னி குரைத்தன. ஆலமரத்தடி தாண்ட நாய்களுக்கு கால் ஏறவில்லை.

நாய்கள் பதறுவதைப் பார்த்து இளவட்டங்களுக்கும் 'சின்ன' அச்சம் கொடுத்தது.

'நம்ம நாய்கள் எதைக் கண்டும் இப்படி பதறாதே! அப்படி என்ன பெரிய எதிரி வந்துவிட்டான்!'

எச்சரிகையாய் நகர்ந்தார்கள்.

வேயன்னா, கூழானியைப் பார்த்து, "ஆத்தா... நீ... மந்தைக்குப் போ..." என்றவாறு தலைப்பாகையை இறுக்கிக் கட்டினார்.

கூழானி, பின் வாங்காமல் அந்த இடத்திலேயே நின்று கொண்டாள். பெண்களெல்லாம் வெள்ளையம்மாவின் வீட்டு முற்றத்தில் கூடிக் கிடந்தார்கள். இந்நேரம், குமரிகள் எல்லாம் குதியாட்டம் போடுகிற நேரம். ஊரை வளைக்க வந்த சுருக்கு கயிற்று வட்டத்துக்குள் ஒடுங்கிப் போய் உட்கார்ந்திருந்தார்கள்.

துப்பாக்கியும் கையுமாக போலீஸ்கள் பெரும்பச்சேரியைக் கடந்து போனதில் இருந்து, பெரும்பச்சேரி சனமும் தூங்காமல் கிடந்தது.

“புதுசா வந்திருக்கிற போலீஸ்க்காரன்ங்க, தெனமும் கொம்பூதிக்கு போறான்ங்களே... எதுக்கு?”

“முதல் நாள் வெறுங்கையோடு போனான்ங்க. மறுநாள் கையிலே கம்பு. இன்னிக்கு மரக்கட்டை கொண்டு போறான்ங்க!”

பெருநாழிக்கு அடிக்கடி போய் வருகிற ‘விசக்குட்டை’ விவரம் சொன்னான்! “அது, மரக்கட்டை இல்லே. ‘துப்பாக்கி’ அதை எடுத்து சுட்டால்... ஆளு செத்து போவான்!”

திருவேட்டைக்கு பகீரென்றது.

“அடப்பாவிகளா...! யாரைக் கொல்லப் போறான்ங்க?”

அருகில் இருந்த சிகப்பி பதறி, “நம்ம பய வையத்துரை கொம்பூதியிலே இருக்கானே!” புருசனின் தோளை தொட்டாள்.

“அடி போடீ... கொம்பூதி ஆளுகளை விட்டு, வையத்துரையை உன் தாய்ப்பாசம் பிரிக்கப் போகுதாக்கும்?” தன் தோள் மீதிருந்த மனைவியின் கையை திருவேட்டை விலக்கி விட்டான்.

“உங்க மகன் வையத்துரை தான் ‘முன்னாலே’ போவான். தப்பிக்கிறது சிரமம் தான்.” விசக்குட்டை விநயமாகச் சொன்னான்.

“டேய்... விசக்குட்டை! அந்த அய்யா... வேயன்னா... இருக்காரே... தன் உயிரைக் கொடுத்தாவது என் மகன் வையத்துரையைக் காப்பாத்துவாரு, ” என்ற திருவேட்டை புருவம் சுருக்கி, “ஆமா... நீ... ஏதோ... உள் அர்த்தம் வைத்தே பேசுறியே...! என்ன விவரம்?”என்றான்.

“அப்புறம் என்ன... திருடுறது தப்பில்லையா?”

“திருடுறது... அவங்க தொழிலாகிப் போச்சு! அதை, ‘சரி... தப்பு’னு சொல்ல நீ யாரு?”

“கொம்பூதி ஆளுகளுக்கு தான் அது தொழிலு. உன் மகன் வையத்துரைக்கு அங்கே என்ன அலுவல்!”

“டேய்... அதைப் பத்தி நீ பேசாதே. பெரும்பச்சேரியையும் கொம்பூதியையும் பிரிச்சு பேசாதே. என் மகன் வையத்துரை சின்ன வயசுலேயே கொம்பூதியை குடி ஊன்றி வச்சான்! அந்த நன்றிக்குத் தான்... வேயன்னா அய்யா... தன் வீட்டில் ஒரு பிள்ளையா வையத்துரையை வச்சிருக்காரு.”

விசக்குட்டை உதடு அலுங்காமல், “அங்கே தான் வினையே

ஆரம்பிக்கப் போகுது" இடக்காகக் குத்தி விட்டான்.

விசக்குட்டையின் பேச்சை கேட்டு துருவனுக்குப் பொத்துக் கொண்டு வந்தது.

"டேய்... விசக்குட்டை! உன் பேருக்கு ஏத்த மாதிரியே உன் பேச்செல்லாம் விசமா இருக்குதே! இப்படிப் பேசச் சொல்லி, பெருநாழிக்காரன் எவனும் உனக்கு பிச்சை போட்டானா?"

"ஆமாம்... எனக்கு 'பெருநாழிக்காரன்' பிச்சை போட்டான். உண்மை தான். உனக்கு 'கொம்பூதிக்காரன்' என்ன கொடுத்தான்?" என்று விசக்குட்டை கேட்டதும், துருவனுக்கு பொங்கிக் கொண்டு வந்தது. "கொம்பூதிக்காரன் என்ன கொடுத்தானா...! நமக்கெல்லாம் மானத்தைக் கொடுத்தான். மரியாதையைக் கொடுத்தான். கட்டெறும்பு, புத்திலே கட்டிக் கிடந்த என்னை மீட்டு, 'உயிரைக்' கொடுத்தான். நடுக்காட்டுச் சந்தையை தீ வெச்சு கொளுத்தி, நமக்கெல்லாம் 'மரியாதை' கொடுத்தான்". துருவனுக்கு கண்ணீர் ஓடியது.

விசக்குட்டையின் பேச்சு, பெரியாம்பிளைக்கு சரியாகப் படவில்லை.

"ஏப்பா விசக்குட்டை! கொம்பூதி ஆளுக... இன்னிக்கு நேத்தா... களவுக்கு போறாக? இது நாள்வரை வராத கச்சேரி, இப்போ ஏன் வந்தது? நமக்காகத் திரண்டு வந்து நடுக்காட்டுச் சந்தையை தீ வெச்சு கொளுத்தி, பெருநாழி வீடு, வாசல்களை அடிச்சு நொறுக்குனாங்க. பெருநாழிக்காரன் ஓடிப்போய் வெள்ளைக்காரன் காலிலே விழுந்து கச்சேரியைக் கொண்டு வந்திருக்கான்.

இன்னிக்கு... கொம்பூதியை குறிவெச்சு துப்பாக்கி நீண்டதுக்கு காரணமே நாம தான்டா! அப்படிப்பட்ட கொம்பூதிக்கும் பெரும்பச்சேரிக்கும் இடையிலே கோடாலியா நீ இருக்கியே...! இது நல்லதில்லேடா" கண்களோடு சேர்ந்து தலையைத் துடைத்துக் கொண்டார்கள். இளவட்டங்களுக்கு விசக்குட்டையின் மேல் கோபம் மூக்கு முட்டிப் போய் இருந்தது.

கொம்பூதியைக் குறி வைத்து கருவேலம் புதர்களுக்குள் பதுங்கிக் கிடக்கும் போலீஸுகள், வெள்ளைக்கார சார்ஜெண்டின் கை அசைப்புக்குக் காத்திருந்தார்கள். நிலா

வெளிச்சத்தில் மந்தைக் காட்சிகளெல்லாம் முக்கால், அரை பாதி தெரிந்தன.

நாய்ச் சத்தம், நெஞ்சில் அடிக்கிறது. ஆலமரத்தடியை விட்டு இறங்காமல் நாய்கள் குரைக்கின்றன. நாய்க் கூட்டத்துக்குப் பின்னால் 'பதுங்கல்' போட்டு முன்னேறும் இளவட்டங்கள். எல்லோரையும் கை அமர்த்திக் கொண்டே ஒற்றை ஆளாய் நிற்கும் வேயன்னா. நடு மந்தையில் பின் வாங்காமல் நிற்கும் கூழானிக்கிழவி. மந்தை தாண்டி வெள்ளையம்மா வீட்டு முற்றத்தில் கூடிக் கிடக்கும் பொம்பளைகளுக்கு மத்தியில் கொம்பூதிக் குமரிகள்.

வெள்ளைக்கார இளவட்ட போலீஸுகளுக்கு வேலையோடு வேலையாக குமரிகளின் நினைப்பு.

வகை, வகையான ஆயுதங்களோடு பம்மி, பதுங்கி வரும் கொம்பூதி இளவட்டங்களைப் பார்க்க, போலீஸுகளுக்குத் அச்சம் கொடுத்தது. ஒவ்வொருத்தனின் தோளும் தொடையும் 'உத்திரம்' போல இருந்தன. ஆயுதம் இல்லாமல் ஆளுக்கு ஆள் சிக்கினால், கழுத்தை திருகியே கொன்று விடுகிற கோபக்காரர்களாய் பட்டார்கள்!

வெள்ளைக்கார சார்ஜெண்ட்டுக்கு உத்தரவிடத் தோன்றவில்லை. கொம்பூதிக்காரன் பயப்படுகிறவனாய் காணோம். துப்பாக்கி பற்றி தெரியாமல் நெருங்கி வந்து கொண்டே இருக்கிறான். விக்டர் துரை சொன்னது போல், துப்பாக்கியைக் காட்டி, வெற்றுச் சூடு சுட்டெல்லாம் இவனை மிரட்ட முடியாது. சின்ன வெளி கிடைத்தாலும் நுழைந்துபொலீஸுகளை கொன்னு தீர்ப்பான் தூரத்தில் இருக்கும் வரை தான் துப்பாக்கிக்கு மரியாதை. கிட்டே நெருங்கிவிட்டால் கொம்பூதிக்காரன் மல்லுக்கட்டியே கொல்லுவான்.

போலீஸுகள் பதுங்கி இருக்கிற புதர்கள், எது, எதென்று இன்னும் வேயன்னாவுக்கு பிடிபடலே. நாய்கள் நின்று கொள்ளவும் இளவட்டங்களும் நகராமல் பதுங்கி இருந்தார்கள்.

வெள்ளைக்கார சார்ஜெண்டின் கைத்துப்பாக்கி நேர் குறியில், நாய்களைத் தாண்டி வேயன்னாவின் அகன்ற மார்பு.

இனியும் தாமதிக்க முடியாது. புதர்களுக்குள்ளிருந்து சார்ஜெண்டின் கைத்துப்பாக்கிக் குதிரை அழுந்தி, 'பெரும்' சத்தத்தோடு வெடித்தது.

படுக்கை அறையில் அயர்வு நீங்கி, விக்டர் துரையும் மேரியும் பேசிக் கொண்டிருந்தார்கள்.

"கொம்பூதிக்கு போயிருக்கும் போலீஸ்களிடம் என்ன சொல்லி அனுப்பினீர்கள் விக்டர்?" மேரியின் இடதுகை, விக்டரின் குறுக்கே மார்பில் கிடந்தது. வீடெல்லாம் நறுமணம் கமழ்ந்து கொண்டிருந்தது.

"துப்பாக்கி எல்லாம் கொண்டு போங்கள். ஆனால் யாரையும் சுடக் கூடாது" என்று சொல்லி இருக்கிறேன். இளம் மனைவியின் கையை வருடிக் கொண்டே சொன்னார் விக்டர்.

"அப்படியே செய்வார்களா?" நெஞ்சை அழுத்தினாள்.

"என்ன மேரி இப்படிக் கேட்கிறாய்? இந்த விக்டரின் உத்தரவை மீறுகிற போலீஸ்மா இருக்கிறான்?"

"வேயன்னாவை மறுபடியும் நீங்கள், அழைத்துக்கூடப் பேசி இருக்கலாம்."

"மறுபடியும் அழைத்தால் வரமாட்டார். மிகவும் ரோசக்காரராகவும் கோபக்காரராகவும் இருக்கிறார். ஆனால், தன் மக்களை காவு கொடுக்க விரும்ப மாட்டார் என நினைக்கிறேன். கொஞ்சம் அச்சப்படுத்தினால் பேச வருவார்.

"எப்படியோ விக்டர், பதவி'யின் பெயரால் நாம் 'பழி' ஏற்க வேண்டாம்."

"நிச்சயம் மாட்டேன்... மேரி டியர்." தனக்குப் பொருத்தமான இணையை வாரி அணைத்துக் கொள்ள, விக்டர் துரைக்கு மேலும் ஆசை கொடுத்தது.

34

வெள்ளைக்கார சார்ஜெண்டின் கைத் துப்பாக்கி பெரும்சத்தத்தோடு வெடித்து, ஒரு நாயின் நெற்றிப் பொட்டை சிதறடித்தது.

நடுப் பொட்டு தெறித்த நாய், மூளை சிதறி, கண்கள் அடைபட, பின்வாங்கி ஓடக் கிளம் பியது. கழுத்தை தரையோடு

பரசிக்கொண்டே சுற்றிச் சுற்றி, ஆலமரத்தூரில் மோதி, மந்தை வேப்பமரத்தில் இடிபட்டு, இருளப்ப சாமி கோயிலின் முன்னால் ஹீனக் குரல் எழுப்பி சுருண்டு விழுந்து செத்தது.

மற்ற நாய்களெல்லாம் போன போக்குத் தெரியவில்லை.

வெள்ளையம்மாவின் வீட்டு முற்றத்தில் கூடிக் கிடந்த பெண்கள் அக்கம்பக்கத்து வீடுகளில் பதுங்கினார்கள். குமரிகளை உள்ளே தள்ளி அடைத்தார்கள்.

கூழானிக் கிழவி மந்தை வேம்படியில் ஒண்டி இருந்தாள். இளவட்டங்களை முன்னேறவிடாமல் வேயன்னா தடுத்தார். ஓரங்களில் பதுங்குமாறு சைகை காட்டினார்.

நொடியில் தலை சிதறி நாய் செத்த அவக்காட்சி, எல்லோர் அடி மனசையும் கலைத்திருந்தது. அடிபட்டுச் செத்த நாய், அறிவும் முனைப்பும் கொண்ட நாய். ஆபத்தைக் கண்டுணர்ந்து சொல்லும். பகையாளியை காலிடுக்கில் கவ்விக் கொல்லும்.

வேட்டுச் சத்தம் கேட்டதிலிருந்து ஆலமரத்துப் பட்சிகள் எல்லாம் கத்திக் தீர்த்துக் கொண்டிருந்தன. கொம்பூதியின் குரல்வளை நெறிபட்டுக் கிடந்தது.

சார்ஜெண்ட்டின் கைத்துப்பாக்கி தவிர வேறு எந்தத் துப்பாக்கியும் வெடிக்கவில்லை. புதர்களுக்குள் பதுங்கி இருந்தபடி கொம்பூதி நிலவரத்தைச் சாவகாசமாக வேடிக்கை பார்த்தன துப்பாக்கிகள்.

கண்முன் ஆள் நடமாட்டமே இல்லாமல் ஊர் ஒடுங்கிப் போய்க் கிடந்தது. மந்தை வெறிச்சோடிக் கிடந்தது. கிழட்டு போலீஸ் வியந்து போயிருந்தார்.

‘விக்டர்’ துரை சொன்னது போலவே வெள்ளைக்கார சார்ஜெண்ட் நடத்திக் காட்டி விட்டானே! ஒற்றை வேட்டுச் சத்தத்திலேயே கொம்பூதியை ஒடுக்கி விட்டானே! கைத் துப்பாக்கியின் நேர்குறியில் இருந்த வேயன்னாவை சுட்டு வீழ்த்தி இருக்கலாம். நடு மந்தையில் பின் வாங்காமல் நின்ற கிழவியை சுட்டுக் கொன்றிருக்கலாம். அதெல்லாம் இல்லாமல், ஒரு நாயின் நடு மண்டையில் சுட்டு, கத்த விட்டு, ‘இது இன்ன வகையான ஆயுதம்’ எனச் சொல்லாமல் சொல்லி விட்டானே! வெள்ளைக்காரன்... வெள்ளைக்காரன் தான்! இனிமேல் கொம்பூதிக்காரன் வாலாட்ட முடியாது!

வந்த காரியம் முடிந்த சந்தோஷத்தில் வெள்ளைக்கார சார்ஜெண்ட் எல்லோரையும் ஒரு சுற்றுப் பார்த்தான். இளவட்ட போலீஸ்ʺகளுக்கு கொம்பூதியை விட்டுப் போக மனசில்லை. சார்ஜெண்ட் கண் சிமிட்டினான். ஒரு விளையாட்டு விளையாடி விட்டுப் போகலாம்.

இருளப்பசாமி கோயிலின் முன்னால் நாய் செத்துக் கிடந்தது.

சார்ஜெண்ட், கைத்துப்பாக்கியை மேலே உயர்த்தி வானத்தை நோக்கி ஒரு முறை சுட்டான். அழுத்தமான எச்சரிக்கை வெடித்தது.

போலீஸ்ʺகளெல்லாம் புதர்களுக்குள் இருந்து உருவி ஒவ்வொருவராக வெளியேறி, பெருநாழிக்கு பாதையில் நடந்தார்கள். ஆலமரத்துப் பட்சிகளின் சத்தம் மட்டும் கேட்டுக் கொண்டிருந்தது.

"துரை அவர்களே! கொம்பூதி பயணம் திட்டமிட்டபடி கச்சிதமாக முடிந்துவிட்டது." சார்ஜெண்ட் பெருமிதத்தோடு சொன்னான்.

"ஆட்கள் எல்லாம் ஊரில் இருந்தார்களா?" விக்டர் துரையின் கையில் சுருட்டு புகைந்து கொண்டிருந்தது.

"எல்லோரும் இருந்தார்கள்."

"வீயன்னா இருந்தாரா?" சுருங்கிய கண் வழியே கேட்டார்.

"இருந்தார் துரை அவர்களே. நாங்கள் ஊர் எல்லையில் போய் பதுங்கவும், அவர்கள் களவுக்குப் புறப்படவும் சரியாக இருந்தது. கொஞ்சம் முன்பின் ஆகி இருந்தாலும் காரியம் கெட்டிருக்கும்."

நமது ஆட்களை வீயன்னா பார்த்தாரா?" சுருட்டுப் புகையை இழுத்து விட்டார்.

"பார்க்கவில்லை. ஆனால் வந்திருப்பது போலீஸ் தான் எனத் தெரிந்து கொண்டார்."

"துப்பாக்கிப் பிரயோகம் பண்ணினீர்களா?"

"ஒரே ஒரு குண்டு. ஒரு குண்டிலேயே கொம்பூதியின் ஆரவாரம் எல்லாம் அடங்கிப் போனது துரை அவர்களே!"

"யாரைச் சுட்டீர்கள்?" விக்டர் துரை சின்ன பதற்றத்துடன் கேட்டார்.

“ஒரு நாயைச் சுட்டேன். ஊர் எல்லையில் அந்நிய வாடை அடித்தாலே அவை காட்டிக் கொடுத்து விடுகின்றன. அவற்றில் ஒன்றைச் சுட்டுத் தள்ளினேன். எதிர்த்து வந்த கூட்டம், நாயைச் சுட்டதுமே பின் வாங்கிவிட்டது.”

“ஓஹோ...!” சுருட்டு சாம்பலை தட்டி விட்டார்.

“துரை அவர்களே! வேயன்னாவின் கூட்டம் வீரமான கூட்டமாக எனக்குத் தெரியவில்லை. சுற்றுப்பட்டி ஆட்களை சும்மா மிரட்டிக் கொண்டிருக்கிறார்கள். உள்ளுக்குள் மிகவும் பயந்தவர்களாக இருக்கலாம் எனத் தோன்றுகிறது.”

“முட்டாள்தனமாகப் பேசாதே! நம் கையில் உள்ள இந்த ஆயுதங்கள் அவர்கள் கையில் இருந்திருந்தால், கொம்பூதிக்குப் போனவர்கள் உயிருடன் திரும்பி இருப்பீர்களா? ஒரு வேட்டுச் சத்தத்திலேயே அவர்கள் பதறி விட்டார்கள் என்று ஏன் நினைக்கிறாய்? பதுங்கி இருக்கலாம் அல்லவா? அவசரப்படாதே” என்றபடி எழுந்த விக்டர் துரை,

“சார்ஜெண்ட்... நீ சொல்வது போல் அவர்கள் பதறி இருந்தால், வீயன்னா இன்று கச்சேரிக்கு வருவார். அப்போது அவரை கௌரவமாக நடத்த வேண்டும். உள்ளூர் ஆட்கள் யாரும் கச்சேரிக்குள் நுழையக் கூடாது... ஓகே?” என்றார்.

“உத்தரவு... துரை அவர்களே.”

“இன்று வீயன்னா வராவிட்டாலும் நாம் அவசரப்பட வேண்டியதில்லை. கொம்பூதிக்கு மோட்டார் போகும் வகையில் பாதையை வெட்ட ஏற்பாடு செய்யுங்கள்.”

“இன்றே ஏற்பாடு செய்து விடுகிறேன் துரை அவர்களே.”

கிழட்டு போலீஸு சொல்லச் சொல்ல, சுப்பையாவும் ஏகாம்பரமும் விழுந்து விழுந்து சிரித்துக் கொண்டிருந்தார்கள். ஓர் ஓலைக் கொட்டான் நிறைய அவித்த மொச்சைப் பயறு இருந்தது.

“எங்களைக் கண்டதும்... கொம்பூதி ஆளுக பதுங்கினதை பார்க்கணுமே!” கிழட்டு போலீஸுக்கு சிரிப்பு தாங்க முடியவில்லை. தொந்தி குலுங்கியது.

சுப்பையாவுக்கும் ஏகாம்பரத்துக்கும் கண்ணிலே நீர் வரும் அளவுக்குச் சிரிப்பு.

"ம்... சொல்லுங்க... சொல்லுங்க. வேயன்னா எங்கே ஓடிப்போய் பதுங்கினார்? அதைச் சொல்லுங்க முதல்லே." ஏகாம்பரம் ரெண்டு பயறை அள்ளி வாயில் போட்டார்.

"அதை ஏன் கேக்குறீங்க? எங்க சார்ஜெண்ட்டு துப்பாக்கியை எடுத்து ஒரு குண்டு தான் சுட்டாரு..."

"யாரை... வேயன்னாவையா?"

"இல்லே... ஒரு நாயைச் சுட்டாரு. வேட்டுச் சத்தம் கேட்ட உடனே வேயன்னா ஓடுன ஓட்டத்தைப் பார்க்கணுமே! அவிழ்ந்த வேட்டியைக் கூட எடுத்துக் கட்டாமல் ஓரே ஓட்டம்!" கிழட்டு போலீஸு சொல்லி முடிக்க முடியலே. சிரிப்பு அடைக்குது.

சுப்பையாவும் ஏகாம்பரமும் ஒருவர் முதுகில் ஒருவர் அடித்துக் கொண்டு சிரித்து உருண்டார்கள். சிரித்த சிரிப்பில் வாயிலிருந்த பயறு வெளியே தெறிக்குது.

"பொம்பளைகளெல்லாம் என்ன ஆனாளுக?" கை நிறையப் பயறை அள்ளினார்கள்.

"வீட்டை பூட்டினவளுக திறக்கவே இல்லையே!"

"உங்களை அடிக்கிறதுக்கு உச்சந்தலைக்கு மேல் உலக்கையைத் தூக்கினாளே.... வெள்ளையம்மா...! அவ என்ன ஆனாள்...?" சுப்பையா, கிழட்டு போலீஸின் கையில் பயறைத் திணித்தார்.

"அவள் மட்டும் என் முன்னாலே வந்திருந்தால்... சுட்டுத் தள்ளி இருப்பேன். வரலையே...! பூட்டின கதவை திறக்கலையே...!" கிழட்டு போலீஸுக்கு உதடு துடித்தது.

"அது சரி... பெரும்பச்சேரி வையத்துரை இருந்தானா?"

"அவனும் இருந்தான். ஓடி ஒளிஞ்ச ஆளுகளில் அவன் தான் முதல் ஆளு!" மென்று கொண்டே எகத்தளாமாக சிரித்தார்.

"முதல்லே அவனைச் சுடணும். கொம்பூதிக்கும் பெரும்பச்சேரிக்கும் அவன்தான் துருப்புச் சீட்டு.

ஏகாம்பரத்தை தொடர்ந்து சுப்பையாவும், "ரெண்டு ஊருக்காரனையும் ஒண்ணு சேர விடக்கூடாது" என்று சொல்லி முடித்தார்.

“அதெல்லாம் சரி... கொம்பூதிக்கு போனீங்க... வந்துட்டீங்க இவ்வளவு தானா?” உதட்டைப் பிதுக்கினார் ஏகாம்பரம்.

“பொறுங்க... பொறுங்க... இன்னைக்கு வேயன்னா கச்சேரிக்கு வந்து தான் ஆகணும். அப்போ பாருங்க வேடிக்கையை” கிழட்டுபோலீஸ் எழுந்தார்.

“நடுக்காட்டுச் சந்தையை தீ வெச்சு கொளுத்தினதுக்கும், எங்க வீடு வாசல்களை அடிச்சு நொறுக்கினதுக்கும்... அந்த வேயன்னாவுக்கு விலங்கு மாட்டி கச்சேரியிலே உக்கார வைக்கணும்...” சுப்பையாவுக்கும் ஏகாம்பரத்துக்கும் நெஞ்சு ஏறி இறங்கியது. மொச்சை பயிறை ‘நச்நச்’ என மென்றார்கள்.

திரிசடை நாகமுனி களைத்துப் போயிருந்தான். மனித நடமாட்டமே இல்லாத காடுகளிலும் மலைகளிலும் கால் ஓயாது அலைந்த களைப்பு. வஜ்ராயினி பூப்பெய்தி மூன்று ஆண்டுகள் ஆகிவிட்டன. நரபலிக்கு இது தான் பருவம். வைரங்களும், வைடூரியங்களும் இந்தக் காடு, மலைகளிலே தான் எங்கோ ஓர் இடத்தில் பதுக்கி வைக்கப்பட்டுள்ளன. கண்ணில் பட்ட அடுத்த கணமே நரபலிக்கு நாள் குறித்து விடலாம். ஹஸார் தினாரின் வாக்கு சத்தியமானது. நிஜாம்களின் செல்வம் கொட்டிக் கிடக்கும் இடத்தைக் கண்டடைய வேண்டியது நாகமுனியின் பொறுப்பு.

இடது பக்கம் பார்த்தான் நாகமுனி. வானுயர முட்டி நிற்கும் பச்சை மலைகள். வலது பக்கம் தலை சுழல வைக்கும் பெரும் பள்ளத்தாக்கு.

நாகமுனியின் கால்படாத இடமில்லை வைரங்கள் தன் கண்ணில் படமாட்டேன் என்கின்றன. பொறுமை இழக்கவும் கூடாது. ஒரு சமஸ்தானத்தின் முழு செல்வமும் அல்லவா பதுங்கிக் கிடக்கிறது! எல்லாம் நாகமுனிக்கு தான் கிடைக்கும் என்பது விதி. ஆனால் எப்போது?

வஜ்ராயினியின் மானைத் திருடிப் போன கள்வன் வேறு இடையில் முளைத்திருக்கிறான். வஜ்ராயினியின் கன்னிமைக்கு ஏதேனும் களங்கம் உண்டானால் தவம் குலைந்து போகும்.

ஹஸார் தினார், கன்னிமைக்கு காவல் இருந்து வாக்குப்படி வஜ்ராயினி ஒப்படைப்பான். ஆனாலும் எச்சரிக்கையாக இருக்க வேண்டும். வனப்பாதை நொறுங்க நாகமுனி, அயராது நடந்து போனான்.

35

கச்சேரி வாசலை அகல திறந்து வைத்து காத்துக் கிடந்தது தான் மிச்சம். கொம்பூதி ஆட்கள் ஒருவரையும் காணோம். விக்டர் துரையின் காலடியில் மிதிபட்ட சுருட்டுகள் குவிந்து கிடந்தன.

வெள்ளைக்கார சார்ஜெண்ட்டுக்கு விக்டர் துரையின் முன்னால் வந்து நிற்கக்கூட தயக்கமாக இருந்தது.

போலீஸ்களெல்லாம் அவரவர் துப்பாக்கிளை துடைத்து, தேய்த்து மெருகேற்றிக் கொண்டிருந்தார்கள்.

நேரம் ஆக, ஆக, கிழட்டுப் போலீஸுக்கு வாய் ஒடுங்கிப் போனது. லாந்தர் விளக்கை ஏற்றிக் கொண்டே, “கொம்பூதிக்காரனாவது... பயப்படுறதாவது...!” வாய்க்குள் முணுமுணுத்தார்.

விக்டர் துரை, சார்ஜெண்டை அருகே அழைத்தார். “கொம்பூதிக்காரர்கள் நாயை கூட, பிள்ளை போல் நினைப்பவர்கள். அவர்கள் பதறவில்லை. பதுங்கித் தான் இருக்கிறார்கள். இனி நாம் தான் கவனமாக இருக்க வேண்டும். நாளை கொம்பூதிக்கு நானும் வருகிறேன் பாதையை ஆயத்தம் செய்யுங்கள்.” உத்தரவிட்டவாறு எழுந்தார்.

எழுந்தவர் மறுபடியும் இருக்கையில் அமர்ந்து சுருட்டைத் தேடி எடுத்துப் பற்ற வைத்தார். வீட்டுக்குப் போனால் சுருட்டு புகைக்க முடியாது. மனைவி மேரிக்கு சுருட்டு வாடை பிடிக்காது.

சுத்தக்கார மனைவிக்கு உணவு சிந்தினால் பிடிக்காது. காலையில் அணிந்த உடுப்பை மாலையிலும் அணிந்தால் பிடிக்காது. மதுபான வாடை பிடிக்காது. வெள்ளைக்காரிகளில் இப்படி ஒரு சுத்தக்காரியைப் பார்க்க முடியாது.

இன்று விடிந்ததில் இருந்து ஏனோ... விக்டர் துரையின் மனசு சஞ்சலப்பட்டுக் கொண்டே இருந்தது. இன்னதென இனம் புரியாத ஒரு சஞ்சலம். உடனடியாக தன் இளம் மனைவி மேரியைப் பார்க்க வேண்டும் போல் இருந்தது.

கச்சேரிக்கு வெளியே இருட்டு கனத்திருந்தது.

குதிரைச் சாரட்டு புறப்பட ஆயத்தமாக நின்றாலும் விக்டர் துரைக்கு வீடு வரை காலாற நடந்து செல்ல வேண்டும் போல் இருந்தது. கச்சேரிப்படி இறங்கினார். எல்லா போலீஸ்களும், மேல் அதிகாரிகளுக்குப் வழக்கமான துப்பாக்கி மரியாதை செய்தார்கள். மரியாதையை ஏற்றுக் கொண்டதற்கு அடையாளமாக தலையசைத்தார். கச்சேரியை விட்டு வெளியேறி நடக்கக் கிளம்பினார்.

ஊருக்கு ஒதுக்குப்புறமாக ஒற்றை வீடு. தெருவெல்லாம் இருள் குவிந்திருந்தது. சுதந்திரமாக நடந்தார்.

'கொம்பூதிக்காரர்களுக்கு எங்கிருந்து தான் வந்ததோ இந்த வீறாப்பு... முட்டாள்தனமான வீறாப்பு! இது, அழிவுக்குத் தான் கொண்டு செல்லும். வீயன்னா, நம்மை நல்ல விதத்தில் புரிந்து கொள்ளவில்லை. என் இடத்தில் வேறொரு அதிகாரி இருந்தால் கொம்பூதியை அழித்து விடுவான். நாளை கொம்பூதி போய் மறுபடியும் பேச வேண்டும்...'

தீவிரமான சிந்தனையோடு விக்டர் துரை இருட்டில் நடந்து கொண்டு இருந்தார். காலணிச் சத்தம் கேட்டு குரைக்க வந்த நாய்கள், அவர் கையில் சுழலும் பிரம்பைக் கண்டதும், வாய் இறுக்கிச் சுருண்டு கொண்டன.

வீட்டை நெருங்கி சுற்றுச்சுவரின் முன்கதவை திறக்க கூட இல்லை. விக்டரின் மனைவி மேரி, அலறியடித்து ஓடிவந்து கட்டிப்பிடித்துக் கொண்டு கதறினாள்.

"விக்டர்... வீட்டுக்குள் போக வேண்டாம் விக்டர்..."

விக்டர் பதறிப் போனார். இவள் இப்படி அழுது பார்த்ததே இல்லை. வீட்டுக்குள் மங்கலான வெளிச்சம் தவிர வேறு எதுவும் தெரியவில்லை.

"மேரி... ஏன்...? என்னாவாயிற்று?" மனைவியின் தோளைக் குலுக்கினார்.

"ஐயோ... விக்டர்... வீட்டுக்குள் போகாதீர்கள்..."

கணவனைப் பிடித்து வெளியே இழுத்தாள்.

இடுப்பிலிருந்த துப்பாக்கியை கையிலெடுத்தவர், "என்ன நடந்தது மேரி... சொல்லு. வீட்டுக்குள் ஏன் போகக் கூடாது என்கிறாய்?"

ஒரு கையால் அணைத்தவாறு கேட்டார்.

"வேண்டாம் விக்டர்... ஒரு நொடி கூட இனிமேல் இந்த வீட்டில் என்னால் இருக்க முடியாது. இந்த வீடும் வேண்டாம்... ஊரும் வேண்டாம். வேறு எங்காவது போய் விடுவோம் விக்டர்," மேனி கூச கெஞ்சினாள் மேரி.

சென்னைப் பட்டணம்...

சேது, தன் தலையை ஜென்சியின் மடியிலும், கால்களை வில்லியம்ஸின் தொடையிலும் வைத்துப் படுத்திருந்தான்.

வெண்பஞ்சாய் தலை நரைத்திருந்தாலும் முதிர்தேவதையாய் ஒளிர்ந்த ஜென்சி, "சேது... என் கையால் நீ சாப்பிட்டு எத்தனை நாட்களாயிற்று! கொஞ்சம்... இன்னும் கொஞ்சம்..." கொத்து திராட்சையை கையில் வைத்துக்கொண்டு கெஞ்சினாள்.

"அம்மா... போதும்மா..'' இளைஞன் சேது செல்லமாகச் சிணுங்கி கால்களை உதறினான்.

''ம்... மிதிடா... மகனே... நன்றாக மிதி..." சேதுவின் கால்களை வில்லியம்ஸ் வருடினார். வயதாகி இருந்தாலும் மிடுக்குக் குறையாத சிரிப்பு.

"அப்பா... இன்னும் நான் என்ன சிறுபிள்ளையா? அம்மா ஊட்டி விடுவதைப் பாருங்களேன்!"

"எங்களுக்கு நீ எப்போதும் சிறுபிள்ளை தான். வாயை திறடா கண்ணா..." என்றவர், "ஜென்... உன் பிள்ளையின் விரல்களை பாரேன்... காய்த்துப் போய் இருக்கின்றன!" பாதங்களை தடவிக் கொடுத்தார்.

"சேது... கால் விரல்கள் காய்த்துப் போகும் அளவுக்கு பயிற்சி கடினமாகவா இருக்கிறது?" தலையைக் கோதி விட்டாள். ஒட்ட வெட்டி இருந்த முடியில் ஜென்சியின் உள்ளங்கை இதமாய் மேவியது.

"பயிற்சி கடினம் தான் அம்மா", முறுக்கேறிய உடம்பை திருகியபடி, "ஆனாலும் சந்தோசமாக இருக்கிறது" உற்சாகமாய் சொன்னான்.

"இவன்... என் பிள்ளையாயிற்றே!" சேதுவின் கெண்டைச் சதையில் செல்லமாய் ஒரு கிள்ளு கிள்ளிய வில்லியம்ஸ்,

“மலையை தவிடாக்கச் சொன்னாலும் மலைக்க மாட்டானே! கிள்ளிய விரல்களுக்கு முத்தம் கொடுத்துக் கொண்டார்.

ஒரு திராட்சைப் பழத்தைப் பிய்த்து வில்லியம்ஸின் மேல் எறிந்த ஜென்சி, “சேதூ... என் பிள்ளை” அவனை அள்ளி அணைத்துக் கொண்டாள்.

“ஆமாம்... ஆமாம்... சேது உன் பிள்ளையே தான்.” வில்லியம்ஸ் தன் மேல் விழுந்த பழத்தை எடுத்து வாயில் போட்டுக் கொண்டார்.

எதிரில் போலீஸ் உடுப்பணிந்த இரண்டு படங்களில் ஒன்று வில்லியம்ஸ்; இன்னொன்று சேது.

‘நீயா...? நானா...?’ என போட்டி போடும் கம்பீரம்

. “அப்பா... உங்கள் காலத்தில் பயிற்சி இவ்வளவு கடினமாக இருந்ததா?”

“இன்று சென்னைப் பட்டணத்தில் உனக்குக் கொடுக்கப்படும் பயிற்சி போன்று பல மடங்கு கடினமாக இருந்தது. எங்களுக்கு போலீஸ் பயிற்சி பிரிட்டனிலேயே கொடுத்தார்கள். இப்படி எல்லாம் பயிற்சியின் ஊடே விடுமுறை தர மாட்டார்கள். தாய், தந்தையைப் பார்க்க விட்டிருக்கிறார்களே... இப்போதையை இளைஞர்கள் கொடுத்து வைத்தவர்கள்”, என்றவர் எழுந்து போய் மதுக் குப்பிகளை எடுத்து வந்தார்.

“சேது... நீ மது அருந்துகிறாயா?”

“எனக்கு வேண்டாம் அப்பா, ” என்றவன் ஜென்சியை இரண்டு கைகளாலும் வளைத்துக் கொண்டு, “அம்மா... போலீஸ் பயிற்சிக் கல்லூரிக்குள் நுழைந்ததிலிருந்து ஓய்வு, உறக்கமே கிடையாது. இரவும் பகலும் வாட்டி எடுக்கிறார்கள். உறங்குவதற்காகவே வீட்டுக்கு ஓடி வந்தேன்” ஜென்சியின் மடியில் முகம் புதைத்தான்.

“அதுசரி... எனக்கும் ஏனப்பா உங்கள் உடுப்பையே மாட்டி விட்டீர்கள்?” உறங்குவது போல் பாவனை செய்து கண்களை மூடியபடி கேட்டாள்.

மதுபானங்களை குவளைகளில் நிரப்பிக் கொண்டிருந்த வில்லியம்ஸ், “சேது... உனக்கு பெரிய கடமை காத்திருக்கிறது. உன் வேர்களை நீ நினைவுகூர வேண்டும் மகனே...” மதுவை உறிஞ்சினார்.

"வில்லியம்ஸ்...! அது பற்றி பேச இப்போது என்ன அவசரம்?" ஜென்சி தடுத்தாள்.

முகத்தைத் தூக்கி பார்த்த சேது, "அப்பாவுக்கு வயதாகி விட்டது அம்மா. பழங்கதை பேசியே அலுப்புக் கொள்ள வைக்கிறார்! எனக்கு வேரும் வேண்டாம்... மண்ணும் வேண்டாம். நீங்களே போதும்" ஜென்சியின் மடியை இறுகக் கட்டிக் கொண்டான்.

"இன்னும் எவ்வளவு நாட்களுக்கு நாங்களே போதும்? உன் காதலி என்ன ஆனாள்? நீ விடுமுறையில் வருவது அவளுக்கு தெரியாதா சேதூ...?" ஜென்சி, சேதுவின் கன்னத்தில் தட்டி விட்டாள்.

"நான் வருவதை அவளுக்கு தெரிவிக்கவில்லை, 'திடும்' என அவள் முன்னே போய் நிற்கப் போகிறேன்" துள்ளி எழுந்தான்.

"பார்த்தாயா ஜென்சி! காதலி என்றதும் உன் மகன், என்னையும் உன்னையும் உதறி விட்டு எழுகிறான்!" பொய் கோபம் கொண்டு வில்லியம்ஸ் புன்னகைத்தார்.

உடை மாற்ற அறைக்குள் புகுந்து ஓடும் சேதுவை, வில்லியஸ்ஸும் ஜென்சியும் வைத்த கண் வாங்காமல் பார்த்துக் கொண்டிருந்தார்கள்.

ஜென்சி எழுந்து வந்து மதுக்குவளையை கையில் எடுத்தாள். "சேதுவின் பூர்வீகத்தை நினைவுபடுத்த வேண்டிய அவசியம் இப்போது ஏன் வந்தது வில்லியம்ஸ்?" என்றாள்.

"அவசியம் வந்து விட்டது ஜென்சி. எந்தச் சனங்களிடம் இருந்து சேதுவைப் பிரித்துக் கொண்டு வந்து நாம் வளர்த்தோமோ... அந்தச் சனங்கள்... வாரிசே இன்றி அழிந்து போகும் ஆபத்தில் இருக்கிறார்கள்."

"என்ன சொல்கிறீர்கள் வில்லியம்ஸ்?" ஜென்சி பதறிக் கேட்டாள்.

36

கொம்பூதி கள்ளுப்பானையைச் சுற்றி இளவட்டங்களின் கூட்டம். சிரித்து, சிரித்து எல்லோருக்கும் வயிறு புண்ணாகிப் போச்சு.

நேத்து ராத்திரி நடந்ததை கீரைச்சட்டியும் கள்ளராமனும் சொல்லச் சொல்ல இளவட்டங்கள் சிரித்து உருண்டார்கள்.

இந்த யோசனையைச் சொன்னதே பெருநாழி பச்சமுத்து தான்.

வேயன்னாவுக்கு தெரிந்திருந்தால் விட்டிருக்கமாட்டார்.

கீரைச்சட்டி விட்ட இடத்தை கள்ளராமனும், கள்ளராமன் விட்ட இடத்தை கீரைச்சட்டியும் எடுத்துச் சொல்லி விவரித்துப் போனார்கள். எல்லோரும் அரை போதை, முக்கால் போதையில் இருந்தார்கள்.

"ம்.... அப்புறம்?" என்றான் சின்னக்கத்தி.

கள்ளராமன் சொல்லி வந்தான்.

"பச்சமுத்து சொன்ன யோசனையைக் கேட்டதும் எங்களுக்கு மனசு ஒவ்வலே. 'என்னடா இது...! பெருநாழிக்காரன் புத்தி எல்லாம் நரகல் புத்தியா இருக்குதே'னு ஒரு மலைப்பு.

ஆனாலும் நமக்கு காரியம் ஆகணுமே...! நானும் கீரைச் சட்டியும் ஒரு மண் கலயத்தை எடுத்துக்கிட்டு கண்மாய் கரையோரம் நரகலை தேடி அலைஞ்சு..."

சொல்லிக் கொண்டிருக்கும் போதே இளவட்டங்களுக்கு சிரிப்பு தாங்கலே.

"கையாலேயா அள்ளிப் போட்டீங்க...!"

"ஒரு அகப்பை கொண்டு போனோம்டா. கண்மாய் கரையோரம் தேடி அலைஞ்சு... 'அதை' அள்ளி அள்ளி கலயத்தில் போட்டு... ஊரணித் தண்ணி விட்டு நல்லா கலக்கி..." ரசித்துக் சொல்லும் கள்ளராமின் இடுப்பில் பாண்டி, "ச்சீய்... ச்சீய்..." ஒரு மிதி மிதித்தான்.

"டேய் கேளுங்கடா... நல்லா கலக்கி... பத்து பதினஞ்சு

தவளைகளை உயிரோட பிடிச்சு உள்ளே போட்டு... ஒரு துணியாலே மண் கலயத்து வாயைக் கட்டிட்டோம்."

கீரைச்சட்டி தொடர்ந்தான்.

"வெள்ளைக்கார துரையோட பொண்டாட்டிக்கு வீட்டுக்குள்ளே ஒரு தூசு, துரும்பு... ஈ, எறும்பு இருக்கக் கூடாதாமே... அப்படி ஒரு சுத்தக்காரியாம்.!"

ஒரு பட்டை கள்ளையும் உறிஞ்சி விட்டு கள்ளராமன் பேசினான்.

"ரெண்டு பேரும் கையிலே கலயத்தோடு பெருநாழிக்குள்ளே நுழையிற போது இருட்டிருச்சு. கலயத்துக்குள்ளே தவளைகள் கிடந்து குதியாட்டம் போடுது. நாத்தம் குடலை புடுங்குது. வெள்ளைக்காரதுரை வீடு, ஊருக்கு ஒதுக்குப்புறமான ஒத்தை வீடு. தூரத்திலே நின்னு நோட்டம் பார்த்தோம். யாரையும் காணோம். வீட்டுக்குள்ளே விளக்கு எரியுது. வெளியே இருட்டு. துரை பொஞ்சாதி மட்டும் தான் உள்ளே இருக்கிறாள். நானும் கீரைச்சட்டியும் சுவரோரம் பதுங்கி இருக்கிறோம்." சொல்லிக் கொண்டிருக்கும்போதே சின்ன இடைவெளி விட்டான்.

"சொல்லி தொலையேன்டா..." என்றவாறு கள்ளராமனின் பின்புறம் ஒரு மிதி மிதித்தான் சின்னக்கத்தி.

"பதுங்கி... பதுங்கி ரெண்டு பேரும் உள்வாசல் பக்கம் போனோம். வெள்ளைக்கார துரை பொஞ்சாதிக்கு எப்படித் தான் இந்த வாடை தட்டுப்பட்டுதோ....! மூக்கை மூடிக்கிட்டு வீட்டுக்குள்ளே தேடுறாள். கதவு திறந்து கிடக்குது. 'இது தான் சமயம்'னு கையிலே இருந்த கலயத்தைத் தூக்கி வாசல்லே போட்டு உடைச்சோம். இவ்வளவு நேரமா கலயத்துக்குள்ளே அடைபட்டுக் கிடந்த தவளைகள்... விட்டால் போதும்னு, வீடு முழுக்க தத்தி... தத்தி போகுது. வீடே நாறிப் போச்சு. ஒரு தவளை, தாவி, கையிலே உட்கார்ந்ததும் துரை பொண்டாட்டி குதிச்ச குதியைப் பார்க்கணுமே! குலையை அறுக்கிற சத்தம் போட்டாள். நாங்க ரெண்டு பேரும் அங்கே பிடிச்ச ஓட்டம் தான் கொம்பூதியிலே தான் வந்து நின்னோம்."

இளவட்டங்கள் சிரித்த சிரிப்பில் போதை போன போக்குத் தெரியலே. கள்ளு விற்கிற தேனம்மாவும், "இது நல்ல கொடுமை தான்!" வெற்றிலை வாய் சிதறச் சிரித்தாள்.

"வெள்ளைக்காரன் ஊரைக் காலி பண்ணி ஓடப் போறான்...!"

இளவட்டங்கள் கூப்பாடு போட்டுக் குடித்த குடியில் ரெண்டு பானைக் கள்ளும் காலி.

"என்ன சொல்கிறீர்கள் வில்லியம்ஸ்? கொம்பூதிக்காரர்கள் வாரிசே இல்லாமல் அழிந்து போகப் போகிறார்களா!" ஜென்சி பதறிக் கேட்டாள்.

"ஆமாம். என் தம்பி விக்டர் தகவல் அனுப்பி இருக்கிறான்"

"என்ன தகவல்?"

"விகடரின் மனைவி மேரியைப் பற்றியும் அவள் 'சுத்தம்' பற்றியும் தான் உனக்குத் தெரியுமே. அவர்களை கொம்பூதிக் காரர்கள் மிகக் கேவலமாக அவமானப்படுத்தி இருக்கிறார்கள். இப்படி ஒரு காரியம் நடந்த பின்னால் அரை நொடிகூட அந்த ஊரில் இருக்கமாட்டேன் என்கிறாளாம் மேரி."

"உங்கள் தம்பி விக்டரின் முடிவு?"

"விக்டர் எதையும் எதிர்கொள்ளும் வீரன் தான்... புத்திசாலி தான். ஆனாலும் அறுவறுப்பான இந்த சம்பவத்தால் விக்டரும் மனம் உடைந்து போயிருக்கிறான்."

"அப்புறம்?"

"விக்டரின் இடத்தில் வேறொரு அதிகாரி வருகிறானாம். ரத்தவெறி பிடித்த மிருகமாம் அவன். கொம்பூதியை அழிக்காமல் விடமாட்டான்."

"என்ன செய்யலாம் வில்லியம்ஸ்?"

"இப்போதைக்கு நாம் எதுவும் செய்ய முடியாது. நம் பிள்ளை சேதுவுக்கு பயிற்சி முடிய இன்னும் நாள் இருக்கிறதே? அதுவரை அவர்கள் உயிரோடு மிஞ்சுகிறார்களா... பார்ப்போம்" மதுக்குவளையை உறிஞ்சி முடித்தார்.

உடை மாற்ற உள் அறைக்குள் நுழைந்திருந்த சேது, காதலியைப் பார்க்கப் போகிற அவசரத்தில் கை அசைத்து விட்டுப் பாய்ந்து போனான்

விக்டர் துரை, ஒற்றை ஆளாய் கொம்பூதி நோக்கி நடந்து போனார். கொம்பூதிக்குப் போவதாக மனைவி மேரியிடம் கூடச் சொல்லவில்லை. போலீஸ் உடுப்பு அணியாமல் சாதாரண

வேல ராமமூர்த்தி | 215

உடையில் இருந்தார். இடுப்பில் துப்பாக்கி இல்லை. கையில் பிரம்பு இல்லை. பாதையை மறைத்து முகத்தில் அடிக்கும் முள்ளை விலக்கி நடக்க சிரமப்பட்டார்.

பாதை வளைந்தும் நீண்டும் போனது. மனிதப் பாதங்கள் சுதந்திரமாய் நடந்து திரியும் பாதையாய் தெரியவில்லை. வனவாடை அப்பிக் கிடந்தது. ஒரு வெற்றுச் சூனியம் கோடு போட்டு, கொம்பூதியை பிரித்து வைத்திருந்தது. காற்றும் வெயிலும் இருட்டும் தவிர, மற்றவை எல்லாம் கை மடக்கி ஒதுங்கி இருந்தன.

விக்டர் துரை, ஊரணிக்கரையைத் தோட்டதுமே, ஊருக்குள் நாய்கள் குரைக்கக் தொடங்கின. போலீஸ்ஃகள் வந்து பதுங்கிய முந்தின இரவில் கேட்ட அதே கனத்த குரைப்புச் சத்தம்.

கொம்பூதியின் நடு நரம்பு முறுக்கேறியது.

ஊமையன் நரிவேலு, மந்தை வேப்பமர உச்சிக்கு ஏறி ஊதுகொம்பைக் கையில் எடுத்து வைத்துக் கொண்டு காத்திருந்தான்.

இடித்து வைத்திருந்த மிளகாய்ப் பொடியை பெட்டிகளில் அள்ளி நிரப்பிக் கொண்டு, பெண்கள் வீடுகளுக்குள் குத்த வைத்திருந்தனர்.

‘இனி கொம்பூதிக்குள் போலீஸ்ஃக்காரன் எவன் நுழைந்தாலும் போட்டுத் தள்ளி விட வேண்டும்’ என்பது தான் வேயன்னாவின் உத்தரவு. இளவட்டங்களின் வேல்க்கம்புகள் உறை நீங்கி காத்திருந்தன.

மந்தைப் பொட்டலில் ஏறுவெயில் உறைத்துக் கொண்டிருந்தது. ஆலமரம் தாண்டிய விக்டர் துரை, ஏறி நின்று ஊரை ஒரு பார்வை பார்த்தார். இறுக்கமும், எச்சரிகையும் கவிந்து கிடந்தது.

கொம்பூதியின் எல்லா ஆயுதங்களும் தன்னைக் குறி வைத்துக் காத்திருப்பது தெரியாமல், கையில் பிரம்பு கூட இல்லாத விக்டர்துரை மந்தையில் இறங்கி நடந்தார்.

ஒற்றை ஆளாய் கொம்பூதி மந்தையில் இறங்கி நடந்து வரும் விக்டர் துரையை குறி வைத்து எல்லா ஆயுதங்களும் பதுங்கி இருந்தன.

ஒரு மரண வளையத்துக்குள் தான் சிக்கி இருப்பதை தெரிந்து கொண்டே மெல்ல நடந்து வந்தார்.

வேயன்னாவும் வையத்துரையையும் தவிர யாரும் விக்டர் துரையை இதற்கு முன் பார்த்தவர்கள் இல்லை. 'யாரோ ஒரு வெள்ளைக்காரன் வருகிறான். ஊரை விட்டுத் திரும்ப விடாமல் அவன் கதையை முடித்து விட வேண்டும்' என்கிற ஒரே நினைப்பில், வேயன்னாவின் வருகைக்காக எல்லோரும் தெருமுனையை பார்த்துக் கொண்டிருந்தார்கள்.

விக்டர்துரை எடுத்து வைக்கும் ஒவ்வொரு எட்டுக்கும் நாய்களின் குரைப்புச் சத்தம் இறங்கிக் கொண்டே வந்தது. நடு மந்தையில்இருளப்பசாமி கோயிலின் முன்னால் வந்து விக்டர் துரை நிற்கவும் நாய்ச் சத்தம் நின்றே போனது. நாய்கள் அங்குங்கு நின்று கொண்டு வாலைக் குழைக்க ஆரம்பித்தன. இது, இளவட்டங்களுக்கு நல்ல அறிகுறியாய் தெரியவில்லை.

'வெள்ளைக்காரனைப் பார்த்து நம்மூர் நாய்கள் குழையுதே என்னவாம்!' சுற்றிப் பதுங்கி இருந்த எல்லோர் முகத்திலும் திகைப்பு.

கொம்பூதிக் குலசாமிக்கு முன்னால் வந்து நின்ற விக்டர்துரை கோயில் பீடத்தை நிமிர்ந்து பார்த்தார்.

ஓங்கி அரிவாளுடன் சிங்க வாகனத்தில் நிற்கும் இருளப்பசாமி, ஜாடையில் வேயன்னா போலவே இருந்தார்.

நாய்ச் சத்தம் நின்று போன நிலையில், கனத்த மௌனம் கொம்பூதியை விழுங்கி இருந்தது. தலைக்கு மேல் சூறாவளி சுழல, தெரு முனையிலிருந்து வேயன்னா வந்து கொண்டிருந்தார்.

37

பெரும் படையை எதிர்பார்த்து வந்த வேயன்னா, நடு மந்தையில் ஒற்றை ஆளாய் விக்டர் துரை மட்டும் நிற்பதைக் கண்டார். 'சாதாரண உடையில், வெற்று மனிதனாய் வந்து நிற்கிறார். ஊரைச்சுற்றிப் போலீஸுகளைப் பதுக்கி வைத்துவிட்டு வந்து இருக்கலாம்!'

வேயன்னா இடுப்பில் வளரியும், கையில் வேல்க்கம்பும் இருந்தன. வேயன்னா நடந்துவரும் அழகை, விக்டர் துரை வைத்த கண் வாங்காமல் பார்த்தார்.

நேருக்கு நேராக வந்து விட்ட வேயன்னா, வேல்க்கம்புக்கு எட்டும் தூரத்தில் நின்று கொண்டார். மந்தையைச் சுற்றி கண்களை உருள விட்டார். எதையும் எதிர்கொள்ள ஆயத்தமாய் ஊர் இருந்தது. உள்ளே வெள்ளைக்காரனை நுழைய விட்டு விட்டு, ஊர் நாய்கள் வாய் கட்டி நிற்பது வேயன்னாவை உறுத்தியது.

விக்டர் துரை, கைகளைப் பின்னால் சேர்த்து கட்டிக் கொண்டு நிமிர்ந்த வாக்கில் "மிஸ்டர் வீயன்னா..." என்று வாய் எடுத்தவர், "மன்னியுங்கள்! உங்கள் பெயரைச் சொல்லிக் கூப்பிட எனக்கு வயது போதாது" உதட்டோரம் சிரித்தார்.

வேயன்னா, கையிலிருந்த வேல்க்கம்பை நட்டுக் குத்தலாய் தரையில் நட்டார்.

வீட்டுக் கதவோரம், மிளகாய்ப் பொடியோடு பதுங்கி இருந்த கூழானிக் கிழவி மட்டும், ஒரு கை நிறைய பொடியை அள்ளிக் கொண்டு நடு மந்தைக்கு வந்து, எட்ட நின்று ஒட்டுக் கேட்டாள்.

"நான் தனியே வந்திருக்கிறேன். வெறுங்கையோடு வந்திருக்கிறேன்" விக்டர் இரண்டு கைகளையும் விரித்துக் காண்பித்தார்.

"நான் ஊரில் இருக்கக்கூடாது.... அவ்வளவு தானே? என் மனைவியோடு புறப்பட்டு விட்டேன். விடைபெறத் தான் வந்தேன். ஆனால், நான் தோற்றுத் திரும்பவில்லை. விட்டுப் போகிறேன். நம்ப மாட்டீர்கள். நான் உங்களை மிகவும் மதிக்கிறேன்... ரொம்பவும் நேசிக்கிறேன்" விக்டர் துரையின் நா குழறியது.

வேயன்னாவின் வேல்க்கம்பு பிடி தளர்ந்தது.

கூழானிக் கிழவி ரெண்டு எட்டு முன்னே வந்தாள்.

விக்டர் துரை பேசிக் கொண்டே போனார்.

"உங்களை எல்லாம் அடக்கும் அதிகாரியாகத்தான் பொறுப்பு ஏற்றேன். என்னால் அதைச் செய்திருக்கவும் முடியும். ஆனால்... கொம்பூதி எல்லைக்குள் ஒரு சொட்டு ரத்தம் சிந்தாமல் உங்களை நெறி படுத்த விரும்பினேன். அது, வாய்க்கவில்லை, உங்கள் நாயைச் சுட்டதில் கூட எனக்குச் சம்மதில்லை". ஒரு எட்டு முன்னே வந்தார்.

“என் நிதானத்துக்கும் உங்கள் வேகத்துக்கும் இடையே பெரிய வெளி இருக்கிறது. என்னை எதிரியாய் நினைத்து அவசரப்பட்டு விட்டீர்கள்”. துரைக்கு குரல் வளை வலித்தது.

வேயன்னா, நெஞ்சு பதற முன்னே வந்தார்.

கூழானிக் கிழவி, கையிலிருந்த மிளகாய்ப் பொடியைக் கீழே குவித்து விட்டு, சேலையில் துடைத்தாள்

சுற்றிப் பதுங்கி இருந்தவர்களுக்கு, நடு மந்தையில் என்ன நடக்கிறது என யூகிக்க முடியவில்லை.

“நான், ஏதோ ஒரு தேசத்துக்காரன். இந்தக் கொம்பூதி மண்ணை மிதித்ததும் என் நெஞ்சு ஏன் கசிகிறது என விளங்கவில்லை!” விக்டர் துரையின் கண்ணோரம் நீர் கசிந்தது.

“எனக்குப் பதிலாய் வரப் போகும் அதிகாரி... உங்கள் நாட்டுக்காரர். அவர் எப்படிப்பட்டவரோ... தெரியாது. கடுமை யான சட்டம் ஒன்றைக் கையிலெடுத்துக் கொண்டு அவர் வரலாம். தயவுசெய்து யோசியுங்கள். உங்கள் செயல்களுக்கு சட்டத்தில் அனுமதி இல்லை. ஒரு உயிர் கூட பலியாகாமல் கொம்பூதி மக்களைக் காக்க உங்களால் தான் முடியும். நான் வருகிறேன்.”

விக்டர் துரை திரும்பி நடந்தார்.

வேயன்னா, செய்வதறியாது தடுமாறினார்.

நாலு எட்டு நடந்த விக்டர் துரை, “கடைசியாக ஒன்று... ஊரை விட்டு என்ன விரட்டக் கையாண்ட முறை தான் மிகவும் வேதனை அளிக்கிறது.”

கண்ணீர் ஓட, அவர் சொல்லி முடிக்கவில்லை.

வேல்க்கம்பு கை நழுவ, வேயன்னா, விக்டர் துரையைக் கட்டிப் பிடித்துக் கொண்டார் பேச நா எழவில்லை.

கூழானி கிழவி, தடுமாறி வந்தாள்.

“தம்பீ... வெள்ளைக்காரத் துரை! உன் மூஞ்சியிலே எறியவா இந்த மிளகாய் பொடியை நாங்க இடிச்சு வெச்சிருந்தோம்!” வந்த வேகத்தில், தன் விரலில் ஒட்டி இருந்த மிளகாய் பொடியால் விக்டர்துரையின் நெற்றியில் திலகம் இட்டாள்.

பதுங்கிக் கிடந்த கொம்பூதி சனம் ஒவ்வொன்றாய் வெளியேறி நடு மந்தையை நோக்கி வந்தது.

ஊமையன் நரிவேலு, உச்சி மரத்தில் இருந்து சரசரவென கீழே இறங்கினான்.

"டேய்.... கருப்புக் காதலா...! எப்போ வந்தே...?" ஓடி வந்து சேதுவைக் கட்டிப் பிடித்துக் கொண்டாள் நான்ஸி.

நடுக் கூட்டத்தில் தன் பெற்றோருடன் அமர்ந்து செல்லம் கொஞ்சிக் கொண்டிருந்த நான்ஸிக்கு, 'திடும்' என வந்து நிற்கும் தன் காதலன் சேதுவைப் பார்த்ததும் ஆச்சரியமும் சந்தோசமும் தாங்க முடியவில்லை. இடுப்போடு வளைத்துக் கை போட்டு, தன் இளம் காதலி நான்ஸியை நெஞ்சுக்குமேல் தூக்கிய சேது, ரெண்டு சுற்று சுற்றினான்.

"ஏய் சேதூ... வர்றேன்னு ஏன் முன் கூட்டியே சொல்லலே?"

"சொல்லி இருந்தால், கன்னத்தில் கை வைத்துக் காத்திருப்பாய்... கொஞ்சம் தாமதமாய் வந்திருந்தாலும் முகத்தைத் திருப்பிக் கொள்வாய். திடுக் என வந்தால் தான் இப்படி ஓடி வந்து... கட்டிப்பிடித்து... இறுக்கி... இன்னும் இறுக்கி..." நான்ஸியை சேது இறுக்கினான்.

"ச்சீய்!" சேதுவின் நெஞ்சுக்கு மேலிருந்தபடி வெட்கப் பட்டாள். நான்ஸியின் வெள்ளைக்கார பெற்றோர் ரசித்துச் சிரித்தனர்.

"சேது... போலீஸ் பயிற்சி எப்படிப் போகிறது?"

"கடினமாய் இருந்தாலும்... சந்தோஷமாக இருக்கிறது, அங்கிள்... நான்ஸியைத் தூக்கி சுற்றுவது போல்..."

"ஏய்... நான் என்ன அவ்வளவு குண்டா...?" சேதுவின் தலையில் நான்ஸி, இரண்டு கைகளாலும் குத்தினாள்.

நான்ஸியைக் கீழே இறக்கிவிட்டவன், "நீ குண்டா... ஒல்லியா என்று தூக்குகிறவனுக்கு அல்லவா தெரிகிறது?" கைகளை உதறி மூச்சிரைப்பது போல் பாவனை செய்தான். மறுபடியும் சேதுவின் நெஞ்சில் குத்தி, சிணுங்கினாள்.

"அப்பா... துப்பாக்கி சுடுவதில் இந்தத் திருடன் தான் நம்பர் ஒன்னாம்! கடிதம் எழுதி இருந்தான்."

கண்களை அகல விரித்தாள்.

நான்ஸியின் அப்பா, "பின்னே... இருக்காதா...? என் மகள்

நான்ஸியையே குறி வைத்து காதல் வலையில் வீழ்த்திய வனாயிற்றே!"குலுங்கி குலுங்கி சிரித்தார்.

"இன்னும் எவ்வளவு நாள் பயிற்சி சேதூ?" வாயில் புகையோடு பேசினார் அப்பா.

"இன்னும் மூன்று மாதங்கள் தான் அங்கிள்."

"அப்புறம்?" என்றாள் அம்மா.

"அப்புறம்... எங்காவது ஒரு காவல் நிலையப் பொறுப்பு ஏற்க வேண்டும்?"

''அப்புறம்...?'' கண்கள் நெளியக் கேட்டாள் நான்ஸி.

"அப்புறம்... ம்... அப்புறம்... ம்..."நான்ஸியை நெருங்கிக் கொண்டே நகர்ந்தான் சேது.

பின்னால் நகர்ந்து கொண்டே, ''பாருங்கள் அப்பா...!" என்றவள், "அம்மா... கல்யாண அவசரமெல்லாம் இந்த முரடனுக்குத் தான்... எனக்கில்லை" சேதுவைப் பார்த்து, கள்ளக் கண் சிமிட்டினாள்.

"சரி சேது... நீ ரொம்பவும் அவசரப்படுகிறாய்.... என் மகள் நான்ஸிக்கு அப்படி எல்லாம் ஒன்றும் இல்லை. எனவே நீ வேறொரு பெண்ணைப் பார்த்துக் கட்டிக்கொள். போ... போ..." சொல்லிவிட்டு, அப்பா, ஓரக் கண்ணால் பார்த்தார்.

"அப்பா...!" சேதுவை இறுக்கிக் கட்டிக் கொண்டாள் நான்ஸி. அம்மாவும் அப்பாவும் விழுந்து விழுந்து சிரித்தார்கள்.

அதிகாலை மையிருட்டில் விக்டர் துரை, தன் மனைவியோடு பெருநாழியை விட்டுக் கிளம்பும் போது யாருடனும் கை குலுக்கவில்லை; ஒரு வார்த்தை பேசவில்லை.

வந்த வேகத்தில் விக்டர் துரை வெளியேறியதால் போலீஸ்கள் உற்சாகம் இல்லாமல்இருந்தார்கள்.

"நாலு பேரையாவது சுட்டு இருக்கணும்" கிழட்டுப் போலீஸ், இதையே மாறி மாறிச் சொல்லிக் கொண்டிருந்தார்.

பல போலீஸ்களுக்கு விக்டர்துரை மீது வருத்தம்.

"இரக்கப்படுறதுக்கு ஒரு அளவு வேணும். அதுவும் யாருக்கு இரக்கப்படுறது? கொம்பூதிக்காரன் கொலை பாதகப்

பயலுக! கடைசியிலே என்னாச்சு..? வீட்டுக்குள்ளேயே புகுந்து அசிங்கம் பண்ணி விரட்டிட்டான்ங்க...”

“என்ன நடந்துச்சு?”

“என்ன நடந்துச்சு... யாரு கண்டது? துரைச்சானி அம்மா அரை நொடி இந்த ஊர்லே இருக்கமாட்டேன்னு கிளம்பிட்டாங்க.”

“ஓஹோ.... கதை அப்படிப் போகுதோ?”

ஊருக்குள்ளே எங்கும் இது தான் பேச்சு.

“வெள்ளைக்கார துரையையே விரட்டுன கொம்பூதி ஆளுகள், எந்த நேரமும் பெருநாழிக்குள்ளே நுழையலாம். அவங்க கோபமெல்லாம் நம்ம மேலே தான். போலீஸ்களை நம்பி மோசம் போயிட்டோமே!”

அரற்றிக் கொண்டிருந்தார்கள்.

“புதுசா வர்ற அதிகாரி எப்படியாம்?”

“ஈவு இரக்கமில்லாத ஆளாம்.”

“இருவரும் வெள்ளைக்காரா?”

“இல்லே, வடநாட்டுக்காரராம்.”

“எந்த நாட்டுக்காரன் வந்தாலும், கொம்பூதி திருந்த போறதும் இல்லே... பெருநாழிக்கு விடிய போறதும் இல்லே.”

பொறுப்பு ஏற்க வரும் புதிய அதிகாரிக்காக கச்சேரி காத்துக் கிடந்தது.

போலீஸுகள் விறைப்பான உடையணிந்து பளபளப்பாய் இருந்தார்கள்.

வெள்ளைக்கார சார்ஜெண்ட், கொம்பூதி பற்றிய முழு விவரங்களோடும், கூடுதலான பரபரப்போடும் காத்திருந்தான். கொம்பூதி காரியத்தில் முட்டிக் குனிந்த வலி, முகமெல்லாம் படர்ந்து இருந்தது.

போலீஸுகளுக்கு மத்தியில், உரசிப் போட்டால் தீ பிடிக்கும் அளவுக்கு கொம்பூதி நினைப்பு உஷ்ணமேற்றி இருந்தது.

பக்கத்துப் போலீஸின் காதோரம், “புதுசா வர்ற துரை பேரு என்னவாம்?” கிழட்டுப் போலீஸு கேட்டு வைத்தார்.

“இன்ஸ்பெக்டர் பகதூர்” சொல்லி முடியவும், தெருவழியே குதிரைச் சாரட் வரும் சத்தம் கேட்டது.

எல்லா போலீஸ்களும் அணிவகுத்து, துப்பாக்கி மரியாதைக்கு ஆயத்தமாய் நின்றார்கள். ஓங்கலான குரலில் உத்தரவிடத் தருணம் பார்த்து, சார்ஜெண்ட் நிமிர்ந்தவாக்கில் நின்றான்.

ரத்தம் ஒழுகும் பல்லிடுக்கில் மனிதக் கறி சிக்க, தலையைச் சிலுப்பிக் கொண்டு ஒரு காட்டுப் பன்றி, கச்சேரி வாசலுக்குள் நுழைந்தது.

38

இன்பெக்டர் பகதூருக்கு முன்னால், கொம்பூதி பற்றிய எல்லாவிவரங்களையும் வெள்ளைக்கார சார்ஜெண்ட் விரித்து வைத்தான்.

"துரை அவர்களே! கொம்பூதிக்காரர்கள் செய்த கொலை, கொள்ளை, களவுகளுக்கு அளவே இல்லை. போலீஸை மதிப்பதில்லை. சட்டங்களுக்கு கட்டுப்பட மறுக் கிறார்கள். அவர்களின் பெயரைக் கேட்டாலே இந்தப் பகுதி மக்கள் பதறுகிறார்கள்."

சார்ஜெண்ட் கொட்டிய அத்தனை தகவல்களையும் புறங் கையால் தள்ளி விட்டார் பகதூர்.

"அவர்கள் கொலை செய்யட்டும்... கொள்ளை அடிக்கட்டும். அவற்றை எல்லாம் நாம் தடுத்திட முடியும். ஆனால், சட்டத்தை மீறி 'தனி ராஜ்யம்' நடத்துகிறார்களே... அதுதான் நமக்கு ஆபத்தாக முடியும். அவர்கள் திருடர்களாக இருக்கட்டும்... வீரர்களாக இருக்க கூடாது. கொம்பூதிக்காரர்களோடு யாரையும் சேரவிடக் கூடாது. கொம்பூதிக்குச் செல்லும் பாதையை அகலப்படுத்த, உடனடியாக ஏற்பாடு செய்யுங்கள். அப்புறம் என்ன நடக்கிறது என்று வேடிக்கைப் பாருங்கள்..."

போலீஸ்கள் எல்லோருக்கும் சந்தோஷமாக இருந்தது. 'கொம்பூதியை ஒரு வழி பண்ணாமல் விடமாட்டார் இந்த பகதூர்...'

துப்பாக்கிகளைத் துடைக்க ஆரம்பித்தார்கள்.

வில்லாயுதத்தின் ஆசைக் கனவுகளில் வஜ்ராயினி எட்டாத தொலைவில் நின்றாள்.

'ஓடைக்கரையில் தன்னையும் சிட்டுவையும் 'அந்த' கோலத்தில் பார்த்த மான், ஓடிப்போய் வஜ்ராயினியிடம் சொல்லிருக்கும். அழுந்த வீசும் தென்றலுக்கே கண்ணீர் விடும் அந்தப் பூவை, மான் சேதி புயலாகத் தாக்கியிருக்கும், இனி, வஜ்ராயினியை என்ன சொல்லியும் சமாதானப்படுத்த முடியாது. சம்பங்கி ஆற்றங்கரை பக்கமே போகக்கூடாது.'

வில்லாயுதத்தின் தோளில் கழுகு அமர்ந்திருக்க, குதிரை தன் போக்கில் போய்க்கொண்டிருந்தது. மடியில் பச்சக்கறி நிரம்பிய பெட்டி இருந்தது. கழுகுக்கு தன் கையால் இரை வீசி வெகுநாட்கள் ஆகிவிட்டன. கறியை எடுத்து வீசக் கூட மதியற்று அமர்ந்திருந்தான். வில்லாயுதத்தின் மனசறிந்து, குதிரை மெதுவாக ஓடவும் நடக்கவுமாகக் காட்டுப் பாதையில் போனது.

'ஹஸார் தினார் என்னிடம் சொன்னதெல்லாம் உண்மையா... பதுக்கி வைக்கப்பட்டிருக்கும் வைரங்களுக்கு நரபலி இடத்தான் வஜ்ராயினியை வளர்க்கிறார்களா...? வைரக்கதை மெய்யா, பொய்யா...? மெய் என்றால், வைரங்கள் எங்கே இருக்கின்றன...? நாகமுனி தேடி அலையும் அந்த வனங்களில் தானா...? வைரங்கள் கண்ணில் பட்டதும் நரபலிக்கு நாள் குறிப்பானே! நரபலியிடாமல் வைரங்களைப் பெற முடியாதா...? இனி, அவள் நமக்கு இல்லை... வேண்டாம். ஆனால் அவள் சாகக் கூடாது...'

வஜ்ராயினியைச் சுற்றியே நினைவுகள் ஓடிக் கொண்டிருந்தன. மனதளவில் நினைக்கக் கூடத் தகுதியற்றவனாகத் தன் மீதே அருவருப்பு மேலோங்கியது.

குதிரையின் அடிவயிற்றில் தட்டி விட்டான். பெட்டியிலிருந்து பச்சக்கறியை எடுத்து மேலே வீசி எறிந்தான். கவ்விப் பிடிக்க, அகன்ற சிறகு விரித்து கழுகு பறந்து போனது. கவண் கல்லால் குறி பார்த்தான். கறியைக் கவ்வப் போகும் நேரம், குறி பிசகாமல் அடித்தான். கல் பட்டு வெகு உயரத்துக்குப் பறந்தது. மீண்டும் கறித்துண்டு இறங்கி வரும்போது இன்னொரு கல்லால் குறி வைத்து அடித்து மேலே போக வைத்தான்.

கழுகோடு விளையாடும் கறியாட்டம் வஜ்ராயினியின் நினைவுகளைக் கொஞ்சம் தள்ளி வைத்தது.

ஹஸார் தினாரையும் நாகமுனியையும் தவிர, மூன்றாம் மனிதனைப் பார்த்தறியாமல் வளர்ந்தவள் வஜ்ராயினி. வில்லாயுதத்தைப் பார்த்ததும் பற்றிக் கொண்டதே!

'வளர்ப்பு ரகசியத்தைச் சொல்ல, ஹஸார் தினார் இன்னும் மறுக்கிறான். என்னை என்ன செய்யக் காத்திருக்கிறார்கள்...? மீட்டுச் செல்வான் என நம்பியவன், தலை குப்புறத் தள்ளிவிட்டு விட்டானே! மலையோடும் நதியோடும் பூக்களோடும் மானோடும் சந்தோஷமாகத் தான் இருந்தேன். இடையில் ஏன் வந்தான்....? எது சுகம், எது துக்கம்...? மான், கண்டு வந்து சேதி சொன்னதே... அவனை யாரோ பகிர்ந்து கொள்ளும் நிலையில் இருந்தாளாமே...! அவள் யார்...? அந்த ஏமாற்றுக்காரனை இனி பார்க்கக் கூடாது.

அசையாமல் படுத்திருந்தாள். மூச்சு மட்டும் ஓடிக் கொண்டிருந்தது. கண்ணை மூடியது. கனவில் வந்து தொலைப்பான் என்றே உறங்காமல் கிடந்தாள். ஆனாலும் சுழற்றியது.

ஹஸார் தினாருக்கு வஜ்ராயினியின் மேல் கோபம். பிடிவாதக்காரியாக இருக்கிறாள். களங்கமற்ற அழகிகள் எல்லாம் பிடிவாதக்காரிகளாகத் தான் இருக்கிறார்கள். அதிலும் இந்தப் பேரழகிக்குக் கேட்கவா வேண்டும்..?

வஜ்ராயினி கால்மாட்டிலேயே உட்கார்ந்திருந்தான். பாதத்தைத் தொடக்கூடப் பதறிப் போயிருந்தான். தொட்டால் சுருளுகிறாள். அவரவருக்கான விதியை யார் அழிக்க முடியும்...? நரபலிக்கென்றே பிறந்திருக்கிறாள். அந்த மரண வலையை அறுத்தெரிய எந்தச் சக்தியாலும் முடியாது என்பதில் நாகமுனியை விட ஹஸார் தினார் தெளிவோடு இருந்தான்.

வில்லாயுதத்தைப் பார்த்திலிருந்து வஜ்ராயினியின் பருவப்பாடுகளைக் காண ஹஸார் தினாருக்குச் சகிக்கவில்லை. அவயக் கிளர்ச்சிக்கு வடிகால் தேடும் இளங்கன்னியின் பாவத்தில், தான் விழுந்து விட்டதாகக் குமைந்து கொண்டே இருந்தான். எவ்வளவு சீக்கிரம் நாகமுனி வைரங்களைக் கண்டறிந்து, நரபலிக்கு நாள் குறிக்கிறானோ... அந்த நிமிடமே தானும் மடிந்து தொலையலாம். நாகமுனிக்குக் கொடுத்த வாக்குக்காக இந்தப் பழியைச் சுமக்க வேண்டியுள்ளது.

வேல ராமமூர்த்தி | 225

வஜ்ராயினி கனவுளோடு உறங்கிப் போயிருந்தாள்.

துரத்தி வரும் வஜ்ராயினியின் முகத்தில் விழிக்க வெட்கப்பட்டு, வில்லாயுதம் காடுகளுக்குள் ஓடிக் கொண்டிருந்தான். வானுயர்ந்த மரங்கள் நிறைந்த காடு. சருகுகள் நொறுங்க, திசைகளற்று ஓடினான். பார்வையை விட்டுத் தவற விடாமல் வஜ்ராயினி துரத்திப் போனாள். ஆடைகளற்ற மேனிகளில் சூரிய ஒளி சுடர் எழுப்பிக் கொண்டிருந்தது.

அந்தப் பெருவனத்துக்குள் இருந்த அத்தனையும் மௌனம் காத்தன. கால்களின் சருகுமிதிச் சத்தம் வனம் முழுக்க நிறைந்திருந்து. வில்லாயுதத்தின் கால்கள் தளர்ந்தன. ஓட, ஓட, வஜ்ராயினியின் கால்களுக்குப் பலம் கூடியது. தொடு தூரத்துக்கு நெருங்கி விட்ட வெற்றுடம்புகள் சூரியக் குளியலாடிக் பொங்கின. காலோரம் ஹஸார் தினார் மிதிபடவும் வஜ்ராயினி விழித்துக் கொண்டான்.

இன்ஸ்பெக்டர் பகதூரின் பேச்சு பெருநாழி முக்கியஸ்தர்களுக்குப் பிடித்துப் போனது. 'நான், கொம்பூதிக்காரர்களைத் திருத்த வரவில்லை. அழிக்க வந்திருக்கிறேன்..." என்றது மிகவும் பிடித்திருந்தது.

"போலீஸை எதிர்க்கிறவன் எவனாக இருந்தாலும் உயிரோடு விடமாட்டேன். போலீஸை எதிர்ப்பது, அரசாங்கத்தை எதிர்க்கிற காரியம். பிரிட்டிஷ் அரசாங்கத்தை எதிர்க்கிறவனை வேட்டையாடுறதுதான் என் வேலை. அதுவும் கொம்பூதிக்காரன் மாதிரி தைரியசாலிகள் மீது நாங்கள் கூடுதல் எச்சரிக்கையாக இருப்போம். நீங்கள் ஒத்துழைக்கணும்..."

சுப்பையாவுக்கும் ஏகாம்பரத்துக்கும் பூரண திருப்தி. " என்ன செய்யணும் எசமான்...? சொல்லுங்க."

"கொம்பூதிக்குப் பாதை வெட்ட ஐம்பது பேர் வேணும்..."

"ஐம்பது என்ன எசமான்...? நூறு பேர் வர்றோம்..." சுப்பையாவுக்கு பகதூரேடு ஒட்டிக் கொள்ள ஆசை.

பகதூரும் சுப்பையாவை இனங்கண்டு கொண்டு, தோளில் கை போட்டார். ஏகாம்பரமும், தன் தோளை பகதூருக்கு இசைவாகக் கொடுத்து, "மாறிப் போன விக்டர் துரை சரியில்லை எசமான்..."என்றதும், பகதூர் இன்னொரு கையை ஏகாம்பரத்தின் தோள்மேல் போட்டார்.

கொம்பூதி முள் பாதை அம்பாரம் அம்பாரமாக வெட்டுப் பட்டது. சுப்பையாவும் ஏகாம்பரமும் பெருநாழி ஆட்களைத் திரட்டிக் கொண்டு போய் விட்டிருந்தார்கள்.

பெரும்பச்சேரி ஆட்கள் வரவில்லை. விசக்குட்டை எவ்வளவோ சொல்லிப் பார்த்தான்.

“கொம்பூதியை காட்டிக் கொடுக்க முடியாதுடா...” ஒரே வரியில் பதில் சொன்னார்கள். இந்தத் தகவலோடு விசக்குட்டை இன்ஸ்பெக்டர் பகதூரிடம் ஓடினான். பகதூருக்கு உறைத்ததையே ஏகாம்பரமும் சுப்பையாவும் எடுத்துக் கொடுத்தார்கள்.

“எசமான்... கொம்பூதிக்கும் பெரும்பச்சேரிக்கும் இடையில் நீங்க கோடு கிழிக்கலேன்னா, உங்க நினைப்பு ஈடேறாது...”

இன்ஸ்பெக்டர் பகதூர், சார்ஜெண்டை அழைத்தார்.

போலீஸ் நடவடிக்கையை வேடிக்கைப் பார்க்கக் கூடிய சனங்களை எல்லாம் அரிவாளும் கையுமாக முள்ளுக் காட்டில் இறக்கி விட்டார்கள்.

புலவர், கார்மேக ஆசாரியோடு சேர்ந்து சில பேருக்கு வெளியே சொல்ல முடியாத வேதனை. புதுசா வந்திருக்கிற போலீஸ் அதிகாரி, கொம்பூதியைக் குறி வெச்சு நெருங்கிப் போறது அச்சத்தைக் கொடுத்தது.

பச்சமுத்து, யாருக்கும் தெரியாமல் வேறொரு தடம் பிடித்துக் கொம்பூதி நோக்கி ஓடி வந்து கொண்டிருந்தான்.

குதிரையில் அமர்ந்தபடி வில்லாயுதம் கழுகுடன் காடுகளுக்குள் விளையாடித் திரிந்தான். அடுக்கடுக்கான மலைகளைத் தாண்டி வெகுதூரம் கடந்து விட்டான். உச்சிக்கு மேலே கழுகு அவனுக்கு இணையாகப் பறந்து வந்தது.

கவண் கல் அடிப்பட்ட பச்சக்கறி, கழுகின் வாயில் சிக்காமல் ஒரு பெரும் பள்ளத்தாக்கில் இறங்கிப் போய்க் கொண்டிருந்தது. கழுகு விடாமல் பறந்து போனது. கண்கொண்டு பார்க்க முடியாத பள்ளத்தாக்கு. வில்லாயுதத்தின் கண்களை விட்டு கழுகும் கறியும் மறைந்து போயின. குதிரையை நிறுத்திய வில்லாயுதம், கழுகு தலைகீழாகப் பறந்து போன திசையையே பார்த்துக் கொண்டிருந்தான்.

மூச்சிரைக்க கொம்பூதிக்குள் ஓடிவந்த பச்சமுத்து, வேயன்னாவின் வீட்டு வாசலில் நின்றான்.

"அய்யா... கொம்பூதியைக் குறிவெச்சு போலீஸ்காரன் பாதை வெட்டி வர்றான்...!"

"பாதையா...! எதுக்காம்...?"

"புதுசா வந்திருக்கிற போலீஸ் அதிகாரியோட பேச்சு வார்த்தை சரியில்லே... பெரிய திட்டத்தோட வர்ற மாதிரி தெரியுது. நீங்க கொஞ்சம் எச்சரிக்கையா இருக்கணும் அய்யா."

வேயன்னா தன் வீட்டு வாசலில் நின்றபடி, "டேய்... கீரைச்சட்டி, ஊரு ஆளுகளை மந்தையிலே கூடச் சொல்லு..." என்றவர், "பச்சமுத்து... நீ போ... நான் பார்த்துக்கறேன்..." வீட்டுக்குள் நுழைந்தார்.

பச்சைக் கறியைக் கவ்வ, பள்ளத்தாக்குக்குள் பறந்து போன கழுகு, மெல்லச் சிறகு விரித்து மேலேறி வந்தது. குதிரையோடு காத்திருந்த வில்லாயுதம் கழுகைப் பார்த்தான். கழுகு தூக்கி வரும் கறியிலிருந்து கண்ணைப் பறிக்கும் ஒளி அடித்தது.

பள்ளத்தாக்கில் விழுந்த பச்சைக்கறி முழுக்க வைரங்களும் வைடூரியங்களும் ஒட்டியிருந்தன!

39

'கொம்பூதிக்காரன் திருடர்களாக இருக்கட்டும் வீரர்களாக இருக்கக்கூடாது. கொலைகாரர்களாகக் கூட இருந்துவிட்டுப் போகட்டும்... கூட்டம் சேர்ப்பவர்களாக இருக்கக் கூடாது...' இன்ஸ்பெக்டர் பகதூரின் வார்த்தைகள், வெள்ளைக்கார சார்ஜெண்ட்டுக்கு அர்த்தம் நிறைந்ததாகத் தெரிந்தன.

'பெரும்பச்சேரி ஆளுகளை எல்லாம் அள்ளி கொண்டு வா...' என பகதூர் உத்தரவிடவும், போலீஸ் லாரி பெரும்பச்சேரி நோக்கிப் புறப்பட்டது. லாரியின் முன்புறம் அமர்ந்திருந்த சார்ஜெண்ட்டுக்கு பகதூரின் தீவிரம் மிகவும் பிடித்திருந்தது.

'கோழைகளையும் துரோகிகளையும் வளர்க்க வேண்டிய அடிமை தேசத்தில், வீரர்களைக் கைகோக்க விட்டால், அஸ்திவாரத்தையே அசைத்து விடுவார்கள். திரி விளக்குக்கு எண்ணெய் வார்ப்பது போல், உயிர்ப்பலி கொடுத்துக் கொண்டே இருக்க வேண்டும்' என்பது வெள்ளை அதிகாரிகளுக்குப் பால பாடம்.

'விக்டர்துரை, ஒரு வெள்ளை அதிகாரியாக இருந்தும் கடமையில் தவறி விட்டார். சுட்டுத் தள்ள வேண்டிய ஆட்களிடம் சுக, துக்கம் விசாரித்தது தவறு.

இந்த பகதூர்... வடக்கே பாஞ்சாலத்தில், ஜாலியன் வாலாபாக் படுகொலையில் ரத்தக் குளியலாடிய ராஜ்ஜிய விசுவாசி. ஜெனரல் டயரின் கையருகில் இருந்து காரியம் நடத்தியவர்' என்று பகதூரின் பெருமைகளை எண்ணி எண்ணி மகிழ்ந்தான் சார்ஜெண்ட்.

துப்பாக்கி சுட, கை ஊறித் திரிந்த போலீஸுகளுக்கு 'அடிமைகளுக்குச் சோறு போடு. வீரர்களைக் கொன்று போடு' என்கிற பகதூரின் வார்த்தை, சந்தோஷம் தந்தது.

பகதூர் வந்ததிலிருந்து தன் பொறுப்பு குறைந்து விட்டதாக சார்ஜெண்ட் நிம்மதிப்பட்டான்.

கொம்பூதியின் முள் பாதை வெட்டுப்பட்டு விரிந்து கொண்டு போக, போலீஸு லாரி பெரும்பச்சேரி நோக்கி முன்னும் பின்னும் குலுங்கியவாறு ஊர்ந்தது. வரப்புகளைக் கடக்கச் சிரமப்பட்டது. கை விரல்களைச் சொடுக்கி விட்டபடி வெள்ளை போலீஸுகள் லாரிக்குள் உட்கார்ந்திருந்தனர்.

பகதூர் தந்த சுதந்திரத்தால், துப்பாக்கிகளின் மேல் பிரியம் அதிகமாகிப் போனது. வாஞ்சையுடன் தடவிக் கொடுத்தார்கள். கிழட்டு போலீஸுக்கு தான் 'கொம்பூதிக்காரன் கட்டுப்படுவான்' என்கிற நம்பிக்கை இன்னும் வந்தபாடில்லை.

கழுகு தூக்கி வரும் கறி முழுக்க வைரங்களும் வைடூரியங்களும் ஒட்டியிருந்தன. பள்ளதாக்கு உள்ளிருந்து கழுகு பறந்து வந்தது. நுனி அலகால் கறியைக் கவ்விக் கொண்டு, அகன்ற சிறகு விரித்து மேலேறியது.

உச்சி சூரியனின் ஒளியில் வைரங்கள் சுடர் விட்டன. பள்ளத்தாக்கு நிறைய புது வெளிச்சம் பரவியது. கரும்பச்சை

மரங்கள், பின்னிக் கோத்திருக்கும் அடர் வனங்களுக்குள் வைரங்களின் தகதகப்பு ஊடுருவியது.

பள்ளத்தாக்கின் அடி ஆழத்தில் இருந்து ஒளி வில் ஒன்று உயரே கிளம்பியது போலிருந்தது.

வனப்பாதையில், குதிரையோடு நின்றிக்கும் வில்லாயுதத்துக்கு கண்கள் கூசின. மேலேறி வரும் வெளிச்சப் பந்தம், கண்ணுக்கு புலப்பட விடாமல் கழுகை மறைத்திருந்தது. இன்னதென அறியாமல் வில்லாயுதம் திகைத்துப் போயிருந்தான்.

உயரே உயரே ஏறி வரும் ஒளிக்கற்றை, வில்லாயுதத்தை நோக்கியே வந்தது. நெருங்க நெருங்க, சிறகு விரித்து வரும் கழுகு புலப்பட்டது.

குதிரையின் கண்களில் சுடர் அடித்தது.

கல்லெறி தூரத்துக்கு கழுகு வந்து விட்டது. கறியில் ஒட்டி ஒளிரும் அத்தனை வைரங்களிலும் வஜ்ராயினி சிரித்துக் கொண்டிருந்தாள். சம்பங்கி ஆற்றில் நீராடிய பின், தோல் மேவிய ஈர உடையுடன் கரை ஏறும் வஜ்ராயினியின் மேனி போல் வைரங்கள் ஒளி விட்டன. பறந்து வந்த கழுகு, வில்லாயுதத்தின் இடது தோளில் அமர்ந்தது.

தோள் நிறைய வஜ்ராயினி! வில்லாயுதம், மதி கிறங்கிப் போனான்.

உச்சி சூரியனை மறைத்து மேகங்கள் திரண்டன. மலைவனம் இருண்டது.

சடசடக்கும மழைத் துளியாக வஜ்ராயினி சிரித்து உருண்டாள். வைரச் சிரிப்பு, நிஜாம்களின் அரண்மனை எக்காளமாக, மலைகளில் மோதித் திரும்பியது.

குதிரை, முன்னங்கால் தூக்கி கனைத்தது. வில்லாயுதம், பேதலிக்கும் புத்தியை இழுத்துப் பிடிக்கத் தடுமாறினான்.

'நாகமுனி தேடி அலையும் வைரங்கள் இவை தானா? ஹஸார்தினார் சொன்னானே... வஜ்ராயினி வளர்வது, இந்த வைரங்களுக்கு நரபலி ஆகத் தானா? இவை வைரங்களா...? அல்லது வேறா?'

காட்டு மழை ஊற்றத் தொடங்கியது.

வைர, வைடூரிய அடையைச் கவ்விக் கொண்டு, வில்லாயுதத்தின் தோளை விட்டு கழுகு மேலேறிப் பறந்தது. கழுகுப் பாதையில் குதிரையைச் செலுத்தினான்.

கொம்பூதி பாதையில் முள்ளுக்காடு வெட்டுப்பட்டுச் சரிந்து கொண்டிருந்தது. உச்சியைப் பிளக்கிற வெயில்.

தோல் வெளுத்த இன்ஸ்பெக்டர் பகதூரை, வெயில் படவிடாமல் ஒரு மஞ்சணத்தி மர நிழலில் உட்கார வைத்திருந்தார்கள்.

பெரும்பச்சேரி போன போலீஸ் லாரியை இன்னும் காணோம். எல்லா போலீஸ்களும் லாரியில் ஏறி போய் விட, இங்கே உடுப்புடன் இருந்த ஒரே ஆள் பகதூர் தான்.

உழவு காட்டில், கல் அடுப்பு கூட்டி, பெரிய பெரிய மண் முடாக்களில் கஞ்சி கொதித்துக் கொண்டிருந்தது.

கொம்பூதி பிடிபடப் போகிற சந்தோஷத்தில் சுப்பையாவுக்கும் ஏகாம்பரத்துக்கும் இருப்புக் கொள்ளவில்லை. முள்ளுப்பாதைக்கும், கஞ்சி கொதிக்கிற இடத்துக்கும் மாறி மாறி ஓடி, யோசனை சொல்லிக் கொண்டு இருந்தார்கள். அடிக்கடி பகதூருக்கு முன்னே வந்து குனிந்து கும்பிடு போட்டு, ரெண்டு வார்த்தை பேசிக் கொண்டார்கள்.

பகதூருக்கு பெருநாழி ஆட்கள் தரும் ஒத்துழைப்பு நிறைவாய் இருந்தது. சுப்பையாவையும் ஏகாம்பரத்தையும் கையில் வைத்துக் கொண்டே கொம்பூதிக் கதையை முடித்து விடலாம்.

ஏகாம்பரத்தை இடித்துக் தள்ளி விட்டு முன்னே வந்த சுப்பையா, "முள்ளு வெட்டுற ஆளுகளுக்கு கஞ்சி கொதிக்குது. எசமான் சாப்பிட என்ன வேணும்னு சொன்னீங்கன்னா ஏற்பாடு பண்றோம் எசமான்..." குனிந்து பேசினார்.

"உங்க கஞ்சியை நானும் குடிக்கிறேன்..." என்றது சுப்பையாவுக்கு பொறுக்கவில்லை.

"எல்லாம் எங்க பாக்கியம் எசமான்...!"

'தர்ர்... புர்ர்'னு கொதிக்கிற கம்பங்கஞ்சி வாசனை, முள்ளு வெட்டுகிற ஆளுகளுக்கு தெம்பு கொடுத்தது. கொம்பூதி மேல் உள்ள கோபத்தை எல்லாம் கருவேல முள் மரத்தில்

காட்டினார்கள். ஒவ்வொருத்தனும் ரெண்டு ஆள் வெட்டு வெட்டுறான்! புதர் மண்டிய முள்ளுக்காடு வெட்டுப்பட, தூரடியில் குடியிருந்த பாம்பு, பல்லிகள் வெளியேறி ஓடின.

போலீஸ் லாரி பெரும்பச்சேரி காளத்தி கோயிலின் முன் வந்து நின்றது. கதவைத் திறந்ததும் தடதடவென போலீஸுகள் குதித்தார்கள். பெரும்பச்சேரி சனம் திகைத்தது. கரும்பிசாசு மாதிரி வந்து நிற்கும் போலீஸு லாரியை முன்னே பின்னே கண்டதில்லே.

'போலீஸுக்காரன் எதுக்கு இங்கே வர்றான்...?' எல்லோரும் முழித்தார்கள்.

'என்ன, ஏது' எனக் கேட்கக் கூட இல்லை. ஆளுகளைப் பிடித்துத் தூக்கி தூக்கி லாரிக்குள் எறிந்தார்கள். திமிறியவர்களைப் பிடறியில் அறைந்தார்கள். ஆணு, பொண்ணு அத்தனைக்கும அடி. பெரும்பச்சேரி சனத்துக்கு ஒன்னும் விளங்கலே. ஒளிந்தவர்களை, வீடுகளுக்குள் புகுந்து தெரு வழியே இழுத்து வந்தார்கள்.

திருவேட்டையோடு கூடி ஐந்தாறு இளவட்டங்கள் பிடிபடலே. விறகுக் கட்டுகளுக்கு இடையே செருகிப் படுத்திருந்த திருவேட்டைக்கு பொண்ணு, பிள்ளைகளை அடிச்சு இழுத்துக்கிட்டுப் போறதைப் பார்க்கச் சகிக்கலே.

'நம்ம சனத்தை ஏன் வெள்ளைக்காரன் பிடிக்கிறான்...? வீடுகளுக்கு உள்ளே ஆயுதமும் கிடையாது. இதுவரை ஆயுதம் வெச்சிருக்க வேண்டிய அவசியமும் வரலே. நம்ம வீடுகளிலும் நாலு ஆயுதம் இருந்தால்... எதிர்த்துப் பார்க்கலாம். ஏமாளித்தனமா இருந்துட்டோமே!'

கண்ணில் அகப்பட்ட ஆளுகளை அள்ளிப் போட்டு லாரிக் கதவை மூடினார்கள்.

புதுசா கல்யாணமான கந்தன் பெஞ்சாதி பிடிபட்டுப் போனாள். கோழிப் பஞ்சாரத்துக்குள் ஒளிந்திருந்த கந்தனுக்கு உயிர் ஆட்டம் கொடுத்தது.

திண்ணையில் படுத்திருந்த கிழடுகள் தடுமாறி எழுந்து, வாய் பேச முடியாமல் நின்றார்கள். லாரியைப் பார்த்துக் கைகளை ஓங்கினார்கள்.

கடைசியாக, லாரியின் முன்புறம் வெள்ளைக்கார சார்ஜெண்ட் ஏறிக் கொள்ள... புழுதி கிளப்பி லாரி புறப்பட்டது.

பொஞ்சாதியைப் பிடி கொடுத்த கந்தன், பொறுக்க மாட்டமல் கோழிப் பஞ்சாரத்தைப் தூக்கி எறிந்துவிட்டு, "டேய்... ய்..." நாலு கால் பாய்ச்சலில் ஓடி வந்தான். ஒளிந்து கிடந்த திருவேட்டையும் மற்றவர்களும் தலை தூக்கி எழுந்தார்கள்.

லாரி, காளத்தி கோயிலைக் கடக்கும் முன் குறுக்கே வந்த கந்தன், ரெண்டு கைகளை அகல விரித்து, "டேய்... வெள்ளைக்காரப்பயலே... நிறுத்துடா. வண்டியை நிறுத்து..." மறித்தான். லாரி நகர்ந்து கொண்டே இருந்தது.

"போக விடமாட்டேன்..." அசையாமல் நின்றான் கந்தன்.

லாரிக் கண்ணாடிக்குள் அமர்ந்திருந்த சார்ஜெண்ட், கந்தனை கண்கள் இடுக்கிப் பார்த்தான்.

"என் பொண்டாட்டியை இறக்கி விடு... எல்லோரையும் இறக்கி விடு..." கந்தன் குனிந்து ஒரு பெரிய கல்லைக் தூக்கினான்.

சார்ஜெண்ட் சைகை காட்டியதும் லாரி வேகமெடுத்தது.

கந்தன் ஓங்கி எறிந்த கல் கண்ணாடியை நொறுக்கியது. பதறிய திருவேட்டை, "டேய்... கந்தா... வேண்டாம்... விலகி வந்துவிடு..." கத்திக் கொண்டே ஓடி வந்தான்.

கண்ணாடி நொறுங்கிய லாரி, கந்தனை முட்டித் தள்ளி, குடல் தெறிக்க நசுக்கிக் கொன்று விட்டுப் போனது.

40

நாகமுனிக்கு உயிர் கலங்கியது.

தன் தவப் பயனைச் சீர் குலைக்க, கெட்ட விதியொன்று விளையாடத் தொடங்கி விட்டதாக அஞ்சினான்.

எத்தனை ஆண்டு காலத் தவம்! காட்டிலும் மலையிலும் கால் நடந்த தூரம் கொஞ்சமா? வைரங்களும் வைடூரிங்களும் தனக்குக் கிடைப்பதாய் இருந்தால், இதற்குள் கண்ணில் பட்டிருக்க வேண்டும். ஒரு வேளை ஹஸார் தினார் ஏதும் சதிப் செய்கிறானா? அவனைத்தவிர யாருக்குத் தெரியும் இந்த விவரம்? இடையில்... அந்த... குதிரைத் திருடன் ஒருவன் வந்தானே... அவனுக்குத் தெரியுமோ?' வாயில் நுரை தள்ள, குடிலுக்கு வந்து சேர்ந்தான் நாகமுனி.

சுழிக் காற்றாகப் படி ஏறி, குடிலின் கதவைக் திறந்தான். வாழைத்தண்டு போல் படுத்திருக்கும் வஜ்ராயினியின் கால் மாட்டில் உட்கார்ந்திருந்தான் ஹஸார் தினார். நாகமுனி பணித்தபடி, தன் காவல் வேலையில் கண்ணும் கருத்துமாய் இருந்தான். இவனை எப்படிச் சந்தேகப்படுவது? ஆனாலும், எப்போதும் இல்லாத வகையில் இன்று நெஞ்சு பதைக்கிறதே!

விடிந்ததிலிருந்து ஹஸார் தினாருக்கும் இனம் புரியாமல் நெஞ்சு படபடத்துக் கொண்டிருந்தது. ஆபத்தை முன் உணர்த்தும் பதைபதைப்பு. ஆபத்து... வைரங்களுக்கா...? வஜ்ராயினிக்கா...? அல்லது தனக்கா?

நாகமுனி திரும்பி வெளியே நடக்க, ஹஸார் தினார் அவனைத் தொடர்ந்தான்.

நாவல் மரங்களைத் தாண்டி இருவரும் போய் நின்றார்கள்.

என்ன பேசுவதென்று நாகமுனிக்குத் தோன்றவில்லை. குற்றம் சாட்டிப் பேசுவதா? கோபப்பட்டுப் பேசுவதா? எது பேசினாலும் வஜ்ராயினியின் காதில் விழுந்து விடக்கூடாது.

ஹஸார் தினாரே ஆரம்பித்தான்.

"நாகமுனி... உன் மனக் கலக்கம் எனக்குப் புரிகிறது. ஏனோ... என் மனசும் கலக்கம் கொண்டு தவிக்கிறது. நீ தேடி அலையும் வைரங்கள், கண்ணில் படும் காலம் நெருங்கி விட்டதாகவே உள்மனது சொல்கிறது. அதைக் கண்டடைய வேண்டிய பொறுப்பு உனக்குத் தான்."

நாகமுனி சீற்றமுற்றான்.

"பொறுப்பை என் மேல் சாற்றி விட்டு, நான் படும் அவஸ்தைகளை நீ வேடிக்கை பார்க்கிறாய்."

"ஹஸார் தினார் சிரித்தான்.

"நமக்குள் என்ன ஒப்பந்தம்? வைரங்களை நீ கண்டடைய வேண்டும். வஜ்ராயினியின் கன்னிமையை நான் காப்பாற்றித் தரவேண்டும். இதுதானே?"

"அதெல்லாம் சரி... இன்னும் எத்தனை காலம் நான் தேடித் திரிவது?"

"அது உன் தவக் குறைபாடு"

"ஹஸார் தினார்... என் தவத்தின் மீது பழியைப் போட்டு விட்டு நீ விலகாதே..." நாகமுனி சத்தமிட்டான்.

குடிலுக்குள் படுத்திருந்த வஜ்ராயினி, மெல்ல எழுந்து வாசலுக்கு வந்து பார்த்தாள். நாவல் மரங்களைத் தாண்டி நாகமுனியும் ஹஸார் தினாரும் பேசிக் கொண்டிருந்தார்கள்.

"இடையில் வந்த குதிரைக்காரனிடம் நீ என்ன சொன்னாய்?"

"வஜ்ராயினியைப் பார்க்க இனிமேல் வராதே என்றேன்."

"வைரங்களைப் பற்றிச் சொன்னாயா?"

"நாகமுனி, நன்றாகக் கேட்டுக்கொள். நிஜாம் தேசத்து 'ஹிஜ்ரா' இனம், எனது இனம். ஆணுமில்லாமல் பெண்ணு மில்லாமல் பிறந்ததாலேயே, கொடுத்த வாக்கைப் காப்பாற்ற நான் இத்தனை சிரமப்படுகிறேன். பொங்கி முளைக்கும் வஜ்ராயினியின் பருவ ஆசைகளை, சூட்டுக் கோலால் பொசுக்கும் பாவத்துக்கு ஆளாகி நிற்கிறேன்."

துக்கம் அடைக்க நிறுத்தியவன், "வைரங்களைத் தேடி அடை. முடியாவிட்டால்... என்னையும் வஜ்ராயினியையும் இப்போதே கொன்று போடு." முகத்தை மூடிக் கொண்டு ஹஸார் தினார் அழுதான்.

இவர்கள் பேசிக் கொள்வது எதுவும் வஜ்ராயினிக்கு விளங்க வில்லை.

ஹஸார் தினார் தலையில் ஆறுதலாய் கை வைத்த நாகமுனி, திரும்பி, காட்டுப் பாதையில் நடக்க ஆரம்பித்தான்.

வஜ்ராயினி படி இறங்கி ஓடி வந்தாள்.

'நாம் பேசிக்கொண்டிருந்தை வஜ்ராயினி கேட்டிருப்பாளோ!' ஹஸார் தினார் கண்களைத் துடைத்தபடி பதறினான்.

''என்ன பேசினீர்கள்? என்னைப் பற்றித்தானே பேசினீர்கள்..?'' ஹஸார் தினாரின் கைகளைப் பிடித்துக் கொண்டாள்.

ஹஸார் தினாருக்கு வாய் எழவில்லை.

"நான் யார்? நீங்களெல்லாம் யார்? என்னை ஏன் வளர்க்கிறீர்கள்?" தோள்களை உலுக்கினாள்.

"தவம் என்கிறீர்கள்...! வைரம் என்கிறீர்கள்...! ஏதேதோ பேசி என்னை ஏமாற்றுகிறீர்கள். இடையில் வந்த இளைஞனும் ஏமாற்றுக்காரன். எல்லோரும் ஏமாற்றுக்காரர்கள்!" குலுங்கி குலுங்கி அழுதாள். கரை நெடிக ஓடி, ஆற்றுப்படுகையில்

இறங்கினாள். நீர் அணைந்து ஓடும் பன்னீர் பூ மரத்தடி கல் திண்டில் அமர்ந்து கொண்டாள். முழங்கால்களுக்கு இடையே தலை கவிழ்ந்து கண்ணீர் ஓட, ஆடை நனைத்தாள்.

வஜ்ராயினியின் கேள்விகளுக்குப் பதிலேதும் சொல்ல முடியாத ஹஸார் தினார், குடிலுக்குள் வந்து குப்புறப் படுத்துக் கொண்டு அழுது தீர்த்தான்.

பறக்கும் கழுகு, பாதை காட்ட... வில்லாயுதத்தின் குதிரை சம்பங்கி ஆற்றங்கரைக்கே வந்து சேர்ந்தது. நாவல் மரத்தோரம் குதிரையை நிறுத்தி இறங்கியதும், வில்லாயுதத்தின் தோளில் வந்து அமர்ந்தது கழுகு. ஜொலிக்கும் வைரக் கறியை வில்லாயுதத்தின் முகத்துக்கு நேராக அசைத்தது.

குதிரை நெடி அறிந்த மான், குடிலுக்குப் பின்னாலிருந்து வெளிப்பட்டது.

கொம்பூதி ஓடைக் கரையில் கையும் களவுமாக பிடிபட்ட கயவன், மறுபடியும் வந்திருக்கிற சேதி சொல்ல, கரை இறங்கி ஓடியது மான்.

பன்னீர் பூ மரத்தடியில், உணர்வுகள் பொசுங்கி உட்கார்ந்து இருந்த வஜ்ராயினிக்கு, மானின் சேதி ஏறவில்லை. தலை நிமிராமல் அழுது தீர்த்துக் கொண்டிருந்தாள். மான் பரிதவித்தது.

கரை இறங்கி வந்து கொண்டிருக்கும் வில்லாயுதத்தின் முகம் பார்க்க விரும்பாத மான், கரை ஏறி விலகி ஓடி, குடிலுக்குப் பின்புறம் போய் படுத்துக் கொண்டது.

சம்பங்கி ஆற்று மீன் கூட்டம், வஜ்ராயினிக்கு ஆறுதலாய்க் கூடிக் கிடந்தன.

பளிங்கு நீர், சலசலத்து ஓடிக் கொண்டிருந்தது. பன்னீர் பூமரம் மௌனம் காத்தது. மலைக்காற்று, நின்று நிதானித்து நெளிந்தது. வெள்ளை மேகங்கள், நிறம் மாற்றிக் கொண்டன. முழங்கால்களுக்குள் முகம் புதைந்து அழுது கொண்டிருந்தாள் வஜ்ராயினி.

உச்சி முதல் உடம்பெல்லாம் வைரங்கள் கொட்டின.

'இவை பன்னீர் மரத்துப் பூக்கள் அல்லவே!' என திகைத்தாள்.

வைரத்தை உலுப்பி, வஜ்ராயினி மீது அபிஷேகம் செய்து கொண்டிருந்தான் வில்லாயுதம்.

சம்பங்கி ஆறு முழுக்கச் சுழன்று நீந்தி, மீன் கூட்டம் துள்ளாட்டம் போடத் துவங்கியது.

குடல் தெறித்து கந்தன் செத்த விவரம், லாரிக்குள் அடைப்பட்டிருந்த பெரும்பச்சேரி சனத்துக்குத் தெரியவில்லை. சுற்றி அடைப்பு. கந்தன் பெஞ்சாதி ஆளோடு ஆளாக லாரிக்குள் உட்கார்ந்திருந்தாள். கல்யாணமாகி ரெண்டு மாசம் கூட ஆகலே.

காளத்தி கோயிலுக்கு முன்னால் பிணமாகிக் கிடந்த கந்தனை அப்படியே போட்டுவிட்டு, திருவேட்டையும் நாலைந்து பேரும் லாரியை விரட்டிக் கொண்டே ஓடி வந்தார்கள். கையிலே ஒரு ஆயுதம் கிடையாது. உழவு கட்டிகளை எடுத்து எறிந்து கொண்டே வந்தவர்கள், தவித்து நின்று விட்டார்கள்.

கஞ்சி கொதித்து முடாக்களை இறக்கினார்கள்.

பகதூர் கேட்டார். "கொம்பூதி வரை வெட்டி முடிக்க எத்தனை நாளாகும்...?"

"பெரும்பச்சேரி ஆளுகளும் சேர்ந்தால், மூணு நாளிலே லாரி போகும் எசமான்...?"

"ஓ! மூணு நாளாகுமா...?"

"ஆகட்டும் எசமான்... கொம்பூதிக்காரன் கொடுமையை முப்பது வருஷம் அனுபவிச்சுட்டோம். மூணு நாள் பொறுக்க மாட்டோமா...?" ஏகாம்பரம் சிரித்துக் கொண்டார்.

"முள்ளு வெட்டுற ஆளுகளுக்கு மூணாவது நாள் கறியும் சோறும் ஆக்கி நான் போடுறேன் எசமான்..." சுப்பையா தாராளமாக இருந்தார். பேசிக் கொண்டிருக்கும் போதே, பெரும்பச்சேரி பாதையில் லாரி தட்டுப்பட்டது.

கால் வழியே ஏறிய கட்டெறும்பைத் தட்டி விட்டபடி பகதூர் எழுந்தார்.

"பெரும்பச்சேரிக்காரனும் மோசமான பயலுக தான், எசமான்..."

வேல ராமமூர்த்தி | 237

வந்து நின்ற லாரியின் முன் கண்ணாடி நொறுங்கியிருப்பதைக் கண்டதும் பகதூரின் முகம் சுழித்தது.

லாரியிலிருந்து குதித்து இறங்கிய சார்ஜெண்ட், நேராக பகதூரிடம் வந்தான். பகதூர் லாரியை விரல் நீட்டி, "என்னாச்சு...?" என்றார்.

"துரை அவர்களே... ஒருவன் லாரியை மறித்து கல்லெடுத்து எறிந்து கண்ணாடியை நொறுக்கினான்..."

"அவனை என்ன செய்தாய்...?"

"லாரியை ஏற்றிக் கொன்று விட்டேன் துரை அவர்களே...."

பகதூர், "வெரிகுட்!" சார்ஜெண்டுடன் கைகுலுக்கினார்.

பக்கத்தில் நின்றிருந்த சுப்பையாவுக்கும் ஏகாம்பரத்துக்கும் நெஞ்சுக் குழிக்குள் கல் உருண்டது.

லாரியின் பின் கதவை திறந்து போலீஸுகளும் பெரும்பச்சேரி சனமும் கலந்து இறங்கினார்கள். செத்துப் போன கந்தனின் பெஞ்சாதியும் இறங்கி நின்று, ஆளோடு ஆளாக மலங்க மலங்க முழித்தாள்.

வந்திறங்கிய இடத்திலும் அத்தனை பேருக்கும் அடி விழுந்தது. தன் ஊர்க்காரர்கள் பிடிபட்டு வந்திருப்பதைக் கண்டதும் முள்ளு வெட்டிக் கொண்டிருந்த விசக்குட்டைக்குச் சந்தோஷம். கை அரிவாளைக் கீழே போட்டு விட்டு, லாரிக்கு அருகில் வந்தான்.

கூட்டத்துக்குள் நின்ற துருவன், விசக்குட்டையைப் பார்த்ததும், "துரோகிப் பயலே!" பல்லைக் கடித்தான்.

நெருங்கி வந்த ஏகாம்பரம், "கொம்பூதிக்காரன் பேச்சைக் கேட்டுக் கம்பெடுத்து வந்தீங்களே! கண்ட பலன் என்ன...?" ராகம் போட்டு இழுத்தார்.

"பட்டினி கிடந்ததுதான் பலன்..." பதில் சொன்ன விசக் குட்டை, "அது கெடக்கட்டும் சாமி... இப்போ என்ன வேலை...?" கேட்டு முடிக்கவில்லை.

சுப்பையா, "அந்தக் கொம்பூதிக்காரனுக்கு உங்க கையாலேயே குழி வெட்டுற வேலை..." நாக்கைச் சுழற்றிப் போட்டுப் பேசினார்.

விசக்குட்டைக்குச் சிரிப்பு தாங்க முடியலே.

இந்தக் கூத்துக்களைக் கண்டு, ஆணு, பொண்ணு அத்தனையும் முழிக்க, போலீஸ்கள் லத்தியைச் சுழற்றினார்கள். துருவனுக்கு மண்டையில் அடி. சிகப்பிக்கு முதுகிலே அடி. கந்தன் பெஞ்சாதிக்குப் பின்புறத்தில் அடி. வாய்விட்டுக் கத்திக் கொண்டு சனம் முன்னே பின்னே மருக, அத்தனை சத்தத்தையும் மீறி, திடீரென மரண ஓலமிட்டபடி சுப்பையா கீழே சாய்ந்தார்.

சுப்பையாவின் நடுநெஞ்சில் ஒரு 'வளரி', ஆழமாக இறங்கியிருந்தது.

41

எங்கிருநந்தோ பறந்து வந்த வளரி சுப்பையாவின் நடுநெஞ்சில் இறங்கி இருந்தது. கருவேல முள்ளுக்காடு அதிர, ஒரே ஒரு ஓலமிட்டுச் சாய்ந்தவர் தான். வாக்குமூலம் கொடுக்கக் கூட உயிரோடு இல்லை!

சுற்றிலும் முள்ளுக்காடு. எங்கிருந்து வந்தது வளரி? இத்தனை சனக்கூட்டத்துக்கு மத்தியில் நின்ற சுப்பையாவின் நடுநெஞ்சை, கச்சிதமாய் குறி பார்த்தவன் எவன்? பிடுங்க முடியாத ஆழத்தில் பதிந்திருந்த வளரி, ரத்தப்பெருக்கில் நனைந்து ஊறிப் போயிருந்தது.

முள்ளு வெட்டிக் கொண்டிருந்த அத்தனை சனமும் அப்படி அப்படியே போட்டு விட்டு ஓடி வந்து கூடியது. 'அய்யோ...' என அடித்து அழ, யாருக்கும் மனம் கூடவில்லை. சுப்பையாவின் யோக்கியதை தனியே கிடந்தது.

லத்தியால் வளைத்து வளைத்து அடித்துக் கொண்டிருந்த பெரும்பச்சேரி சனத்தை விட்டு போலீஸ் ஒதுங்கியது.

வெள்ளைக்காரன் கூப்பிட்ட தைரியத்தில் விளையாட்டுப் போக்கில் முள்ளு வெட்ட வந்த பெருநாழிக் கூட்டத்துக்கு அடி மடியில் தீ எரிந்தது.

'கொம்பூதிக்காரனைப் பத்தி நமக்கு, இன்னிக்கு... நேத்தா... தெரியும்? அவன், வம்புக்கு போக மாட்டான். வச்ச காலை எடுக்கவும் மாட்டான். கொம்பூதிப் பகை நமக்குத் தேவை இல்லை.' எல்லோருக்கும் உறைத்தது.

ஊரைப் பார்த்து ஓட்டத்தில் கிளம்பினார்கள். குறுக்கே மறித்த போலீஸ்களைப் பிடித்துத் தள்ளி விட்டு ஓடினார்கள்.

அடுத்த குறி 'தான்' தான் என ஏகாம்பரத்துக்குத் தெரிந்து போக, ரெண்டு கைகளாலும் நெஞ்சைப் பொத்திக் கொண்டார்.

கொம்பூதி வளரி, நெஞ்சில் இறங்கலாம்... முதுகில் பாயலாம்... கழுத்தையும் அறுக்கலாம். எப்படி வேண்டுமானாலும் தேடி வந்து கொல்லும்.

இன்ஸ்பெக்டர் பகதூருக்குப் பின்னால் பதுங்கிய ஏகாம்பரம், ஒரு வார்த்தை பேச, மூச்சு விடக் கூட யோசிக்க வேண்டியதிருந்தது.

பெருநாழி சனத்தோடு சேர்ந்து பெரும்பச்சேரி சனமும் ஓடக் கிளம்பியது. விசக்குட்டை மட்டும் நின்று கொண்டான்.

ஓடிக் கொண்டிருந்தவர்களில், பசி பொறுக்காத ஒருவனுக்கு 'முள்ளுவெட்டுத் திருவிழா' அரை குறையாய் முடிந்து போன கோபமும் சேர்ந்து கொண்டது. கல் அடுப்பில், கொப்புளம் பொறித்துக் கொண்டிருந்த கொதி கஞ்சி முடாக்களை போகிற போக்கில், வெட்டரிவாளால் ஒரு போடு போட்டான். மண் முடாக்கள் பிட்டுக் கொள்ள, சுடுகஞ்சி தெறித்து வடிந்து ஓடியது.

எட்டுத் திக்கும் துப்பாக்கிகளைத் திருப்பிய போலீஸ்களுக்கு, முள்ளுப்படலம் முகத்தில் அடித்தது. கொம்பூதிக்காரர்களின் கோட்டையாய், கருவேலம் புதர்கள் கோத்து மறித்தன. குறி இன்றி, புதர்களுக்குள் சுட்டார்கள். ஒரு பூச்சி, புழுவைக் கூடக் கொல்லாத 'வெற்றுச்சூடு'! வெடிச்சத்தம், ஓட்டமெடுத்துக் கொண்டிருந்தவர்களின் பிடறியில் அடித்தது.

செத்து கிடந்த சுப்பையாவைத் தூக்க, உள்ளூர் ஆள் ஒருத்தனும் கிடையாது.

முதல் அடியே நெற்றிப் பொட்டில் விழுந்த அதிர்ச்சியில் தடுமாறி நின்ற இன்ஸ்பெக்டர் பகதூரை, நாலு போலீஸ்கள் சுற்றிக் கொண்டார்கள். வெள்ளைக்கார சார்ஜெண்ட்டுக்கு நிலை கொள்ளவில்லை. கொம்பூதிக்காரன் அடிக்கிற அடியெல்லாம் தன் மேலேயே விழுவதாக அதிர்ந்தான். புதிதாய் வந்து பொறுப்பேற்றிக்கும் அதிகாரியை முதலில் காப்பாற்றி ஆக வேண்டும்.

‘‘துரை அவர்களே... நமது அடுத்த நடவடிக்கை பற்றி கச்சேரியில் போய் யோசிப்போம். தாங்கள் உடனே இங்கிருந்து கிளம்பிவிட வேண்டும்.”

பகதூரின் பதிலை எதிர்பாராமல் லாரியைக் கிளப்பச் சொன்னான் சார்ஜெண்ட். ஏறிக் கொள்ள போலீஸுகளுக்கு உத்தரவிட்டான். பகதூரின் முதுகு நிழலாய் ஒட்டி இருந்த ஏகாம்பரமும் விசக்குட்டையும் தாவி ஏறிக் கொள்ள, கீழே உழவு கட்டிகள் நொறுங்க லாரி உறுமிப் போனது.

சுப்பையாவின் பிணம் தனியே கிடந்தது.

ரெண்டு புஞ்சைகளை லாரி கடந்ததும், புதர்களுக்குள் இருந்து வேட்டை நாய்கள் வெளியேறி வந்தன. ‘வளரி’ சாகடித்த பிணத்தை பக்கத்துக்கு ஒன்றாய் கவ்வி, கொம்பூதி திசைக்கு இழுத்துக் கொண்டு போயின.

உச்சி நிறைய உதிரும் வைரங்கள், வஜ்ராயினியின் திரேகம் முழுக்க உருண்டோடின.

வைரப் பொழிவில் குளித்தவள், நிமிர்ந்தாள். நிமிர்ந்த முகத்தில் கண் திறக்க விடாமல், வைரங்கள் கொட்டிக் கொண்டிருந்தன. தன் மேல் பொழிந்தவை கல்லா...? கண்ணாடியா....? வைரங்களா...? என எதுவுமே அறியாதவளாய் இருந்தாள். நினைவெல்லாம் மான் சொன்ன சேதியே நிழலாடியது.

‘கொம்பூதி ஓடைக்கரையில் இவன் யாரோடு தன்னைப் பகிர்ந்து கொண்டான்? பகிர்ந்து கொள்ளுதல் என்றால் என்ன? இவனுக்காக தன் அவயங்கள் தகிப்பது அதற்குத் தானா? அதற்கும் அப்பால் என்ன? அதெப்படி... இன்னொரு மனிதப் பிறவியோடு தன்னைப் பகிர்ந்து கொள்ள முடியும்?’

விழி திறந்து வில்லாயுதத்தைப் பார்க்காமலே கத்தினாள்.

“துரோகி... துரோகிப் பயலே...! போ... என் முகத்தில் விழிக்காதே... போய்விடு...”

வில்லாயுதம் குறுகினான்.

“வஜ்ராயினி... உன் மான் சொன்னதெல்லாம் உண்மை தான். ஆனாலும் ஒரு வார்த்தை... ஒரே ஒரு வார்த்தை கேள்...”

வைரங்களெல்லாம் உதிர்ந்து போய், கையில் நின்ற வெற்றுக்கறியைத் தூக்கி எறிந்தான்.

"வேண்டாம்... போய்விடு..." தன் மேல் கொட்டிக் கிடந்த வைரங்களை எல்லாம் கூட்டி அள்ளினாள் வஜ்ராயினி.

வில்லாயுதம் பதறினான். ''வஜ்ராயினி... கொஞ்சம் பொறு. அவசரப்படாதே..."

"ஏமாற்றுக்காரனே... என் முன் நில்லாதே..." கூட்டி அள்ளிய வைரங்களை, சம்பங்கி ஆற்றுப் போக்குத் தண்ணீரில் விட்டெறிந்தாள்.

"இனி இங்கு வராதே... போய் விடு..." உருண்டு கிடந்த ஒன்றிரண்டு வைரங்களையும் நக இடுக்கில் பொறுக்கி ஆற்றுக்குள் விட்டெறிந்தாள். ஒற்றை வைரம் மட்டும் ஒளிந்து கிடந்தது. அதைப் பன்னீர் பூக்கள் மூடி இருந்தன.

வஜ்ராயினி போட்ட சத்தத்தில், குடிலுக்குள் படுத்திருந்த ஹஸார்தினார் எழுந்து வாசலுக்கு வந்தான். பன்னீர் மரத்தடியில் வஜ்ராயினியும், வில்லாயுதமும் தனித்திருப்பதைப் பார்த்ததும், பதைபதைத்து, படி இறங்கி ஓடி வந்தான்.

"எல்லாக் குழப்பங்களுக்கும் காரணமான இவன் ஏன் மறுபடியும் மறுபடியும் வருகிறான்?"

கண் கலங்க அமர்ந்திருக்கும் வஜ்ராயினியிடம் யாசிக்கும் ஏழை போல் வில்லாயுதம் நின்றிருந்தான். அள்ளி அள்ளி இறைத்தாலும் அளவு குறையாத வடிவழகி வஜ்ராயினியின் முன் எவனும் கையேந்தி நிற்கத் தான் செய்வான். ஆனால், பரிமாற விதி இல்லையே!

ஹஸார் தினாரைக் கண்டதும், வில்லாயுதம் ஓரடி விலகி பன்னீர் மரத்தைத் தொட்டு நின்றான். "வஜ்ராயினியைப் பார்க்க இனி வருவதில்லை, என நீ கொடுத்த வாக்குறுதியை மீறலாமா? ஒரு வீரனுக்கு இது அழகா, " ஹஸார்தினார் முகத்தைத் திருப்பிக் கொண்டான்.

ஓரடி முன்னே வந்த வில்லாயுதம், "நான் வந்த காரணம்... அந்த வைரங்..."

வெறுப்பில் இருந்த ஹஸார் தினார் காதில் எதுவும் விழவில்லை. வில்லாயுதத்தைச் சொல்லி முடிக்க விடவில்லை.

"எந்தச் சமாதானமும் எனக்குத் தேவை இல்லை. நாகமுனி எங்கிருந்தாலும் இந்நேரம் மோப்பம் பிடித்திருப்பான். நம் மூவரையும் சாம்பலாக்கி விடுவான். அதோ பார்...

உனக்காகவே நாகமுனி வேய்ந்து வைத்திருக்கும் 'சொர்க்கப் பனை' நீ எப்போது இங்கு வந்தாலும், உன்னை உள்ளே தள்ளி தீயிட்டுக் கொளுத்துவான்."

ஹஸார் தினார் காட்டிய திசையில், நாவல் மர வரிசை இறக்கத்தில் 'சொர்க்கப் பனை' இருந்தது. காய்ந்த சருகுகளாலும் சுள்ளிகளாலும் கூம்பு வடிவில் வேயப்பட்டு இருந்தது.

"வில்லாயுதம்... உடனே இங்கிருந்து போய்விடு..." ஹஸார் தினார் கையெடுத்துக் கும்பிட்டான்.

வில்லாயுதம் திரும்பி, வஜ்ராயினியைப் பார்த்தான். கவிழ்ந்து, கண்ணீர் வடித்துக் கொண்டிருந்தாள்.

வைரங்கள் போய் விழுந்த ஆற்று நீரைக் கைகாட்டி, "அந்த... வைரங்..." மறுபடியும் சொல்ல வாயெடுத்தான்.

"எதுவும் பேசாதே. போய்விடு."

மேகங்கள் இருட்டின. வஜ்ராயினியின் மேனி புரள, வில்லாயுதம் வைரங்களை உலுப்பி விட்டதுமே, வனங்களில் அலைந்து திரிந்த நாகமுனிக்கு துள்ளத் துடிக்க மூச்சிரைத்து. தலை, ஆட்டம் போட்டது. கைகள் பிணைந்தன. கால்கள் பரபரத்தன.

தவப் பயன், கை நழுவும் அச்சம் நாகமுனியை கவ்வியது.

"எதுவும் பேசாதே... போய்விடு..."

ஹஸார் தினார் சொல்லிக் கொண்டிருந்த போதே, நாவல் மரங்களைத் தாண்டி, நாகமுனி வந்து கொண்டிருந்தான். கரை மீதிருந்தே காட்சிகளைப் பார்த்தான்.

ஆற்றுப் படுகையில் அரங்கேறி முடிந்திருக்கும் நாடகத்தின் முற்பகுதி என்னவாய் இருக்கும் என யூகித்தான்.

'இத்தனை காலமும், தான் அடைகாத்த வைர முட்டையைக் கொத்திக் குடிக்க, விஷப் பற்களாக நீண்டிருப்பவன் இவன் தான்' என முடிவு கொண்டான்.

'இவனை உயிரோடு விடக்கூடாது'

இருண்ட மேகங்கள் கனத்தன.

ஹஸார் தினார், வஜ்ராயினியின் கையைப் இழுத்துக் கொண்டு போய் குடிலுக்குள் தள்ளி கதவைச் சாத்தினான். தள்ளிய வேகத்தில் வஜ்ராயினி, சிறு பீடத்தில் அமைந்திருந்த வீணையின் மேல் விழுந்தாள்.

சுப்பையாவின் பிணத்தை நாய்கள் இழுத்து வந்து நடு மந்தையில் போட்டன.

கொம்பூதி இளவட்டங்கள், குதித்து குதித்து ஆடினார்கள்.

நாகமுனி விட்டெறிந்த தீ, சொர்க்கப் பனையில் கொளுந்து விட்டது. பற்றி எரியும் நெருப்பின் சடசடப்பு, நாகமுனியின் சிரிப்பொலிக்கு தாளமிட்டது.

சொர்க்கப் பனைக்குள் வில்லாயுதம் துடிதுடிக்க, கை கொட்டிச் சிரித்தபடி, நாகமுனி, பின் வாக்கில் நடந்தே காட்டு வழி போனான்.

வீணையின் மேல் விழுந்த வஜ்ராயினியின் விரல்கள் மேவி இசைக்க, கூடிக் கருத்த மேகங்கள் இடித்து நெறிந்தன.

42

போலீஸ் லாரி ஏறி, காளத்தி அம்மன் கோவிலுக்கு முன்னால் குடல் தெறித்து செத்துக் கிடந்த கந்தனைச் சுற்றி கிழடுகள் உட்கார்ந்திருதார்கள்.

'அய்யோ...!' என்று அலறி அழத் தெம்பில்லாத கிழட்டுக் கண்களில் இருந்து அணுக்கமில்லாமல் நீர் இறங்கிக் கொண்டிருந்தது. அள்ளி எடுத்து அடக்கம் பண்ணக் கூட வாகு இல்லாமல், பிணம், தரையோடு பதிந்து கிடந்தது.

முள்ளு வெட்டுத் திருவிழாவுக்கு பெரும்பச்சேரி சனங்களை அடித்து, துன்புறுத்தி அடைத்து கொண்டு போன போலீஸ் லாரிக்குப் பின்னால், தொடர்ந்து ஓட முடியாமல் தவித்துத் திரும்பிய திருவேட்டைக்கு ஆத்திரம் முட்டிப் போயிருந்தது.

'நம்ம சனங்களை, ஒரு பக்கம் பெருநாழிக்காரன் அவமானப்படுத்துறான்... இன்னொரு பக்கம் போலீஸ்காரன் அடிச்சு கொல்லுறானே...!'

மூச்சு ஏறி இறங்கிய கோபத்துக்கு இடையில் ஒரு யோசனை தட்டுப்பட்டது. போலீஸிடம் பிடிபடாமல் மிச்சப்பட்டுப் போயிருந்த நாலு பேரிடம் சொன்னான். தலை ஆட்டினார்கள்.

வீடுகளுக்குள் நுழைந்து கடப்பாறை, மண்வெட்டிகளை எடுத்துக் கொண்டு, பெருநாழிப் பாதைக்குப் வந்தார்கள்.

"பெருநாழிக்கு லாரி போக இந்தப் பாதையை விட்டால் வேறு பாதை கிடையாது. பறி போன கந்தன் உயிருக்கு பதில் சொல்லாமல், போலீஸுகாரனைப் போக விடக் கூடாது. தோண்டுங்கடா பாதையை."

திருவேட்டையின் கடப்பாரைக் குத்து பெருநாழிப் பாதையை பெயர்த்தது. மண்வெட்டிகளும் கடப்பாரைகளும் ஓங்கி ஓங்கி விழுந்தன.

சுப்பையா செத்து விழுந்ததும் வெள்ளைப் போலீஸுகள், புதர்களை நோக்கி பொத்தாம் பொதுவாய் சுட்ட துப்பாக்கி வேட்டுச் சத்தம், பிடறியில் அடிக்க, பெரும்பச்சேரி சனம் பாய்ச்சலில் கிளம்பியது.

ஊருக்குள் புருசன் செத்துக் கிடப்பது தெரியாமல், கந்தன் பெஞ்சாதியும் கூட்டத்தோடு கெதியாய் ஓடி வந்தாள். சின்ன வயசுப் பொண்ணு. எல்லோரையும் முந்தி வந்தாள்.

காளத்தி கோவிலுக்கு வந்து சேர்ந்த சனங்களின் முகத்தில் 'பிணம்' அடித்தது. ஓடி வந்த வேகத்தில் ஒன்னும் புரியாமல் முழித்தார்கள். சுற்றி உட்கார்ந்திருந்த கிழடுகள் கை ஏந்தி அழுதனர்.

கூட்டத்தை விலக்கிக் கொண்டு கந்தன் பெஞ்சாதி எக்கிப் பார்த்தாள். குடல் தெறித்துச் செத்துக் கிடந்த தன் புருசனின் லட்சணத்தை, ரத்தம் அழித்திருந்தது.

"மச்சான்...!" ஒரு சத்தத்தில் பிணத்தோரம் விழுந்து கதறி உருண்டாள்.

சனமெல்லாம் ஒண்ணும் புரியாமல் மருகியது. நடந்த விபரம் சொல்ல கிழடுகளின் வாய்களுக்குத் தெம்பு இல்லை. ரெண்டு கைகளாலும் தரை பரசி, வானத்தைக் காட்டித் தவித்தனர்.

குடல் தெறித்த வயிற்றில் லாரித் தடம் பதிந்திருப்பதைக் கண்டதும் சனங்களுக்கு புரிஞ்சு போச்சு. கொதிப்பான கொதிப்பில் இளவட்டங்கள் முறுக்கினார்கள்.

பெருநாழிப் பாதையை பிளந்து கொண்டு இருந்த திருவேட்டை, காளத்தி கோவில் பக்கம் கேட்ட அழுகுரல்களைக் கேட்டு வந்தான். அவர்களைப் பார்த்துக் கூவினான்.

“எல்லோரும் இங்கே வாங்க...”

சனமெல்லாம் திரண்டு ஓடியது.

“வெள்ளைக்காரனை விழுத்தாட்டணும். பாதையை மறிச்சு வெட்டுங்கடா குழியை...” நாசி வழியே வியர்வை ஓட, திருவேட்டை உத்தரவிட்டான்.

கடப்பாரை மண்வெட்டிகளெல்லாம் வந்து சேர்ந்தன. ஆணு பொண்ணு அத்தனையும் கூடி, பெருநாழிப் பாதையை வெட்டி எறிந்தது.

ஆள் மட்டப் பள்ளத்தின் மேல் வாக்கில் மூங்கிலைப் பரப்பி, இலை, சருகுகளைப் போட்டு மேல் ஜோடனை செய்ததில், உள்பள்ளம் கண்ணுக்குத் தெரியலே. வெட்டிய தடம் தெரியாமல், எல்லோரும் வெளியேறி வந்து கந்தனின் பிணத்தைச் சுற்றி உட்கார்ந்து கொண்டார்கள்.

போலீஸ் லாரி பெரும்பச்சேரி நோக்கி வந்து கொண்டிருந்தது. முன்புறம் பகதூரும், சார்ஜெண்ட்டும் அமர்ந்திருக்க, போலீஸுகளெல்லாம் உள்ளே இருந்தார்கள்.

ஊருக்குள் நுழையும் லாரியைக் கண்டும் காணாமல் சனம் உட்கார்ந்திருந்தது. புருசனைப் பறி கொடுத்தவள் கத்தி உருண்டு கொண்டிருந்தாள். லாரி காளத்தி கோவிலைக் கடக்கும் போது, வேண்டுமென்றே வேகம் குறைந்து, உறுமி பயமுறுத்தி விட்டு, பெருநாழி பாதையில் போனது.

சொர்க்கப்பனை, கொழுந்து விட்டு எரிந்து கொண்டிருந்தது.

மையக் கம்பத்தோடு சேர்த்து கட்டப்பட்டிருந்த வில்லாயுதத்தை நெருப்பு தெம்போடு தீண்டிப் பார்த்தது.

வஜ்ராயினி பற்றிய கனவுகளெல்லாம் கூடிச் சுட்டது.

‘சம்பங்கி’ ஆற்றங்கரைக் குடிலே மர்மம் நிறைந்ததாய் இருக்கிறது. வஜ்ராயினி ஆசைக்குரியவளாய் இல்லை. பூஜைக்குரியவளாய் இருக்கிறாள். இங்கு வந்து நிற்கும் போதெல்லாம், குற்றம் இழைத்தவனை போல் கூனிக் குறுகி நிற்க வேண்டியதிருக்கிறது.

சொர்க்கப் பனைக்குள் கட்டி வைக்க, நாகமுனி இழுத்து வந்தபோது ஒரே அடியில் அவனை வீழ்த்தி இருக்கலாம்.

எங்கே போனது என் பலம்? கொம்பூதிச் சனம் நித்ய கண்டம் பூரண ஆயுளாக செத்துப் பிழைத்துக் கொண்டிருக்கும் போது... எனக்கு இந்த கனவு சஞ்சாரம் தேவையா? ச்சீய்... இது என்ன மானக்கேடு! யாரோடும் பொருந்தாத இவர்கள், எக்கேடும் கெட்டுப் போகட்டும். இனி, இந்தத் திசைப் பக்கமே திரும்பக் கூடாது. இப்போதைக்கு தப்பிப் போவது முக்கியம்...'

மையக் கம்பத்தை தூரோடு அசைத்தான் வில்லாயுதம்!

'எவனும் எரிந்து தொலையட்டும்' என்று விட வேண்டியது தானே? என் உயிர் ஏன் இப்படித் துடிக்கிறது! திரும்பத் திரும்ப அவன் இங்கு ஏன் வந்து தொலைத்தான்? அவனைக் கண்டதும் மறுபடி ஒட்டிக் கொண்டதே மனசு. யார் இவன்...? எங்கிருந்து வருகிறான்? பன்னீர் மரத்தடியில் ஏதோ சொல்ல வாயெடுத்தானே! ஏன் அடைத்தோம்? என் கையில் கிடைத்த ஒற்றைப் பிடி கயிறு இவன் தானே! இவன் எரிந்து செத்தால் அந்தக் கயிறும் அறுந்து போகுமே!'

பிரவகித்த வீணையின் நாதம் வானப் பரப்பெங்கும் அலைந்தது. மின்னல் வெட்டி மேகங்கள் ஊற்றத் தொடங்கின.

ஹஸார் தினார் செய்வதறியாது திகைத்தான்.

'சின்னஞ் சிறுசுகளை இப்படி சித்தரவதை செய்யலாமா? எந்தக் காரணம் கொண்டும் நான் கொடுத்த வாக்கு பிறழ முடியாது. வைரங்களை நாகமுனி கண்டடைந்து வஜ்ராயினியை நரபலி கொடுப்பது என்பதொரு விதி' ஹஸார் தினார் திணறினான்.

'ஏன்... இன்னொரு விதியும் இருக்கிறது. எரியும் நெருப்புக்கு நடுவே நிற்கும் இளைஞனே...! காடு, மலை என்று நீயும் தானே அலைகிறாய்? உனக்கு வஜ்ராயினி வேண்டுமென்றால் வைரங்களை நீயும் தேடு. கண்ணில் பட்டால் அள்ளிக்கொண்டு வா. வெறி பிடித்த நாகமுனியின் காலடியில் கொட்டித் தொலைத்து விட்டு, வஜ்ராயினியை உன் தோள் மேல் தூக்கி வைத்துக் கொண்டு போ. நானும் உங்கள் இருவருடன் கிளம்பி வந்து, காலமெல்லாம் கால் பிடித்துச் சேவகம் செய்கிறேன்!' ஹஸார் தினார் மேலும் திணறினான்.

பெருமழை கொட்டியது.

வீணையின் நாதம் மெல்லச் சுருங்கியது.

வேல ராமமூர்த்தி

ஹஸார் தினார் எழுந்து வாசலுக்கு ஓடினான்.

சொர்க்கப்பனை தீ அணைந்து, மழை நீரில் கரிச் சாம்பல் கலந்து ஓடியது. வஜ்ராயினியும் எழுந்து வாசலுக்கு வந்தாள்.

சொர்க்கப் பனையின் மையத்தில் தான் பிணைக்கப்பட்டிருந்த கம்பத்தை பெயர்த்து எறிந்து கொண்டிருந்தான் வில்லாயுதம்.

கொட்டும் மழையில் வஜ்ராயினி படியிறங்கி ஓடினாள்.

அத்தனை கட்டுகளையும் அறுத்து எறிந்த வில்லாயுதம், திரும்பிப் பாராமல் குதிரையை நோக்கி நடந்து போனான். கனவுகளைத் துறந்த பிறகு, தரை பாவிய கால்களில் பலம் கூடியது போலிருந்தது. மழையில் நனைந்த கழுகு குன்றிப் போயிருந்தது.

ஆள் உயரப் பள்ளத்துக்குள் போலீஸ் லாரி தலை குப்புற விழுந்து கிடந்தது.

முன்னால் அமர்ந்து வந்த இன்ஸ்பெக்டர் பகதூருக்கு நெற்றியில் ரத்த வெட்டு. வெள்ளைக்கார சார்ஜெண்ட்டுக்கு இடது தோள்பட்டை இறங்கிப் போனது. லாரியை ஓட்டி வந்தவனுக்கு மணிக்கட்டு முறிந்து தொங்கியது. பூட்டிய லாரி கதவுக்குள் அடைந்து வந்தவர்கள், ஒருவர் மேல் ஒருவர் விழுந்து புரண்டார்கள்.

எல்லோருக்கும் கீழே கிழட்டுப் போலீஸ் மாட்டிக் கொண்டு அலறினார். சுப்பையாவை பிணமாகப் பார்த்து விட்டு வந்த அதிர்ச்சி கலையாமல் இருந்த ஏகாம்பரம், லாரி தலை குப்புறக் கவிழ்ந்ததும் மதி கலங்கிப் போனார். ‘எவன் எக்கேடு கெட்டால் நமக்கென்ன? கொம்பூதி விவகாரத்திலே இனிமேல் தலையிடவே கூடாது’ என்கிற முடிவுக்கு வந்தார்.

இவ்வளவு அடைப்புகளுக்கு இடையிலும் விசக்குட்டைக்கு சிரிப்பு பொத்துக் கொண்டு வந்தது.

கதவைத் திறந்து கொண்டு வெளியே குதித்த போலீஸ்கள், உள்ளே சிக்கி இருக்கும் துரைமார்களைக் காப்பாற்ற கதவை உடைத்தார்கள். பகதூரின் நெற்றியில் ரத்தம் ஒழுகிக் கொண்டிருந்தது. சார்ஜெண்டின் இடது கையைப் பிடித்து இழுத்ததும் அலறினான்.

பெரும்பச்சேரிக்காரன் மேல் போலீஸ்களுக்கெல்லாம்

கோபமான கோபம். ‘பெரும்பச்சேரிக்காரன் வேலை தான் இது.’

நாலு போலீஸ்கள் தவிர மற்றவர்களெல்லாம் துப்பாக்கிகளோடு பாய்ந்து காளத்தி கோவிலுக்கு ஓடினார்கள்.

ஒரு பிள்ளையைக் கூட காணோம். கந்தனின் உடல் மட்டும் குடல் தெறித்துக் கிடந்தது. செத்தவனின் பெஞ்சாதியை கூடக் காணோம்!

லாரி, காளத்தி கோவிலைக் கடந்ததுமே திருவேட்டை அத்தனை சனங்களையும் காட்டு வாக்கில் கிளப்பி விட்டிருந்தான். கிழடுகளையும் கைத்தாங்கலாக இழுத்துக் கொண்டு போயிருந்தார்கள்.

“புருஷனைக் கொன்ன மாதிரி என்னையும் கொல்லட்டும்... நான் வரமாட்டேன்” என்று பிடிவாதம் பிடித்த கந்தன் பெசாதியை வலுக்கட்டயமாக கூட்டிப் போய், ஓடைக் காட்டுக்குள் ஒளிய வைத்திருந்தார்கள்.

குடிசைகளுக்குள் புகுந்து தேடிய போலீஸ்களின் கைகளில் பானை சட்டிகளும் கிழிந்த பாய்களும் தான் சிக்கின. உயிர் கொண்ட பொருள் ஒண்ணுகூட கிடைக்கலே.

நெற்றியில் ரத்தம் ஓட நிற்கும் துரையைப் பார்த்ததும் கிழட்டுப் போலீஸ்க்கு ஆத்திரம் பொறுக்கலே.

“இது நாள் வரை, கொம்பூதிக்காரன் கூட போலீஸோடு நேருக்குநேர்மோதியது கிடையாது. இந்த பெரும்பச்சேரிக்காரன் சுழிவா கை வச்சுட்டானே!”

இன்ஸ்பெக்டர் பகதூர், நெற்றி சுழித்து பெரும்பச்சேரியை ஒரு பார்வை பார்த்தார்.

43

வேயன்னா, இடது கையைத் தலைக்கு அணைவாய் வைத்துப் படுத்திருந்தார். சாணி மெழுகிய தரை, வெளியே அடிக்கிற வெயிலுக்கு குளிர்ச்சியாய் இருந்தது.

புகையும் அடுப்பை மூச்சு முட்ட ஊதி விட்டாள் அங்கம்மா. கண்ணெல்லாம் நீர் கோர்த்தது. என்ன தான் அடுப்பு வேலையில் இருந்தாலும், புருஷன் படுத்துறங்கும் அழகை ஓரக் கண்ணால் கண்டு ரசிப்பவளுக்கு, இப்போதெல்லாம் அந்த மனசு கூடுவதில்லை.

'கொம்பூதி பிழைப்பு நிலவரம் சரியில்லே. வெள்ளைக்காரன் விடாமல் விரட்டி வர்றான். குறியெல்லாம் இவரு மேலே தான் வெச்சிருக்கான். ஆனாலும் என் தாலிப் பலன் கெட்டி' என்கிற நினைப்போடு கழுத்துப் பாசிமணியைத் தொட்டுத் தடவினாள்.

காட்டு மயில் குஞ்சு போல், கை அருகில் அணைந்து திரியும் ஒரே மகளின் நினைப்பு ஒரு புறம்.

'அன்னமயிலுக்கு நெறைஞ்ச பருவம். இனியும் காலம் கடத்த முடியாது. நம்ம சாதியிலே நாளு, கெழமை, நட்சத்திரம் பார்க்கப் போறோமா...? ஊரு, நாடு சுத்தி மாப்பிள்ளை தேடப் போறோமா? நம்ம... வெள்ளையம்மா மதினி மகன் நரிவேலு இருக்குது. வாய் பேச முடியாத ஊமையா இருந்தாலும் அன்னமயிலுக்கு முறைப் பையன் அது தான். சிட்டு ஒரு பக்கம், வில்லாயுதம் பயலை சுத்தி சுத்தி வர்றாள். ரெண்டு தாலிக்கட்டையும் ஒன்னா வெச்சுறலாம்' அடுப்பை ஊதி விட்டாள்.

வேயன்னா, அசையாமல் படுத்திருந்தார். அங்கம்மா, ஓரக் கண்ணால் பார்த்துக் கொண்டாள்.

'இவருக்கு தன் பிள்ளைகள் பற்றிய நினைப்பு கிடையாது. கொம்பூதியை நெருங்கி ஆபத்து சூழுது. சனங்களை அழிய விடாமல் காப்பாத்தி ஆகணும். எந்நேரமும் இதே சிந்தனையில் இருக்கிற மனுசன்கிட்டே பிள்ளைகள் பேச்சை எடுக்கவே பயமா இருக்குது' என உள்ளுக்குள் ஈர விறகாய் புகைந்தாள்.

வேயன்னா, கண்ணை மூடிப் படுத்திருந்தாலும் உறக்கம் கொள்ளவில்லை. பல நினைவுகள் அவருக்குள் ஓடின.

'சுப்பையாவை வளரி எறிஞ்சு கொன்னு நாலஞ்சு நாளச்சு. பொணத்தைக் கூட தூக்காமல் ஓடிப் போயிட்டான் வெள்ளைக்காரன். போகிற வழியிலே பெரும்பச்சேரிக்காரனும் மோட்டாரை விழுத்தாட்டி ரத்தம் கண்டிருக்கான். ஆளு, அம்புகளோடு இருந்தும் அடிப்பட்டு போனவன், திரும்ப வராமல் இருக்க மாட்டான். வந்தாலும் பெரிய திட்டத்தோடு வருவான்' மூச்சை இழுத்துவிட்டார்.

'தொழிலுக்குப் போயி, பத்து நாளாச்சு. பெருநாழி பச்சமுத்து இல்லேன்னாலும், நம்ம சனம் பட்டினி கிடந்து செத்துப் போகும்.' புரண்டு படுக்கப் போகும் போது வாசலில் சத்தம் கேட்டது.

"அய்யா..."

படுத்த வாக்கில் திரும்பிப் பார்த்தார்.

வாசலில் வையத்துரையை முன்னே விட்டு கழுவன், கீரைச்சட்டி, நரிவேலு மூவரும் நின்றிருந்தார்கள்.

"வாங்கப்பா..." வேயன்னா எழுந்து வாசலுக்கு வந்தார். எல்லோரையும் திண்ணையில் உட்காரச் சொல்லி, தானும் எதிர் திண்ணையில் அமர்ந்தார்.

வையத்துரை தான் ஆரம்பித்தான்.

"அய்யா... தொழிலுக்குப் போயி பத்து நாளுக்கு மேலாச்சு. போலீஸைக் கண்டதும் கொம்பூதிக்காரன் பதறிட்டான்னு சுத்துப்பட்டியிலே பேச்சு வரும்" சொல்லிக் கொண்டிருக்கும் போதே, அன்னமயில், வீட்டுக்குள் இருந்து வாசலோரம் வந்து நின்றாள்.

வேயன்னா சிரித்தார்.

"வெள்ளைக்காரனும் நம்மளும் போடுற சண்டையை, வேடிக்கை பார்க்க சுத்துப்பட்டிகளெல்லாம் காத்திருக்கு."

"அது மட்டும் இல்லே அய்யா. தொழிலுக்குப் போகாமல் ராத்திரியும் பகலும் ஊருக்குள்ளேயே கிடக்கிற நம்ம இளவட்டங்கள், கள்ளுத் தண்ணியைக் குடிக்கவும், கறியை திங்கவுமாக... சுகவாசி ஆகிப் போயிருவாங்க போலிருக்கு!"

வேயன்னா வாய்விட்டுச் சிரித்து விட்டார்.

வையத்துரையின் பேச்சையும், தன் தகப்பனோடு கொண்டுள்ள இணக்கத்தையும் அன்னமயில் மிகவும் ரசித்தாள்.

தன் கழுத்தில் கிடந்த ஓநாய் பல் தழும்பை தடவிக் கொண்டாள்.

வெயிலோடு திரிந்து வந்த கூழானிக் கிழவி, ஏதும் அறியாதவள் போல வேயன்னாவுக்குப் பின்புறம் திண்ணையில் அமர்ந்திருந்தாள். வேயன்னாவுக்கு தெரியாமல் இங்கிருந்தபடியே கீரைச்சட்டியைப் பார்த்து கையை கையை அசைத்தாள். கீரைச்சட்டி மெல்ல ஆரம்பித்தான்.

"மாமாவுக்கு ஒரு சேதி சொல்ல வேண்டியது எங்க கடமை..." சொல்லும் போதே இழுத்தான். கீரைச்சட்டிக்கு வேயன்னா மாமன் முறை.

"நம்ம வில்லாயுதம் பயல் போக்கு சரியில்லே..." மறுபடியும் இழுத்தான்.

"என்னடா சொல்றே!" என்றார் வேயன்னா.

"குதிரை ஏறி காடோ, செடியோன்னு அலையிறான்."

கூழானி, ஊடே புகுந்து, "எதுவும் தப்பு பண்றானா?" என்றாள்.

"இல்லே..." கண்ணை ஓட்டி, வாசலோரம் நின்ற அன்னமயிலை ஒரு பார்வை பார்த்த கீரைச்சட்டி, "சம்பங்கி ஆத்துக்கரையில் இருக்கிற ஒரு பொண்ணு நினைப்பிலேயே அலையிறான்" சொல்லிவிட்டு முழித்தான்.

அன்னமயில் கண்களை அகல விரித்தாள். கூழானிக் கிழவி, தொடையில் அடித்துக் கொண்டு, "நான் நெனச்சேன்... இந்தக் களவாணிப் பய, ஊரு தங்காமல், காடு சுத்தற போதே எனக்கு தெரிஞ்சு போச்சு" கூப்பாடு போட்டுக் கொண்டே கழுவனைப் பார்த்து கை அசைத்தாள்.

கீரைச்சட்டி விட்ட இடத்தில் கழுவன் ஆரம்பித்தான்.

"நாளைக்கு உங்க ஸ்தானத்திலே இருக்க வேண்டியவன் வில்லாயுதம். ஊருக் காரியத்திலே ஒட்டாமல் அலையிறான். அவனுக்கு, நம்ம சிட்டுப் பிள்ளையை கட்டிப் போட்டால் என்ன?"

கிழவியின் கூப்பாடு கேட்டு, அடுப்பு வேலையில் இருந்த அங்கம்மா எழுந்து வாசலோரம் வந்தாள்.

கூழானி, திண்ணையை விட்டு எழுந்து முன்னே வந்தாள்.

"அந்த காலிப் பயலுக்கு, என் பேத்தி சிட்டு தானே மாப்பிளைக்காரி...? கட்டி வைக்க என்ன யோசனை?" என்றாள்.

நாலு பேரும் கூடி வீட்டுக்கு வந்ததே கிழவியின் ஏற்பாடு தான் என வேயன்னாவுக்கு தெரிஞ்சு போச்சு.

"ஏய்... கிழவி! ஏன் கத்துறே? வில்லாயுதத்துக்கு என் தங்கச்சி மகளை முடிச்சு வைக்க, நீ என்ன சிபாரிசு?" தாயாரின் கையைப் பிடித்து திண்ணையில் உட்கார வைத்தார்.

தலை கவிழ்ந்தபடி அமர்ந்திருந்த வையத்துரையின் தோளைத் தொட்டு, "டேய் வையத்துரை...! உனக்கு என்ன வயசாகுது? நீ ஒரு பெண்ணைப் பாரு. ரெண்டு கல்யாணத்தையும் ஒண்ணா முடிச்சுடுவோம்", தலையைக் கோதினார்.

"காலமெல்லாம், உங்க நிழலா நான் இருந்தால்... அதுவே போதுமய்யா."

"பைத்தியக்காரப் பயலே...!" வையத்துரையை வேயன்னா கட்டிப் பிடித்துக் கொண்டார்.

அன்னமயில் 'விருட்' டென வீட்டுக்குள் போய் விட்டாள்.

மதுரை ஜில்லா போலீஸ௺ சூப்ரன்டென்ட் 'லவ்லக்' துரையே நேரடியாக கமுதி கச்சேரிக்கு வரும் அளவுக்கு, கொம்பூதி விவகாரம் முற்றிப் போயிருந்தது.

லவ்லக் துரையை எதிர்பார்த்துக் காத்திருக்கும் அதிகாரிகள் மத்தியில் பொறி பறந்து கொண்டிருந்தது. சில சிப்பந்தி அதிகாரிகளைத் தவிர மற்றவர்களெல்லாம் வெள்ளை அதிகாரிகள்.

தலையில் கட்டுப் போட்டிருந்த இன்ஸ்பெக்டர் பகதூரிடம் துக்கம் விசாரிப்பது போல் விவரம் கேட்டார்கள். தோள்ப் பட்டை இறங்கிப் போயிருந்த வெள்ளைக்கார சார்ஜெண்டுக்கு இன்னும் ஒரு மாதமானாலும் கையை அசைக்க முடியாத வலி.

பகதூருக்கு அவமானமாய் இருந்தது. வடக்கே பாஞ்சாலத்தில் எவ்வளவு பெரிய காரியம் பார்த்தவர். ஜாலியன்வாலாபாக் சுற்றுச் சுவருக்குள் சுட்டுத் தள்ளிய பிணங்கள், மேடாக குவிந்ததைக் கண்டு ரசித்தவர். பெரும்பச்சேரிக்காரன் வெட்டி வைத்திருந்த சிறு பள்ளத்துக்குள் விழுந்ததை நினைக்க நினைக்க அவமானமும் ஆத்திரமும் பொங்கியது.

கமுதி கச்சேரிக்கு வருகை தரும் லவ்லக் துரை, சென்னை மாகாணத்துக்கே சட்டம் வகுத்துக் கொடுத்தவர். அவருடன் வரும் துணை சூப்ரன்டெண்ட் பி. சி. கிளிஞ்ச், பெரிய காரியப் புலி.

'லவ்லக் துரையும் கிளிஞ்ச் துரையும் நேரில் வரும் அளவுக்கு கொம்பூதிக்காரன் அடங்காதவனா!' கூடி இருந்த அதிகாரிகளுக்கெல்லாம் வியப்பாக இருந்தது.

கச்சேரிப் பரப்பரப்பு, கமுதி ஊர் முழுக்க தொற்றிக் கொண்டது. முரட்டுப் போலீஸ லாரிகள், தெருக்களில் போகவும் வரவுமாகப் புழுதி கிளப்பிக் கொண்டிருந்தன.

துரைமார்களை அழைத்துவர கமுதி கோட்டைமேடு எல்லை வரை குதிரைச் சாரட்டு போயிருந்தது.

எவ்வளவு வற்புறுத்திக் கூப்பிட்டும், பெருநாழி போலீஸ்களோடு சேர்ந்து கமுதி கச்சேரிக்கு வர, ஏகாம்பரம் மறுத்து விட்டார். இருளடித்து, புத்தி பேதலித்தவர் போல் முக்காடு போட்டு மூடி வீட்டுக்குள் படுத்துக் கொண்டார்.

புலவரும் கார்மேக ஆசாரியும் கண்ணிலேயே படாமல் எங்கோ பதுங்கிக் கொண்டார்கள். பச்சமுத்துவை நாலஞ்சு நாளாக ஊர்ப் பக்கமே காணோம்.

குதிரைச்சாரட்டு, கமுதி கடைத் தெருவுக்குள் நுழைந்து வந்தது. துரைமார் அமர்ந்து வரும் தோரணையைப் பார்த்து, தெருவோரம் கூடி இருந்த சனம் வாய்ப்பாறியது.

"சீமைத் துரைன்னா... சீமைத் துரை தான்! செக்கச் செவேர்னு இருக்காகளே!"

கடைக்கார முதலாளிகளெல்லாம் வரிசையாய் நின்று கும்பிட்டார்கள். லவ்லக் துரை, உதட்டோரம் சிரித்தபடி சாரட்டு குலுங்கப் போனார்.

கச்சேரிக்குப் போகிற வழியில் சிவன் கோயில். சாரட்டை எதிர்பார்த்து காத்திருந்த கோயில் தர்ம கர்த்தாக்கள், கொட்டு மேளத்தோடு மறித்தார்கள். லவ்லக் துரை, சாரட்டை நிறுத்தச் சொன்னார்.

தர்மக்கர்த்தாக்கள், துரைமாருக்கு பரிவட்டம் கட்டி, மாலை அணிவித்து, பட்டு சாற்றி, பிரசாதம் வழங்கினார்கள். இடதுகையால் வாங்கிக் கொண்ட லவ்லக் துரை, வலது கைப்பிரம்பால் ஆசீர்வதித்து விட்டு, சாரட்டை கிளம்பச் சொன்னார். நந்தவனம் தாண்டி, கச்சேரியை நெருங்கியது சாரட்டு.

வையத்துரையைக் கட்டித் தழுவி இருந்த வேயன்னா, "கிறுக்குப் பயலே...! எனக்கு நீயும் ஒரு பிள்ளைதான்டா? என் மூத்த மகன் சேது இன்னிக்கிருந்தா அவனும் நீயும் ஒரே வயசு" அழுந்த அணைத்துக் கொண்டார்.

வாசலோரம் நின்ற அங்கம்மாவுக்கு, மூத்த மகன் சேதுவின் பேச்சை எடுத்ததும் நெஞ்சு கலங்கியது,.

'என் தலைப்பிள்ளை... என்ன ஆச்சோ...!' கண்ணோரம் கசிந்தது.

இவ்வளவு பேச்சுக்களுக்கிடையிலும், தன்னைப் பற்றி யாரும் பேசாதது நரிவேலுவுக்கு வருத்தம். பேசமுடியாது. கேட்க முடியாது. இருந்தாலும் உதட்டசையில், கண்ணசைவில் எல்லாவற்றையும் புரிந்து கொள்பவன். தனக்கு அடுத்து இருந்த கீரைச்சட்டியைக் கிள்ளி விட்டான் நரிவேலு.

பேச்சை வளர்க்க கீரைச்சட்டிக்கு சங்கடமாய் இருந்தது. "மாமா... வில்லாயுதம் கல்யாணத்தோட.... இந்த நரிவேலுப் பயலுக்கும் சேர்த்து முடிச்சுறலாமா...?" தயங்கித் தயங்கி முடித்தான்.

அங்கம்மா முந்திக் கொண்டு, "அன்னமயிலுக்கும் வயசு ஆகுதில்லே? ரெண்டு காரியத்தையும் ஒண்ணா வைக்க வேண்டியது தான்", சன்னமாய் சொன்னாள்.

வேயன்னா, "வெச்சுறலாம்.... ஆனால்... போன வெள்ளைக்காரன் திரும்பி வர்றானான்னு பொறுத்திருந்து பார்க்கணும். பத்து நாள்... ஒரு மாசம் பார்த்துட்டு... ரெண்டு கல்யாணத்தையும் ஒண்ணாவே வெச்சுறலாம்" என்றபடி எல்லோரையும் ஒரு சுற்றுப் பார்த்தார்.

கூழானிக் கிழவிக்கு ரெட்டைச் சந்தோசம்.

கீரைச்சட்டி, முழங்கையால் இடிக்கவும், ஊமையன் நரிவேலு. 'ஊவ்... வ்... வ்.... வே.." சின்ன சத்தத்தோடு சிணுங்கி, வெட்கப்பட்டுத் தலை கவிழ்ந்தான்.

எழுந்து கிளம்பியவர்களிடம், "இன்னிக்கு ராத்திரி தொழிலுக்குப் போக ஏற்பாடு பண்ணுங்கப்பா'" என்றவர், "வையத்துரை... நீ எங்கடோ போறே? சாப்பிட்டுப் போ" அமர்த்தினார்.

44

மதுரை ஜில்லா போலீஸ் சூப்பிரன் டென்டெண்ட் லவ்லக் துரையும் துணை சூப்பிரன்டென்டெண்ட் பி.சி.கிளிஞ்ச் துரையும் கமுதி கச்சேரி வாசலில் வந்து இறங்கியதும், 'பிகில்' வாத்யம் முழங்க அணிவகுப்பு மரியாதை துவங்கியது.

போலீஸ்களெல்லாம் கிடுகிடுத்துப் போயிருந்தார்கள். அதிகாரிகளுக்கெல்லாம் உள்ளூர நடுக்கம். பெரிய துரைமார்கள் யார் மீது எப்போது விழுந்து குதறுவார்கள் என்பது தெரியாது.

காயம் பட்டிருந்த இன்ஸ்பெக்டர் பகதூரும் வெள்ளைக்கார சார்ஜெண்ட்டும் அணிவகுப்பில் கலந்து கொள்ளவில்லை. வழக்கின் வாதிகளைப் போல், கச்சேரி வராந்தாவில் நின்றிருந்தார்கள்.

போலீஸ் பட்டாலியன் கொடியை ஏற்றி வைத்து, மரியாதையை ஏற்றுக் கொண்ட பின், துரைமாரை கச்சேரிக்குள் அழைத்து வந்தார்கள்.

பகதூர், கலங்கிப் போய் நின்றார். காயம்பட்ட தலையில் தொப்பி அணிய முடியாததால் சல்யூட் அடிக்கவில்லை.

இடது தோள்பட்டை வலியைப் பொறுத்துக் கொண்டு, சார்ஜெண்ட் சல்யூட் அடித்தான்.

கீழ்ப்பட்ட அதிகாரிகளை ஏறெடுத்தும் பாராத லவ்லக் துரை, கச்சேரிச் சுத்தத்தை நோட்டம் விட்டார். முகட்டு ஓடுகளை, ஒட்டடைகளை, சுவர்ப் பளபளப்பபை கண்ணளந்தார்.

கச்சேரியின் முன்னும் பின்னும் ஒரு சுற்றுச் சுற்றினார். அதிகாரிகளெல்லாம் ஓடிக்கொண்டே நடந்தார்கள். துரையின் தலை திரும்பும் திசையெல்லாம் ஆராய்ந்தார்கள்.

உள்ளே போய் உட்கார்ந்த துரை, கைப் பிரம்பை அசைத்து பகதூரை முன்னே வரச் சொன்னார். பகதூரோடு சார்ஜெண்டும் அணைவாய் வந்து நின்றான்.

"பகதூர்... ஜாலியன்வாலாபாக் மூலம் லண்டன் வரை பெயர் வாங்கிய நீ, ஒரு முள்ளுக்காட்டுக்குள் அடி வாங்கி நிற்கிறாயே!" லவ்லக் துரையின் முதல் விசாரணையே பகதூருக்கு மேலும் வலியை உண்டாக்கியது. தலை கவிழ்ந்தார். "சொல்... பெரும்பச்சேரியை ஏன் பகைத்தாய்? அங்கு ஒருவனை லாரி ஏற்றி ஏன் கொன்றாய்? ம்...?" துரை, பார்வையை திருப்பவும், சார்ஜெண்ட் வெடவெடத்தான்.

"நம் கைக் கருவியாக இருக்க வேண்டிய பெருநாழிக்காரனை சாக விட்டிருக்கிறாய்! உன்னை நம்பி, எவன் ஒத்துழைப்பான்?" பகதூருக்கு வாய் திறக்க முடியவில்லை.

"கொம்பூதிக்கு நீ போனாயா?"

"துரை அவர்களே... கொம்பூதிக்கு பாதை வெட்டச் சொன்னேன்."

"நேரடியாக பதில் சொல். நீ... கொம்பூதிக்குப் போனாயா?"

"போகவில்லை துரை அவர்களே..."

"ஏன் போகவில்லை?"

"மோட்டார் போக பாதை கிடையாது."

"நடந்து போ... குதிரை ஏறிப் போ..." துரையின் குரல் உயரவும், சுற்றி நின்ற அதிகாரிகளுக்கும் நடுக்கம் எடுத்தது.

"கொம்பூதிக்காரனையும் பெரும்பச்சேரிக்காரனையும் ஒன்றாகச் சேர விடக் கூடாது. பெருநாழி ஆட்களை அழைத்துப் பேசி, பெரும்பச்சேரிக்காரனுக்கு வேலை கொடுக்கச் சொல்ல வேண்டும். எஸ்டேட் கிணற்றில் எல்லோரும் தண்ணீர் இறைக்க ஏற்பாடு செய்ய வேண்டும். இதையெல்லாம் சொல்லித் தானே உன்னை இங்கு அனுப்பி வைத்தேன்?"

"ஆம்... துரை அவர்களே..." பகதூர் உணர்வின்றி பேசினார்.

எல்லா விவரங்களையும் லவ்லக் துரை விரல் நுனியில்

வைத்திருப்பதைக் கண்டு, அதிகாரிகளுக்கெல்லாம் வியப்பாக இருந்தது.

"ஆனால்... நீ என்ன செய்திருக்கிறாய்...? பெரும்பச்சேரியைப் பகைத்து விட்டாய்... பெருநாழி ஆதரவை இழந்து விட்டாய். அப்புறம், எப்படி கொம்பூதியை அடக்கப் போகிறாய்?" துரை நாற்காலியை விட்டு எழுந்தார். எல்லோரும் வழிவிட்டு ஒதுங்கினார்கள். வராந்தாவுக்கு வந்தார்.

"உனக்கு முன்னால் வந்த விக்டர், ரொம்பவும் நிதானமானவன். நீ ரொம்பவும் அவசரக்காரன். இவை இரண்டுமே கொம்பூதிக்காரனிடம் செல்லாது. சரியான திட்டமும் சாதுர்யமும் வேண்டும்" வராந்தாவிலேயே நடை போட்டார்.

அதிகாரிப் பட்டாளம் துரையின் குறிப்பறிந்து பின்னாலேயே ஊர்ந்தது.

"சரி, போனது போகட்டும். உனக்கு வேண்டிய அளவு குதிரைப் படையை எடுத்துக் கொள். கொம்பூதிக்குள் நுழைந்து, முதலில் ஆயுதப் பறிமுதல் செய். கொம்பூதிக்குள் ஆயுதம் இருக்கக் கூடாது."

துரை, பேச்சோடு நடையையும் நிறுத்தினார்.

"எதிலும் அவசரம் வேண்டாம். நமது ஆட்களை வைத்தே கொம்பூதிப் பாதையை சீர் செய். கொம்பூதிக்காரன் இரவில் தான் களவுக்குப் போகிறவன். பகற்கொள்ளை அடித்துப் பழகாதவன். இரவு நேர நடமாட்டங்களை முடக்கினாலே களவுகளைத் தடுத்துவிட முடியும்."

துரை, மறுபடியும் நடக்கச் கிளம்பினார்.

"அத்தனை ஆண்களையும் கொம்பூதியிலிருந்து அள்ளிக் கொண்டு வந்து, கச்சேரியில் இரவு முழுக்க உட்கார வை. தினமும் ஒரு பதிவேட்டில் கட்டை விரல் 'ரேகை'களைப் பதியச் சொல். கட்டை விரல் ரேகை புரட்டத் தவறுபவனை ஈவு இரக்கமில்லாமல் சித்தரவதை செய். இரவு முழுவதும் கடுமையான காவல் வேண்டும். விடியவும் எல்லோரையும் வெளியே விட்டு விடு."

திரும்பி நடந்தார்.

“களவைத் தடுப்பது மட்டுமல்ல நமது நோக்கம். நாடு முழுவதும் களவு செய்பவர்கள் பலர் இருக்கிறார்கள். ஆனால், இவர்களைப் போல் வீரர்கள் எங்கும் இல்லை!”

பின் தொடரும் எல்லா அதிகாரிகளுக்கும் கேட்கும் படியாக பேசிக் கொண்டே போனார்.

“இவர்களின் பரம்பரையையே பிடிக்குள் கொண்டு வந்து, வீரத்தை மழுங்கடிக்க வேண்டும். கொம்பூதியில் பிறந்த எவனுக்கும் இந்த ‘விதி’ விலக்கல்ல. பதினோரு வயதுக்கு மேற்பட்ட எல்லா ஆண்களும் தினமும் கச்சேரிக்கு வந்து ரேகை புரட்ட வேண்டும். கொம்பூதிக்காரனை தவிர்த்து, எவனுக்கும், எந்தக் குற்றத்துக்கும் இந்தச் சட்டம் பொருந்தாது.”

நாற்காலியில் வந்து உட்கார்ந்தபடியே, லவ்லக் துரை பேசி முடித்தார்.

இதுவரை பேசாதிருந்த கிளிஞ்ச் துரை, “கல்யாணமாகும் மாப்பிள்ளைக்கு கூட, கச்சேரியில் தான் முதல் இரவு.” அழுத்தமாய் சொன்னார்.

பெரும்பச்சேரிக்கு பச்சமுத்து அனுப்பி விட்ட தான்ய வண்டி வந்து, பத்து நாளுக்கு மேலாச்சு. பண்ட இருப்பு இன்னும் ஒரு நாளைக்கு தாங்கும். வண்டி வரலேன்னா பட்டினி தான்.

பொழுது மயங்க, காளத்தி கோயில் வேப்ப மரத்தடியிலே திருவேட்டையோடு உட்கார்ந்திருந்த யார் மனசுலேயும் தெம்பு கிடையாது.

காலமெல்லாம் உழைச்சு சாப்பிட்ட பெரும்பச்சேரி சனங்களுக்கு உட்கார்ந்து சாப்பிடப் பிடிக்கலே. பச்சமுத்து அனுப்புற தான்ய வண்டியை இன்னும் எவ்வளவு காலத்துக்கு எதிர்பார்த்து காத்துக் கிடக்க முடியும்? காடு கரை எல்லாம் பெருநாழிக்காரனுடையது. பெரும்பச்சேரிக்காரனுக்கு கால் காணி சொந்த பூமி கிடையாது. ஏதோ... கொம்பூதி ஆளுக கொடுத்த தைரியத்திலே, நடுக்காட்டுச் சந்தையை தீ வெச்சு கொளுத்தினோம். ரோசப்பட்டால் கஞ்சி இல்லே என்றல்லவா ஆகிப் போச்சு...

பள்ளம் தோண்டி லாரியை விழுத்தாட்டிய பிறகு, போலீஸுக்காரனை... இந்தப் பக்கமே காணோம். அவன்

பகையும் சேர்ந்து போச்சு. என்ன திட்டத்தோடு எப்போ வரப் போறானோ என்று பெரும்பச்சேரிக்காரர்கள் அஞ்சினார்கள். கொம்பூதிக்குப் போய்க் கொஞ்சம் ஆயுதம் வாங்கி வர நினைத்தார்கள். வையத்துரையும் பெரும்பச்சேரி பக்கமே வருவதில்லை. அவன் கொம்பூதி ஆளாகிப் போனான்.

கவலை தோய்ந்த சிந்தனையினூடே, பெருநாழிப் பாதையிலே குதிரைச் சத்தம் கேட்டதும் திருவேட்டை திரும்பிப் பார்த்தான்.

ரெண்டு குதிரையில் போலீஸு வருது.

வேப்ப மரத்தடியில் எல்லோரும் சுதாரித்து எழுந்தார்கள். நெருங்கி வரவும் தெரிந்தது... ரெண்டு குதிரையிலே மூணு போலீஸு வந்தது. குதிரை ஓட்டத் தெரியாத கிழட்டுப் போலீஸு, ஒரு குதிரையில் தானும் ஒப்புக்கு உட்கார்ந்து வந்தார்.

வேப்ப மரத்தடியில் வந்த பின்பும் குதிரை மீதிருந்த வெள்ளைக்கார போலீஸுகள் இறங்காமலிருக்க, கிழட்டுப் போலீஸு மட்டும் கைத்தாங்கலாக இறங்கினார்.

“என்னப்பா திருவேட்டை... சௌக்யமா?”

கிழட்டுப் போலீஸின் விசாரணை திருவேட்டைக்குப் பிடிபடலே.

“ஏதோ... இருக்கேன் சாமி.”

ஊருச் சனம் வேப்ப மரத்தடியில் கூடியது. சிகப்பி, புருசனோரம் வந்து நின்று கொண்டாள்.

கிழட்டுப் போலீஸின் முகத்துக்கு நேராக சிகப்பி கேட்டாள்:

“இப்போ... யாரைக் கொல்ல வந்திருக்கீங்க?”

“ஏதோ... நடந்து போச்சு... விடு தாயி...”

“நடந்தது என்ன... கல்யாணமா, சடங்கா...? சாவு! ஒரு இளவட்டப் பயல், துள்ளத் துடிக்க வண்டி ஏறிச் செத்துப் போனான்! கழுத்திலே கட்டி, ரெண்டு மாசம் கூட தொங்காமலே, ஒரு தாலி அறுந்து போச்சு! பாவிகளா...!”

சிகப்பிக்கு ஆக்ரோஷம் தாங்கலே.

கிழட்டுப் போலீஸு பதறிப் போனார்.

‘இவள் பேசுற பேச்சு, ஊர்ச் சனத்தை கோபப்பட வெச்சிரும் போலிருக்கே!”

பேச்சை மாற்றினார்.

“இது என்ன கோயிலு?”

ஒருவரும் பதில் சொல்லவில்லை.

“நீங்க தோண்டி வெச்ச பள்ளத்திலே விழுந்து ஒரு துரைக்கு மண்டை பிளந்து போச்சு... இன்னொரு துரைக்கு கை முறிஞ்சு போச்சு”. சிரித்தார்.

கூட்டம் கொஞ்சம் ஆறியது.

திருவேட்டை கேட்டான் “வந்த விவரம் என்ன சாமி?”

“வேலை, வெட்டிக்குப் போகாமல் எவ்வளவு நாளைக்குப் பட்டினி கிடக்கப் போறீங்க? பெருநாழி முதலாளிமார்களோடு பேசி, ராசி பண்ணி விடலாம்னு துரை நினைக்கிறார்.”

இந்தப் போச்சு, கூடி இருந்தவர்களுக்குப் பிடித்திருந்தது.

“திருவேட்டை மட்டும் கச்சேரிக்கு வரணும்...”

காளத்தி கோயில் வேப்பமரத்தடியில் சனமெல்லாம் பேசிக் கொண்டிருக்க. லாரி ஏறிச் செத்த கந்தன் பெஞ்சாதி மட்டும், முட்டு வீட்டுக்குள் உட்கார்ந்து கண்ணீர் விட்டுக் கொண்டிருந்தாள்.

45

பெருநாழி கச்சேரியில், இன்ஸ்பெக்டர் பகதூரின் முன்னிலையில் பேச்சு வார்த்தை நடந்து கொண்ருந்தது. ஊர் முக்கியஸ்தர்கள் எல்லாம் வந்திருந்தார்கள்.

“எல்லாம் சரி தான் எசமான். உங்க சொல்லு தலைக்கு மேலே இருக்கட்டும். ஆனால் எஸ்டேட் கிணத்திலே பெரும்பச்சேரி ஆளுகளை ‘தன் வாளி’ போட்டு தண்ணி இறைக்க அனுமதிக்கணும்னு சொல்றதை மட்டும் ஒப்புக் கொள்ள முடியாது எசமான்.”

கச்சேரி வாசலில் ஏழெட்டு போலீஸ் குதிரைகள் காலாறி நின்றன. கண்ணுக்கு முன்னால் வளரி பாய்ந்து சுப்பையா

செத்ததைக் கண்ட ஏகாம்பரத்துக்கு இப்பவும் வர மனசில்லே. வீட்டுக்குள் மூடி போர்த்திப் படுத்திருந்தவரை, ஆள் மேல் ஆள் அனுப்பி அழைத்து வந்திருந்தார்கள். இருப்பிடம் தெரியாமல் உட்கார்ந்திருந்தார். புலவர், தலையாரி, கார்மேக ஆசாரி என்று நிறையத் தலைகள் தெரிந்தன.

குளம்புகள் பெருத்த காட்டெருமைக் கால்களுக்கு மத்தியிலே, இரை தேடித் திரியும் காக்கைக் குஞ்சு போல், திருவேட்டையும் ஒரு ஓரத்தில் நின்றிந்தான்.

“எங்க காடு கரையிலே பாடுபடட்டும்... நாங்க மறுக்கலே. கூலியை கூட அரைப்படி, ஒரு படி கூட்டித் தரறோம். ஆனா, எஸ்டேட் கிணத்து தண்ணியை பெரும்பச்சேரிக்காரன் மறந்துடணும் எசமான்.” கூட்டத்தில் அய்யாத்துரை தான் ஓங்கிப் பேசினார். கிழட்டுப் போலீஸ் எகத்தாளமாகச் சிரித்தார்.

‘எத்தனை கூட்டம் கூடியும் இந்த கொம்பூதியை ஒண்ணும் பண்ணமுடியாது போலிருக்கே...!’

ஆளோடு ஆளாக பச்சமுத்துவும் இருந்தது தான் ஏகாம்பரத்துக்கு ரொம்பவே உறுத்தியது. வாயை இறுக்கிக் கொண்டு உட்கார்ந்திருந்தார். பச்சமுத்து இருக்கிற இடத்திலே, எது பேசினாலும் வேயன்னா காதுக்குப் போகும். எதுக்கு வம்பு?

திருவேட்டை தயக்கப்பட்டு வாய் திறந்தான்.

“இடையிலே புகுந்து ஏழைப்பயல் பேசுறானேனு எசமான் தப்பா நினைக்கக் கூடாது. பெருநாழி முதலாளிமாரு தண்ணி எடுக்க விடலேன்னா எங்க சனம், குடி தண்ணி அள்ள கொம்பூதிக்குத் தான் போகும் எசமான். தவிச்ச வாய்க்குத் தண்ணி வேணுமில்லே?”

அய்யாதுரைக்கு பொத்துக் கொண்டு வந்தது. “போங்கடா... போயி ரெண்டு ஊர்க்காரனும் கூடிப் பேசி கம்பெடுத்து வாங்க... பெருநாழியை அடிச்சு நொறுக்குங்க...” தொண்டை கனக்க கத்தினார்.

“மிஸ்டர் அய்யாதுரை... கொஞ்சம் பொறுமையா இருங்க” என்ற பகதூர் துரை, “உங்கள் எதிரி யார்? கொம்பூதியா... பெரும்பச்சேரியா?” நேரடியாகக் கேட்டார். வந்ததிலிருந்து வாய் திறக்காமல் இருந்த ஏகாம்பரம் முந்திக் கொண்டு, “எங்களுக்கு

கொம்பூதி ஒண்ணும் எதிரி இல்லையே" தோள் குலுக்கினார்.

"ஒரு காலத்துல எங்க ஊருக்குள்ளே திருடுனாங்க... கன்னம் போட்டாங்க. இப்போ அவங்களாலே எந்த இடைசலும் கிடையாது." ஓரக் கண்ணால் பச்சமுத்துவை பார்த்துக் கொண்டார். வேயன்னா காதுக்கு நல்லபடியாக போனால் சரி.

இன்ஸ்பெக்டர் பகதூருக்கு திகைப்பாக இருந்தது. கட்டிக் கிடந்த குதிரைகள் கனைத்தன. ''அப்போ... நடுக்காட்டுச் சந்தையை தீ வெச்சு கொளுத்தினது.. உங்கள் வீடு வாசல்களை அடித்து நொறுக்கினது எல்லாம்...?"

"அதெல்லாம் பெரும்பச்சேரிக்காரனாலே வந்த வினை எசமான். காலம் காலமாக உள்ள கட்டுப்பாட்டை மீறி, துருவன் பெஞ்சாதி ராக்கு எஸ்டேட் கிணத்திலே தண்ணி இறைச்சது தான் கலகத்துக்கு காரணம். பெரும்பச்சேரிக்காக கொம்பூதி ஆளுக கம்பெடுத்து வந்தாங்க. மற்றபடி எங்களுக்கும் கொம்பூதிக்கும் பகையே கிடையாது."

அத்தனை கோபத்தையும் 'லபக்' என விழுங்கி விட்டு, ஏகாம்பரம் நிறம் மாறிப் பேசுவதை, புலவரும் கார்மேக ஆசாரியும் ஒருவரை ஒருவர் சுரண்டிக் கொண்டு ரசித்தார்கள்.

ஏகாம்பரத்தின் பேச்சோடு முக்கியஸ்தர்கள் ஒத்துப் போவது போல் தெரிந்தது. காற்று திசை மாறி அடிப்பதைக் கவனித்த இன்ஸ்பெக்டர் பகதூர், "வளரி வீசி சுப்பையாவைக் கொன்றது தப்பு இல்லையா?" என்றார்.

பதில் ஏதும் பேசாமல் எல்லோரும் முழித்தார்கள்.

"கொம்பூதி வளரி நாளை உங்கள் எல்லோரையும் கொல்லும். எங்களுக்கென்ன? கச்சேரியை மூடி விட்டு கமுதிக்குப் போய் விடுகிறோம். கொம்பூதிக்காரன் ஒரே நாளில் ஊரை அழித்து விடுவான்.

பகதூர் துரை பேச்சை முடித்துக் கொண்டு எழுந்தார். ரெண்டு ஊர்க்காரனும் சேர்ந்து வந்து நடுக்காட்டுச் சந்தையில் விரட்டி விரட்டி வெட்டியது எல்லோர் நெஞ்சிலும் நெருப்பாக ஓடியது.

திருவேட்டை வீட்டுக்குள் வந்து நுழையவில்லை. பெஞ்சாதி சிகப்பி கேட்டாள்.

“நீ எல்லாம் மனுசன் தானா? கொம்பூதியைக் காட்டிக் கொடுக்க உனக்கு எப்படி மனசு வந்தது? எஸ்டேட் கிணத்து தண்ணியை குடிக்காம பெரும்பச்சேரிக்காரன் நா வறண்டு செத்துப் போனா தான் என்ன?”

“அது இல்லடீ...”

“எது இல்லே...? பச்ச பிள்ளைக்காரி ராக்கு, ஒரு பானை தண்ணி இறைச்சதுக்காக தானே... பெருநாழிக்காரன் துருவனை மஞ்சனத்தி மரத்திலே கட்டி வெச்சான்? யாருக்கும் இல்லாம குடி தண்ணியை அசிங்கம் பண்ணினான்?”

“ஆமா...”

“என்ன ஓமா... துருவனை மீட்டது யாரு? நடுக் காட்டுச் சந்தையை நீ வெச்சு கொளுத்தினது யாருக்காக?”

“நீ சொல்றதெல்லாம் சரி...”

“என்ன சரி... இன்னிக்கு கொம்பூதி குரல் வளையை போலீஸ் நெரிக்கிறதுக்கு எது காரணம்? பெரும்பச்சேரியோட மானம், மருவாதையை காப்பாத்த, கொம்பூதி ஆளுக கம்பெடுத்து வந்தது தானே காரணம்?”

திருவேட்டையை வாய் திறக்கவே விடவில்லை சிகப்பி. “போலீஸைக் கண்டதும் உனக்கு புத்தி பேதலிச்சுப் போயிருச்சா? போலிஸ் லாரி ஏறிக் கந்தன் செத்தானே! அவன் பெஞ்சாதிக்கு நீ என்ன பதில் சொல்லப் போறே?”

திருவேட்டை தலையைத் தொங்கப் போட்டான்

வழிந்த கண்ணீரை சேலைத் தலைப்பால் சிகப்பி துடைத்துக் கொண்டாள். திருவேட்டை தலை கவிழ்ந்தபடியே பேசினான்.

“பாடுபடுறதுக்கு கை அகல பூமி இல்லாத நம்ம சனம். பச்சமுத்து அனுப்பி வைக்கிற தான்ய வண்டிய எதிர்த்பார்த்து எத்தனை நாளைக்கு பட்டினி கிடக்கிறது? சொல்லு சிகப்பி...?” இழைந்து போய் கேட்டான்.

சிகப்பி சீறினாள். “தினமும் பூமியிலே கோடானுகோடி சனம் பிறக்குது... சாகுது! மானம் மருவாதைக்காக நம்ம சனத்தில் பத்து பேரு செத்தா என்ன மோசம் போச்சு?”

திருவேட்டைக்கு பேச வாய் எழவில்லை.

"அத்தனை சாதிக்காரனும் நம்மை அடிமையா நினைக்கிற போது, கொம்பூதி ஆளுக மட்டும் நம்ம மானம் மருவாதையைக் காப்பாத்திக் கொடுத்தாங்க. அதுக்கு நன்றிக் கடனா அவங்களை நீ காட்டிக் கொடுத்து விட்டு வந்து நிற்கிறே! பெரும்பச்சேரியையும் கொம்பூதியையும் பிரிக்கணும்னு பெருநாழிக்காரன் திட்டம் போட்டான். வெள்ளைக்காரனை வெச்சு அதை நிறைவேத்திட்டான். கொம்பூதி அழியப் போகுது. விழுகிற பிணமெல்லாம் இந்த வழியாத் தான் போகும். அந்தப் பிணங்களோட பிணமா... உன் மகன் வையத்துரையும் போவான். காட்டிக் கொடுத்த கண்ணாலே, பார்த்து சந்தோஷப்படு" சிகப்பி அதற்கு மேலும் அடக்க முடியாமல் அழுதாள்.

திருவேட்டையும் துண்டை வாயில் பொத்திக் கொண்டு குமுறிக் குமுறி அழுதான்.

"தப்பு பண்ணிட்டேன்... நான் தப்பு பண்ணிட்டேன்."

கொல்லன் பட்டறையில் சம்சாரிகள் கூடிக் கிடந்தார்கள். உழுகவும் விதைக்கவும் மும்முரமான விவசாய நேரம். விடியும் முன்னேயே பட்டறையில் கூட்டம். அச்சு முறிந்த மாட்டு வண்டிகளும், முனை மழுங்கிய ஏர் கலப்பைகளும், இரும்பு பட்டாக்களும் வந்து கிடந்தன. கார்மேக ஆசாரியை தான் காணோம். வீட்டுக்குள்ளே இருந்து வெளியே தலை காட்டலே.

"ஏம்ப்பா கார்மேகம்... தலைக்கு மேலே காட்டு வேலை கிடக்குது. எங்களையும் கொஞ்சம் எட்டிப் பாரு" என்று குரல் கொடுத்தார்கள்.

கார்மேக ஆசாரியின் கை நுணுக்கம் சுத்துப்பட்டியில் யாருக்கும் வாய்க்காது.

பட்டறையில் சம்சாரிகள் ஒருவருக்கொருவர் விளையாட்டாகப் பேசுவதுண்டு... "நம்ம அப்பனுக்கே சந்தேகம் வர்ற அளவுக்கு நம்மை மாதிரியே இன்னொரு ஆளை செய்துடுவான் கார்மேகஆசாரி!"

சும்மாவே பெஞ்சாதியின் சேலைத் தலைப்பை பிடிச்சுக்கிட்டு அலைகிறார் கார்மேகம். உளி உளியாக கண்ணு மூக்கோடு, வெகுகாலம் கழிச்சு ஆண் குழந்தை பிறந்திருக்கு. கேட்வா

வேணும்? ஒரு கையாலே பெஞ்சாதி, ஒரு கையாலே பிள்ளையைக் கொஞ்சுறது தான் வேலை.

"ஏம்ப்பா கார்மேகம்... எங்களையும் கொஞ்சம் ஏறெடுத்துப் பாருப்பா... விதைப்பு நேரம் வீணாய் போகுது...!" வெளியே சம்சாரிகளின் சத்தம் கேட்டுக் கொண்டே இருந்தது. ஆசாரியின் கொஞ்சல் அப்பவும் நின்றபாடில்லை.

"குழந்தைக்கு என்ன பேரு வைக்கலாம்? உங்க அப்பன் பேரு வைக்கலாமா? எங்க அப்பன் பேரு வைக்கலாமா?" என்றார் மனைவியிடம்.

ஆசாரி பெஞ்சாதி இந்தப் பக்கம் திரும்பிப் படுத்தாள்.

"ம்... சொல்லு... நம்ம பிள்ளைக்கு என்ன பேரு வைக்கலாம்?"

"உயிரைக் காப்பாத்திக் கொடுத்த குலசாமி பேரைத் தான் வைக்கணும்" என்றாள்.

கார்மேகம் முழித்தார்.

"அந்தச் சாமி இல்லேன்னா... இந்நேரம் நானும் நம்ம பிள்ளையும் செத்து சாம்பலாகி இருப்போம்" என்று நிறுத்தியவள், "நமக்கு குலசாமி கொம்பூதி வேயன்னா தான்!" கண்களை மூடினாள்.

பிள்ளையோடு சேர்த்து பெஞ்சாதியின் தலையையும் அணைத்துக் கொண்ட கார்மேகம், "ஹாங்... வேயன்னா ஐயாவோட பேரு... வேலுச்சாமி! நம்ம மகனுக்கு பேரு வேலுச்சாமி...!" கலங்கிய கண்களை ஓடவிட்டார்.

வெளியே சம்சாரிகளின் சத்தம் கேட்டுக் கொண்டே இருந்தது.

46

‘கிடு... கிடு... கிடு... கிட்டடி... கிட்டடி கிடு... கிடு... கிடு... கிடு... கிட்டடி... கிட்டடி’

பெருநாழி தெரு கலகலக்க ‘கிடுகிட்டி’ அடித்துக் கொண்டு வந்த காளி, முச்சந்தி, நாற்சந்திகளில் நின்று, நிறுத்தி கை கூப்பி அறிவித்தான்.

“சேவிக்கிறேன் சாமியோவ்...! நம்ம கிராம தெய்வம் நிறை குலவள்ளி அம்மனுக்கு முளைப்பாரி... அய்யனார் குதிரை எடுப்பு...ஆட்டம்... பாட்டம்... எருகட்டு... அத்தனை காரியத்தையும் பேசி முடிவு பண்ண இன்னிக்கு ராத்திரி... முளைக்கொட்டுத் திண்ணையில் ஊர் கூட்டம் நடக்குது சாமியோவ்...! தலைக்கட்டு தவறாமல் எல்லோரும் கூட்டத்துக்கு வந்துரணும் அய்யாவுகளே..!”

‘கிடு... கிடு... கிடு... கிட்டடி... கிட்டடி...’

இடுப்பில் துணி நிற்காத சிறுவர்களெல்லாம் கிடுகிட்டிக் காரனுக்குப் பின்னால் திரண்டு ஓடவும் நடக்கவுமாக ஊர்சுற்றி வந்தார்கள். சந்தோசம் தாங்க முடியலே! ஒரு வாரத்துக்கு ஊர் கலகலத்து போகும்.

பெருநாழி எருதுகட்டு, பேர்போன ‘எருதுகட்டு’. வேடிக்கை பார்க்க சுத்துப்பட்டி சனமெல்லாம் பொங்கிப் போகும் பொங்கி! தெற்கத்தி நாடே திரளும்! இந்த வருசம் எருதுகட்டு நடப்பது சந்தேகம் தான். கொம்பூதிக்காரன்தான் கேட்டைக்குள்ளே இறங்கி மாடு பிடிக்கணும். அந்தக் காலத்து ‘கிச்சிலப்ப நாயக்கன்’குடி ஆண்ட கோட்டை இருந்த இடத்திலே தான் எருதுகட்டு நடக்கும்.

இந்த திருவிழாவுக்கு, கொம்பூதி ‘ஊர்ப்பகை’ ஆகிப் போச்சு. உள்ளூர்க்காரன் உயிருக்கு பயந்த பயலுகள். எருதுகட்டு வடத்தைப் பிடிக்கக் கூட குடல் பதறுவான். மாட்டுக் கொம்பை எப்படி பிடிப்பான்? கூடுற கூட்டமெல்லாம் கொம்பூதிக்காரன் விளையாட்டைப் பார்க்க கூடுற கூட்டம் தான். எங்கும் பிடிபடாமல் நாடு சுற்றி வரும் எருதுகட்டு காளையெல்லாம்,

கொம்பூதி இளவட்டங்கள் காட்டுகிற விளையாட்டில் கிறு கிறுத்துப் போகும்.

எருதுகட்டு இல்லாமல்... என்ன திருவிழா...?

இளவட்டங்களுக்கு 'சப்' என்றிருந்தது.

'கிடு... கிடு... கிடு... கிடு... கிட்டடி... கிட்டடி...' அடித்துக் கொண்டே, காளி கச்சேரி வாசலைச் கடந்து போனான்.

கூடுதலாக வந்திருக்கும் ஐந்தாறு போலீஸ் குதிரைகளின் காது மடல்களுக்குள் கிடுகிட்டிச் சத்தம் குறுகுறுத்தது. கொம்பூதி ஆயுதப் பறிமுதலுக்கு குதிரைப் படையெல்லாம் வந்திருந்தாலும், திட்டமிட முடியாமல் மலைத்துப் போயிருந்தார் இன்ஸ்பெக்டர் பகதூர். தோள்ப்பட்டை இறங்கிய வெள்ளைக்கார சார்ஜெண்ட், இன்னும் வேலைக்கு வந்தபாடில்லை.

ஆயிரம் உத்தரவுகளையும் யோசனைகளையும் சொல்லிவிட்டு அதிகாரிகள் போய் விட்டார்கள். ஆயுதப் பறிமுதல் செய்ய, கொம்பூதிக்குள் பகலில் நுழைவதா...? இரவில் நுழைவதா...?

கிழட்டுப் போலீஸு சொன்னார்!

"எசமான்... நம்ம போலீஸு துப்பாக்கிளும்... கொம்பூதி பொம்பளைகளோட துடைப்பக் கட்டையும் ஒண்ணு. கொம்பூதிக்காரன் என்ன வகையான ஆயுதம் வெச்சிருக் கான்...? எந்த திசையிலே இருந்து கொல்லுவான்னு தெரியாது. அதனாலே பகலிலே போவது உசிதமில்லை."

"ராத்திரி போனால்...?"

"ராத்திரி போனால்... பொம்பளைகள் தான் இருப்பாளுக. ஆயுதங்களை எடுத்துகிட்டு... ஆம்பளைகளெல்லாம் களவுக்குப் போயிருப்பான்ங்க. வீடுகளில் கிடக்கிற ஒன்னு ரெண்டு மிச்சம் மீதி ஆயுதங்கள் தான் சிக்கும்."

"கொம்பூதிக்காரனை விட்டு ஆயுதங்களைப் பிரிக்கணும். என்ன வழி?" தகுதி மறந்து, கிழட்டு போலீஸுடம் யோசனை கேட்டார் பகதூர்.

"கொம்பூதிக்காரனை விட்டு ஆயுதங்களைப் பிரிக்கிறது, கூட்டை விட்டு உயிரைப் பிரிக்கிறது மாதிரி. நடக்கிற காரியமாக எனக்குத் தெரியலே..."

“கிடு... கிடு... கிடு... கிட்டடி... கிட்டடி...”

பகதூர், கச்சேரி வாசலைக் காட்டி, “என்ன சத்தம்?” என்றார்.

“...ஆட்டம்... பாட்டம்... எருதுகட்டு... சாமியோவ்...” கிடுகிட்டிச் சத்தம் கரைந்து கொண்டே போனது.

கிழட்டு போலீஸ் துள்ளி குதித்தார்.

“எசமான்...ஆயுதப் பறிமுதலுக்குப் வழி தெரிஞ்சு போச்சு...!”

பகதூர், வியந்து கேட்டார்.

“என்ன வழி?”

“இன்னிக்கு ராத்திரி... முளைக்கொட்டுத் திண்ணையிலே கூடுற ஊர்க் கூட்டத்துக்கு நீங்கள் போவணும் எசமான்.”

துரை, புரியாமல் முழித்தார்.

கிழட்டு போலீஸ் வயிறு குலுங்கச் சிரித்தார்.

“கொம்பூதிக்காரன்... பிடிபட்ட மாதிரி தான்...”

கட்டிக் கிடந்த குதிரைகளும் கனைத்தன.

துருவனையும் அழைத்துக் கொண்டு, பச்சமுத்து கொம்பூதிக்கு வந்திருந்தான்.

வேயன்னா வற்புறுத்தியும் பச்சமுத்து மட்டும் எதிர் திண்ணையில் அமர்ந்தான். துருவன் உட்காரவில்லை. வேயன்னா கடிந்து கொண்டார்.

“டேய் துருவா... இதென்ன.. பெருநாழி முதலாளிமார் வீடா? உட்காருப்பா...”

துருவனின் கையைப் பிடித்து, வையத்துரை உட்கார வைத்தான். வேயன்னாவின் முகத்தைப் பார்க்க, துருவனுக்கு நெஞ்சு கனத்தது.

பெருநாழி மஞ்சணத்தி மரத்தடி எறும்பு புற்றிலிருந்து, தன்னை வேயன்னா காப்பாற்றிய பிறகு துருவன், கொம்பூதிக்கு வரவில்லை. இப்போ தான் வர்றான். நிமிர்ந்து பார்க்கத் துணியாமல் வேயன்னாவின் அகன்ற மார்பை அளந்தான். அந்த வீரம் நெறைஞ்ச நெஞ்சுக்குள்ளே இருக்கிற ஈரம், துருவனின் கண்களில் பனித்தது. உதடுகள் துடிக்க, “அய்யாவுக்கு நாங்க துரோகம் பண்ணிட்டோம்...” தலை கவிழ்ந்தான்.

“என்னடா சொல்றே?” வேயன்னாவுக்கு ஒன்னும் புரியலே.

“கட்டெறும்புக் கடியிலேயே நான் செத்திருக்கணும் சாமீ...” தேம்பி தேம்பி அழுதான்.

பச்சமுத்து முகத்தையும் வையத்துரை முகத்தையும் வேயன்னா மாறி மாறிப் பார்த்தார்.

“ஏய்... துருவன் ஏனப்பா அழுகிறான்?”

பச்சமுத்து தான் சொன்னான்... “பெருநாழிக்காரனும் பெரும்பச்சேரி ஆளுகளும் ராசி ஆயிட்டாங்க அய்யா...”

வையத்துரை திகைத்துப் போனான்.

“எப்படி ராசி ஆனாங்க...?”

“உங்க அப்பன் திருவேட்டை தான் கச்சேரிக்கு வந்து கை கோத்துப் போனவன்...” என்றான் பச்சமுத்து.

“எங்களுக்கெல்லாம் எதுவும் தெரியாது அய்யா...” துருவனுக்கு அழுகை நிற்கவில்லை. வேயன்னாவின் முகத்தைப் பார்க்கவே வெட்கப்பட்டான்.

“எங்கப்பனுக்கு புத்தி கெட்டுப் போச்சா?”

வையத்துரைக்கு பொறுக்க முடியவில்லை.

“உங்கப்பன் திருவேட்டைக்கு, பெருநாழிப் பகையும் பிடிக்கலே... கொம்பூதி உறவும் பிடிக்கலே...” பச்சமுத்து பதம் பார்த்து செறுகினான். வேயன்னாவுக்கு ‘சீத்’ எனக் கோபம் வந்தது.

“டேய் பச்சமுத்து! மனம் போன போக்கிலே பேசக்கூடாது. மனுசனுக்கு மனுசன் ராசியா இருக்கிறது நல்லது தானே? இதிலே என்ன தப்பு?”

துருவன் தலை நிமிராமல், “அய்யா... எங்களாலே தானே உங்களுக்கு பெருநாழிப் பகையும் போலீஸு நெறுக்குதலும் வந்தது?”என்றான்.

“வரட்டுமே! அதுக்காக பெரும்பச்சேரி சனம் ஏன் பட்டினி கிடக்கணும்...?” என்றவர், “ ஏய்... பச்சமுத்து! பெரும்பச்சேரிக்கு தட்டுப்பாடு இல்லாமல் தவசம் தான்யம் அனுப்பி வெச்சியா?” கேள்வியைத் திருப்பினார்.

“வண்டி வண்டியா கொண்டு போயி... நானே இறக்கினேன் அய்யா. துருவனைக் கேளுங்களேன்...”

துருவன், வாயில் துண்டைப் பொத்திக் கொண்டு, கலங்கிய கண்கள் அசையாமல் அமர்ந்திருந்தான்.

வேயன்னா, தீர்மானமாகச் சொன்னார்.

"திருவேட்டை செய்தது சரி தான். பெருநாழிக்காரனுக்கு இனிமேலோவது புத்திவந்து, மனுசனை மதிக்க கத்துக் கிடணும்."

வையத்துரைக்கு தான் மனசு ஆறவில்லை.

முளைக்கட்டுத் திண்ணை நிறையவும், சுற்றிலும் கூடி இருந்தார்கள். எருதுகட்டு மேலே குறி வைத்து, இளவட்டக் கூட்டம் நிறைய வந்திருந்தது.

"இந்த வருசம் எருதுகட்டு நடத்த முடியாது" என்று எடுத்த எடுப்பிலேயே ஓங்கி அடித்தார் தங்கச்சாமி. ஊருக்கு 'முதல்கரை' அவர் தான். அத்தனை முதல் மரியாதையும் அவருக்குப் போகத் தான் மற்றவர்களுக்கு.

போதைக்கார இளவட்டங்கள் முறுக்கினார்கள்.

"எருதுகட்டு ஏன் நடத்த முடியாது?"

"கோட்டைக்குள்ளே இறங்கி, மாடு பிடிக்க, கொம்பூதிக்காரன் வரமாட்டான். அதனாலே..." முடிவுக்கு வராமல் பேசிக் கொண்டே இருக்க, குதிரைச் சாரட்டில் வந்து பகதூர் துரை இறங்கினார். முக்யஸ்தர்களெல்லாம் மளமளவென கீழே இறங்கி கும்பிட்டார்கள். துரை வரப் போவது யாருக்கும் தெரியாது.

கிழட்டு போலீஸ், துரைக்கு வழி ஒதுக்கி கொடுத்தார்.

திண்ணையில் தாவி உட்கார்ந்த பகதூர் துரை, "ஏன் நிறுத்திட்டீங்க? நீங்க பேசுங்க..." கூட்டத்தை ஒரு சுற்றால் நிதானித்தார்.

"எசமான் திடுதிப்புனு வந்திட்டீங்க! வர்றது தெரிஞ் சிருந்தால்... மாலை, மரியாதை பண்ணி இருப்போம்" முதல்கரை தங்கச்சாமி அடக்கம் காட்டினார்.

"அதெல்லாம் தேவையில்லை. திருவிழா நல்ல முறையில் நடக்கணும்..." துரை இணக்கமாக பேசியது, கூடி இருந்த கூட்டத்துக்கு பிடித்து போனது.

“திருவிழாவிலே என்ன விசேஷம்?” கிழட்டுப் போலீஸ் சொல்லிக் கொடுத்த இடத்திலிருந்து துரை, பேச்சை ஆரம்பித்தார்.

“அம்மனுக்கு முளைப்பாரி, அய்யனாருக்கு குதிரை எடுப்பு, மற்றபடி ஆட்டம்... பாட்டம் எல்லாம் நடக்கும் எசமான்.’’

செத்துப்போன சுப்பையாவுக்கு பிறகு, ஏகாம்பரத்தின் வாய் ஒடுங்கிப் போக, இப்போதெல்லாம் முந்திக்கொண்டு பேசுவது அய்யாதுரை தான்.

“எருதுகட்டு நடத்துறது உண்டா?” கிழட்டு போலீஸ் ஒன்றும் தெரியாதவாராய் இழுத்தார்.

“வருசா வருசம் நடத்துறது தான். இந்த வருசம் எருதுகட்டு இல்லே...

”“ஏன்?”

“கொம்பூதிக்காரன் வந்துதான் மாடு பிடிக்கணும். இந்த வருசம் வரமாட்டான். ரெண்டு ஊரும் பகையாகிக் கிடக்குதே?”

“ஊர்ப் பகையெல்லாம் கிடக்கட்டும். சாமி சந்தோஷம் முக்கியம் இல்லையா?”

“முக்கியம் தான். அதுக்காக, மாட்டுக் கொம்புலே விழுந்து சாகறது யாரு எசமான்?”

“எருதுகட்டு நடத்தணும். என்ன செய்யலாம்...?”

“மாடு பிடிக்க கொம்பூதிக்காரன் வேணுமே எசமான்?”

“கொம்பூதி ஆட்களை கூப்பிடுவோம்,” துரை சொன்னதும் பேச முடியாமல் நெளிந்தார்கள்.

“கொம்பூதிக்கே போய் பேசுவோம், நானும் வருகிறேன்.”

முக்கியஸ்தர்களுக்கு மூச்சு நின்று, புறப்பட்டது.

ஏகாம்பரம், பதுங்கு குரலில், “முள்ளு பாதையை வெட்டிய கதை போல ஆகி விடக் கூடாது எசமான்.” நினைவூட்டினார்.

“பயப்படாதீங்க. எல்லாம் நான் பார்த்துச் கொள்கிறேன்” ஊர்க் கூட்டத்தில் உட்கார வந்தவர், உத்தரவு போட்டுவிட்டு இறங்கினார்.

எருது கட்டுக்காகத் தவித்த இளவட்டங்கள் ஊற்சாகத்தில் விசிலடித்தார்கள்.

துரையை குதிரைச் சாரட்டில் ஏற்றி விட்ட கிழட்டு போலீஸ் திண்ணைப் பக்கம் திரும்பி, "நாளை அதிகாலையிலே... கொம்பூதிக்கு போக, கொட்டு மேளத்தை ஏற்பாடு பண்ணுங்க..." பதிலுக்குக் காத்திராமல் தொந்தி குலுங்க போனார்.

ஊர்க்கூட்டம் உள்ளுக்குள் முழி திருகியது.

47

கொட்டு மேளத்தோடு கொம்பூதிக்குப் போக, கச்சேரி வாசலில் அதிகாலையிலேயே ஆயத்தமாக நின்றார்கள்.

அடுத்த முகம் தெரியாத இருட்டு படர்ந்திருந்தது. இன்னும் விடியாத பொழுது குளிர்ந்து கிடந்தது. வாய் வார்த்தைகள் ஈரப் பதப்பட்டு, நனைந்து வந்தன. முக்கியஸ்தர்களின் மேனிகளில் வாசனைத் திரவியங்கள் மணத்தன. குளிர் காற்றலை கமழ்ந்தது.

கிழட்டுப் போலீஸ், நெற்றி நிறைய திருநீறு பூசி, வெள்ளை வேட்டி சட்டையில் உருமாறி இருந்தார்.

பகதூர் துரை தான் வரணும். போலீஸ் குதிரைகள் படுத்திருந்தன. உடுப்புப் போட்ட போலீஸ் ஒருவரையும் காணோம். கிழட்டுப் போலீஸின் கண்களுக்கு கூட்டம் நிறைய தெரிந்தது.

'கொம்பூதிக்குப் போக இத்தனை பேர் தேவையா?'

கொம்பூதிக்கும் பெருநாழிக்கும் பக்கம் தான். ஆனாலும் ரொம்பப் பேர் போனதில்லை. பச்சமுத்து ஒருவன் தான் அடிக்கடி போவான்... வருவான். 'கூட்டத்தோடு கூட்டமாக போயி... கொம்பூதியைப் பார்த்து விடுவோம்'னு கூடுன கூட்டம் தான் இது.

ஏகாம்பரத்துக்கு மனசுக்குள் இடித்துக் கொண்டே இருந்தது. 'கொம்பூதியை அழிக்காமல் விடமாட்டேன்'னு சொன்ன பகதூர்துரை, கொட்டு மேளத்தோடு கொம்பூதி போறான்னா என்ன திட்டத்தோடு போறான்?'

விடியற் காலத்திலேயே வெற்றிலையை குதப்பிக் கொண்டிருக்கும் கிழட்டுப் போலீஸ் வாயிலிருந்து வார்த்தையை பிடுங்க முடியவில்லை.

ஏகாம்பரத்துக்கு கொம்பூதி போக மனசு ஏறலே. என்ன வேண்டுமானாலும் நடக்கும். பூவும் விழும். தலையும் விழும். விழப்போவது யார் கழுத்தில் பூவோ...! யார் கழுத்துத் தலையோ...! நினைக்கவே நடுக்கம் கொடுத்தது. ஆனாலும் தப்பிக்க வழி இல்லை.

சாரட்டு வண்டியில் வந்திறங்கினார் பகதூர் துரை. அரசாங்க உடுப்பு அணியாததால், கம்பீரக் குறைவாய் தெரிந்தார். கூட்டமெல்லாம் கூடி துரையைக் கும்பிட்டது. இறங்கியதும். "போகலாமா?" என்றார். கச்சேரிச் சுவரோரம் உட்கார்ந்திருந்த கொட்டு மேளக்காரர்கள் எழுந்தார்கள்.

கிழட்டு போலீஸ், "முக்கியஸ்தர்களெல்லாம் வந்தாச்சா?" கூட்டத்துக்குள் கண்ணை ஓட்டினார்.

தலையாரியும் முன்சீப்பும் புறப்படச் சம்மதம் சொன்னார்கள்.

கூட்டத்துக்குள் நடந்த புலவருக்கு, போலீஸ்காரன் சதி பிடிபடலே. எதையும் முன் அறிந்து சொல்கிற புத்திக்கு இந்த ரகசியம் விளங்கலே. கொம்பூதியை வளைத்து, கோடு விழுவதாக மட்டும் உள் மனசு சொன்னது.

குலசாமியை கும்பிட்டுக் கொண்டே வந்தார் கார்மேக ஆசாரி. 'வேயன்னாவுக்கு ஒண்ணும் ஆகக் கூடாது.'

பகதூர் துரையும் கிழட்டு போலீஸும் தவிர வேறு போலீஸ் கிடையாது. கைத்துப்பாக்கி கூட இல்லாமல் வீசிக்கொண்டு நடக்கும் பகதூர்துரையை முன்னே விட்டு கூட்டம் போனது. ஏகாம்பரம் முன்னேயும் இல்லாமல், பின்னேயும் இல்லாமல் நடுவில் நடந்து போனார்.

இன்ஸ்பெக்டர் பகதூர், இதுவரை கொம்பூதிக்குப் போனது இல்லை. வேயன்னாவைப் பார்த்ததுமில்லை. யாரோடும் பேசாமல் இறுக்கமாக நடந்தார்.

ஏகாம்பரத்துக்கு மதி ஓடலே. 'போலீஸ்காரன் பேச்சைக் கேட்டு கொம்பூதிக்குப் போறது சரியா... தப்பா...? அப்படி என்ன எருதுகட்டு நடத்தணும்? போலீஸ் பிடியில் பெருநாழி சிக்கிப் போச்சு. அவன் என்ன சொன்னாலும் மறுக்க

முடியலே. கெம்பூதியை அடக்காதவன், பெருநாழியை அடிமை ஆக்கிவிட்டான். சிங்கத்திடமிருந்து காப்பாத்த பிசாசு வந்த கதையாக இருக்குது நம்ம பொழப்பு! கவிழ்ந்தபடி நடந்தார்.

பெரும்பச்சேரி தாண்டி முள்ளூ வெட்டில் சுப்பையா வளரி பாய்ந்து செத்த இடம் வந்தாச்சு. அதற்கு மேல் முள்ளுக்காடு. துரையைப் பின்னே விட்டு முன்சீப்பும் தலையாரியும் முன்னே நுழைந்து போனார்கள். கொட்டு மௌக்காரர்கள் கடைசியாக வந்தார்கள்.

நரிவேலு தலையிலே நகைப்பெட்டி இருந்தது.

முள்ளுக் காட்டுக்குள் விழுந்து ஓடிவந்து கொண்டிருந்தார்கள். விடியுமுன்னே கொம்பூதி போய்ச் சேரணும். குளிர்ந்த பொழுதிலும் வியர்வை கொட்டிக் கொண்டிருந்தது. எல்லோருக்கும் முன்னால் வையத்துரையும் வில்லாயுதமும் வந்து கொண்டிருந்தார்கள். கழுவனின் தோளில் ஆட்காட்டி குருவி உட்கார்ந்து வந்தது. கருப்பையா கையிலே கன்னக்கோல், பாண்டி தோளிலே பாரக்கயிறு, சின்னக்கத்தி கையிலே கடப்பாரை இருந்தன.

மல்லேஸ்வரம் முதலாளி வீட்டை குறி வச்சுப் போன காரியம் நல்லபடியாக முடிந்தது. விரட்டி வந்த நாய்கள் விலாவில் குத்துப்பட்டு மல்லாந்தன. மற்றபடி ஊர் முழிக்கலே. ஆனாலும் பொழுது வியுடிமுன்னே போய்ச் சேரணுமே? அங்கே புடிச்ச ஓட்டம் நிக்கலே.

இன்னிக்கு வேயன்னா வரலே. விவரம் சொல்லிவிட்டு வீட்டிலேயே இருந்துட்டாரு. விட்டேத்தியாக அலைகிற வில்லாயுதம் தொழில் பழகணுமில்லே? வையத்துரை இருக்கிறபோது வில்லாயுதத்துக்கு என்ன? ரெண்டு பேரும் சேர்ந்த காரியம் தோற்காது. தனக்குத் தெரிந்த தொழில் நுணுக்கத்தை எல்லாம் வில்லாயுத்ததுக்கு சொல்லித் தருவான் வையத்துரை.

பிழைப்புக் காரியங்களை பிள்ளைகளிடம் ஒப்படைத்து விட்டு, பெரியாளுகள் மேற்பார்வை பார்த்துக் கொள்ள வேண்டியது தான்.

ஓடை இறங்கியதுமே ஊரணிக்கரை ஆலமரம் தட்டுப்பட்டு நாய்க் குரைப்பு கேட்டது.

பொழுது விடியப் போகுது.

பாதைப் புழுதி, நாசியில் ஏறியது.

கையில் வேல்கம்பும் கால் நிறையப் புழுதியுமாய் வில்லாயுதம் ஓடுகிற அழகில், பின்னால் வரும் இளவட்டங்கள் கண் நிறைந்தார்கள்.

ஊமையன் நரிவேலு ரெண்டு கைகளையும் நகைப் பெட்டியின் மேல் லாத்திப் போட்டு, தலை அசையாமல் ஓடினான். கீரைச்சட்டி, எல்லோரையும் முன்னே விட்டு லொங்கு ஓட்டத்தில் வந்தான்.

ஊரணிக்கரை தொட்டதும் ஓட்டம் மட்டுப்பட்டது.

கூழானிக் கிழவி, இருளப்பசாமி கோயிலின் முதல் மணியை அடித்து விட்டாள்.

குழந்தை குட்டிகளெல்லாம், 'டைய்... டைய்... ங்... டைய்... ய்ங்...' மணிகளை விடாமல் அடித்தார்கள்.

கோயில் மந்தையில் கொம்பூதி கூடியது.

குமரிகளெல்லாம் குடங்கள் நனைத்த ஈரத் துணிகளோடு ஓடிவந்தார்கள். வழித்தடம் பார்த்து நாய்கள் குழைந்தன.

பொழுது பளபளத்துக் கொண்டிருந்தது.

கோயில் மணிச் சத்தத்தோடு ஆலமரத்துப் பட்சிகளும் கலகலத்துக் கொண்டிருந்தன.

அங்கம்மாவும் அன்னமயிலும் சேர்ந்தே வந்தார்கள். சிட்டு பறந்து வந்தாள்.

நாய் குதறிச் செத்த சோலை பெஞ்சாதி இருளாயி, வீட்டு வாசலிலேயே நின்று வேடிக்கை பார்த்தாள்.

வேயன்னாவை மட்டும் இன்னும் காணோம்.

ஊருக்கு வடக்கே, ஊரணிக்கரை வளைத்த பாதையில் நகைப்பெட்டி வந்துகொண்டிருந்தது. வேயன்னா போகாமல், வில்லாயுதம் தலைமையிலே போய் திரும்புகிற ஆளுகளைப் பார்க்க, கூட்டத்தோடு கூட்டமாக சிட்டு முண்டியடித்தாள்.

அன்னமயில், சிட்டுவின் தொடையில் ஒரு கிள்ளு கிள்ளுனாள்.

"எங்க அண்ணனைப் பார்க்க இந்தப் பரிதவிப்பா!"

ஊருக்கு நேர் கிழக்கே பெரும்பச்சேரி ஒத்தையடி முள்ளுப்பாதை. பெருநாழிக் கூட்டம் கொம்பூதியை நெருங்கி வந்து விட்டது. பழக்கமில்லாத பாதை என்றாலும் பகதூர் துரைக்கு வருத்தம் தெரியலே. வெறி ஏறிப் போயிருந்த நெஞ் சுக்குள் வேறு கணக்கு ஓடிக் கொண்டிருந்தது.

கொம்பூதி நெருங்க நெருங்க ஏகாம்பரத்துக்கு குலை பதறியது. ஆளோடு ஆளாக, சிரமப்பட்டு புலவரும் வந்து சேர்ந்து விட்டார்.

கார்மேக ஆசாரிக்கு வெகு நாளைக்கப்புறம் வேயன்னாவைப் பார்க்கப் போகிற சந்தோஷம் ஒருபுறம். கூட வருகிற கூட்டத்தை நினைத்து வருத்தம் ஒருபுறம், 'இவர்களோடு சேர்ந்து போனால் வேயன்னா என்ன நினைப்பாரோ' என்கிற அச்சமும் இருந்தது.

ஊர் எல்லையைத் தொட்டதும் கிழட்டுப் போலீஸ௳ கை அமர்த்தி எல்லோரையும் நிறுத்தினார். கொட்டு மேளத்தை முன்னே வரச் சொன்னார். தாம்பூலத் தட்டில் மாலை, பழம், வெற்றிலை, பாக்கு, கல்கண்டு, எலுமிச்சம் பழத்தை எடுத்து வைக்கச் சொன்னார். தாம்பூலத் தட்டை ஏந்தி முன்னேபோக ஏகாம்பரத்தை அழைத்தார். காது கேளாதவர் போல, ஏகாம்பரம் கூட்டத்துக்குப் பின்னே பதுங்கினார்.

கிழட்டுப் போலீஸ் மேலே ஏகாம்பரத்துக்கு கோபமான கோபம்.

'இந்தக் கிழட்டுப் பயல், எதற்கெடுத்தாலும் என்னையே முன்னே தள்ளுறான்!'

ஏகாம்பரம் பதறுவதைப் புரிந்து கொண்ட கிழட்டுப் போலீஸ், அடுத்து நின்ற 'முதல்கரை' தங்கச்சாமியின் கைகளில் தாம்பூலத் தட்டை ஏற்றினார். 'முதல்கரை' தட்டு மாற்றினால், மொத்த ஊரும் தட்டு மாற்றியதாக அர்த்தம்.

கொட்டு மேளக்காரனைப் பார்த்து, "ம்... அடிங்கடா..." கை அசைத்தார்.

மேளக்குச்சியும் விரல்களும் வாசிக்க கிளம்பின. நாயணக்காரரின் கன்னம் உப்பியது.

கோயில் மணிகள் கணகணக்க, கொம்பூதிக் கண்களெல்லாம் வடபுறத்து பாதை மீதிருந்தது.

நாய்கள் வடபுறம் பார்த்துக் குழையவும் கிழக்கே பார்த்து குரைக்கவுமாய் வட்டமடித்தன. சனத்துக்கு புரியலே. கண்ணெல்லாம் வடக்கே இருந்தது.

வேல்கம்பும் கையுமாக, வில்லாயுதம் ஊரணிக்கரை மேடேறினான். வையத்துரை தோளோடு சேர்ந்து வந்தான்.

எக்குப் போட்டு குழைய வேண்டிய நாய்கள், கிழக்கேயும் பார்த்து கால் பின்னின.

ஊடே வரும் நரிவேலுவின் தலையில் நகைப்பெட்டி தெரிந்ததும், குலவையொலிவும் கோயில்மணிச் சத்தமும் அடர்ந்து கிளம்பின.

அத்தனை சத்தத்தையும் மீறி ஒரு புதுச் சத்தம் கிழக்கே இருந்து வந்து கொண்டிருந்து.

சனங்களின் கண்ணெல்லாம் கிழக்கே திரும்பியது.

மேள வாத்தியக்காரன் உருட்டிக் கொண்டிருந்தான்.

"இதென்ன கூத்து...!" கூழானிக் கிழவி முன்னே வந்தாள்.

கொட்டு மேளம், தட்டு தாம்பூலம், நெந்றித் திருநீறு, பட்டுச்சரிகை வேட்டி, வாசனைத் திரவியங்களோடு கிழக்கே, 'பெருநாழிக் கூட்டம்.'

வேல்கம்பு, வெட்டரிவாள், கன்னக்கோல், கடப்பாரை, வியர்வை நாத்தம், புழுதி அழுக்கோடு வடக்கே, 'உள்ளூர் கூட்டம்.'

கிழட்டுப் போலீஸ் வேட்டி கட்டி இருந்தாலும், கூழானியின் இடுங்கிய கண்களுக்கு அடையாளம் தெரிந்து போனார்.

"இவன் போலீஸ்காரனாச்சே...!"

ஆனாலும், கிழவி பதறவில்லை.

குலசாமிக்கு முன் குனிந்து திருமண் எடுத்தாள். தவித்துப் போய் நிற்கும் தன் பிள்ளை, பேரன்களின் நெற்றியில் பூசி விட்டு, காது குளிரக் குலவையிட்டாள்.

மணிச் சத்தம் கூடுதலாக கேட்டது.

வடக்கே இருந்து நகைப் பெட்டியும் கிழக்கே இருந்து தாம்பூலத்தட்டும் கோயிலை நெருங்கி வந்து கொண்டு இருந்தன.

48

வில்லாயுதமும் வையத்துரையும் வேல் கம்புகளோடு முன்னே வர, ஊமையன் நரிவேலுவின் தலையில் இருக்கும் நகைப் பெட்டியை ஊடே விட்டு, கொம்பூதிக் கூட்டம் கோயிலை நோக்கி வந்தது. எல்லோர் நெற்றியிலும் கூழானிக் கிழவி பூசி விட்டிருந்த திருமண், வியர்வையில் நனைந்து கண்ணாம்பட்டையில் இறங்கிக் கொண்டிருந்தது.

பகதூர் துரைக்கும கிழட்டு போலீஸுக்கும் நடுவில் பெருநாழி 'முதல்கரை' தங்கச்சாமி தாம்பூலத் தட்டு ஏந்தி வர, கொட்டு மேளத்தோடு பெருநாழிக் கூட்டமும் கோயிலை நெருங்கி வந்து கொண்டிருந்தது.

ஏகாம்பரம், தலை தெரியாமல் கூட்டத்துக்குள் பதுங்கி வந்தார்.

கொம்பூதி சனத்துக்கு ஒண்ணும் புரியலே. இளவட்டங்கள் கொதிப்பேறிப் போயிருந்தார்கள்.

கோயில் மணிச் சத்தம் நின்று போனது. மேள வாத்தியக்காரன், நிலைமை புரியாமல் வாசித்துக் கொண்டிருந்தான்.

பகதூர் துரை கண்களை அலைய விட்டார்.

'இது தான் கொம்பூதியா? இந்தக் கூட்டத்தை ஒடுக்கத் தான் இத்தனை பிரயத்தனமா? இவர்களில் 'வேயன்னா' யாராய் இருக்கும்?'

ஏதோ... காடு கரை வேலைக்குப்போய் விட்டுத் திரும்புவது போல், களவுக்குப் போய்த் திரும்பி இருக்கும் இளவட்டங்களின் கூட்டத்தை பகதூர் துரை பார்த்தார்.

'இதென்ன கொடுமை! இவ்வளவு சுயராஜ்யமாய் களவாடித்

திரிய, இவர்களுக்கு எவ்வளவு தைரியம் இருக்க வேண்டும்!' பகதூர் துரைக்கு கண்ணெல்லாம் சிவந்து போனது.

'இவர்களை அழிக்காமல் விடக் கூடாது' என்கிற எண்ணம் உரமேறிய மாத்திரத்தில், கமுதி கச்சேரியில் வைத்து லவ்லக் துரை சொன்னது ஞாபகத்தில் வந்தது.

'உனக்கு முன்னால் வந்த விக்டர், ரொம்பவும் நிதானமானவன். நீ, ரொம்பவும் அவசரக்காரன். இவை இரண்டுமே கொம்பூதிக்காரனிடம் செல்லாது. சரியான திட்டமும் சாதுர்யமும வேண்டும். எதிலும் அவசரம் வேண்டாம்!'

முனைப்பை எல்லாம் அடக்கிக் கொண்டார்.

கூழானிக் கிழவிக்கு, கோபமான கோபம்.

'புது வேசம் போட்ட போலீஸுக்காரனும், காட்டிக் கொடுத்த பெருநாழிக்காரனும் கூட்டுச் சேர்ந்து கொம்பூதிக்கு வந்திருக்கிற மர்மம் என்ன? தட்டு, தாம்பூலம் வந்திருக்கே...! எதுக்கு?'

கொட்டு மேளக்காரன் நிறுத்துவதாக இல்லை. உருட்டிக் கொண்டிருந்தான்.

நகைப்பெட்டிக்குச் சமமாய் தாம்பூலத் தட்டும் கோயிலை நெருங்கி வர, கூழானிக் கிழவிக்கு ஆத்திரம் பொறுக்கலே.

"டேய்... நில்லுங்கடா! யாரைக் கேட்டு ஊருக்குள்ளே நுழைஞ்சீங்க...?"

கிழவியின் வயசுக்கு மீறிய ஆத்திரம், பெருநாழிக் கூட்டத்தை தடுமாறச் செய்தது.

அன்னமயில் விழுந்தடித்து வீட்டுக்கு ஓடினாள்.

வீடு நிறைய அடுக்கி வைக்கப்பட்டிருந்த ஆயுதங்களுக்கு மத்தியில் வேயன்னா படுத்திருந்தார்.

விதவிதமான ஆயுதங்கள். இவற்றில் எதுவுமே தோற்றுத் திரும்பியது கிடையாது. ரத்தத்தில் குளித்தவை.

கொம்பூதிக்கு வந்து குடியேறியதிலிருந்து நடந்த கலகங்கள் கொஞ்சமா? பலி எடுத்ததும், கொடுத்ததும் எத்தனை எத்தனை உயிர்களை!

ஆயுதங்களோடு வாழ்க்கை என்றாகிப் போனது.

இந்த வாழ்க்கையில் சுகமும் இல்லை, துக்கமும் இல்லை. கூட்டத்தோடு சேர்த்துக் கொள்ள அருவருப்பு அடைபவர்கள் மத்தியில், இவற்றைத் துறக்க வழியும் தெரியவில்லை. அழியாது தழைக்கும் வாரிசுகளுக்கு சேர்த்து வைத்து விட்டுப் போவது, இந்த ஆயுதங்களை மட்டும் தான்.

வேயன்னா, தனிமையில் உழன்று கொண்டிருந்தார்.

"அய்யா... அய்யா..." கத்திக் கொண்டே அன்னமயில் ஓடிவந்தாள்.

"என்னம்மா...?"

"கெட்டு மேளத்தோடு... பெருநாழிக்கார ஆளுகள் வந்திருக்காங்க. கூடவே போலீஸும் வந்திருக்கு!"

வேயன்னா உதறி எழுந்தார்.

"நம்ம பயலுக ஊர் திரும்பிட்டாங்களா?"

"வந்துட்டாங்க."

அய்யாவின் செருப்புகளை எடுத்து வாசலில் போட்டாள் அன்னமயில். வேயன்னா படியிறங்கி நடந்தார்.

கோயிலுக்கு முன்னால் கூழானிக் கிழவி சீற்றமெடுத்துப் போய் நின்றாள்.

கூட்டத்தை விலக்கி நுழைந்த வேயன்னா, நின்று நிதானித்தார்.

பார்த்த மாத்திரத்திலேயே பகதூர் துரைக்கு தெரிந்து போனது.

'ஓ... இவர் தான் வேயன்னா!'

கிழட்டுப் போலீஸ் தலையைக் கவிழ்ந்து கொண்டிந்தார்.

'முதல்கரை' தங்கச்சாமி, தாம்பூலத்தட்டை நெஞ்சுக்கு நேராக உயர்த்தி, "அய்யா... கும்பிடுகிறேன்" சிரித்தார். அய்யாத்துரையும் சேர்ந்து கும்பிட்டார்.

ஏகாம்பரம் இன்னும் பதுங்கினார்.

கார்மேக ஆசாரி தலைக்கு மேல் கைகளை உயர்த்தி, "அய்யா கும்பிடுகிறேன்" வாய் நிறையைச் சொன்னார்.

வேயன்னாவுக்கு கொடுக்கபடும் மரியாதை, பகதூர் துரைக்கு உறுத்தியது.

வேல ராமமூர்த்தி

பகதூர் துரையின் விறைப்பு, வேயன்னாவுக்கு உறுத்தியது.

'இவன் தான் புதுசா வந்த அதிகாரியா இருப்பானோ!'

மேளச்சத்தம் நின்று போனது.

வேயன்னா, பகதூரின் நெற்றிப் பொட்டுக்கு நேராகப் பார்த்தவாறு, "துப்பாக்கிக் கூட்டமும், துரோகிக் கூட்டமும் ஒண்ணு சேர்ந்து வந்திருக்கே! என்ன விவரம்?" என்றார்.

பெருநாழிக் கூட்டம் நின்ற வாக்கில் நெளிந்தது.

கிழட்டுப் போலீஸு முகத்தை தூக்கவே இல்லை.

தொழிலுக்குப் போய்த் திரும்பிய இளவட்டங்கள், கையில் ஆயுதங்களோடு பசித்து நின்றார்கள்.

'போலீஸுக்காரன் பேச்சைக் கேட்டு கொம்பூதிக்குள்ளே நுழைஞ்சுட்டோம். சேதாரம் இல்லாமல் திரும்பி ஊர் போய் சேருவோமா?' உள்ளுக்குள் பெருநாழி ஆளுகளுக்கு பதைத்தது.

வேயன்னா கேட்டார்: "அதென்னா... தட்டு, தாம்பூலம், மாலை, வெத்தலை பாக்கு!"

தைரியத்தை வரவழைத்துக் கொண்டு 'முதல்கரை' தங்கச்சாமி பேசினார்.

"ஆவணி மாசம் ஆத்தாளுக்கு முளைப்பாரி திருவிழா..."

"வருசா வருசம் நடக்கிறது தானே?"

"எருதுகட்டும் நடத்தலேன்னா... சாமி குத்தமாம்...!"

"எருதுகட்டும் வருசா வருசம் நடக்கிறது தானே?"

"கொம்பூதி அய்யா வந்தால் தான் மாடு பிடிபடும்!"

"ஓகோ...! வெட்டப் போற கோயில் கிடாய்க்கு போடுற மாலையா இது?"

"அப்படியெல்லாம் இல்லே அய்யா."

"வேறு எப்படி? வருசா வருசம் எருதுகட்டிலே நாங்க வந்து மாடு பிடிக்கிறது தானே வழக்கம்? எப்பவும் போல தகவல் சொன்னா...நாங்க வரப் போறோம். இந்த வருசம் என்ன புது மரியாதை?"

தங்கச்சாமிக்கு வாய் எழவில்லை.

“தெரிஞ்சோ... தெரியாமலோ... ரெண்டு ஊருக்கும் சில மனஸ்தாபம் வந்துருச்சு. அய்யா கோபத்திலே இருப்பீங்களேன்னுதான் ஊரோடு திரண்டு வந்தோம். நடந்த தப்புக்கெல்லாம் சேர்த்து மன்னிப்புக் கேட்டுக்கிறோம்”

தாம்பூலத் தட்டை கோயில் பீடத்தில் வைத்துவிட்டு ‘முதல்கரை’ தலைக்கு மேல் கையெடுத்துக் கும்பிட்டார்.

“தங்கச்சாமி! இத்தனை வருசமா நடந்த எருதுகட்டிலே, மாடு குத்தி, எங்க இளவட்டங்க எத்தனை பேரு செத்துருக்கிறான்...! எத்தனை பேரு காயம் பட்டிருக்கிறான்! உயிரைப் பணயம் வச்சு நாங்க விளையாடுற விளையாட்டு, உங்களுக்கு வெறும் பொழுது போக்கா தெரியுது. மாடு குத்தி சாகுறதைக் கூட, நாங்க சாமிக்கு உண்டான நேர்த்திக் கடனா நினைக்கி றோம். ஆனால் நீங்க... ஒரு குடம் தண்ணிக்காக துருவனைக் கட்டி வெச்சீங்க. எங்க ஊரைக் காட்டிக் கொடுக்க பாதை வெட்டுனீங்க...!”

“அய்யா... எங்களை மன்னிச்சிருங்க சாமீ...”

பெருநாழிக்காரன் எல்லோரும் ஒண்ணு சொன்னது போல் தலைக்கு மேல் கை தூக்கி வேண்டினார்கள். ஏகாம்பரத்துக்குத் தான் ரொம்பவும் குத்தியது.

“இனிமேலாவது, பெரும்பச்சேரிக்காரனை மனுசனா மதியுங்க,” என்றவர், “எருதுகட்டுக்கு எங்களைக் கூப்பிட நீங்க வந்தது சரி. இந்த போலீஸுக்காரன் ஏன் வந்தான்?” கிழட்டுப் போலீஸு பக்கம் வேயன்னா திரும்பினார்.

வெள்ளை வேட்டியில் இருந்த கிழட்டுப் போலீஸு குழைந்தார். “உங்க தகுதி தெரியாமல் நாங்களும் தப்பு பண்ணிட்டோம்.”

“கொலை பண்றதும் கொள்ளை அடிக்கிறதும் தான் எங்க தகுதி. வேறு என்ன புது தகுதியைக் கண்டு வந்தீங்க?”

கிழட்டு போலீஸு, பகதூர் துரையை பார்த்தார்.

“இப்படி எல்லாம் வேசம் போட்டு போனால்... கொம்பூதிக்காரன் ஏமாறுவான்னு எவன் சொன்னது? கூட்டத்தோடு கூட்டமாக கலந்து, கொம்பூதியை ‘புள்ளி’ வைக்க வந்தீங்களா?” என்றார் வேயன்னா.

பகதூர் துரைக்கு நெருப்பில் நிற்பது போல் இருந்தது.

“அய்ய்யோ...! அப்படி எல்லாம் ஒண்ணுமில்லே.”

“ஏய்... பேசாதே...” ஒற்றை விரல் நீட்டி போலீஸை எச்சரித்த வேயன்னா, தங்கச்சாமி பக்கம் திரும்பி, “நீங்க போங்கப்பா எருதுகட்டுக்கு நாங்க வந்துருவோம்.”

கும்பிட்டு விட்டுத் திரும்பிய பெருநாழிக் கூட்டத்தை விலக்கி கார்மேக ஆசாரி மட்டும், “அய்யா...!” வேயன்னாவுக்கு முன்னே வந்து கும்பிட்டார். “என்னப்பா கார்மேகம்... நல்லா இருக்கியா? உன் பெஞ்சாதி நல்லா இருக்குதா?”

“உங்க புண்ணியத்திலே நல்லா இருக்கிறாள் சாமீ. ஆம்பளைப் பிள்ளை பிறந்திருக்கு. உங்க பேரைத் தான் வச்சிருக்கிறோம் அய்யா” கார்மேக ஆசாரிக்கு கண்ணீர் ஓடியது.

“அப்படியா...! நல்லா இருக்கட்டும்” ஆசாரியின் கைகளைப் பிடித்துக் கொண்டார்.

கோயில் மணியை கூழானி அசைந்து விட்டாள்.

அத்தனை மணிகளும் ஒலிக்கத் துவங்கின.

ஊமையன் நரிவேலு, நகைப்பெட்டியை கோயிலுக்கு முன்னால் இறக்கினான்.

‘டைய்... ய்ங்... டைய்... டைய்... ய்... ய்...’

கோணிப் பையை தோளில் போட்டிருந்த பச்சமுத்து, கொம்பூதி முள்ளுப் பாதையில் வேக வேகமாய் வந்து கொண்டிருந்தான். எதிரே கொட்டு மேளகாரக் கூட்டம் திரும்பி வருவதைக் கண்டதும் ஒரு முள்ளுப் புதருக்குள் பதுங்கி உட்கார்ந்து கொண்டான்.

49

நடுக்காட்டுச் சந்தையை தீ வைத்து கொளுத்திய பிறகு, இதுநாள் வரை பெருநாழிக்குள் நுழையாத கொம்பூதிக்காரர்கள் இன்று நுழையப் போகிறார்கள். இன்றைக்கு தான் பெருநாழி எருதுகட்டு. புதன்கிழமை ஏழாம் திருவிழா.

ஒயிலாட்டம், மயிலாட்டம், கரகாட்டம் என்று ஆறு நாளும் ஊரு கோலாகலப்பட்டுக் கிடக்குது.

கோயில் கிடாய் வெட்டும் இன்றைக்குத் தான்.

அதிகாலையிலேயே ஆத்தாளுக்கு பொங்கல் வைத்து இறக்கியதும், 'கிடாய் வெட்டு' ஆரம்பிக்கும். வீட்டுக்கொரு கிடாய் வெட்டப்படும். ஊருக்குள்ளே கறி திங்காத ஆளுகளும் உண்டு. ஆனாலும், கிடாய் வெட்டைப் பார்க்கிறது, ஊர்ச்சனத்துக்கு ஒரு வேடிக்கை.

காவல்கார திருமால் தான் கிடாய் வெட்டுவார். முழு நீள கை அரிவாளுக்கு என்ன தான் பக்குவம் பண்ணுவாரோ...! 'தக தக'னு பளபளக்கும்!

கிடாய்க் கொம்புகளில் பூவைச் சுற்றி, ஒரு குடம் மஞ்சள் தண்ணீரை உடம்பு நனைய ஊற்றி விட்டதும், கிடாய் சிலிர்த்து ஒரு குலுக்கு குலுக்கும். நிற்கிற வாகு பார்த்து ஒரே வெட்டு. தலை தனியா ஓடும்! ஒரு கிடாய்க்கு 'ஒரு வெட்டு' தான். 'மறுவெட்டு' கிடையாது.

குடம் குடமாக மஞ்சள் தண்ணீரை ஊற்றியும், கிடாய் உடம்பைக் குலுக்கலேன்னா அது தெய்வக் குத்தம். அந்த கிடாய்க்காரக் குடும்பமே கை கூப்பி, கண்ணீர் விட்டு ஆத்தாளுக்கு முன்னாலே அழுது புலம்பும்.

கிடாய் வெட்டு முடிந்ததும் 'சிதறு தேங்காய்' உடைப்பு. மூடைமூடையாக, பெட்டி பெட்டியாக சூறைத் தேங்காய் நேர்த்திக் கடன். பெருத்த ஆலமரத்தூரில் கிளைகளிலும், எட்டுத் திக்கிலிருந்தும் வீசி அடிபட்டும் உடைபடாமல் பறந்து வருகிற முழுத் தேங்காய்கள் பல மண்டைகளை

பதம் பார்க்கும். தேங்காய் தண்ணியிலே ஆலமரமே குளித்து நிற்கும்!

இந்த வருசம் ஆவணி பிறக்கவும் நல்ல மழை. கண்மாய்க்குள் இருக்கிற நிறைகுல வள்ளியம்மன் கோயிலைச் சுற்றி தண்ணீர் நிக்குது. கண்மாய் பெருகிப் போனதாலே, பொண்ணு பிள்ளைகள் தண்ணிக்குள்ளே இறங்க முடியாது. கழுத்தளவு தண்ணி. மேற்கே வெகுதூரம் நடந்து, கரை ஏறித் தான் ஊருக்குள்ளே போகணும்.

கொட்டு மேளங்கள் முன்னே போக, பொங்கல் பானைகளை தலையிலே சுமந்து, பெண்கள் நெடு வரிசையில் நடந்து வருகிற அழகை, கரையிலிருந்து பார்க்கிற கண்ணுக்குள்ளே சினைப்பாம்பு நெளியும்.

வெட்டுப்பட்ட கிடாய்களோடு இளவட்டங்கள், கழுத்தளவு தண்ணிக்குள்ளே ஊரைப் பார்த்து இறங்கி விடுவார்கள்.

ஒரு கையிலே கிடாய்த் தலை. மறு கைத் தாங்கலில் தலையில்லாத கோயில் கிடாய். ஒரு கிடாய்க்கு ரெண்டு இளவட்டங்கள். நூறு, இருநூறு கிடாய்களும் வரிசை கட்டி, கண்மாய் தண்ணியிலே மிதந்து வரும். கரையிலிருந்து பார்த்தால், ஆத்தா கோயிலுக்கு தண்ணி மேலே நடந்துபோக, கருங்கல்லுப் பாலம் கட்டினது போல, பார்க்கிற கண்ணுக்குள்ளே கருங்கோடு நீளும்.

நிறைந்த குமரி போல, இந்த வருசத்து முளைப்பாரி நல்ல வளர்த்தி. முளைப்பாரி வளர்த்தியை வச்சு, அந்தந்த வருசத்து பலாபலனை கணிக்கிறதுண்டு. இந்த வளர்த்திக்கு ஏதோ... பெரிசா...நடக்கணும். என்ன நடக்கப் போகுதோ... தெரியலே.

இரும்புத் தொப்பி மாட்டிய ‘சட்டிப் போலீஸ்கள்’ கச்சேரி நிறைய வந்து இறங்கி இருந்தார்கள்.

சனங்களுக்கு உறுத்தியது.

“எதுக்கு இவ்வளவு போலீஸ்?”

“எருதுகட்டுக்கு பந்தோபஸ்தாம்.”

“இத்தனை வருசமா இல்லாமல்... இப்போ என்னவாம்?”

“என்ன திட்டமோ தெரியலே!”

கிழட்டு போலீஸ் போட்டுக் கொடுத்த திட்டப்படி, இதுவரை எதுவும் பிசகில்லாமல் நடந்து வருகிறது.

இறங்கிப் போயிருந்த தோள்ப்பட்டையை ஏற்றி வைத்துக் கட்டிக்கொண்டு, வெள்ளைக்கார சார்ஜெண்ட் வேலைக்கு வந்து விட்டான்.

இன்ஸ்பெக்டர் பகதூரின் அறைக்குள் ரகசியமான அமைதி நிலவியது.

பகதூருக்கும் சார்ஜெண்ட்டுக்கும் மட்டும் கேட்கும்படி கிழட்டு போலீஸ் சொன்னார்:

"இன்னிக்கு எருது கட்டிலே, கொம்பூதிக்காரன் குணத்தைப் பாருங்க எசமான். கூடச் சேர்ந்து மாடு பிடிக்கிறவன், கொம்புக் குத்துப்பட்டுச் செத்து விழுந்தாலும், அவனைத் தூக்க மாட்டான். காளையை மடக்கிப் பிடிக்கிறதிலே தான் குறியா இருப்பான். இவன்ங்க, மனுச சேர்த்தியே இல்லை எசமான்! ஆனால் ஒண்ணு... கொம்பூதிக்காரன் கையிலே பிடிபடாத காளை கிடையாது.

பகதூர் துரை மனசுக்குள் சிரித்துக் கொண்டார்.

'இதுவரை பிடிபடாத, அந்த கொம்பூதிக் காளையே இன்றைக்குப் பிடிபடப் போகுதே!'

'பெருநாழி எருதுகட்டிலே மாடு பிடிக்க வர்றோம்'னு வேயன்னா சொன்னதிலே, கூழானிக் கிழவிக்குச் சம்மதம் இல்லே.'

'நேரம், காலம், முன்னே மாதிரி இல்லே. போலீஸ்க்காரன் கொம்பூதியை விடாமல், நெருங்கி வர்றான். புதரை விட்டு வெளியேறிப் போகிற பாம்பு, கண்ணிலே பட்டவனை கொத்தவும் செய்யவும். கம்படி பட்டுச் சாகவும் செய்யவும். எதிரியை நம்ம இடத்துக்கு தான் வர வைக்கணும். நாம போகக் கூடாது.'

காடு, மலை கண்டு வந்த கூழானிக் கிழவிக்கு உள்ளுக் குள்ளே உறுத்திக் கொண்டே இருந்தது. மகனைப் பார்த்துச் சொன்னாள்:

"வேயன்னா...! நீ மலர்ந்ததெல்லாம் 'பூ' வுன்னு நினைக்கிறே! அல்லிப்பூவும் இருக்குது... அரளிப் பூவும்

இருக்குது. எல்லோருக்கும் பொதுவாக அடிக்கிற காற்றைக் கூட மறிச்சு, நம் மூச்சை நிறுத்துறதுக்கு போலீஸுகாரன் திட்டம் போடுறான். எச்சரிகையா இருக்கணும். ஒரு வீரன் கையாலே வெட்டுப்பட்டுச் சாகலாம். ஆனால், ஒரு சதிகாரன் பறிக்கிற குழியிலே சறுக்கிக் கூட விழக்கூடாது.''

தாயார் சொல்லுக்கு, வேயன்னா தனி மதிப்புக் கொடுப்பவர் தான். ஆனாலும் எருதுகட்டிலே மாடு பிடிச்சுக் கொடுக்கிறது எப்பவும் நடக்கிறது தானே? புதுசா போலீஸுக்காரன் வந்திருக்கிறான். இருக்கட்டும். 'சாமி காரியம் நம்மாலே கெட்டது'னு இருக்கக்கூடாது. அதுக்கு மேலே வர்றது வரட்டும். எந்த வலை விழுந்தாலும் அறுத்து எறிய வேண்டியது தான்.

இளவட்டங்கள் துள்ளல் போட்டுத் திரிந்தார்கள். உடம்பிலே இருக்கிற திமிரை எல்லாம், எருதுகட்டுக் காளையோடு மல்லுக்கட்டி தீர்த்துக் கொள்ள அலைந்தார்கள்.

இந்த வருசம் நல்ல நல்ல காளைளெல்லாம் வருதாம். சேதுபதி சீமையெல்லாம் விளையாடி பிடிபடாத காளை, 'கருமல்' கிராமத்துக் காளை. பேரு 'ராமு'. எருதுகட்டு காளைக்கு கூட பேரு வெச்சிருக்கான் பாரு ஒருத்தன்! போன வருஷம், தரைக்குடி எருதுகட்டிலே ஐந்தாறு பேரை குடலை சரித்த காளை... தொடவிடாதாம்! நாகப் பாம்பாகச் சீறுமாம். தொட்டால் தூக்கி எறியுமாம்! குடலை உருவி மாலை போடுமாம்!

கொம்பூதி இளவட்டங்கள், கை ஊறித் திரிந்தார்கள்.

"அப்படி மாடு தானே வேணும்."

ரெண்டு நாளாகவே இளவட்டங்கள் யாருக்கும் சோறு, தண்ணி இறங்கலே. குடல் பட்டினியா கிடந்தா தான் கோபம் தலைக்கு ஏறும். கொம்பிலே விழுகலாம்.

இளவட்டங்கள் தலையெடுத்திட்டதாலே. இப்போவெல்லாம் வேயன்னா மாடு பிடிக்க இறங்குறதில்லை. வையத்துரை இருக்கிறான்... வில்லாயுதம் இருக்கிறான். ரெண்டு பேரும் அணைகிற போது, எந்தக் காளையும் பேதலிச்சுப் போகும். பிடிபடாமல் தப்பிக்க முழியை உருட்டும்.

குமரிகளெல்லாம் எருது கட்டுப் பார்க்க, குதியாளம் போட்டுக் கிளம்பிக் கொண்டிருந்தார்கள். மச்சான் கொழுந்தன்மார் மாடு பிடிக்கிறதை பார்க்கணுமில்லே?

சிட்டு, றெக்கை கட்டிப் பறந்து கொண்டிருந்தாள். 'மாமன் மகன் வில்லாயுதம் விளையாடுகிற விளையாட்டைப் பார்க்கத் தானே நாடே திரளுது! என்கிற நினைப்பு அவளைத் தரையிலே கால் பாவ விடலே! மாடு பிடிக்க, வில்லாயுதம் புறப்பட்டுப் போறதுக்கு முன்னே தனியா சிக்கினால்... கழுத்தை வளைச்சு ஒரு கடி கடிக்கணும் போல இருக்குது. அந்தக் கூறுகெட்ட... கழுதை கூட்டத்துக்குள்ளேயே அலையுது. ஆளு சிக்கலையே! ஆசையாக வாய் ஊறித் திரிந்தாள்.

அங்கம்மாவுக்கு இதிலே எல்லாம் நாட்டமில்லே. 'திருவிழா பார்க்கிற சந்தோசத்திலேயா இருக்கிறோம்?' வீட்டுக்குள் ஆயுதங்களை எடுத்து ஒதுங்க வைத்துக் கொண்டிருந்தாள்.

எருதுகட்டுக்கு போகிற போது ஆயுதங்கள் தேவைப்படாது. வெறுங்கையோடு போய் தான் மாடு பிடிக்கணும்.

கூழானிக் கிழவிக்கு இருப்புக் கொள்ளவில்லை. மனசு படபடத்துக் கொண்டே இருந்தது.

பெரும்பச்சேரி பாதையிலே கொட்டுச் சத்தம் கேட்டது.

'கூப்பிட வந்துட்டான்ங்களே!' ஏதோ விபரீதத்தை எதிர்பார்த்திருந்த கூழானிக்கு 'பதக்' என்றது.

மாடு பிடிக்க, முறைப்படி கூட்டிப் போக, பெருநாழி 'முதல் கரை' தங்கச்சாமி, தலையாரி, புலவரை முன்னே விட்டு கொட்டுக்கார குருசாமி கூட்டம் புழுதி கிளப்பிக் கொண்டிருக்கிறார்கள்.

குலசாமிக்கு முன்னால் கொம்பூதி கூடியது.

பெருநாழி 'முதல்கரை' தங்கச்சாமி, தான் கொண்டு வந்திருந்த வஸ்திரத்தை விரித்து உதறி, வேயன்னாவின் தலையில் 'உருமா' கட்டி விட்டார். மல்லிகைப் பூச்சரத்தை மணிக் கட்டில் கட்டி விட்டார். எலுமிச்சம் பழத்தை, உள்ளங்கைக்குள் வைத்து வணங்கி, வேயன்னாவின் கையில் கொடுத்தார்.

திருமண் எடுத்துப் பூசி விட கூழானிக்கு கை வரலே. எப்போதும் இல்லாத பதற்றம்! 'ஏன்'னு தெரியலே. கிழவியோட பதற்றம், ஒருத்தருக்கும் பிடிடலே. கொட்டுக்காரன், கும்மாளம் போடுகிறான்.

எல்லோரும் வேயன்னாவை முன்னே விட்டு, வெறுங் கையோடு மாடு பிடிக்க பெருநாழிக்கு புறப்பட்டார்கள்.

கச்சேரிக்குள் ரகசிய உத்தரவுகள் கசிந்து கொண்டிருந்தன. போலீஸ்ஈக் குதிரைகள், கொம்பூதிக் கிராமத்து திசை கேட்டு கனைத்தன.

50

எருதுகட்டு உக்கிரம் தலைக்கேறி இருந்தது. விலக இடமில்லை. சனம் பிதுங்கியது.

பெருநாழி தெரு நெடுக திருவிழாக் கடைகள். சேவுக்கடை, மிட்டாய் கடை, டீக்கடை, பலகாரக் கடை, பீடி சுருட்டு, பலூன், சந்து பொந்துக் குள்ளே சாராயப் பானை, கள்ளுப்பானை.

'தீ' மாதிரி சாராயம்! சிறிசு, பெருசு அத்தனைக்கும் போதை. எருதுகட்டு முடிகிற வரை எவனும் குடிக்கக் கூடாதுன்னு ஊர்க் கட்டுப்பாடு உண்டுதான். எவன் கேக்குறான்?

கோட்டையைச் சுற்றி சனக்காடு. சனத்திலே பாதி 'சட்டிபோலீஸ்ஈ.' கொட்டுக்காரர்கள் கும்மாளம் போட்டார்கள்.

'டும்பளக்கா... டும்...டும்பளக்கா... டும்...'

உச்சிவெயில் 'சுர்ர்... சுர்ர்...' னு ஏறுது. ஊர் முழுக்க கறி மணக்குது. அதிலும் கோயில் கிடாய்க் கறி மணமும் தனி... ருசியும் தனி!

சுற்றுப்பட்டிச் சனமெல்லாம் பறந்தடித்து வந்து, எருதுகட்டை உட்கார்ந்து வேடிக்கை பார்க்க ஏதுவான இடம் தேடி அலையுது. கோட்டை முனீஸ்வரர் கோயில் வேப்பமரம், புளியமரமெல்லாம் மனுசப் பயலுக தொங்குறான்.

போதை இறங்க, இறங்க கொட்டுக்காரர்களின் அடியும் இறங்கும். ஒதுங்கிகிற சாக்கில் ஊத்திக் கொள்ள தோது இருக்கிறதாலே... கும்மாளம் குறையலே.

'டும்பளக்கா... டும்பளக்கா...டும்பளக்கா... டும்...'

சனத்தோடு கலந்து 'சட்டி போலீஸ்' சுத்தி சுத்தி வருது. வெளியூர்க்காரனுக்கு வெள்ளைக்கார போலீஸ்ஈகளை

பார்க்கிறதே ஒரு வேடிக்கையாக இருந்தது. இந்த வருச எருதுக் கட்டிலே புது 'களை' தெரிந்தது.

சுத்துப்பட்டியில் இருந்து வேடிக்கை பார்க்க வந்திருக்கும் சொந்தம் சுருத்துகளை, கறியும் சோறும் திங்க வரச் சொல்லி கையைப் பிடிச்சு இழுக்கிற போதைக்கார ஆளுகள் கூத்து ஒருபக்கம்.

"அட... வாங்க மச்சான், வந்து கை நனைச்சுட்டுப் போங்க..."

"சாராயம் வேணுமா...? கள்ளு வேணுமா...?"

"சாராயத்துக்குத் தான் கறி இழுக்கும்."

'டும்பளக்கா... டும்பளக்கா.. டும்பளக்கா... டும்...'

பெருநாழி தெரு புழுதி புரண்டது.

"இந்த வருச எருதுகட்டிலே எத்தனை காளை விளையாடுதாம்?"

"ஏழு"

"மாடு பிடிக்கிறது கொம்பூதி ஆளுக தானே?"

"அப்புறம்? கொம்பிலே, விழுந்து சாகுறதுக்கு, கொம்பூதிக்காரனை விட்டால்... எவன் வருவான்?"

கூட்டத்துக்குள் குதிரை போலீஸ் நுழைகிற போதெல்லாம், சனம் பதறி விலகியது.

"கருமல் காளை 'ராமு' வந்தாச்சா?"

"காவல்கார வீட்டுத் தொழுவத்திலே நிற்குது."

காவல்கார வீட்டுத் தொழுவத்தைச் சுற்றி, சனம் முண்டியது. விளையாட வந்திருக்கும் ஏழு காளைகளில் ஆறு, வரிசையாக கட்டிக் கிடக்குது. ஒரு காளை மட்டும் தனியா நிற்குது.

"அதுதான்... 'கருமல் ராமு'."

ஆட்டு ஈரல் நிறம். வெட்டரிவாள் மேனிக்கட்டு, சாதிப் பாம்பின் முக வெறிப்பு. மாலை மாலையாக குடல் கேட்கும் கொம்புகள்.

"ஆத்தாடியோவ்...!" பார்க்கிற சனத்துக்குப் புல்லரித்தது.

கச்சேரி நிலவரம், எருதுகட்டுப் பாதுகாப்புக்கு வந்த மாதிரி தெரியலே.

வேல ராமமூர்த்தி

இன்ஸ்பெக்டர் பகதூர் துரை, விடிந்ததிலிருந்து தன் இருக்கையில் அமராமல் தகித்துப் போயிருந்தார். ஆனாலும் உள் நெருப்பை வெளியே காட்டாமல், உத்தரவுகளை பிறப்பித்துக் கொண்டிருந்தார். கிழட்டு போலீஸை கை அருகிலேயே வைத்திருந்தார்.

தோள்பட்டை வலியைப் பொறுத்துக் கொண்டே, வெள்ளைக்கார சார்ஜெண்ட் முன்னும் பின்னும் அலைந்தான்.

உத்தரவுகளை எல்லாம் பெற்றுக் கொண்ட குதிரை போலீஸுகள், கொம்பூதிக்குப புறப்படத் தருணம் பார்த்துக் காத்திருந்தார்கள்.

தலையில் ‘உருமா’ கட்டு, மணிக்கட்டில் மல்லிகைச் சரம், உள்ளங்கையில் எலுமிச்சம் பழம், கழுத்தில் மாலையோடு வேயன்னா முன்னே வர, கொம்பூதி இளவட்டங்கள் திரண்டு வந்தார்கள். பெண்களெல்லாம் பின்னால் வந்தார்கள். கூழானியைக் காணோம்.

பெருநாழி எல்லையைத் தொட்டதும், கொட்டுக்கார குருசாமி கூட்டம், ஆட்டமாய் ஆடியது! சலங்கை கட்டிய கால்களில் முழங்கால் வரை புழுதி அப்பி இருந்தது. இடுப்பில் கொட்டோடு, மடைத் தண்ணீராக பாய்ந்தார்கள். சுழிக்காற்றுச் சருகாய் சுழன்றார்கள்.

கடை தெருவுக்குள் நுழைந்து, கச்சேரியை கடந்து தான் கோட்டைக்கு போகணும். போகிற போக்கிலே வேயன்னா, கச்சேரியை ஒரு பார்வை பார்த்தார்.

கச்சேரி நிறைய போலீஸுக் கூட்டம்.

உடன் வந்த ‘முதல் கரை’ தங்கச்சாமி, வேயன்னாவின் தோளோரம் குனிந்து “இவ்வளவு போலீஸும் எருதுகட்டு பாதுகாப்புக்கு வந்திருக்குது” கொட்டுச் சத்தத்தையும் மீறி காதில் விழும்படி சொன்னார்.

கொட்டு மரியாதையோடு கொம்பூதி ஆட்கள் வருகிறார்கள் என்பது தெரிந்ததுமே பகதூர் துரை திண்ணையில் நின்று பார்த்தார்.

கிழட்டு போலீஸு கள்ளத்தனமாய் சிரித்தார்.

“எசமான் அடுத்த மாதம் வரப் போகிற ஆயுத பூஜையை,

நம்ம கச்சேரியிலே, இன்னிக்கே கொண்டாடி விட வேண்டியது தான்."

தமக்கு நடுவே நின்ற கிழட்டு போலீஸின் வலது தோளில் இன்ஸ்பெக்டர் பகதூரும் இடது தோளில் சார்ஜெண்ட்டும் தட்டிக் கொடுத்தார்கள்.

மேலும் உற்சாகமடைந்த கிழட்டு போலீஸ், "இந்த வருசம் கொம்பூதிக்காரர்கள் ஆயுத பூஜை கொண்டாட முடியாது. ஆயுதம் இருந்தால் தானே பூஜை பண்ணுறது!?" கன்னம் குலுங்கச் சிரித்தார்.

கொம்பூதிக்காரர்கள் கச்சேரி வாசலைக் கடந்து போனதும் போலீஸ் குதிரைகள் ஒவ்வொன்றாய் வெளியேறின.

கொம்பூதி தடம் தெரிந்த குதிரை முன்னே போனது.

கோட்டையைச் சுற்றி, தெற்கத்தி நாடே திரண்டு நின்றது. நாலு திசையிலும் சனம் நெறியுது. தெற்கே மட்டும், தெரு நெடுக பெண்கள் கூட்டம். அத்தனை சனத்துக்கும் கருமல் காளை 'ராமு'விளையாடுகிற விளையாட்டைப் பார்க்கணும்னு ஆசை.

கொட்டுமேளத்தோடு கொம்பூதிக்காரர்கள் வருவதை கண்டதும் விசில் சத்தம் பறந்தது.

கொட்டுக்காரக் குருசாமி கூட்டம் கும்மாளம் போடுகிறது.

மாடு பிடிக்க வந்திருக்கும் கொம்பூதி இளவட்டங்களைப் பார்க்க, பெண்களெல்லாம் கால் நுனி விரலில் எக்குப் போடுகிறார்கள்.

'திகு திகு' வென வெயில் ஏறுது.

உச்சிப் பொழுதிலே தான் முதல் காளை இறங்கணும்.

முதல் காளை, 'ஊர்ப்பொது' காளை.

நடு மைதானத்தில் வடம் கிடந்தது. வடம் பிடிக்க உள்ளூர் 'விடலைகள்' ஆயத்தமாய் நின்றார்கள்.

அதிகாரிகளை அழைத்து வர, கச்சேரிக்கு கொட்டு போனது. போகிற போக்கில், கொட்டுக்காரர்கள் சந்துக்குள் நுழைந்து சாராயத்தை ஏற்றிக் கொண்டார்கள், இப்போது, அடி, தெளிவாக விழுகிறது.

'டும்பளக்கா... டும்..டும்பளக்கா... டும்...'

கோட்டை முனீஸ்வரனின் நிழலுக்காக நிற்கும் வேப்ப மரத்தடியில் ரெண்டு பெஞ்சுப் பலகை. ஒன்றில் வேயன்னா அமர்ந்தார். வையத்துரையும் வில்லாயுதமும் இளவட்டங்களுக்கு மாடு பிடிக்கும் நுணுக்கங்களைச் சொல்லிக் கொண்டிருந்தார்கள்.

வெள்ளைக்கார சார்ஜெண்ட், கிழட்டு போலீஸு சகிதம் கொட்டு மரியாதையோடு வந்த இன்ஸபெக்டர் பகதூர், மற்றொரு பெஞ்சுப் பலகையில் உட்கார்ந்தார். பகதூரை வேயன்னா திரும்பிக்கூடப் பார்க்கவில்லை. வேயன்னாவுக்கும் பகதூருக்கும் நடுவே 'முதல்கரை' தங்கச்சாமி உட்கார்ந்தார்.

கிழக்கே சனி மூலையில், கோட்டை கிணறு வழியாக முதல் காளை இறங்கியது. நாலு பேர் கூடி, வடத்தைத் தூக்கி காளையின் கழுத்தில் கோர்த்து முடிந்தார்கள்.

வடம் பிடிக்கும் விடலைகள் இங்கிருந்தே விசில் அடித்தார்கள். கழுத்துப் பாரம் தாங்க முடியாமல் மாடு திருகியது.

மாட்டுக்காரன், மூக்கணாங்கயிற்றை அவிழ்த்து விருட்டென உருவியதும், தார்க் கம்பால் பின் தொடையில் ஓங்கி ஒரு இடி இடித்தான். காளை ஒரு துள்ளுத் துள்ளி ஓடி மண்டியிட்டுக் 'கொம்பு மண்'எடுத்து நிமிர்ந்து சிலிர்த்தது.

'டும்...டும்...டும்...'

எருதுகட்டு விளையாட்டை இதுவரை பார்த்திராத பகதூர்துரைக்கு எல்லாமே வேடிக்கையாகவும் திகைப்பாகவும் இருந்தது. கிழட்டு போலீஸு காதோரம் ஒவ்வொன்றுக்கும் விளக்கம் சொல்லிக் கொண்டிருந்தார்.

'டும்பளக்கா... டும்..டும்பளக்கா... டும்...' கொட்டுக்காரர்கள். கோபம் ஏற்றினார்கள்.

கொம்பூதி இளவட்டங்கள் 'சள... சள' வென களத்தில் இறங்கினார்கள். வையத்துரையும் வில்லாயுதமும் முன்னே போனார்கள்.

கிழட்டு போலீஸு, "அதோ... முன்னே போறானே... அவன் தான், வேயன்னா மகன்... வில்லாயுதம். அடுத்து போறவன்... வையத்துரை... பெரும்பச்சேரிக்காரன்" பகதூருக்கு ஆள் காட்டினார்.

காளை, மேற்கே கிளம்பியது. விடலைகள், வடத்தை தூக்கிக் கொண்டு கிழக்கே ஓடினார்கள்.

வில்லாயுதமும் வையத்துரையும் காட்டுகிற கைச் சைகையில் கொம்பூதி இளவட்டங்கள் கண்ணாய் இருந்தார்கள்.

காளை திரும்பி, விடலைகளை விரட்டிப் போனது.

'டும்பளக்கா... டும்பளக்கா..டும்பளக்கா... டும்...'

ஒருவனை கொம்புகளுக்கிடையில் தூக்கி விட்டெறிந்தது.

சனம் கத்தியது.

வடத்தைப் போட்டு விட்டு, விடலைகள் ஓட்டமெடுத்தார்கள்.

கெதியாய் ஓடிய சின்னக்கத்தி, காளையின் திமிலில் விழுந்து கவ்வினான்.

காளை, குதியாய் குதித்தது. சின்னக்கத்தி, பிடியை விடலே.

'டும்பளக்கா... டும்பளக்கா..டும்பளக்கா... டும்...'

"ஹேய்... ய்... ய்... ய்..."விசில் சத்தம் பறந்தது.

கூழானிக் கிழவி, அங்கம்மா, அன்னமயில், நாய் குதறிச் செத்த சோலையின் பெஞ்சாதி இருளாயி மட்டுமே இருக்கிற கொம்பூதி கிராமத்துக்குள் நுழைந்த போலீஸ் குதிரைகள், மந்தை திடலில் வட்டமடித்தன. முன்னங்கால்களைத் தூக்கி கனைத்தன.

திமிலில் விழுந்து கவ்வி, காளையை விழுத்தாட்டிய சின்னக் கத்தியை தோளில் தூக்கி வைத்துக்கொண்டு இளவட்டங்கள் ஆட்டம் போட்டார்கள்.

கொட்டுக்காரர்கள் கும்மாளமிட்டார்கள்.

சனி மூலையில், இண்டாவது காளை இறங்கியது

'டும்... டும்... டும்...'

51

ஊரணிக்கரை தாண்டி நிற்கும் உடைமரம். காற்று நுழைய முடியாத கிளைகளுக்குள் பறவைக் கூடு. குண்டு குண்டாய் அடை முட்டைகள். கொத்தி குடிக்க மரத்தூர் வழியே மெல்ல ஏறியது ‘செந்நாகம்’.

பத்து, பதினைந்து போலீஸுக் குதிரைகள் முன்னங்கால் தூக்கி கனைத்தன. ஓரிடத்தில் நில்லாமல், கொம்பூதி மண் திடல் முழுக்க வட்டமடித்தன.

முதுகில், குறுக்கு வசமாய் துப்பாக்கிளை அணிந்திருந்த வெள்ளைக்கார போலீஸுகள், குதிரைகளை கட்டுப்படுத்தாமல் தன்போக்கில் கனைக்க விட்டனர்.

கொம்பூதி எல்லைக்கு எத்தனையோ முறை வந்து கையாலாகாமல் திரும்பியவர்களுக்கு, இன்று எல்லா வழிகளும் திறந்து கிடந்தன.

தொப்பித் தலைகளுக்குள் கிளர்ச்சி உண்டானது. கேள்வி கேட்பாரற்று, விளையாட்டு விளையாடக் கிடைத்த சுதந்திரக் கிளர்ச்சி! ஆற அமர இருந்து, ஆடிவிட்டுச் செல்லலாம். குதிரைக் கனைப்போடு சேர்ந்து போலீஸுகளு கனைத்தார்கள்.

“ஆத்தாடீ... குடி கெட்டுச்சே!” கூழானி, ரெண்டு கைகளாலும் தன் நெஞ்சில் அடித்துக் கொண்டாள்.

கிழவியின் பட்டறிவில் உணர்ந்து சொன்னது பலித்தே விட்டது.

‘வேயன்னா...! நீ, மலர்ந்ததெல்லாம் ‘பூ’ வுன்னு நினைக்கிறே! பெருநாழிக்காரனோடு சேர்ந்து போலீஸு ஏதோ சதி பண்ணுது!. மாடு பிடிக்க எருது கட்டுக்கு போக வேண்டாம்‘னு சொன்னதைக் கேட்கலையே!’

கொம்பூதிக்குள்ளே இருக்கிறது நாலே நாலு பொம்பளை தான். கூழானி, அங்கம்மா, அன்னமயில், இருளாயி. சமஞ்சகுமரி அன்னமயிலையும், தாலி அறுத்த குமரி இருளாயியையும் வெள்ளைக்காரன் கண்ணிலே படாமல் காப்பாற்றி ஆகணுமே!

குதிரைகளின் கனைப்புச் சத்தம், கொம்பூதிக் குடிசைகளுக்குள் புகுந்து கூரைகளை கிளறி விட்டது.

உடை மரத்தில் ஏறிய செந்நாகம் உடல் சுருட்டி, அடை முட்டைகளை பார்த்து, நாக்கைச் சுழற்றியது. 'சீத்த்... சீத்...'

அங்கம்மா கழுத்து தாலிப் பாசியை இறுகப் பற்றி கொண்டாள். "கிழவி சொன்னது சரியாப் போச்சே! கொம்பூதி அழியப் போகுது!" மகள் அன்னமயிலை மடிக்குள் போட்டு போர்த்தினாள்.

தாயாரின் மடிக்குள் புதைந்து, முகம் தூக்கப் பயந்து, அன்னமயில் குறுகிக் கிடந்தாள்.

போலீஸ் கனைபபுச் சத்தம் கேட்டது.

'சீத்த்... சீத்த்...'

நாய் குதறிச் செத்த புருசன், தன்னைத் தீண்டிய சுகம், இன்னும் கலையாத இருளாயி, குறுக்கு வசமாய் நெஞ்சை மறைத்து சேலை ஒடுக்கினாள்.

செந்நாகம், கூடு பார்த்து கிளையில் ஊர்ந்து ஏறியது.

தாலி அறுத்தும் பருவம் சிதையாத இருளாயியின் வலது கையை, இன்னொரு வலது கை பற்றி இழுத்தது.

ஆறாவது காளை பிடிபட்டுப் போனது. கொட்டுச் சத்தமும் விசில் சத்தமும் கோட்டையை பிளந்தது.

இறங்கப் போவது ஏழாவது காளை கருமல் 'ராமு'.

கொட்டுக்காரர்களுக்கு போதை போன போக்கு தெரியலே. இந்தக் காளையிடம் எச்சரிகையா இருக்கணும். கொட்டு அடிச்சு கோபம் ஏற்றினால்... கொட்டுக்காரன் குடலு சரியும். அடிவயிற்றுக்கு நேராக கொம்பு நீளும்.

வேடிக்கைப் பார்க்கிற அத்தனை சனமும் நெருப்பில் நின்றது. கருமல் ராமு, கூட்டத்துக்குள் பாயாது. இருந்தாலும் முழிப்பா இருக்கணும்.

வடம் பிடிக்கும் விடலைகளின் அடி வயிற்றில் கொளுந்து விட்டது. வடத்தை தொட பதற்றம்.

வடக்கே வெளியூர்க் கூட்டம். தெற்கே நெடுக நிற்கும்

பெண்களுக்கு மைதானம் மறைக்குது. ஒருத்தி தோளை ஒருத்தி பிடித்து அமுக்குறாள்.

வேப்ப மரம், புளிய மரங்களில் தொங்கும் சிறுவர்கள் பதற்றத்தில் கிளை உருவி கீழே விழுந்து, மறுபடியும் தூர் வழியே ஏறிப் போய் தொங்கினார்கள்.

சனத்தோடு கலந்திருந்த சட்டி போலீஸ், நெருக்கி வட்டமடித்தது.

'டும்பளக்கா... டும்பளக்கா.. டும்...'

சனி மூலையில் 'ராமு' இறங்கியது.

சனத்துக்கு இமை ஆடாத ஆர்வம்.

சுற்றி விசில் சத்தம்.

குருசாமி கூட்டடம் அடிக்கிற அடியில் கொட்டுத் தோலை உரித்துக் கொண்டிருந்தார்கள்.

பெண்கள் தலைமயிரை அள்ளி முடிந்து கொண்டு, கால் விரல் நுனியில் நின்று, கழுத்து நீட்டி, தலை உயர்த்தி, கண் குத்த நின்றார்கள்

பெஞ்சுப் பலகையில் உட்கார்ந்திருந்த 'முதல்கரை' தங்கச் சாமி, இன்ஸ்பெக்டர் பகதூரிடம், "எசமான்... இந்தக் காளை... நான் கொண்டு வந்த காளை..." என்றார் பெருமையோடு.

'டும்பளக்கா... டும்..டும்பளக்கா... டும்...' புழுதி கிளம்பியது.

சனிமூலையில் நின்ற 'ராமு', நிமிர்ந்து பார்த்தது. கூட்டத்தில் விசில் சீறியது. இவ்வளவுக்கும் இடையில் கீரைச் சட்டி ஏதோ சொல்ல, கொம்பூதி இளவட்டங்கள் சிரித்துக் கொண்டிருந்தார்கள்.

வேயன்னா, கால் மேல் கால் தூக்கி போட்டு, அமைதியாக உட்கார்ந்திருந்தார்.

பகதூரின் காதுக்கும், கிழட்டு போலீஸின் வாய்க்கும் இடையே அறுபடாத பரிமாற்றம் நடந்து கொண்டிருந்தது.

'டும்..டும்... டும்...'

ராமுவின் கழுத்து மணிச் சரத்தை, மாட்டுக்காரர் அவிழ்த்தார். வடத்தை தூக்கி, காளையின் கழுத்தில் மாட்டியவர்களுக்கு அடிவயிறு எவ்வியது.

“பயப்படாம... மாட்டுங்க...” மாட்டுக்காரர் தைரியம் சொன்னார். வடத்தை மாட்டியதும், விலகி ஓடினார்கள்.

மாட்டுக்காரர், மூக்கணாங்கயிற்றை உருவி, ‘ராமு’வின் நடுமுதுகில் ஒரு தட்டு தட்டி, கையிலிருந்த மணிச் சரத்தை ஒரு குலுக்கி குலுக்கினார்.

ராமு, வலது முன்னத்திங்காலைத் தூக்கி ஒரு எட்டு எடுத்து வைத்து, வடம் பிடிக்கும் விடலைகளை நோக்கி... நாலு எட்டு பாய... வடத்தைப் போட்டு விட்டு கிழக்கே விழுந்து ஓடினார்கள்.

வடம் தனியே கிடந்தது.

‘டும்... டும்... டும்...’

‘ராமு’, கொட்டுக்காரர்களைப் பார்த்தது.

‘டும்... டும்...’ அடி இறங்கியது.

குருசாமியைப் பார்த்து, ரெண்டு எட்டு...கொட்டுக்காரர்கள் கூட்டத்துக்குள் பாய்ந்தார்கள்.

மணிச் சத்தத்தைக் கேட்டு, ராமு மேற்கே திரும்பியது. கொம்பூதி இளவட்டங்கள் பதுங்கினார்கள்.

ராமு, ஆற அமர நின்று நாலு திக்கும் பார்த்தது.

தெற்கே ‘டும்... டும்... டும்...’ வடத்து மேலேயே சிம்பி, சிம்பி நடந்தது. வடத்து மேலே நடக்கிற மாடு லேசிலே பிடிபடாது.

இளவட்டங்கள் அடார்த்தியாய் முன்னேறினார்கள்.

‘டும்பளக்கா... டும்பளக்கா..டும்பளக்கா... டும்... டும்...’

ராமு திரும்பி, ‘சீர்ர்... சீர்ர்... ர்ர்... சீர்ர்... ர்ர்... ர்’ ஊமையன் நரிவேலுவின், அடி வயிற்றோடு கொம்புகளை செருகி, தூக்கி விட்டெறிந்து.

இளவட்டங்கள் எட்டுத் திக்கும் சிதறினார்கள்.

சனம் கத்தியது. “செத்தான்டா!”

‘ஊய்ய்... ய்ய்... ய்... ஊய்ய்... ய்... ய்...’ விடலைகள், வடத்தை தூக்கி கொண்டு சனி மூலைக்கே ஓடினார்கள்.

ராமு, சனி மூலைப் பக்கம் திரும்பிக் கிளம்ப, வடத்தை கீழே போட்டுவிட்டு சிட்டாய் பறந்தார்கள்.

சேலை ஒடுக்கி உட்கார்ந்திருந்த இருளாயியின் வலது கையை இறுகப் பற்றி இழுத்துக் கொண்டு, வீட்டின் வாசல் வழியே வெளியேறி, குப்பைக் கிடங்குகளில் விழுந்து ஓடினாள் கூழானிக்கிழவி. போகிற போக்கில், வேயன்னா வீட்டுப் பின்புறம் தலையை நுழைத்து, “அடியே அங்கம்மா...! குதிரைக்காரன் கிட்டே இருந்து நம்ம குமரிகளைக் காப்பாத்தணும். அன்ன மயிலை இழுத்துக்கிட்டு...தெற்காட்டுப் பக்கம் ஓடி வா...” சொல்லி விட்டு, கூழானியும் இருளாயியும் தெற்கு காட்டுப் பக்கம் ஓடினார்கள்.

தன் மடிக்குள் கிடந்த அன்னமயிலை தோள் தட்டி எழுப்பி, பின்வாசல் வழியே இழுத்துக்கொண்டு அங்கம்மா ஓட்டமெடுத்தாள்.

வட்டமிட்டுக் கனைத்துக் கொண்டிருந்த குதிரை போலீஸ், ஆளுக்கொரு வீட்டுக்குள நுழைந்தார்கள்.

கிளை ஏறிய செந்நாகம், அடை முட்டைக் கூட்டுக்கு மேல் தலைதூக்கி, நாக்கைச் சுழற்றியது. இரை தேடிப்போன பறவையின் கூட்டில் குண்டு குண்டாய் இருந்த அடை முட்டைகளைக் கொத்திக் குடிக்க, நீண்ட நாக்கில் விஷம் ஊறியது.

கொம்புக் குத்துப்பட்ட ஊமையன் நரிவேலுவின் அடிவயிறு, குடலை துருத்தியது.

பெஞ்சுப் பலகையில் உட்கார்ந்திருந்த வேயன்னா, எழுந்து ஓடி, தலையில் கட்டி இருந்த ‘உருமா’ துண்டை அவிழ்த்து, நரிவேலுவின் அடிவயிற்றோடு குடலை உள்ளே தள்ளிச் சேர்த்துக் கட்டி விட்டார்.

ஊமையன் நரிவேலு எழுந்து இளவட்டங்களோடு கலந்து போனான்.

காலாட்டியபடி வேடிக்கைப் பார்த்துக் கொண்டிருந்த பகதூர் துரை மிரண்டு போனார்.

‘மனுசப் பயலுகள் தானா இவன்ங்க!’

திரும்பவும் பெஞ்சுப் பலகையில் உட்கார வந்த வேயன்னாவை கண்டும் காணாமல் கண்ணைச் சுழற்றிச் சமாளித்தார் கிழட்டுபோலீஸ்.

'டும்பளக்கா... டும்..டும்பளக்கா... டும்...'

ஆறு சுற்று, ஏழு சுற்று, ராமு பிடிபடலே! கிட்டே யாரும் நெருங்க முடியலே!

சனம், 'ஹூ... ஹூ... ஹூ...' வென கத்தியது. மைதானத்துக்குள் துண்டுகளை வீசினார்கள்.

வில்லாயுதம், வையத்துரை, பாண்டி மூன்று பேரும் மேற்கே, வடம் கிடக்கும் திசையில் மெதுவாய் பிரிந்தார்கள். தனியே கிடந்த வடத்தை எடுத்து வையத்துரை, ஒரு சுண்டு விட்டான்.

ராமு மேற்கே திரும்பிச் சீறியது.

கிழக்கே இருந்து இளவட்டங்கள் 'திமுதிமு' வென இறங்கினார்கள். ராமு, இளவட்டங்ககளை நோக்கி... நாலு கால் பாய்ச்சலில்...

மேற்கே இருந்து கெதியாய் ஓடி வந்த வில்லாயுதம் கொம்புகளில் பாய்ந்தான். வையத்துரை, திமிலில் கவ்வினான்.

சனம் அலறியது.

'டும்பளக்கா... டும்பளக்கா... டும்பளக்கா...'

ராமு, கொம்புகளை உலுப்பி உலுப்பி பார்த்தது.

வில்லாயுதமும் வையத்துரையும் விடுவதாக இல்லை. பின்னிக் கிடந்தார்கள்.

பாண்டி, காளையின் கால்களுக்கிடையில் வடத்தை வளைத்து ஒரு சுண்டு சுண்டி விட்டான்.

கருமல் 'ராமு' சரிந்தது.

கொட்டுக்காரர்கள் குதியாய் குதித்தார்கள்.

கோட்டை அதிர்ந்தது.

கொம்பூதி ஆயுதங்கள், மந்தையில் குவிந்து கிடந்தன. வகைவகையான ஆயுதங்கள். வளரி, வேல்க்கம்பு, வெட்டரிவாள், வீச்சரிவாள், குத்துக்கம்பு, கோடாலி, சுருள் வாள், சூரிக்கத்தி.

ஆயுதங்களை மட்டுமே ஆபரணமாய் கொண்டிருந்த கொம்பூதி குடிசைகள், ஆட்களும் இல்லாமல், ஆயுதங்களும்

இல்லாமல் வெறிச்சோடிக் கிடந்தன. போலீஸ்க் குதிரைகள், குவிந்து கிடக்கும் ஆயுதங்களைச் சுற்றிச் சுற்றி வட்டமடித்துக் கனைத்தன.

அடைமுட்டைகளைக் குடித்த செந்நாகம், வயிறு புடைத்து, கிளை வழியே இறங்கிக் கொண்டிருந்தது.

வானத்தை நோக்கி துப்பாக்கியால் சுட்டு, எருதுகட்டுக் கூட்டத்தைக் கலைத்த சட்டி போலீஸ், மாடு பிடித்த களைப்பில் மைதானத்தின் நடுவே கூடி இருந்த கொம்பூதி இளவட்டங்களைச் சுற்றி வளைத்தது.

பெஞ்சுப் பலகையில் உட்கார்ந்திருந்த வேயன்னாவின் முன்னும் பின்னும் துப்பாக்கி போலீஸ்கள் நின்றனர்.

சனம் சிதறி ஓடியது.

52

பிடாரனின் பாம்புக் கூடு போலிருந்த பெருநாழி கச்சேரி வேப்பமரத்தடியில், கொம் பூதிக்காரர்களை வனளத்து 'சட்டி போலீஸ்' நின்றது. எல்லா கைகளிலும் துப்பாக்கிகளும் லத்திக் கம்புகளும் முழிப்பாய் இருந்தன.

மதுரை ஜில்லா போலீஸ் அதிகாரி லவ்லக் துரை, இன்ஸ் பெக்டர் பகதூருக்குக் கூட சேதி அனுப்பாமல் வந்து இறங்கி இருந்தார்.

'கொம்பூதியை வளைப்பதும், ஆயுதப் பறிமுதல் செய்வதும் சுலபமாய் நடக்கிற காரியமில்லை. எவ்வளவு ஆயுதப் படையை குவித்தாலும், ரெண்டு பக்கமும் நிறைய உயிர்ச் சேதம் ஆகும். ஆனாலும் கொம்பூதியை வளைத்தாக வேண்டும். களவை தடுத்தாக வேண்டும். என்ன தான் செய்திருக்கிறான் பகதூர்? பார்த்து விட்டு வருவோமே! கச்சேரியில் கால் வைத்ததும் வியந்துதான் போனார் லவ்லக் துரை. ஒரு ரோமம் கூட உதிராமல், ஊரையே வளைத்திருக்கிறான் பகதூர்!

“வெரிகுட்... பகதூர்! நீ புத்திசாலி தான். பெருநாழி எருதுகட்டை முன் வைத்து மிகச் சரியாக திட்டமிட்டிருக்கிறாய்” இன்ஸ்பெக்டர் பகதூரின் முதுகில் லவ்லக் துரை தட்டிக் கொடுத்தார்.

எட்ட நின்ற கிழட்டு போலீஸுக்கு கண் எரிந்தது.

‘திட்டம் போட்டுக் கொடுத்தவன் நான் இருக்கிறேன். முதுகில் தட்டு வாங்குவது நீயா?’ மனசுக்குள் பகதூரை கறுவினார்.

லவ்லக் துரையுடன் வந்திருந்த கமுதி கோர்ட்டார், கொம்பூதிக்காரர்களை குற்றவாளிகளாய் பதிவு செய்வதற்கான ஆயத்த வேலைகளில் மும்முரமானார்.

கச்சேரி திண்ணையை விட்டு இறங்காமலே லவ்லக் துரை பேசிக் கொண்டிருந்தார். அருகே பகதூர் நின்றார்.

“இவ்வளவு பேரும் கொம்பூதிக்காரர்களா?”

“ஆமாம். துரை அவர்களே...”

“இதில், வேயன்னா யார்?”

“அதோ... நடு மையத்தில் கவிழ்ந்தபடி அமர்ந்திருக்கிறாரே... அவர் தான். துரை அவர்களே.”

வேயன்னா சம்மணமிட்டு, கண் மூடி அமர்ந்திருந்தார்.

திடப்படுத்த முடியாமல் நெஞ்சு கலங்கிப் போயிருந்தது. இடுப்பில் சூரிக்கத்தி கூட கிடையாது. தெய்வத்தின் பெயரால் அழைத்து வந்து பழி வாங்கி விட்டார்கள். கண்ணசைத்தால், ஆளுக்கு எட்டு குரல் வளையை குதறி ரத்தம் குடிக்கக் கூடிய இளவட்டங்களை, பட்டி ஆடுகளாய் உட்கார வைத்துப் பார்க்க வேயன்னாவுக்கு மனசு கூசியது.

கொம்பூதி பெண்டுகளும் பிள்ளைகளும் கச்சேரி வாசலில் அலைமோதிக் கொண்டிருந்தது. லத்திக் கம்புகளால் அவர்களை நெரித்துக் தள்ளியது வெள்ளை போலீஸு.

கூட்டத்தோடு கூட்டமாக பெரும்பச்சேரி சனமும் நின்றது. துருவனுக்கு கண்ணீர் முட்டியது. கார்மேக ஆசாரி, பரிதவித்து, கையேந்தி, கச்சேரியை சுற்றி சுற்றி வந்தார்.

பெருநாழி முக்கியஸ்தர்கள் போன போக்கு தெரியலே! இப்படி நடக்குமென்று ‘முதல்கரை’ தங்கச்சாமிக்குக் கூட தெரிந்திருக்கவில்லை.

கொம்பூதி ஆயுதங்களைக் கட்டி ‘தர...தர’ வென இழுத்துக் கொண்டு வந்த குதிரைப்படையைக் கண்டதும் வாசற் கூட்டம வழிவிட்டது. ஈரல் குலையையே அறுத்து இழுத்துக் கொண்டு வருவது போல் கொம்பூதிச் சனம் பதறியது.

‘இப்படி ஏமாந்துட்டோமே...!’

அழுதால் கேவலம்; ஆத்திரப்பட்டால் விபரீதம். உயிர், வற்றிக் கொண்டிருந்தது.

குதிரைப்படை இழுத்துக்கொண்டு வந்த ஆயுதங்களைக் கண்டதும், லவ்லக் துரை, பகதூரின் முதுகில் மறுபடியும் தட்டிக் கொடுத்தார்.

கட்டுகளை அவிழ்த்து ஆயுதங்களைக் குவித்தார்கள்.

லவ்லக் துரை மலைத்துப் போனார். உயிர் கொல்லும் வகை வகையான ஆயுதங்கள்! ஒவ்வொன்றையும் எடுத்து, புரட்டிப் புரட்டிப் பார்த்தார்.

குவிந்து கிடக்கும் கொம்பூதி ஆயுதங்களையும் ஆட்க ளையும் சுற்றி நின்று வேடிக்கை பார்த்த சனங்களுக்கு கண்கள் நிலைகுத்தின. ‘ஆத்தாடீ...!’ புல்லரித்தது.

இதுநாள் வரை இப்படியொரு சதி வலையில் சிக்காத கொம்பூதி இளவட்டங்கள், ஒடுங்கிப் போய் உட்கார்ந்திருந்தனர். வேயன்னா, கண்களை திறக்கவே இல்லை.

வேயன்னாவின் விரல் நீளும் திசையில் பாய்ந்தே பழகிப் போன கொம்பூதி இளவட்டங்கள், சலனமின்றி அமர்ந்திருந்தார்கள். கண்மூடி மௌனம் காக்கும் வேயன்னாவைப் பார்க்க பார்க்க, நெஞ்சுக் கூட்டுக்குள் உரமேறிக் கொண்டிருந்தது.

கச்சேரி வாசலில், சிட்டுவை ஒரு வெள்ளை போலீஸு லத்திக் கம்பால் நெட்டித் தள்ளினான். சிட்டு, அந்த போலீஸை தலைகீழாகத் தூக்கினாள். கதிர் அடிப்பதுபோல், சட்டேர் என தரையில் அடித்தாள்.

லவ்லக் துரை கத்தினார்.

“இதென்ன சத்தம்! அவர்களை அடித்து விரட்டுங்கள்.”

இருளப்பசாமி கோயில் பீடத்தில், கூழானிக் கிழவி குப்புற விழுந்து கிடந்தாள்.

"என்னமோ நடக்கப் போகுதுனு எச்சரிக்கை செய்தேனே! கேட்டான்ங்களா? என் வம்சம் அழியப் போகுதே!"

கிழட்டுப் கண்களிலிருந்து வழிந்த நீர்த் தடத்தில், கோயில் பீடத்து மண் ஒட்டி இருந்தது.

மந்தை வேப்ப மரத்தூரில் சாய்ந்திருந்த அங்கம்மாவின் வலது தொடையில் அன்னமயிலும், இடது தொடையில் இருளாயியும் தலை சாய்த்துக் கிடந்தனர். தன் போக்கில் இறங்கும் அங்கம்மாவின் கண்ணீர், குமரிகளின் தலையை நனைத்தது.

சோற்று பானைகளும் கஞ்சி முட்டிகளும் தெருவெல்லாம் சிதறிக் கிடந்தன. தண்ணீர் முடாக்கள் நொறுங்கிப் பிளந்து கிடந்தன. குழம்புச் சட்டிகள், எதிர்ச் சுவர்களில் வீசியடிக்கப் பட்டிருந்தன.

குண்டடிபட்ட நாய்கள், திண்ணைகளில் ஒடுங்கி, வழிகிற ரத்தத்தை நக்கிக் கொண்டிருந்தன.

ஓங்கிய அரிவாளோடு இமை ஆடாமல் கிழக்கே பார்த்து நிற்கும் இருளப்பசாமியின் பீடத்தை கிழவி அசைத்தாள். "இருளப்பா... உன் பிள்ளைக்களுக்கு இதென்ன கேடு காலம்!"

குலசாமி அசையாமல் நின்றார்.

ஊரணிக்கரை, ஆலமரத்தில், கள்ளப் பருந்துகளின் சீழ்க்கை ஒலி,விட்டு விட்டுக் கேட்டுக் கொண்டிருந்தது.

அடித்து துரத்த, கொம்பூதி, பெரும்பச்சேரி சனங்கள் கெலித்து கெலித்து கச்சேரியைச் சுற்றிக் கொண்டே வந்தார்கள். கூட்டத்துக்குள் திருவேட்டையும் சிகப்பியும் இருந்தார்கள்.

கொம்பூதி கூட்டத்தோடு சேர்ந்து வையத்துரையும் பிடிபட்டு கச்சேரிக்குள் இருந்தான்.

கச்சேரியாய் மாறி இருக்கும் மணியக்கார வீட்டுத் திசைப் பக்கம் - தான் பிறந்த இடத்தின் பக்கம் - இதுவரை திரும்பாத வன் வையத்துரை. தன் தாய் காளத்தியை கதவிடுக்கில் நெரித்துக் கொன்ற வீடு; பிறப்பெடுத்த நாளிலிருந்து வையத்

துரையின் கால்மிதி படாத வீடு. வேயன்னாவுக்கு அடுத்தபடியாக கவிழ்ந்தவாறு அமர்ந்திருந்தான்.

கச்சேரி உள் அறைக்குள் ஆலோசனையில் இருந்த லவ்லக் துரையும் கமுதி கோர்ட்டாரும் வெளியே வந்தார்கள்.

வேயன்னா, வையத்துரையின் காதில் ஏதோ சொன்னார். வையத்துரை, வில்லாயுதத்தின் காதில் சொன்னான். வில்லாயுதம், கீரைச்சட்டியின் காதில் சொன்னான். எல்லோரும் தலை அசைத்துக் கொண்டார்கள்.

10-1-A என்று எண் போட்டு ரெஜிஸ்தர் பதிவு ஆரம்பமானது. முதல் பதிவுக்கு எழுந்தவன் வில்லாயுதம்.

கமுதி கோர்ட்டார் பதிவு செய்தார்.

"பெயரென்ன?"

"வில்லாயுதம்"

"தகப்பன் பேரு?"

"வேயன்னா"

"வயசு?"

"இருபத்தி நாலு"

"ஊரு?"

"கொம்பூதி"

"அங்க அடையாளம் சொல்லு."

வில்லாயுதம் புரியாமல் விழித்தான்.

வேடிக்கை பார்த்துக் கொண்டிருந்த கிழட்டு போலீஸ், "உடம்பிலே ஏதாவது தழும்பு, மச்சம் இருக்குதா?" என்றார்.

வில்லாயுத்தின் கண்ணுக்குள் மச்சம் கிடந்தது. உடம்பை போர்த்தி இருந்த துண்டை விலக்கினான். வலது நெஞ்சில் அரிவாள் வெட்டுத் தழும்பு, தோள்ப் பட்டையில் வேல்க்கம்பு குத்து. கீழ்த்தாடையில் ஒரு வெட்டு. தொடைக்கு மேல் வேட்டியைத் தூக்கினான்.

கமுதி கோர்ட்டார், கண்களை மூடிக்கொண்டு, "போதும்... போதும்..." பதிந்து கொண்டார்.

ரெஜிஸ்தரில் இடதுகை பெருவிரல் ரேகையைப் புரட்டி முடிந்ததும் அடுத்த ஆள் புதிவு.

"பேரென்ன?"

"வையத்துரை"

"தகப்பன்?"

"திருவேட்டை"

"வயசு?"

"இருபத்தி எட்டு"

"ஊரு?"

"பெரும்பச்சேரி."

பதிந்து கொண்டிருந்த கமுதி கோர்ட்டாரும், பக்கத்தில் இருந்த லவ்லக் துரையும் வையத்துரையை ஏற இறங்கப் பார்த்தார்கள்.

"பெரும்பச்சேரியா? பகதூர்... இவனை வெளியேற்று" லவ்லக் துரை சத்தமிட்டார்.

இருபுறமும் தன்னைப் பிடிக்க வந்த போலீஸ்களிடம் வையத்துரை திமிறினான்.

"இந்தச் சட்டம் கொம்பூதிக்காரனுக்கு மட்டும் தான்."

"நானும் கொம்பூதிக்காரன்தான்" ஐந்தாறு போலீஸ்களையும் வையத்துரையும் உலுப்பினான்.

"அவனைத் தூக்கி விட்டெறியுங்கள்."

ஏழெட்டுப் போலீஸ்கள் சேர்ந்து வையத்துரையைத் தூக்கினார்கள்.

கதவிடுக்கில் நெறிபட்ட காளத்தியின் சூல் வயிற்றை சூரிக் கத்தியால் கீறி, சிசுவாய் இருந்த வையத்துரையை குடலும் கொடியுமாய், நிணமும் நீருமாய் அறுத்துக் கையில் ஏந்தி, இதே இடத்தில் இருந்துதான் 'சின்ன மாமன்' கோட்டைச் சுவருக்கு வெளியே விட்டு எறிந்தான்.

கோட்டைக்கு வெளியே கூலி வாங்க காத்திருந்த திருவேட்டை, பறந்து வந்த சிசுவை, பனை ஓலைப் பெட்டியில் ஏந்திக் கொண்டதும் இதே இடம்தான்.

'சின்ன மாமன்' தூக்கி விட்டெறிந்த அதே இடத்திலிருந்து, இன்று கொம்பூதிக் கூட்டத்திடமிருந்து வையத்துரையை பிரித்து, போலீஸுகள் கச்சேரிக்கு வெளியே விட்டெறிந்தார்கள்.

வாசலில் நின்ற பெரும்பச்சேரி சனமும் கொம்பூதி சனமும் வையத்துரையை ஏந்திப் பிடித்து கொண்டனர்.

53

சிரிப்புச் சத்தம், பெருநாழி சந்தைக் கடை நெடுக அவிழ்த்துப் போட்டு ஆடியது.

"கொம்பூதிக்காரன் கூண்டோடு மாட்டிக் கிட்டான்!" கையையும் காலையும் உதறிக் கொண்டு சிரித்தார்கள். ''வருசா வருசம் எருதுகட்டிலே 'மாடு' பிடிபடும். இந்த வருசம் 'மனுசன்' பிடிபட்டிருக்கிறான்!"

கூட்டம் கூட்டமாய்ச் சேர்ந்து சிரித்தார்கள்.

"ஆளுகளும் பிடிபட்டு, ஆயுதங்களும் பிடிபட்டுப் போச்சு!"

"சுத்துப்பட்டிகளை எல்லாம் ஆட்டிப் படைச்சவன்ங்க... இப்போ சுருட்டிக்கிட்டு உட்கார்ந்திருக்கிறதைப் பார்க்கணுமே!"

நாலு திக்கும் பார்த்துப் பொத்திப் பொத்திச் சிரித்தார்கள்.

"வெள்ளைக்காரன் விரிச்ச வலை வீண் போகலையே!

"நடுக்காட்டுச் சந்தையை தீ வெச்சுக் கொளுத்தி, நாலு மாசம் முடியு முன்னே, நரம்பை உருவிட்டானே வெள்ளைக்காரன்!"

கண்ணீர் வரச் சிரித்தார்கள்.

"எல்லாம் நம்ம நிறைகுளத்தாள் மகிமை தான். துடியான தெய்வம்!"

வடக்கே கண்மாய்க்குள், நிறைகுள வள்ளியம்மன் கோயில் இருக்கும் திசை பார்த்து எல்லோரும் தலைக்கு மேல் கையெடுத்துக் கும்பிட்டார்கள்.

“பெரும்பச்சேரி எளிய பயலுகளுக்காக... கொம்பூதி கோட்டிப் பயலுக கம்பெடுத்து வரலாமா...?”

“இப்போ பெரும்பச்சேரிக்காரன் விலகிட்டான். கொம்பூதிக் காரன் மாட்டிக்கிட்டான்..!”

அடக்க முடியாமல் சிரித்தார்கள்.

“தினமும் சாயங்காலம் கச்சேரிக்கு வந்து கைரேகை வைக்கணுமாம். ராத்திரி முழுக்கச் கச்சேரியிலே தான் இருக்கணுமாம்!விடியவும் தான் வெளியே விடுவாங்களாம்...!”

“கல்யாணமாகிற இளவட்டத்துக்கு ‘முதல் ராத்திரி’ கூடக் கச்சேரியிலே தானாமே!”

“ச்சீய்... இதென்னடா பொழப்பு!”

கடையில் இருந்த கலப்படச் சரக்குகளின் தூசி பறக்கச் சிரித்தார்கள்.

“அப்போ... இனிமேல் களவு, திருடு நடக்காது...”

“நஷ்டப்படப் போறது நம்மூர் பச்சமுத்து தான்...”

“எப்படி...?”

“கொம்பூதிக்காரன் கொண்டு வர்ற அத்தனை நகைப் பெட்டிகளையும் அமுக்குறது பச்சமுத்து தானே...?”

“பெருநாழியோட உறவுமுறைக்கு மட்டும் தான் ‘முதல்கரை’ தங்கச்சாமி. ஆனால் பணம், காசிலே பச்சமுத்து தான் ‘முதல் கரை...’”

“கொம்பூதி ஒடுங்கிட்டால், பெரும்பச்சேரி தன்னாலே ஒடுங்கும்...”

“எது எப்படியோ... பெரும்பச்சேரிக்காரனும் கொம்பூதிக் காரனும் ஒண்ணு சேரக் கூடாது. அது போதும் நமக்கு...”

ஒருவருக்கொருவர் முகம் பார்த்து, மனசுக்கு நிறைவாய்ச் சிரித்துக் கொண்டார்கள்..

பொழுது மயங்க, கச்சேரியை சுற்றி ஒருத்தரையும் காணோம். உத்தரவுகளையும் ஆலோசனைகளையும் வழங்கிப் விட்டுப் புறப்பட்ட லவ்லக் துரையுடன், ரிஜிஸ்தர் பதிவுகளை முடித்துக் கொண்டு கமுதி கோர்ட்டாரும் கிளம்பினார்.

மோட்டாரில் அமர்ந்தவாறு, இன்ஸ்பெக்டர் பகதூரை அருகே அழைத்த லவ்லக் துரை இறுதியாகச் சொன்னார்.

"பகதூர்! கொம்பூதிக்காரர்கள், சட்டத்துக்குள் அடங்குபவர் களாகத் தெரியவில்லை. அந்த 'வேயன்னா'வின் மௌனம் நல்ல அறிகுறியாக இல்லை. 'ஆயுதங்களை எல்லாம் பறி கொடுத்து விட்டார்கள், என்ன செய்துவிட முடியும்...?' எனத் தப்புக் கணக்குப் போடாதே இவர்களுக்கு ஆயுதங்கள் தேவை இல்லை. ஒவ்வொருவனும் ஒரு யானை பாலம் உள்ளவனாக இருக்கிறான்!"

அணிந்திருந்த கறுப்புக் கண்ணாடியைக் கழற்றினார்.

"இவர்களோடு பெரும்பச்சேரிக்காரனும் சேர்ந்தால், விளைவுகள் பெரும் விபரீதமாய் இருக்கும். இருவரையும் ஒன்று சேர விடாதே..."

அருகில் அமர்ந்திருந்த கமுதி கோர்ட்டாரை ஓரக் கண்ணால் பார்த்துக் கொண்டே லவ்லக் துரை, "எத்தனை பிணங்கள் விழுந்தாலும் சரி. ரேகைச் சட்டத்தை விடாமல் அமல்படுத்த வேண்டும். இவர்களின் உறுதியைக் குலைக்க வேண்டும். வீரத்தை மழுங்கடிக்க வேண்டும். இவர்களை களங்கமுள்ளவர்களாக, காட்டிக் கொடுப்பவர்களாக, நேர்மையில்லாதவர்களாக ஆக்க வேண்டும். இதற்காக எந்தச் சதித் திட்டத்தையும் பலாத்காரத்தையும் நாம் கையாளலாம்..."

மோட்டார் ஆட்டம் கொடுத்தபடி கிளம்பியது.

இருட்டும் வரை, பெருநாழி கண்மாய்க் கரையோரம் பதுங்கியிருந்த கொம்பூதிச் சனமும் பெரும்பச்சேரி சனமும் கிழக்கே கூடி, ஊருக்குள் இறங்கியது.

முன்னே போகும் வையத்துரையை அணைந்து, துருவனும் திருவேட்டையும் நடந்தார்கள்.

பெரும்பச்சேரி ஆணும், பொண்ணும் இருட்டுக்குள் கலந்து, நிலம் நடுங்கப் போனார்கள்.

அத்தனை சனத்துக்கும் ஆத்திரமான ஆத்திரம்.

'காட்டிக் கொடுத்த பெருநாழிக்காரனைச் சும்மா விடக் கூடாது...' ஆத்திரப்பட்டார்களே தவிர, யார் கையிலேயும் கம்பு, கத்தி கிடையாது.

பெண்கள் தலைமயிரை அள்ளி முடிந்து கொண்டார்கள். முந்தானையை இறுகச் செருகிக் கொண்டார்கள்.

பெரும்பச்சேரி ராக்கும் சிகப்பியும் ஆவேசங்கொண்டு நடந்தார்கள். கொம்பூதிக் குமரிகள் சிட்டு, பந்தானம், பூமயிலு, செவ்வந்திக்கு கோபமும் அவமானமும் தலைக்கேறிப் போயிருந்தது.

வேயன்னாவின் தங்கச்சி வெள்ளையம்மாவுக்கு தாங்க முடியாத கொதிப்பு.

'சிங்கத்தைப் பிடிச்சு, எலிப் பத்தைக்குள்ளே அடச்சிட்டான்ங்களே!'

நேரே இறங்கிப் போகிற பாதை, கார்மேக ஆசாரியின் கொல்லம் பட்டறைக்குப் போகும். ஊருக்கு ஒதுக்குப்புறமான ஒற்றை வீடு. வீடும் பட்டறையும் ஒண்ணுதான். கூட்டத்தோடு கூட்டமாகக் கண்மாய் கரையில் பதுங்கிருயிருந்த கார்மேக ஆசாரி, கொஞ்ச நேரத்துக்கு முன்னாலே தான் பட்டறைக்குப் போனார். தரை அதிர நடந்து போகிற சனம், ஒருவருக்கொருவர் ஒரு வார்த்தை பேசலே.

கார்மேக ஆசாரி, கொல்லம் பட்டறையில் காத்திருந்தார். கூட்டத்தைக் காட்டிக் கொடுத்து விடாதபடி, காண்டா விளக்கை, துருத்தி அடுப்பின் மறைவில் வைத்திருந்தார்.

பட்டறை வேலைக்கு வந்திருந்த இரும்பு பட்டா, ஏர்க்கொழு, மண்வெட்டிக் கணை, கடப்பாரை, வெட்டரிவாள், வேல்கம்பு, குத்துக் கம்பி, ஆரக்கால் அத்தனையையும் அள்ளிக் குவித்து வைத்திருந்தார்.

வந்த சனமெல்லாம் ஆளுக்கு ஒன்றைக் கையில் எடுத்தார்கள். இருட்டிக் கிடந்த பெருநாழி தெருக்களுக்குள் வையத்துரையும் துருவனும் மேற்கே பார்த்து நுழைய, அத்தனை சனமும் ஆயுதங்களோடு புகுந்தது.

வீடு, வாசல்களை நொறுக்கினார்கள். கூரைகளைப் பிய்த்து எறிந்தார்கள். வெளியே தலைகாட்டியவனுக்கெல்லாம் வெட்டு விழுந்தது.

கொம்பூதிச் சனத்துக்கு, ஊரைக் 'காட்டிக் கொடுத்த' கோபம். பெரும்பச்சேரி சனத்துக்கு துருவனைக் 'கட்டி வைத்த' கோபம். "குடிதண்ணிக்கு கூட குலம், கோத்திரம்

வேல ராமமூர்த்தி | 311

வகுத்த பயலுகளை விடாதே...” விரட்டி விரட்டி அடித்தார்கள். சிறுவர்களும் சேர்ந்து விளையாடினார்கள்.

சந்தைக் கடையில் கும்மாளம் போட்டுத் சிரித்தவர்கள், அலறக்கூடப் பதறி, உள் வீட்டுக்குள் ஒடுங்கி கிடந்தார்கள். சந்தைக் கடைச் சரக்கெல்லாம் தெருவுக்கு வந்தது. நில்லாமல் அடித்துக் கொண்டே போனார்கள்.

வையத்துரை சொல்லி வைத்திருந்தான்: “போலீஸ் வரும் முன்னே பெருநாழியைக் கடந்து போயிரணும்...”

சட்டிப் போலீஸ், குதிரை ஏறி வருகிற குளம்படிச் சத்தம் கேட்டதும் ஊரை விட்டு வெளியேறி ஓடக் கிளம்பினார்கள். நொறுங்கும் உழவுக் கட்டிகளில் கால் மிதி சத்தம் கூடக் கேளாமல், ரெண்டு ஊர் ஆணும் பொண்ணும் கண் துலங்காத இருட்டுக்குள் ஓட்டமெடுத்தார்கள். திசை தெரியாமல் துப்பாக்கிகள் வெடித்தன.

கொம்பூதி எல்லை நெருங்கியதுமே அழுகை கிளம்பியது. முள்ளுப் பாதை விலக்கி வேகு, வேகு என வந்தார்கள். ஊருக்குள்ளே நாய்ச் சத்தம் கூடக் கேட்கலே. வெள்ளையம்மாவுக்குக் குலை பதறியது.

‘ஆயுதங்களை அள்ளிட்டுப் போகப் பத்துப் பதினஞ்சு குதிரைப் போலீஸ் வந்தான்ங்களே! கொம்பூதியிலே இருந்தது நாலே நாலு பொம்பளைகள் தான். அதிலேயும் ரெண்டு பேரு குமரிகள். வந்தவனெல்லாம் வாலிப போலீஸ்களாச்சே!’

நினைத்த மாத்திரத்தில் வெள்ளையம்மாவுக்கு அழுகை வெடித்தது. “ஆத்தாடீ என் கருவேலங் கொழுந்துகளை, கசக்கி எறிஞ்சான்ங்களோ! கழுத்தை நெறிச்சான்ங்களோ!”

ஊரணிக்கரை ஆலமரம் தாண்டி ஓடி வந்தார்கள். இலை கூட அசையாத மந்தை வேம்படியில் நாலு பேரும் குவிந்து கிடந்தார்கள்.

ஓடிவரும் பெண்டுகளை கண்டதும் கூழானிக் கிழவி, “அடியே வெள்ளையம்மா... பொம்பளைகள் மட்டும் வர்றீங் களே! என் ஆம்பளைப் பிள்ளைகள எங்கேடீ...?” தொண்டை வறளக் கேட்டாள்.

ஓடி வந்த பெண்களெல்லாம் அன்னமயிலையும் இருளாயியையும் கட்டிப் பிடித்துக் கொண்டார்கள்.

கூழானி, வெள்ளையம்மாவின் தோள்களை உலுக்கினாள்.

"என் மகன் வேயன்னாவை எங்கே...? என் வம்சங்களை எங்கே...? எங்கேடீ...?"

தாயாரைக் கட்டிப் பிடித்துக் கொண்ட வெள்ளையம்மா, "எங்க அண்ணன் வேயன்னாவோட எல்லைக்குள்ளே விசக் காத்து புகுந்திருச்சே... ஆத்தா...!" ஒப்பாரி வைத்தாள்.

மடியில் கிடந்த பெண்களை உதறிய அங்கம்மா, "எஞ் சாமிக்கு என்னாச்சு...?" அலறினாள்.

எருதுகட்டில் நடந்தைச் சொல்லச் சொல்ல, எல்லோரும் கூடி அழுதார்கள். சிறுவர்களும் சேர்ந்து அழுதார்கள்.

ஆண்களெல்லாம் தொழிலுக்குப் போன இரவுகளில், குமரிகள் கூடிக் கும்மாளம் போட்ட மந்தை நனைய, விடிய விடிய அழுகைச்சத்தம் கேட்டது.

எதைக் கண்டும் கலங்காத குலதெய்வம் இருளப்பசாமி, ஓங்கிய அரிவாளோடு கிழக்கே பெருநாழி திசை பார்த்து நின்றார்.

54

திசை தெரியாமல் வெடித்து ஏமாந்த துப்பாக்கிகள் புகை கசிய திரும்பி கச்சேரிக்கு வந்து சேர்ந்தபோது அடிபட்ட, வெட்டுப்பட்ட பெருநாழி ஆட்கள் கச்சேரியின் வாசலை மொய்த்துக் கிடந்தார்கள்.

போலீஸைப் பார்த்து ஒரே கூப்பாடு! முகம் தெரியாத இருட்டு.

"ஓட ஓட விரட்டி வெட்டுறாங்க எசமான்!"

"வீடு, வாசல்களை எல்லாம் நொறுக்கிட்டாங்க!"

"வெளியே தலை காட்டினால்... வெட்டு! வீட்டுக்குள்ளே பதுங்கினால்... அடி!"

“இங்கே பாருங்க எசமான்... என் தோள் பட்டையிலே, கொம்பூதி பொம்பளை ஒருத்தி வெட்டுன வெட்டு!”

உடம்புகளைத் திருப்பித் திருப்பிக் காட்டினார்கள்.

“மண்வெட்டிக் கணையாலே... பெரும்பச்சேரிக்காரன், என் மண்டையைப் பிளந்துட்டான் எசமான்! இங்கே பாருங்க... தலையெல்லாம் ரத்தம்!” கைகளில் பிசுக்... பிசுக் என ரத்தம் ஒட்டியது.

“என் நாலு விரலும் போச்சே!” கட்டை விரல் மட்டும் இருந்தது.

“ஆண்டாண்டு காலமா... அடிமைச் சேவகம் பண்ணுற பெரும்பச்சேரிக்காரப் பயலுக... ஈவு இரக்கமில்லாமல் எங்களை வெட்டுறான் எசமான்!”

“கொம்பூதி பொம்பளைக கொம்பு சுத்தி அடிக்கிறாளுக!” ஆம்பளைகள் மூஞ்சியை மூடிக்கொண்டு அழுதார்கள்.

“ஒரு சின்னப் பயல், கல்லெடுத்து எறிஞ்சு... என் காது தண்டட்டி அறுந்து போச்சே!” தலையாரி பொஞ்சாதி வீரசுத்தியின் மூலிக் காதிலிருந்து சொட்டுச் சொட்டாக ரத்தம்.

“எஸ்டேட் கிணத்திலே மலத்தை அள்ளிக் கொட்டி, அசிங்கம் பண்ணின சுப்பையாவைத் தான் வளரி எறிஞ்சு கொன்னுட்டானுங்களே...! கணக்கு அப்பவே தீர்ந்து போச்சு. இன்னமும் அதையே சொல்லிச் சொல்லி ஏன் எங்களை அடிக்கணும்? ”

“பெரும்பச்சேரி துருவனை மஞ்சணத்தி மரத்திலே கட்டிப் போட்டால்... கொம்பூதிக்காரன் ஏன் கோபப்படணும்? அவன் வேற சாதிப் பயல்... இவன் வேற சாதிப் பயல். ரெண்டு சாதிப் பயலும் சேர்ந்து எங்களை சீரழிக்கிறான்ங்களே!”

“திருவிழாவும் பொழுதுமா இந்தக் கொடுமையா! எங்க தெருவெல்லாம் ரத்தம் சிந்திக் கிடக்குதே!” அழுகை பெருகியது.

“கந்தன் மேலே லாரி ஏத்திக் கொன்னது நீங்க... வெட்டும் குத்தும் எங்களுக்கா?”

“இந்த அநியாயத்தைக் கேட்க ஆளே இல்லையா?”

இன்ஸ்பெக்டர் பகதூருக்குக் காது கொடுத்துக் கேட்க

முடியலே. கூடின கூட்டம் பேசப் பேச, எல்லா அடிகளும் வெட்டுகளும் தன் மேலேயே விழுவது போலிருந்தது.

லவ்லக் துரை புறப்பட்டுப் போன சிறிது நேரத்தில் இவ்வளவும் நடந்திருக்கிறது. துரை எச்சரித்தது சரியாகப் போயிற்று. வெள்ளைக்கார சார்ஜெண்டும் கிழட்டு போலீஸும் பகதூரின் கை அருகில் வந்து நின்றனர்

கூப்பாடு போட்டுக் கொண்டிருந்த கூட்டத்துக்குள், பெருநாழியின் முக்கியஸ்தர்கள் யாரையும் காணோம். முதுகில் அடி வாங்கிய வண்டிக்கார கோட்டைச்சாமி, “நல்லா இருந்த ஊரு... வெள்ளைக்காரன் வந்து, நாசமா போச்சு” காதில் விழும்படி இடைக் குத்து குத்தினான்.

பகதூர் ஏறிட்டுப் பார்க்கவும், கிழட்டு போலீஸு தலை கவிழ்ந்தார். ‘கொம்பூதிக்காரன் எல்லாம் கச்சேரிக்குள் அடைபட்டு இருக்கும்போது, இவ்வளவு காரியத்தையும் எடுத்தேறிச் செய்தவன் எவன்?’

‘ஆயுதங்களெல்லாம் கச்சேரியில் குவிந்து கிடக்க, வெட்டவும் குத்தவும் ஆயுதம் கிடைத்தது எங்கிருந்து? ’ பகதூரின் புத்தி சுழன்றது.

முக்கியஸ்தர்கள் ஒவ்வொருவராக மெல்ல வந்து சேர்ந்தார்கள். எந்த சேதாரமும் இல்லாமல் இருந்தார்கள். சிறு கீறலைக் கூட காணோம். வீட்டுப் பரண்களின் ஒட்டடையும் நூலாம்படையும் அவர்களது முகம், தலை எல்லாம் ஒட்டியிருந்தது!

பேசப் பதறினார்கள். எவ்வளவு மெதுவாகப் பேசினாலும் அது வேப்ப மரத்தடியில் வேயன்னாவைச் சுற்றி உட்கார்ந்திருக்கும் கொம்பூதிக்காரர்களின் காதில் விழத்தான் போகிறது.

‘முதல்கரை’ தங்கச்சாமி சொன்னார்:

“எசமான், நாங்க பட்டது போதும். எங்க ஊருக்கு கச்சேரி வேண்டாம். கொம்பூதி கோபத்துக்கு எங்க குடி தாங்காது. உங்க காலைப் பிடிக்கிறோம். கச்சேரியைக் காலி பண்ணிப் போயிருங்க...”

இன்ஸ்பெக்டர் பகதூரை, உச்சிக் கோபம் தடுமாற வைத்தது. கச்சேரி நிறைய குவிந்திருந்த சட்டி போலீஸுகளையும் குதிரைப் போலீஸ்களையும் பார்த்து ஆவேசங்கொண்டு கத்தினார்.

துப்பாக்கி ஏந்திய சட்டி போலீஸுகள், வேப்ப மரத்தடி கொம்பூதிக்காரர்களை நெருக்கி வளைத்து நிற்க, போலீஸ் குதிரைகள் ஒவ்வொன்றாய் வெளியேறி இருட்டுக்குள் பாய்ந்தன.

கச்சேரியிலிருந்து தூக்கியெறியப்பட்ட வையத்துரை, வெகுநாளைக்குப் பின்னால் தங்களுடன் வந்து வீடு தங்கியதில் திருவேட்டைக்கும் சிகப்பிக்கும் சந்தோஷம். ஆசையா ஆக்கிப் போட அரிசி, பருப்பு கிடையாது. மதியம் எருதுகட்டுப் பார்க்கப் போகிறபோது, கிண்டி இறக்கி வெச்சுட்டுப் போன கேப்பைக் கூழு இறுகிப் போயிருந்தது.

சட்டி நிறைய கரைச்சு, ரெண்டு வெல்லக்கட்டியோடு கொண்டு போய் மகனுக்கு முன்னால் நீட்டினாள். கேப்பைக் கூழுக்கும் வெல்லக் கட்டிக்கும் அவ்வளவு ருசியா இருக்கும்!

"என் ராசா ...! ஆத்தா கையாலே கஞ்சி குடிச்சு எத்தனை நாளாச்சு! குடிப்பா... குடி" மண் சட்டியை வாயோரம் கொண்டு போனாள்.

இன்னொரு பக்கம் திருவேட்டை உட்கார்ந்து கொண்டு, "என் சிங்கம்...! குடிப்பா..." வையத்துரையின் நெஞ்சைத் தடவினான். வையத்துரைக்கு மனசு லயிக்கலே.

'பெருநாழியை அடித்து நொறுக்கிவிட்டு, இருட்டுக்குள் விழுந்து, ரெண்டு ஊர்சனமும் ஓடி வந்தது. பெரும்பச்சேரிச் சனம் இங்கேயே பிரிந்து கொள்ள, கொம்பூதிக்குப் போயிருப்பது பொம்பளைகள் மட்டும்தான். ராத்திரியோடு ராத்திரியாக கொம்பூதிக்கு போலீஸு போனால்... பொம்பளை கதி என்ன ஆகும்?'

"என் ராசா... குடிப்பா..."

ஆத்தா சொல்லுக்காக ஒரு வாய் கூழைக் குடித்து விட்டு வையத்துரை எழுந்தான்.

"ஏன்டா ராசா...!" அப்பனும் ஆத்தாவும் திகைத்துப்போய் கேட்டார்கள்.

"கொம்பூதிக்கு போலீஸு போனாலும் போகும். ஊரிலே ஒரு ஆம்பளை கிடையாது. நானும் துருவனும் கொம்பூதி போறோம். ஒருவேளை... பெரும்பச்சேரிக்குள்ளே போலீஸு நுழைஞ்சா... கையிலே இருக்கிற கம்பு, கத்தியை வெச்சு,

சனங்களை நீங்க காப்பாத்துங்க...” குடிசை வாசலை நீக்கி, வையத்துரை வெளியேறினான்.

துருவனின் குடிசைக்குள் சின்ன விளக்கு எரிந்து கொண்டிருந்தது.

சுற்றிக் கட்டிய சிறு கயிற்று வட்டத்துக்குள் கொம்பூதி இளவட்டங்கள் அடங்கவில்லை. நடு மையத்தில் வேயன்னா இருந்தார்.

ஒரு கையில் துப்பாக்கி, மறு கையில் லத்திக் கம்போடு சட்டி போலீஸ், கயிற்று வட்டத்தை சுற்றிச் சுற்றி வந்தது. வட்டத்துக்கு வெளியே கால் பதிக்கப் பார்த்தவர்களுக்கு லத்திக் கம்படி விழுந்தது.

“நெருக்குடா... நெருக்குடா...”

ஓங்கி ஓங்கி அடி விழுந்தது.

பத்து பேர் உட்கார முடியாத சிறிய கயிற்று வட்டத்துக்குள் முப்பது பேரைத் திணித்து, ‘நெருக்குடா... நெருக்குடா...’ என்று துப்பாக்கிக் கட்டையால் அறைந்தார்கள்.

எருது கட்டில் மாட்டுக் கொம்பு குத்தி, குடல் சரிந்திருந்த ஊமையன் நரிவேலு, கூட்டத்துக்குள் நசுங்கி சிரமப்பட்டான். குடலைச் சேர்த்து வைத்துக் கட்டிய துண்டு நழுவியது. முப்பது பேரைச் சுற்றி வளைத்து, நூறுக்கும் கூடுதலான துப்பாக்கி போலீஸ்கள் வட்டம் போட்டனர்.

இன்ஸ்பெக்டர் பகதூருக்குக் கோபம், கொம்பேறிப் போயிருந்தது. துரையின் கோபத்தைப் புரிந்து கொண்டு லத்தி அடி வலுத்தது.

கிழட்டு போலீஸ் கிடுகிடுத்துப் போய் நின்றார்.

‘கண்ணு, மண்ணு தெரியாமல் அடிக்கிறான்ங்களே! கொம்பூதிக்காரன் கோபம் யார் மேலே திரும்பப் போகுதோ!’ முன்னே வராமல், கூட்டத்தோடு கூட்டமாக, கண் மறைவாகவே நின்றார்.

வெள்ளைக்கார போலீஸ்கள். “நெருக்குடா... நெருக்குடா...” சதை தெறிக்க அடித்தார்கள்.

எல்லாவற்றுக்கும் வேயன்னாவின் கண்ணசைப்பை எதிர் பார்க்கும் கொம்பூதி இளவட்டங்கள் பொறுமை இழந்தார்கள்.

இருட்டைக் கடந்து, வையத்துரையும் துருவனும் கொம்பூதியை மிதித்தார்கள்.

வையத்துரை கையிலே... வெட்டரிவாள், துருவன் கையிலே குத்துக்கம்பு. ரெண்டுமே கார்மேக ஆசாரி பட்டறையில் எடுத்தது. ஊருக்குள்ளே வேறு 'கை ஆயுதம்' கிடையாது. இந்த ரெண்டு உருப்படியாலே, எத்தனை போலீஸுகளை சாய்க்க முடியும்? புத்திசாலித்தமா பொண்ணு பிள்ளைகளைக் காப்பாத்தணும்!

யோசித்தவாறு மந்தையில் இறங்கிய வையத்துரையை கூழானிக் கிழவி அடையாளங் கண்டு கொண்டாள்.

கொம்பூதிப் பெண்களெல்லாம் மந்தையில் கூடி அழுது கிடப்பதைக் கண்டதும் வையத்துரைக்கு நெஞ்சு கலங்கியது.

"அடே... மகனே.. வையத்துரை...!" கூழானி, அங்கிருந்தே ஒப்பாரி வைத்தாள்.

"நீ குடி அமர்த்தி வச்ச கொம்பூதி, இப்படி குடை சாஞ்சு கெடக்குதடா மகனே!"

"ஆத்தா...!" நெஞ்சு அடைக்க கத்திக்கொண்டு ஓடி வந்தான் வையத்துரை.

கூட்டமே வெடித்து அழுதது. துருவன் ஒரு பக்கம் அழுதான்.

"ஏப்பூ... வையத்துரை...! என் மகன் வேயன்னா எங்கே? நம்ம பிள்ளைகளுக்கு என்ன ஆச்சு?" கூழானி, வையத்துரையின் முகத்தை வருடினாள்.

"நம்ம அய்யாவுக்கு ஒண்ணும் ஆகாது ஆத்தா. எல்லோரும் வந்துருவாங்க... யாரும் பதற வேணாம்" சுதாரித்து கண் களைத் துடைத்துக் கொண்டான்.

"பெருநாழியை அடிச்சு நொறுக்கிட்டு வந்துட்டோம். போலீஸு வந்தாலும் வரலாம். எச்சரிக்கையா இருக்கணும்."

வையத்துரை சொல்லச் சொல்ல, சனம் உன்னிப்பாகக் கேட்டது. "எல்லோரும் போயி அவரவர் வீட்டிலே இருங்க.

நானும் துருவனும் இங்கே தான் இருப்போம். போலீஸ் வந்தால் கொம்பை எடுத்து ஊதுவோம். கொம்புச் சத்தம் கேட்டதும் எல்லோரும் வீட்டை விட்டு வெளியேறி இருட்டுக்குள்ளே ஓடிறணும். போலீஸ் கையிலே யாரும் சிக்க வேணாம்."

குலை பதற, சனம் கேட்டுக் கொண்டிருக்கும் நேரம், குதிரை போலீஸ்கள் பெரும்பச்சேரியை நெருங்கி விட்டிருந்தார்கள்.

55

துருவன், மந்தை வேப்ப மர உச்சிக்கு விருவிருவென ஏறி, வசம் பார்த்து உட்கார்ந்த கொண்டான். கை வாக்கில் ஊதுகொம்பு கட்டித் தொங்கியது.

வையத்துரை சொன்னபடி எல்லா பொண்ணு, பொம்பளைகளும் அவரவர் வீடுகளுக்குள் பதுங்கி யிருந்தார்கள். யாரும் படுக்கலே... கண் மூடலே. பெரிய பொம்பளைகளுக்கெல்லாம் குமரிகளைப் பற்றிய கவலை.

வடகிழக்கு சனி மூலை வழியாகத் தான் போலீஸ் நுழை யும். கொம்புச் சத்தம் கேட்டதும், தெற்கேயும் மேற்கேயும் வெளியேறி ஓடணும். தெற்கே தரிசுக்காடு... மேகாடு முள்ளுக்காடு.

நேரம் ஆக ஆக, மையிருட்டு விலகி, உச்சி வெளிச்சம் மெல்ல படரத் துவங்கியது. வெளிச்சம், ஆளைக் காட்டிக் கொடுக்கும்.

ஆயுதங்களையெல்லாம் அள்ளிக்கொண்டு போனவர்கள் திரும்பவும் வருவது, பொண்ணு பிள்ளைகளைச் சீரழிக்கத் தான்.

கூழானிக் கிழவிக்கு இன்னொரு யோசனை தட்டுப்பட்டது. "வையத்துரை.... எங்கேப்பா இருக்கிறே?" கை ஊன்றி எழுந்த கிழவி, நாய் நடமாட்டம் கூட இல்லாத தெருவில், "வையத் துரை...!" அமர்ந்த குரலில் கூவிக்கொண்டே நடந்தாள்.

"என்ன ஆத்தா?" மந்தைப் பக்கமிருந்து பதில் கேட்டது.

வேல ராமமூர்த்தி | 319

கிழவி ‘வெடுக் வெடுக்’ கென நடந்து போனாள்.

“வையத்துரை...! போலீஸ்க்காரன் வந்த பின்னாலே, பொம்பளைப் பிள்ளைகள் வெளியேறி ஓடித் தப்பிக்கறது சிரமம். வர்றதுக்கு முன்னாலயே எல்லாரும் வெளியேறி, ஒரு பாதுகாப்பான இடமாகப் பார்த்து பதுங்கிட்டால் என்ன?”

“போலீஸ்க்காரன் வரலேன்னா...?”

“வர்றானோ... வரலையோ... இன்னிக்கு ஒரு ராத்திரிக்கு எல்லோரும் காட்டுக்குள்ளே பதுங்கிக் கிடப்போம்!”

“அதுக்கு மேலே... ‘இருளப்பன்’விட்ட வழி.”

எல்லோரும் கூட்டமாய் வெளியேறும்படி சொல்வதற்காக, கூழானிக் கிழவி வீடு வீடாகப் போனாள்.

கயிற்று வட்டத்துக்குள் நெரிபடும் கொம்பூதி இளவட்டங் களுக்கு சதை தெறிக்க லத்திக் கம்படி விழுந்து கொண்டிருந்தது.

இன்ஸ்பெக்டர் பகதூரும் வெள்ளைக்கார சார்ஜெண்டும் மேற்பார்வையிட்டவாறு சுற்றிச் சுற்றி வந்தார்கள்.

இலந்தைச் செடியின் வேரைச் சுற்றி வட்டம் போட்டுப் படுத்திருக்கும் கருநாகத்தின் மேல், செடிமுள் குத்தக் குத்த கோபங்கொண்டு ‘புஸ்ஸ் புஸ்ஸ்’ என சீத்தெடுத்து, மேனி நெளிப்பது போல், லத்தி அடி விழ விழ... கொம்பூதி இளவட்டங்களுக்கு ஆவேசம் நெறி கட்டியது.

கயிற்றோரம் வளைபட்டிருந்த பாண்டி நெளித்து வெளியேறி, கம்புக்கார வெள்ளை போலீஸை முட்டித் தூக்கி, தரையோடு சேர்த்துக் கொண்டு போய் இடுப்பு ஓடிய ஊன்றினான்.

சட்டி போலீஸ்களில் பாதி போலீஸ் பாண்டி பக்கம் திரும்பியது.

பகதூர் கத்தினார்:

“அவனைப் பிடி...”

அத்தனை போலீஸ்களும் பாண்டியை அடித்து துவைத்தார்கள். ஆனாலும், அந்த வெள்ளை போலீஸை பாண்டி விடுவதாக இல்லை. பாண்டியை வெள்ளை போலீஸிடமிருந்து மற்றவர்கள் பிய்த்தார்கள். வெள்ளை போலீஸின் குரல் வளை, பாண்டியின் வாயோடு வந்தது.

வீடு வீடாக சொல்லப்போன கூழானிக் கிழவி, நாலாவது வீட்டுக்குக் கூடப் போய்ச் சேரவில்லை.

'பூம்ம்...ம்ம்...ம்...பூ...ம்...ம்...ம்... பூம்ம்...ம்...ம்...' கொம்பு ஊதும் சத்தம் கேட்டது.

பெரும்பச்சேரி பாதையில் குதிரைகள் தட்டுப்பட்டதும், வேப்ப மர உச்சியில் உட்கார்ந்திருந்த துருவன் கொம்பெடுத்து ஊதினான்.

'பூம்ம்... ம்...ம்... பூம்ம்...ம்...ம்...'

"அடியேய்... எல்லோரும் வெளியேறி ஓடுங்கடீ..." கூழானிக் கிழவி தடுமாறித் தடுமாறி வேயன்னாவின் வீட்டுக்கு நேராக ஓடினான். தெற்கே பாதி, மேற்கே பாதி பிரிந்து, பொம்பளைளெல்லாம் இருட்டுக்குள் ஓட்டமெடுத்தார்கள். சிறு பிள்ளைகள் திசை தெரியாமல் குறுக்கே மறுக்கே ஓடின. அன்னமயிலை இழுத்துக்கொண்டு, அங்கம்மா தெற்கே தரிசுக் காட்டுப் பக்கம் ஓடினாள்.

சிட்டும் வெள்ளையம்மாவும், மேற்கே முள்ளுக் காட்டுக்குள் ஓடினார்கள். தாலி அறுத்த மருமகள் இருளாயியை இழுத்துக் கொண்டு குருவம்மா தரிசுக் காட்டுப் பக்கம் ஓடினாள்.

கட்டுப்படாத குமரி பந்தானம், செவ்வந்தி, பேச்சி, பூமயிலு எல்லோரும் ரெண்டு பக்கமும் பிரிந்து ஓடினார்கள்.

துருவன் வேப்ப மர உச்சியிலேயே ஆடாமல் அசையாமல் தங்கிக் கொண்டான். வையத்துரை ஆல மரப் பொந்துக்குள் உட்கார்ந்து கொண்டான். இருட்டுக்குள் ஓட முடியாத கூழானிக் கிழவி குப்பைக் குழிக்குள் பதுங்கிக்கொண்டாள்.

பத்து பதினைந்து குதிரைகள், மந்தைத் திடலுக்குள் வாயில் நுரை தள்ள நுழைந்தன. எப்போது வந்தாலும் ஆள் நடமாட்டமே இல்லாத கொம்பூதியைப் பார்க்க குதிரைக் காரர்களுக்கு சலிப்பாய் இருந்தது.

ஒவ்வொரு வீட்டு வாசலுக்குள்ளும் குதிரைகள் தலை நுழைத்து நோட்டம் பார்த்தன.

வேப்ப மரத்து துருவனும், ஆலமரத்து வையத்துரையும் மூச்சுக் காட்டாமல் பார்த்துக் கொண்டிருந்தனர். கொம்பூதி ஆளுகளும் பிடிபட்டுப் போச்சு; ஆயுதங்களும் பறிபட்டுப் போச்சு.

திரும்பவும் போலீஸுகள் வந்தது எதுக்கு? பொண்ணுகளைச் சூறையாடத் தான். உச்சி மரத்திலிருந்து துருவன், கண் கொத்திப் பாம்பாக கவனித்துக் கொண்டிருந்தான்.

ஊருக்குள் ஒருத்தியையும் காணாத குதிரைகள், தெற்கேயும் மேற்கேயும் இருட்டுக்குள் மெல்ல நகர்ந்தன.

லவ்லக் துரை சொல்லி இருந்தார்.

"பகதூர்...! வடக்கே ஜாலியன் வாலாபாக் படுகொலையால் உலக நாடுகளில் பிரிட்டிஷ் ஏகாதிபத்தியத்துக்கு அவப் பெயர் தான் மிஞ்சியது. தெற்கேயும் அதுபோல் ஒரு பெரிய சம்பவம் நடந்துவிடக் கூடாது என்பதில் நாம் எச்சரிக்கையாக இருக்க வேண்டும்."

கம்புக்கார போலீஸின் குரல் வளையை கடித்துத் துப்பிய பாண்டியை, கச்சேரி மூலையில் தனியே கட்டிப் போட்டி ருந்தார்கள். கல் அடுப்புக் கூட்டி எரிகின்ற நெருப்பில் நீளமான கம்பியைக் காய வைத்திருந்தார்கள். கயிற்று வட்டத்தை இன்னும் பெரிய பாரக் கயிறுகளால் அசைய விடாமல் இறுக்கிக் கட்டி இருந்தார்கள்.

நடு மையத்தில் கட்டுப்பட்டிருந்த வேயன்னா, "என்ன நடந்தாலும் விடிகிற வரை பொறுமையா இருங்க" என்கிற ஒற்றை வரியால் இளவட்டங்களை அமர்த்தி இருந்தார்.

கல் அடுப்பில் காய்ந்து கொண்டிருந்த கம்பியை வெள்ளைக்கார சார்ஜெண்ட் கையில் எடுத்தான். கம்பி நெருப்பாய் பழுத்திருந்தது.

வெள்ளை போலீஸின் குரல்வளையைக் கடித்துத் துப்பிய பாண்டியின் வாயில் வெள்ளைக்கார சார்ஜெண்ட் குறுக்கு வசமாய் சுட்டான். பாண்டி, கால்களை உதறினான்.

சார்ஜெண்ட், ரெண்டு முழங்கால்களிலும் சுட்டான்.

நெஞ்சு புடைக்கக் கத்தினான். நெஞ்சில் நீளவாக்கில் இழுத்தான்.

தலையை அலைத்து துடித்தான். உச்சந்தலை ரோமம் கருக அழுத்திச் சுட்டான்.

இளவட்டங்கள் கண்களை மூடிக் கொண்டார்கள்.

தெற்காட்டு இருட்டுக்குள் நுழைந்த ஒரு வெள்ளைக் குதிரை, செவ்வந்தியைக் கண்டுகொண்டது. சோத்துக் கத்தாழைச் செடிக்குள் பதுங்கி இருந்த செவ்வந்தி, எழுந்து ஓடக் கிளம்பினாள். வெள்ளைக் குதிரை விரட்டியது. தெற்கே, தரிசுக் காட்டில் நிற்காத ஓட்டம். செவ்வந்தி, பெயருக்கேத்த சிவப்பு. அச்சுக் குலையாத வாளிப்பு. சுருட்டைமுடி. அதிர்ந்தால் சிந்துகிற பருவம். கச்சேரியில் கம்பிச் சூடு படுகிற பாண்டிக்கு முறைப் பொண்ணு.

வெள்ளைக் குதிரை விடாமல் விரட்டியது.

படரும் உச்சி வெளிச்சம், செவ்வந்தியையும் வெள்ளைக் குதிரையையும் துருவனின் கண்ணுக்கு காட்டிக் கொடுத்தது. வேப்பமரக் கொம்பிலிருந்து துருவன் ‘விருட்’டென தரைக்கு வந்தான். கைகளிலிருந்த குத்துக் கம்பிகளை அசைத்து, ஆலமரப் பொந்துக்குள் இருந்த வையத்துரைக்கு சைகை செய்து விட்டு தெற்காட்டுப் பக்கம் பாய்ந்து போனான்.

வெள்ளை போலீஸு, செவ்வந்தியைக் கவ்வி விட்டான். மூஞ்சியில் ஓங்கி அடித்தாள். கையைப் புரட்டிப் போட்டான். உச்சந்தலையால் நெஞ்சில் முட்டித் தள்ளினாள். பின்புறமாக கழுத்தை வளைத்தான். கையைக் கடித்துக் குதறினாள். இடுப்புச் சேலை சொசுவத்துக்குள் கை விரல்களை நுழைத்து, கெட்டியாய் பிடித்துக் கொண்டான். ரெண்டு கைகளாலும் மார்பை போர்த்திக் கொண்டு செவ்வந்தி மிரண்டாள். மேனியோடு மேனியை நெருக்கிய வெள்ளை போலீஸின் முதுகில் திடீரென இறங்கிய குத்துக் கம்பி, லேசாக மறுபுறம் கண்டது.

துருவனின் சைகைக்கு ஆலமரப் பொந்திலிருந்து வெளியேறிய வையத்துரை, மேற்கே சத்தம் கேட்டு, முள்ளுக் காட்டுக்குள் ஓடினான். வாலாட்டிக் கொண்டிருந்த குதிரைக்கு அந்தப் புறம், பந்தானத்தோடு மல்லுக் கட்டிக் கொண்டிருந்த வெள்ளை போலிஸின் தொப்பியில்லாத தலையை, வெட்டரிவாளால் வையத்துரை ரெண்டாகப் பிளந்தான்.

யாருக்கும் புலப்படாத தூரத்தில், நீர் வற்றிக் காய்ந்த ஒரு வெட்டுக்கிடங்கு.

மூணுமாசம் கூட புருஷச் சுகம் காணாமல் தாலி அறுத்த

இருளாயியை வெட்டுக் கிடங்குக்குள் தள்ளி விட்டு, தலை கவிழ்ந்து நின்றது இன்னொரு வெள்ளைக் குதிரை.

அந்த குதிரைக்காரன் ஒரு இளவட்டப் போலீஸ்.

குதிரை விரட்டி வரும் போது இருளாயியின் தலைமுடி தான் போலீஸின் கையில் சிக்கியது.

இருளாயிக்கு நீண்ட தலைமுடி. பின் தொடை வரை தொங்கும். ஓடிய வேகத்தில் அவிழ்ந்து பறந்து, சிக்க வைத்து விட்டது.

நாய் குதறிச் செத்த புருஷன் சோலை, எப்பவும் இருளாயியின் தலைமுடியை விரிப்பாக்கித் தான் பக்கத்தில் படுப்பான். பெஞ் சாதியின் தலைமுடியை தன் கழுத்தை வளைத்து துண்டு போல் போட்டுக் கொண்டு சிரிப்பான்.

தன் கையில் தலைமுடி சிக்கியதும், இருளாயியின் கன்னத்தில் மாறி மாறி அறைந்து கிடங்குக்குள் தள்ளி விட்டான் இளவட்ட போலீஸ்.

ஆவணி மாசம். நாடெல்லாம் நீர் பெருகிக் கிடக்க, இந்த வெட்டுக் கிடங்கு மட்டும் வறண்டு போய் கிடந்தது. இளவட்ட போலீஸின் மூர்க்கத்தனத்துக்கு, இருளாயி எதிர்ப்பே காட்டவில்லை.

இணங்கிப் போனாள்.

கொஞ்சம் கொஞ்சமாக கண் செருகி, மனம் கிரங்கி, கவிழ்ந்திருந்த இளவட்ட போலீஸின் கழுத்தை, தன் நீளமான அடர்ந்த தலைமுடியால் சுருக்காக சுற்றி வளைத்து இறுக்கினாள்.

மெதுவாக, அவளது தலைமுடியை போலீஸின் கழுத்து ரத்தம் நனைத்தது.

56

பொழுது விடியவும் கயிற்று வட்டம் அவிழ்ந்தது.

"தினமும் சாயங்காலம், எல்லோரும் வந்து ரேகை புரட்ட வேண்டும். ஆஜராக யார் தவறினாலும் அதோ, அவன் கதி தான்..."

உடம்பெல்லாம் சூட்டுக் கம்பியால் ரணப்பட்டு, கச்சேரியின் மூலையில் கட்டிக் கிடந்த பாண்டியைக் காட்டினான் வெள்ளைக்கார சார்ஜெண்ட்.

ரெண்டு போலீஸுகள், பாண்டியின் கட்டுகளை அவிழ்த்து விட்டார்கள்.

இளவட்டங்கள் ஓடிப்போய் துவண்டு கிடந்த பாண்டியைத் தூக்கிக் கொண்டனர்.

கொம்பூதியின் குதிகால் நரம்பைப் பிடுங்கி விட்ட இறுமாப்பில் இன்ஸ்பெக்டர் பகதூர் உட்கார்ந்திருந்தார்.

கச்சேரியை விட்டு வேயன்னா வெளியேறும் முன், சார்ஜெண்ட் திரும்பவும் எச்சரித்தான்:

“ஒத்துழைக்க மறுத்தால், உயிரோடு இருக்க முடியாது...”

வேயன்னா வெளியேறினார். இளவட்டங்கள் பின் தொடர்ந்தார்கள்.

அடுக்கி வைக்கப்பட்ட துப்பாக்கிகளுக்கு மத்தியில் அமர்ந்திருந்த பகதூர் துரைக்கு முன் சார்ஜெண்ட் வந்து நின்றான். சார்ஜெண்ட்டுக்குப் பின்னால் கிழட்டு போலீஸு.

பகதூர், சார்ஜெண்ட் முகத்தைப் பார்த்தார். உதட்டோரம் புன்னகை இழையோட மெல்லத் திரும்பி, கிழட்டு போலீஸைப் பார்த்தார். ‘க்ளுக்’ எனச் சின்னச் சத்தத்தோடு சிரித்தார். சார்ஜெண்டைப் பார்த்து வாய்விட்டுச் சிரித்தார். மேஜையைத் தட்டிச் சிரித்தார். எழுந்து, கை கொட்டிச் சிரித்தார்.

சார்ஜெண்ட்டும் கிழட்டு போலீஸும் சேர்ந்து கொண்டார்கள். கச்சேரி அதிரச் சிரித்தார்கள்.

கொம்பூதிக்காரர்கள் வெளியேறிப் போகும் திசைப் பக்கம் கை காட்டி, அடிவயிறு வலிக்கச் சிரித்தார்கள்.

இரவு கொம்பூதிக்குப் போன குதிரைக்காரர்களில் மூன்று பேர் உயிரோடு திரும்பாத கணக்கை அதுவரை சரி பார்க்கா ததால், கண்ணீர் வரச் சிரித்தார்கள். ஆவணி மாச வானம், விடிகாலையிலேயே மப்புக் கொட்டி, மந்தாரப்பட்டுக் கறுத்துக் கிடந்தது.

கொம்பூதிக்கு மேற்கே முள்ளுக் காட்டுக்குள், மண்டை ரெண்டாகப் பிளந்து, ஒரு குதிரை போலீஸ் செத்துகிடந்தான். வெட்டிப் பிளந்து வெகுநேரமாகிப் போனதால், வையத்துரையின் வெட்டரிவாளில் ரத்தம் உறைந்து போயிருந்தது.

தெற்கே தரிசுக் காட்டில், ரெண்டாவது பிணம் குப்புறக் கிடந்தது. செவ்வந்தியின் இடுப்புச் சேலைக் கொசுவத்துக்குள் விரலை நுழைத்து, இறுக்கிப் பிடித்த வெள்ளை போலீஸின் முதுகில் இறங்கி, மறுபுறம் கண்டிருந்த துருவனின் குத்துக் கம்பியை முதலில் உருவ முடியவில்லை.

ஆயுதங்களை எல்லாம் கச்சேரிக்கு அள்ளிக் கொண்டு போன பின், கையில் இருப்பதோ... ஒன்றிரண்டு ஆயுதங்கள் தான். அதை பிணத்தோடு விட்டுப் போக துருவனுக்கு மனசில்லாமல், பிணத்தின் பிடரியில் கால் ஊன்றி, குத்துக் கம்பியை உருவியிருந்தான்.

மூன்றாவது பிணம் ஊருக்கு வெகுதூரத்தில், வெட்டுக் கிடங்குக்குள் கழுத்து அறுபட்டு மல்லாந்து கிடந்தது. இளவட்ட போலீஸின் கழுத்தை, இருளாயியின் தலைமுடி, கத்தி போல் அறுத்திருந்தது. தன்மேல் படர்ந்து கிடந்தவனை இருளாயி புரட்டிப் போட்ட போது, அவன் மல்லாந்து பிணமாகியிருந்தான்.

கிழக்கே, மந்தாரப் பொழுது புலப்படும் முன்பே, துருவன் வேப்பர உச்சிக்கு ஏறிக் கொம்பெடுத்து ஊதினான்.

‘பூம்ம்...ம்...பூம்...ம்ம்... பூம்ம்...ம்ம்...ம்...’

குப்பைக் குழிக்குள் சுருண்டு கிடந்த கூழானிக் கிழவி எழுந்து மந்தைக்கு வந்தாள். ரெண்டு காட்டுப் பக்கமிருந்தும் சனம் ஊருக்குள் நுழைந்தது.

குலசாமிக்கு எதிரே, வேப்ப மரத்தடியில் வையத்துரையும் துருவனும் நின்றார்கள். அத்தனை சனமும் கையெடுத்துக் கும்பிட்டபடி வந்தது. வையத்துரைக்கும் துருவனுக்கும் உடம்பெல்லாம் கூச்சமெடுத்தது, கூழானிக் கிழவி, வையத் துரையைக் கட்டிப் பிடித்துக் கொண்டாள்.

“வையத்துரை! நீ என் வயித்துல பிறந்திருக்கணும்டா... மகனே! கொம்பூதி மானத்தைக் காப்பாத்தின குலசாமியே நீங்க தான்டா!” துருவனையும் சேர்த்துத் தழுவிக் கொண்டாள்.

மேனி நனைய வானம் வார்த்தது.

குதிரை போலீஸ்களிடமிருந்து மீண்ட குமரிகள், முகத்தை மூடிக்கொண்டு அழுதார்கள்.

கூட்டத்துக்குள் இருளாயியை மட்டும் காணோம்.

சனம் சிதறி, மறுபடியும் முள்ளுக் காட்டுக்கும் தரிசுக் காட்டுக்கும் ஓடியது.

தெற்காட்டு வெட்டுக் கிடங்கில், இளவட்ட போலீஸ் மல்லாந்து செத்துக் கிடந்தான். ஒருகைத் தண்டை கழன்று கிடந்தது. இருளாயியைக் காணோம்.

"மானத்தைப் பறி கொடுத்த என் மருமகள்... எங்கே மாண்டு கிடக்கிறாளோ...?"

தெற்காடு அதிர குருவம்மா வைத்த ஒப்பாரியை மழை நீர் அமுக்கியது.

மழையோடு பெரும்பச்சேரியை கடக்கும் போது, திருவேட்டை மறித்து விவரம் சொன்னான்:

"அய்யா! ராத்திரி வெகுநேரத்துக்குப் பின்னாலே... கொம்பூதிக்குக் குதிரைப் படை போனது. பொண்ணு, பிள்ளைகளுக்கு என்ன ஆச்சோ... தெரியலே!"

வேயன்னா கேட்டார்: "வையத்துரை எங்கே...?"

"வையத்துரையும் துருவனும் நேத்து ராத்திரியே கொம்பூதி போனான்ங்க... இன்னும் திரும்பலே அய்யா..."

"திருவேட்டை... உடனே நீ பெருநாழி போயி, பச்சமுத்துவையும் கார்மேக ஆசாரியையும் கொம்பூதிக்கு வரச் சொல்லு..."

வேயன்னா நில்லாமல் நடந்தார்.

ஊரணிக் கரை தாண்டி ஆலமரம் தொட்டபோது கொம்பூதி கிழிந்து கிடந்தது. நேற்று ஆயுதங்களை அள்ள வந்த போலீஸ்கள், சோறு குழம்புச் சட்டிகளை, தண்ணீர்ப் பானை குடங்களைத் தெரு நெடுகச் சிதறி விட்டிருந்தனர்.

ஆள் நடமாட்டத்தைக் காணோம். சனமெல்லாம் இருளாயியைத் தேடிக் காட்டுக்குள் திரிந்தன. நடந்த விவரம் சொல்ல நாதி இல்லே. வையத்துரை, துருவனையும் கூடக் காணோம்.

இருளப்பசாமிக்கு முன் வேயன்னா தடுமாறினார். இதுவரை வேயன்னா தடுமாறி, இளவட்டங்கள் பார்த்ததில்லை.

பாண்டியைக் கோயிலுக்கு முன்னால் படுக்க வைத்தார்கள். ஊமையன் நரிவேலுக்கு, குடல் துருத்திய வயிறு வலி எடுத்தது. வேப்பமரத் தூரில் சாய்ந்து, கால் பரப்பி உட்கார்ந்தான்.

தெற்காடெல்லாம் தேடி அலைந்து, இருளாயியைக் காணாத சனம், மழையோடு ஊருக்குள் திரும்பியது.

மாடு பிடிக்கப் போன ஆம்பளைகள், மந்தைக்குத் திரும்பி யிருப்பதைக் கண்டதும் நெஞ்சு தாங்காத அழுகை வெடிக்க ஓடி வந்தார்கள்.

வையத்துரை முன்னே ஓடி வந்து, பாண்டியைக் தழுவிக் கொண்டான்.

குடல் சரிந்திருந்த மகன் நரிவேலுவை வெள்ளையம்மா கட்டிப் பிடித்து அழுதாள்.

கூழானி, வேயன்னாவின் நெஞ்சில் விழுந்து அழுதாள்.

வேயன்னாவோ இறுகிப் போயிருந்தார்.

மழை, விடாமல் ஊற்றிக் கொண்டிருந்தது.

"இருளாயியை... காணோமே...! பொணமா ஆக்கிட் டான்ங்களோ!"

ஓங்கிய அரிவாளோடு நிற்கும் இருளப்பசாமிக்கு முன்னால் பெண்களெல்லாம் அழுது கொண்டிருக்க, நிறை பெருக்காய்ப் பெருகிக் கிடந்த ஊரணித் தண்ணீருக்குள் முங்கி முங்கி எழுந்தாள் இருளாயி. உடம்பில் உள்ள கறையை எல்லாம் கழுவினாள். தன் நீண்ட தலைமுடியை நனைத்திருந்த ரத்தக் கறை விலக நன்றாக அலசினாள். ஈரம் சொட்டச் சொட்ட, கூந்தலை அள்ளி முடிந்தாள்.

பகலில் உறங்கிப் பழக்கமில்லாத பகதூர் துரைக்கு, உட்கார்ந்த வாக்கில் கண்ணைச் சுழற்றியது. இரவெல்லாம் விழித்திருந்த களைப்பு.

கச்சேரியிலிருந்து வீட்டுக்குப் புறப்படும் முன், சார்ஜெண்ட் ஞாபகப்படுத்தினார்:

"நேற்றிரவு கொம்பூதிக்குப் போன குதிரைக்காரர்களில் மூன்று பேர் இன்னும் திரும்பவில்லை துரை அவர்களே..."

கேட்டதும் பகதூருக்குச் சிரிப்பு தான் வந்தது.

"குதிரைக்காரர்கள் போனபோது கொம்பூதியில் பெண்கள் மட்டும் தான் இருந்திருப்பார்கள்...? ஆண்களே இல்லாத ஊருக்குள் நுழைந்து அனுபவித்து விட்டு வரப்போன போலீஸ்கள், பெண்களிடமா பிடிபடுவார்கள்...? ஊர், தேசம் தெரியாத புதியவர்கள்... எங்காவது சுற்றி அலைந்து வந்து சேருவார்கள்..." தைரியமாக இருக்கச் சொல்லி சார்ஜெண்ட்டைத் தட்டிக் கொடுத்தார்.

ஆயத்தமாய் நின்ற குதிரைச் சாரட்டில் அமர்ந்தவர், "இன்று மாலை, கொம்பூதிக்காரர்கள் கச்சேரிக்கு வந்து கைரேகை புரட்டும் போதுதான் நான் வருவேன். அதுவரை எனக்கு ஓய்வு தேவை..." என்றதும் வீடு நோக்கிச் சாரட்டு கிளம்பியது.

வழி நெடுக இருபுறமும் அடர்ந்த மரங்கள். மழை பெய்து ஓய்ந்த பின் வீசும் ஈரக்காற்று இதமாக இருந்தது. மெல்ல உருளும் சாரட்டில் அமர்ந்தபடி அண்ணாந்து பார்த்துக் கொண்டே போனார். அடர்ந்த மரக்கிளைகள் உதிர்க்கும் மழைத் துளிகள் முகத்தில் பட்டுத் தெறித்தன. வடநாட்டில் இருக்கும் தன் மனைவியின் நினைவு வந்தது.

வீட்டு வாசலில் சாரட்டை விட்டு இறங்கியதும் சல்யூட் அடித்த போலீஸிடம் மதிய உணவுக்குக் கூடத் தன்னை எழுப்ப வேண்டாம் எனச் சொல்லிவிட்டு உள்ளே போனார்.

விக்டர் துரை தம்பதியர் வசித்த அதே பெரிய வீட்டில், பகதூர் துரை தனித்திருந்தார். ஊருக்கு மேற்கே, ஒதுக்குப்புறமான வீடு. கொம்பூதி மடங்கியதைக் கொண்டாடுகிற சந்தோஷத்தில் மதுக் குவளைகளை நிரப்பினார்.

அளவுக்கு அதிகமாகக் குடித்து விட்டுப் படுக்கையில் சாய்ந்தார். சாளரத்து மழைக் காற்று சுகமாக உறக்காட்டியது.

வீட்டுக் காவலுக்கு நின்ற போலீஸ், எப்போதும் இல்லாத விழிப்போடு சுற்றிச் சுற்றி வந்தான்.

கொம்பூதிக்கு வந்து திரும்பிய கார்மேக ஆசாரியும் பச்சமுத்துவும் வேயன்னா சொல்லிவிட்ட விவரப்படி காரியங்களைத் துளி பிசகாமல் முடித்து வைத்திருந்தனர்.

பொழுது மயங்கிய பின் கச்சேரிக்கு வந்து கைரேகை புரட்ட வேண்டிய கொம்பூதிக்காரர்கள், உச்சிப் பொழுதுக்கே ஊரை விட்டு வந்து பெருநாழியைச் சுற்றிப் பதுங்கிக் கிடந்தார்கள்.

57

கார்மேக ஆசாரியின் நடு வீட்டில் சம்மணமிட்டு அமர்ந்திருந்த வேயன்னாவின் மடியில், ஆசாரியின் குழந்தை கிடந்தான். சின்ன சிணுங்கலுக்குக் கூட குழந்தையைக் கொஞ்சி, வேயன்னா ஆற்றுவதைப் பார்த்து ஆசாரிக்கும் பெஞ்சாதிக்கும் சந்தேசம் தாங்கலே!

துப்பாக்கி முனைகளும் சுருக்குக் கயிறும் தன்னைச் சுற்றி வட்டமடித்துக் கொண்டிருக்கும் மரண தருணத்தில், குழந்தைக்குக் குழந்தையாகி, வேயன்னா கொஞ்சுவதைக் கண்டு கண்கள் தளும்பின.

மடியில் துள்ளும் 'வேலுச்சாமி'யின் கன்னத்தைக் கிள்ளிய வேயன்னா, "உனக்கு என் பெயரையா வச்சான் உங்கப்பன்!" முத்தமிட்டுச் சிரித்தார்.

ஆசாரி, தோள் துண்டை எடுத்துக் கண்களைத் துடைத்துக் கொண்டார்.

"முதல் முதலா உன்னைத் தொட்டுத் தூக்கியிருக்கிறேன். 'இந்தா வெச்சுக்கோ'ன்னு கொடுக்க, என்கிட்டே எதுவுமே இல்லையேப்பா..."

"அய்யா... அவனுக்கு உயிரையே கொடுத்திருக்கீங்களே!" புருசனும் பொஞ்சாதியும் உடைந்து அழுதனர்.

குழந்தை, வேயன்னாவின் மீசையை இடது கையால் வருடி இழுத்தான். சிரித்துக் கொண்டார்.

வீட்டுப் பின்வாசலில் தலை நீட்டிய கழுவன், "எண்ணெய் நல்லா கொதிச்சிருச்சு... " எனச் சொல்லி விட்டுப் போனான்.

வேயன்னா கேட்டார், "கார்மேகம்... பச்சமுத்துவை எங்கே காணோம்...?"

"பச்சமுத்து கொஞ்சம் பதறின ஆளு. நீங்க சொன்ன விவரப்படி எல்லாச் சரக்குகளையும் ஏற்பாடு பண்ணிக் கொடுத்துட்டு, தன் வீட்டுக்கு உள்ளே பதுங்கிக் கிடப்பான்..."

வீட்டுக் கொல்லையில் கல் அடுப்பு கூட்டி, கழுவனும் கீரைச்சட்டியும் தீ மூட்ட... பெரும் பெரும் அண்டாக்களில் நல்லெண்ணெய் கொதித்துக் கொண்டிருந்தது.

ஆசாரி வீட்டு முன்வாசல் அடைத்தே கிடந்தது.

கச்சேரியை நோட்டம் பார்க்கப் போன செந்தட்டிக்காளை, பின்வாசல் வழியே நுழைந்தான். ஆள் நுழைவதை அசைவில் கண்டு கொண்ட வேயன்னா, "என்னடா செந்தட்டி... கச்சேரி நிலவரம் என்ன...?" என்றார்.

"முக்கால்வாசி சட்டிப் போலீஸு ஊரைக் காலி பண்ணிப் போயிட்டான்க. குதிரைப் போலீஸுகளும் கொஞ்சம் கொஞ் சமா வெளியேறி, கமுதிப் பாதையிலே போறான்க. கச்சேரி காத்து வாங்குது! பகதூர் துரை வீட்டிலே தூங்குறான்..." கண்டு வந்த விவரங்களை மளமளவெனச் சொன்னான் செந்தட்டிக்காளை.

சொல்லிக் கொண்டிருக்கும் போதே வையத்துரை நுழைந்தான்.

"வாப்பா வையத்துரை... ஏற்பாடுகளெல்லாம் எப்படியிருக்கு...?"

"அங்கங்கே ஆளுகளை நிறுத்தியாச்சு அய்யா..."

"கச்சேரிக்கு யாரு...?"

"கச்சேரி என் பொறுப்பு. பகதூர் வீட்டுக்கு வில்லாயுதம். வழியெல்லாம் எளவட்டங்களைப் பதுங்கச் சொல்லியாச்சு..."

"பொழுது சாய்கிற நேரம், பகதூர் வீட்டை விட்டுக் கிளம்பும் முன்னே ஆரம்பியுங்க. குறி பிசகாமல் காரியம் முடியணும். இளவட்டங்களை முழிப்பா இருக்கச் சொல்லு. நம்ம கை தான் முந்தணும்..."

தன் முன் குனிந்த வையத்துரையின் தலையில் கை தொட்டு ஆசீர்வசித்த வேயன்னா, "வையத்துரையும் வில்லாயுதமும் கூடிச் செய்கிற காரியம் குறைபடாது..." என வழியனுப்பி வைத்தார். வையத்துரையும் செந்தட்டிக்காளையும் பின்வாசல் வழியே வெளியேறினார்கள்.

மறுபடியும் மீசையை இழுத்த குழந்தைக்கு அணைவாய் குனிந்து, "இது உனக்கு வேணுமா...?" மீசையைக் கைகளில் உரச விட்டார்.

கார்மேக ஆசாரி தயங்கித் தயங்கிக் கேட்டார், "அய்யா... பெரிய காரியம் செய்ய, எடுப்பு எடுத்திருக்கிறோம். நம்ம பிள்ளைகள் கையிலே ஆயுதம் எதுவும் கிடையாது. வெள்ளைக் காரனோ... குதிரைப்படை, குண்டாந்தடி, துப்பாக்கினு சகல ஆயுத சகிதம் இருக்கிறான். கரணம் தப்பினால் மரணம். நம்ம 'எடுப்பு ' சரிதானா...?"

"கார்மேகம், மனுசப் பயலுக்கு மரணம் எந்த நேரமும் வரலாம். எடுத்து காரியத்திலே பெரிய காரியம், சின்ன காரியம்னு எதுவும் கணக்கு கிடையாது. ஆம்பளைக இல்லாத ஊருக்குள்ளே நுழைஞ்சு, சின்னஞ்சிறுசுகளைப் பலவந்தம் பண்ணனது 'போலீஸுக் கணக்கு'. அதுக்காக உயிரை எடுக்கிறது அல்லது உயிரைக் கொடுக்கிறது 'கொம்பூதிக் கணக்கு'. அவ்வளவுதான்..."

சொல்லி வாய் மூடுமுன், வேயன்னாவின் மடியை வெதுவெதுப்பான சிறுநீர் நனைத்தது. வீடு அதிரச் சிரித்து, நெஞ்சுக்கு மேல் குழந்தையைத் தூக்கி, "ஏய்... கார்மேகம்! உன் மகன், என் மடியிலேயே ஒன்னுக்குப் போயிட்டான். நல்ல சகுனமப்பா!" எனக் கன்னத்தோடு சேர்த்துக் குழந்தையைக் கொஞ்சினார்.

ஆவணி மழைப் பெருக்கு, சம்பங்கி ஆற்றில் நுரைத்து ஓடிக் கொண்டிருந்தது. ஓரக்கரை நெடுக, ஆற்றின் குதியாட்டம் தெரிந்தது.

இறங்கும் பொழுது. கதிர்கள் மரங்களுக்கு ஊடாக நுழைந்து, இலைகளை மின்ன வைத்துக் கொண்டிருந்தன. சர்வ செளந்தர்யங்களையும் சொந்தம் கொண்ட பச்சமலை அடுக்குகள், ஈர மேகங்களுக்கு மட்டும் இசைந்து கொடுத்து மையலாடின.

தினமும் பொழுது விடிந்து அடையும் வரை வஜ்ராயினியைச் சுமந்து, பன்னீர்ப் பூ மரத்தடிப் பாறை தேய்ந்து போனது. உணவின்றி, உறக்கமின்றி அவள் நலிந்து போனாள். நரபலி வரை கூட அவளால் உயிருடன் இருக்க முடியாது. பாறையில்

படுத்திருந்தவளோடு மானும் சேர்ந்து இரை எடுக்காமல் கிடந்தது.

சொர்க்கப்பனை நெருப்பிலிருந்து மீண்டு போனவன் திரும்பவில்லை.

அபிஷேக வைரங்களை எல்லாம் அள்ளி ஆற்றுக்குள் எறிந்த பின், ஒளிந்து கிடந்த ஒற்றை வைரத்தை, இன்னமும் அந்த பன்னீர் பூக்கள் மூடியிருந்தன.

குடிலுக்குள் ரெண்டுங்கெட்ட புலம்பல் சத்தம் கேட்டது.

"வளர்த்து ஒப்படைக்க வாக்குக் கொடுத்து, ஒரு பெரும் பாவத்துக்கு ஆளாகிட்டேனே!" குமைந்து குமைந்து சத்தம் கேளாமல் அழுதான் ஹஸார் தினார்.

மலைகளுக்குள் பொழுது விழுந்தது.

பகதூர் துரையின் படுக்கை அறைக்குள் வில்லாயுதம் இறங்கியிருந்தான்.

வீட்டைச் சுற்றி வளைத்து, நெருப்பு லாவிக் கொணடிருந்தது. சாளரங்களும் தாழ்வாரங்களும் சடசடத்து எரிந்து கொண்டிருந்தன.

காவலுக்கு நின்ற போலீஸ், நெருங்க முடியாமல் பரிதவித்தான்.

பகதூர் துரை புரண்டு படுத்தார். ஈரக் காற்றுக்கும் எரிகிற நெருப்புக்கும் இடையே கண் திறக்க விடாமல் தூக்கம் சுழற்றியது. பழங்காலத்துப் பெரிய வீட்டின் தேக்கு மரங்கள் தீயோடு குதி போட்டு எரிந்தன. பகதூரை உறங்கவிட்டுப் பார்த்தபடி, வில்லாயுதம் சுற்றிச்சுற்றி வந்தான்.

போலீஸ்காரன் முகத்தில் தீ அடிக்க, வீட்டைச் சுற்றி சுற்றி ஓடி வந்தான். இடைவெளி இல்லாத தீ வட்டம், அடியிலிருந்து முகடு வரை திகுதிகுத்தது. ஒற்றை ஆளாக அவன் அலறுவதைக் கேட்க நாதியில்லை. உள்ளே உறங்கும் துரையை எழுப்பியாக வேண்டும்.

"துரை அவர்களே! துரை அவர்களே!"

நெருப்புச் சத்தத்தைத் தாண்டிக் கத்த முடியவில்லை.

கச்சேரியை நோக்கி ஓட்டமெடுத்தான்.

‘பொழுது சாய்ந்து இவ்வளவு நேரமாகியும் கைரேகை புரட்ட கொம்பூதிக்காரர்கள் வந்து சேரவில்லையே! ஓய்வெடுக்கப் போன துரையையும் இன்னும் காணோம்...!’

வெள்ளைக்கார சார்ஜெண்ட்டும் கிழட்டு போலீஸ்ஃம் ஒருவர் முகத்தை ஒருவர் பார்த்தபடி கச்சேரி தாழ்வாரத்தில் உலாத்திக் கொண்டிருந்தார்கள்.

துரை வீட்டுப் போலீஸ்ஃ அலறிக்கொண்டு ஓடி வந்தான்.

“துரை வீடு தீப்பிடிச்சு எரியுது... உள்ளே துரை மட்டும் சிக்கியிருக்கிறார்!”

கச்சேரி தலைகீழாகப புரண்டது.

எஞ்சியிருந்த குதிரைப் போலீஸ்ஃகளும் சட்டிப் போலீஸ்ஃகளும் வெளியேறினார்கள். கூட்டத்தோடு கூட்டமாகக் கிழட்டுப் போலீஸ்ஃம் ஓடினார்.

கச்சேரிக் காவலுக்குக் கூட ஆள் இல்லாமல் போக, தோள்பட்டை இறங்கிப் போயிருந்த சார்ஜெண்ட் ஓடாமல் தங்கி விட்டான்.

கூட்டத்தோடு ஓடிக் கொண்டிருந்த கிழட்டுப் போலீஸ்ஃக்குத் தெரியும். ‘ராத்திரி லத்தி அடியும் கம்பிச் சூடும் வாங்கின கொம்பூதிக்காரன் சும்மா விடமாட்டான்...’

தெருவழியே போலீஸ்ஃகளெல்லாம் துப்பாக்கிகளோடு ஓடுவதைக் கண்ட பெருநாழி சனம் இருளடித்து கிடந்தது.

‘ஊருக்கு என்ன கேடு காலமோ...?’ வீடுகளை விட்டு வெளியேறாமல் வேடிக்கை பார்த்தனர்.

இளவட்டப் போலீஸ்ஃகளுக்கு ஈடு கொடுத்து ஓட முடியாத சாக்கில் கிழட்டுப் போலீஸ்ஃ மெல்லப் பின் தங்கினார்.

தெருக்களைக் கடந்து, போலீஸ்ஃகள் மேற்கே பார்த்து ஓடினார்கள். ரெண்டு பக்கமும் அடர்ந்த மரச் சாலை.

ஊருக்கு ஒதுக்குப்புறமாக துரை வீடு முழுதாக எரிந்து கொண்டிருந்தது.

குதிரைப் போலீஸ்ஃம் சட்டிப் போலீஸ்ஃம் முன்னும் பின்னுமாக வந்து கொண்டிருக்க, எதிரே மேற்கே இருந்து சாலை நிறைய நெருப்பு விரட்டி வந்தது. வழி மறிபட்ட

போலீஸ்கள் திகைத்துத் திரும்ப, கிழக்கே இருந்தும் மண்ணெண்ணெய பீப்பாய்களை உருட்டி விட்டுக் கொளுத்திப் போட்ட தீ, சாலையை அடைத்து விரட்டி வந்தது.

முன்னும் பின்னும் பிரிய முடியாதவர்களின் உச்சந் தலைகளில், அடர்ந்த மரக்கிளைகளிலிருந்து சட்டி சட்டியாக கொதித்த நல்லெண்ணெய் கொட்டியது.

கிழக்கே இருந்தும் மேற்கே இருந்தும் விரட்டி வந்த நெருப்பு, அத்தனை போலீஸ்களையும் குதிரைகளையும் சுருட்டியது.

கச்சேரிப் பொறுப்பேற்றிருந்த வையத்துரை, சார்ஜெண்ட் வந்தமரும் இருக்கைக்கு நேர் மேலே, முகட்டு வளையில் உட்கார்ந்திருந்தான். கைக்குத் தோதாக நாலு ஓடுகளைப் பிரித்து வைத்து விட்டுக் காத்திருந்தான்.

கச்சேரிக்கு ஒற்றைக் காவலாளாக முன்னும் பின்னும் நடை போட்டுக் கொண்டிருந்த சார்ஜெண்ட், பொறுமையிழந்து இருக்கையில் வந்தமர்ந்தான். உயரே இருந்த வையத்துரை, வாகு பார்த்து கொதி எண்ணெய்ச் சட்டியைத் தலைகீழாகக் கவிழ்த்து விட்டான்.

குவிந்து கிடந்த ஆயுதங்களை அள்ளிப் போக, கொம்பூதி இளவட்டங்கள் கச்சேரிக்குள் நுழைந்தார்கள்.

மேற்கே இருந்து கிளம்பி வந்த பிண வாடை, பெருநாழி சனங்களை உறங்க விடவில்லை.

58

இன்ஸ்பெக்டர் சேதுவுக்கு, நான்ஸியின் வீட்டில் விருந்து ஏற்பாடு அமர்க்களப்பட்டது.

நான்ஸி ஓரிடத்தில் நில்லாமல் பட்டாம் பூச்சியாகப் பறந்து கொண்டிருந்தாள். வெள்ளைக் காரச் சமையலாளைப் பாடாய்ப் படுத்தினாள்.

சமையலறைக்கும் சாப்பாட்டு மேஜைக்கும் வியர்வை சிந்த அலைந்து கொண்டிருந்தாள் நான்ஸியின் அம்மா. வரவேற்பறையில் காத்திருந்து அலுத்துப் போனார் நான்ஸியின் அப்பா.

வகை வகையான உணவுகள் சாப்பாட்டு மேஜை நிறைய அடுக்கப்பட்டிருந்தன. ஆவி பறக்காமல் மூடி வைக்கப்பட்ட இறைச்சி உணவுகள். சேது, இறைச்சிப் பிரியன்.

பூ மலர்ச்சியில் வெண்பன்றித் துண்டுகள், பொன் வறுவலாக நாட்டுக் கோழிகள், மிளகுப் பொடியோடு வறண்ட மாட்டிறைச்சி, பிசைந்து அள்ளித் திங்க ஆட்டுக்கறி, வாயும் கையும் மணக்கும் வாளைமீன் குழம்பு, துருவிய தேங்காய்ப் பூ தூவி மினுமினுக்கும் வெள்ளை வாவல் பொறியல், சீலா மீன் புட்டு!

சேதுவைத் தான் இன்னும் காணோம்.

முன் சாளரத்தில் உலவிக் கொண்டிருந்த அப்பா, பாதை மேலேயே பார்வையை வைத்திருந்தார்.

நான்ஸியின் வீடு சென்னைப் பட்டணத்துக்கு வெளியே, புனித தோமையர் மலையடிவாரத்தில் இருந்தது. முன் வெளி நிறைய பச்சை மரங்கள். மேகக் கறுக்கலோடு வானம் குளிர்ந்திருந்தது. மழைக்கான காற்று, மேகங்களை மெல்ல ஆட்டிக் கொண்டிருந்தது.

விருந்தாளிகள் புனித ஜார்ஜ் கோட்டையிலிருந்து வர வேண்டும். வில்லியம்ஸின் வீடு கோட்டைக்குள் இருந்தது. கோட்டைப் பக்கத்து மேகம் ரொம்பவும் கறுத்து நீராக இறங்கிக் கொண்டிருப்பது போல் தெரிந்தது.

உடை மாற்றியிருந்த அம்மா, சாளரத்துக்கு வந்து கணவனின் அருகே நின்றாள்.

“கோட்டைப் பக்கம மழை பெய்கிறதே! விருந்துக்குப் புறப்பட்டவர்கள் மழையில் சிக்கியிருப்பார்களோ...?”

அடி வானத்தைப் பார்த்தவாறு “இருக்கலாம்...” என்றார் அப்பா.

“ஒருவேளை அவர்கள் விருந்துக்கு வர முடியாமல் போனால்... நான்ஸியை எப்படிச் சமாதானப்படுத்துவது...?”

“நிச்சயம் வந்து விடுவார்கள்...” அப்பா சொல்லிக் கொண்டிருக்கும் போதே, மழை தூற ஆரம்பித்தது. மழையோடு தூரப் பாதையில் ஒரு மோட்டார் நுழைந்தது.

“நான்ஸி... ஏய் நான்ஸி... சேது வந்து விட்டான்!”

தரை புரளும் வெள்ளை உடையைத் தூக்கிப் பிடித்துக் கொண்டு, வீட்டுக்குள் இருந்து சாளரத்துக்குப் பறந்து வந்தாள் நான்ஸி.

மழை பெய்யும் பாதையில், மோட்டார் வண்டி ஓடி வருவது போல் தெரியவில்லை. ஊர்ந்து வந்தது. நாலு பேர், கொட்டும் மழையில் நனைந்தவாறு மோட்டாரைத் தள்ளிக் கொண்டு வந்தார்கள்.

வில்லியம்ஸின் பழைய மோட்டார் வண்டி, இப்படித்தான் அடிக்கடி பழுதாகும்.

நான்ஸி, வீட்டுப் படியிறங்கி, மழையில் நனைந்து கொண்டே மோட்டாரை நோக்கி ஓடினாள்.

அம்மா கத்தினாள்: “நான்ஸி! நீ ஏன் மழையில் நனைகிறாய்...?”

காதில் வாங்காமல் ஓடினாள்.

மோட்டாருக்குள் சேது மட்டும் அமர்ந்து வந்தான்.

வில்லியம்ஸ், ஜென்சி, விக்டர், மேரி தம்பதிகள், மோட்டாரின் பின்புறம் பிடித்துத் தள்ளிக் கொண்டு வந்தார்கள். நாலு பேரும் செழிக்கச் செழிக்க நனைந்திருந்தார்கள்.

பெருநாழியிலிருந்து சென்னை பட்டணத்துக்கு மாறுதலாகி வந்த விக்டர்துரை, தன் சகோதரர் வில்லியம்ஸின் வீட்டரு கிலேயே குடியிருந்தார்.

ஓடி வரும் நான்ஸியைக் கண்ட வில்லியம்ஸ், “நான்ஸி டியர்! உன் காதலனைக் கொண்டு வந்து சேர்க்க, நாங்கள் படும் சிரமத்தைப் பார்...” சொல்லிக் கண்ணடித்தார்.

மோட்டாரைத் தொட்டுத் தள்ளப் போன நான்ஸியை ஜென்சி தடுத்தாள்.

“நான்ஸி, காருக்குள் சேது இருக்கிறான். நீயும் உள்ளே உட்கார். மோட்டரை நாங்கள் தள்ளுகிறோம். உங்கள் கல்யாண ஊர்வலத்தை இப்போதே நடத்தி விடுவோம்...” மழையோடு ஜென்சி சிரித்தாள். அதற்குள் வீடு வந்து சேர்ந்தது.

வஜ்ராயினியின் கையைப் பிடித்திருந்தான் ஹஸார் தினார்.

"வா, வஜ்ராயினி... ஒரு வாய் உணவு சாப்பிடு..."

பன்னீர்ப் பூ மரத்தடிப் பாறையில் படுத்திருந்த வஜ்ராயினியின் காலடியில் அமர்ந்து ஹஸார் தினார் கண்ணீர் சிந்தினான்.

"வா, வஜ்ராயினி..." காலை வருடினான்.

"என்னை எதற்காக வளர்க்கிறீர்கள் என்று முதலில் சொல்லுங்கள்..." கண் திறக்காமல் பேசினாள்.

"முதலில் நீ சாப்பிடு. அப்புறம் நான் சொல்லுகிறேன்..."

"முடியாது..."

"வஜ்ராயினி, உனக்குத் தெரியாது. நாகமுனிக்கு வாக்குக் கொடுத்து விட்டு நான் சாபம் சுமக்கிறேன்..."

முகத்தை மூடிக் கொண்டு ஹஸார் தினார் அழுதான்.

விருட்டென எழுந்து உட்கார்ந்த வஜ்ராயினி, "எனக்கு விவரம் தெரிந்த நாளிலிருந்து அதைத் தான் கேட்கிறேன். என்ன வாக்குக் கொடுத்தீர்கள்...? எதற்காகச் சாபம் சுமக்கிறீர்கள்...?" கண் சிவக்கக் கேட்டாள்.

"அதைச் சொல்ல எனக்கு அனுமதி இல்லை வஜ்ராயினி..."

"என் வளர்ப்பு ரகசியம் பற்ற என்னிடம் சொல்ல, யாருடைய அனுமதி வேண்டும்...?"

"தயவு செய்து அதைப் பற்றிக் கேட்காதே வஜ்ராயினி.... விதி விட்ட வழியை மாற்ற் யாராலும் முடியாது..."

வஜ்ராயினி ஆங்காரப்பட்டாள். இப்படி ஆங்காரப்பட்டு, ஹஸார் தினார் பார்த்ததே இல்லை.

"என்னை ஏமாற்றுகிறீர்கள், சதி செய்கிறீர்கள், கொல்லத் திட்டமிடுகிறீர்கள்!"

சத்தம் கேட்டுக் குடிலுக்குள் இருந்த நாகமுனி வெளியே ஓடிவந்தான். நாகமுனியைக் கண்டதும் வஜ்ராயினியின் ஆங்காரம் ஓங்கியது. ஹஸார் தினாரின் தோள்களை பலம் கொண்ட மட்டும் பிடித்துத் தள்ளி விட்டாள். பன்னீர்ப்பூ மரத்தடிப் பாறை ஓரத்தில் குப்புற விழுந்தான்.

ஆற்றங்கரை மேட்டில் நின்ற நாகமுனியைப் பார்த்து, "இப்போதே என்னைக் கொன்று போடுங்கள்..." எனக் கத்தியவள், தலை சுற்றிப் பாறையில் சாய்ந்தாள்.

வஜ்ராயினி பிடித்துத் தள்ளிய வேகத்தில், பாறையோரம் குப்புற விழுந்த ஹஸார் தினாரின் முகத்தில் ஒளி அடித்தது. கண்ணைப் பறிக்கும் 'வைர ஒளி'! ஆற்றில் வீசி எறிந்த பின் ஒதுங்கிய ஒற்றை வைரத்தை மூடியிருந்த பன்னீர்ப் பூக்கள் விலகிக் கிடந்தன.

கரை மீது நின்ற நாகமுனியின் நாளங்களுக்குள் வெளிச்சம் பாய்ந்து புயலாக மூச்சிரைத்தது.

கண்ணை நம்ப முடியாத ஹஸார் தினார், வாய் குளறி, "நாகமுனி... வைரம் கிடைத்து விட்டது!" போட்ட சத்தம் மலை அடுக்குகள் எங்கும் எதிரொலித்தது.

நாகமுனி பாய்ந்து வந்தான்.

"வைரம்...! வைரம்...!" கைகளை அகல விரித்துத் தடுமாறினான்.

குனிந்து ஒற்றை வைரத்தை எடுக்கப் போனவனை ஹஸார் தினார் தடுத்தான்.

"வைரக்குவியல் இங்கு தான் எங்கோ புதைந்திருக்கிறது. அந்த இடம் வஜ்ராயினிக்குத் தெரியும்..."

கண் மூடிக் கிடந்த வஜ்ராயினியை நாகமுனியும் ஹஸார் தினாரும் உலுக்கினார்கள்.

வஜ்ராயினி கண் திறக்கவில்லை.

நான்ஸியின் வீட்டு விருந்தில் விக்டர் துரையும் மேரியும் கலந்து கொண்டது நிறைவாக இருந்தது.

அண்ணனும் தம்பியும் சேருமிடம் கலகலத்துப் போகும்.

விக்டரின் தொடையைக் கிள்ளிய வில்லியம்ஸ், "டேய்... விக்டர்... இந்த விருந்துபச்சாரம் எதற்காகத் தெரியுமா...?" என்றார்.

கோழிச் சப்பையை வாயருகே கொண்டு போன விக்டர், அண்ணன் கேட்ட கேள்வியில் மலைத்து, "விருந்து எதற்கா...?! நம் பிள்ளை சேது பயிற்சியை முடித்ததற்கும் இன்ஸ்பெக்டராகப் பதவியேற்கப் போவதற்கும் தான்..." நுனிப் பல் போட்டுக் கறியை இழுத்தார்.

"அது தான் இல்லையாம். நான்ஸியைத் தனியே அழைத்துப் போய் நான் கேட்டேன். அவள் சொன்னாள்...

இது நிச்சயதார்த்த விருந்தாம்!" மீனை வாயில் வைத்து நடுமுள்ளை உருவினார் வில்லியம்ஸ்.

அண்ணனை ஓரக் கண்ணால் பார்த்த விக்டர் துரை, "நான்ஸி அப்படியா சொன்னாள்...? என்னிடம், சேது வேறு மாதிரி சொன்னானே!" என்றார்.

"என்னவாம்...?"

"கல்யாணமே முடிந்து போன பின் நிச்சயதார்த்தமா...? என்றானே?" வாயிலிருந்து இறைச்சிகள் சிதற, எல்லோரும் சிரித்தார்கள்.

பாறையில் மயங்கிக் கிடந்த வஜ்ராயினியின் கன்னத்தையும் தோள்களையும் உலுக்கினார்கள்.

வஜ்ராயினி கண் திறக்கவில்லை.

நாகமுனி ஓடிப் போய் ஆற்று நீரை அள்ளி வந்து முகத்தில் அடித்தான்.

"வஜ்ரானியி... வஜ்ராயினி..."

வஜ்ராயினி மெல்லக் கண் திறந்தாள்.

"வஜ்ராயினி... நம் சாபம் தீரப் போகிறது. நாம் இருவரும் பிழைத்துக் கொள்ளப் போகிறோம்..."

வஜ்ராயினி புரியாமல் விழித்தாள்.

"சொல்! இந்த வைரம் எப்படி இங்கு வந்தது...? வைரக் குவியல் எங்கே புதைந்து கிடக்கிறது...? சொல், வஜ்ராயினி... சொல்..."

ஹஸார் தினார் தவித்தான்.

வஜ்ராயினி மலங்க மலங்க முழித்தாள்.

"உன் வளர்ப்பு ரகசியம் பற்றிக் கேட்டாயே! இப்போது சொல்கிறேன், கேள்... உன்னை நரபலி கொடுத்து, இந்த வைரங்களை அடையத் தான் இது நாள் வரை வளர்த்தோம்..."

வஜ்ராயினி சுருட்டி எழுந்தாள்.

"நரபலி ஆகாமல் நீ பிழைத்துக் கொள்ளலாம் சொல். இந்த வைரப் புதையல் எங்கே இருக்கிறது...?" ஹஸார் தினார் துடியாய்த் துடித்தான் .

"எனக்குத் தெரியாது..."

"அப்படியானால் இந்த வைரம் எப்படி இங்கு வந்தது...?"

"அவன் கொண்டு வந்தான்..."

"எவன்...?"

"சொக்கப் பனையில் தள்ளி தீ வைத்துக் கொளுத்தினீர்களே! அவன்..."

"வில்லாயுதமா...?"

"ஆமாம்... அவன் கொண்டுவந்த அத்தனை வைரங்களையும் அள்ளி ஆற்றுக்குள் நான் தான் வீசினேன். இந்த வைரம் மட்டும் எப்படியோ ஒதுங்கியிருக்கிறது!"

"அடிப் பாவி மகளே!" வஜ்ராயினியைக் கட்டிப் பிடித்து ஹஸார் தினார் அழுதான்.

நாகமுனி பரபரத்தான்.

"ஹஸார் தினார்! அழுவதற்கு நேரமில்லை. வில்லாயுதம் எங்கிருந்தாலும் தேடிப் பிடி... அவனுக்கு வஜ்ராயினி வேண்டு மானால்... எனக்கு வைரங்கள் வேண்டும்!"

ஒளி வீசும் ஒற்றை வைரத்தை எடுத்துக் கண்ணில் ஒற்றினான்.

வஜ்ராயினியை இழுத்துக் கொண்டு ஹஸார் தினார் கரையேறி ஓடினான்.

59

பெருநாழியை பிணக்காடாக்கி விட்டு திரும்பிய கொம்பூதி ஆயுதங்களுக்கு, ஐந்தாறு நாட்களாகியும் ஆத்திரம் அடங்கியபாடில்லை. எத்தனையோ போலீஸுகளை எரித்துச் சாம்பலாக்கி விட்டு வந்திருந்தாலும், ஆம்பளை இல்லாத ஊருக்குள்ளே நுழைந்து பொண்ணு பிள்ளைகளை ஈனப்படுத்தியதை நினைக்க நினைக்க ஆவேசம் கூடுது.

ஊரணிக் கரையில், தேனம்மாவின் கள்ளுப்பானையைக் சுற்றி இளவட்டங்கள் மொய்த்துக் கிடந்தார்கள். பழைய

கள்ளு நுரையடித்துப் பொங்கி வழிந்து கொண்டிருந்தது. வாய் வைத்து உறிஞ்சியதும் ஏற வேண்டிய போதை, எத்தனை பட்டை குடித்தாலும் ஏறக் காணோம்! எல்லோர் நெஞ்சிலும் இறுக்கமான கோபம்.

நேற்றுப் பெய்த மழை ஈரம் இன்னும் காயவில்லை. சிலர் குத்துக்காலிட்டு உட்கார்ந்திருந்தார்கள். வேரோடு சாய்ந்து கிடந்த புங்கை மரத்தில் அமர்ந்து, சிலர் குடித்துக் கொண்டிருந்தார்கள். கச்சேரியில் கம்பிச் சூடு பட்ட பாண்டியின் வாயருகே பட்டையைக் கொண்டு போய் ஊட்டினார்கள்.

மனக் காயம் பட்டு வந்திருக்கும் இளவட்டங்களின் குறிப்பறிந்த தேனம்மா இசைவாய் நடந்து கொண்டாள். ஓடி ஓடி கள்ளுப்பட்டைகளை குறைய விடாமல் நிரப்பிக் கொண்டிருந்தாள். இன்றைக்கு தேனம்மா மட்டும் தான் வந்திருந்தாள். புருசனைக் காணோம்.

இன்னும் எத்தனை போலீஸுகளைக் கொன்றாலும் தீராத கோபம், ஒருவரோடு ஒருவரைப் பேச விடவில்லை.

ரெண்டு பானைக் கள்ளும் இறங்கு முகத்தில் இருக்கும் போதே, தேனம்மாவின் மகள், ஒரு பெரிய மண் முடாவை, சூரன்குடியில் இருந்து சுமந்து வந்து இறக்கினாள். குமரிக் கழுத்து, வலி எடுத்தது.

இறங்கி இருப்பது இளங்கள்ளு. இளங்கள்ளு குடித்தால், வயிறு கலங்கும். ஆனாலும், புளித்த கள்ளுக்கும், புதுக்கள் ளுக்கும் ஒரு பதமான போதை விளையும். புளிப்பும் தித்திப்பும் சேர்ந்து, 'இன்னும் குடி... இன்னும் குடி'னு சொல்லும். மூக்கிலே 'சுர்ர்...'னு 'புரை' ஏறும்.

புதுக்கள்ளு முடாவைக் கண்டதும், வாய் இறுகிப் போயிருந்த இளவட்டங்கள் மத்தியில் உற்சாகம் தென்பட்டது.

தேனம்மாவின் மகளுக்கு தாயாரைப் போலவே, இறுகின திரேகக் கட்டு, வாய் ஓயாமல் பேசுவாள். அப்பன் வர முடியாத நாளைக்குத் தான் மகள், கொம்பூதிக்கு வர வாய்க்கும். கொம்பூதி என்றதும் குதி போட்டுக் கிளம்புவாள். இந்த ஊரையும் ஆளுகளையும் அவளுக்கு ரொம்பப் பிடிக்கும்.

இளவட்டங்கள் கேட்பார்கள்: "ஏத்தா... தங்கச்சி! சூரங் குடியில் இருந்து, ஊடு காட்டு வழியா... ஒத்தையிலே வர்றியே! உனக்கு பயம் கிடையாதா?"

பனை ஓலை சலசலக்கிற மாதிரி சொல்லுவாள்: "கொம்பூதிக்கு வர்ற கள்ளுப்பானையை, வழி மறிக்கிற தைரியம் எவனுக்கு இருக்குது? எங்க அண்ணன்மார்... நீங்க இருக்கிற போது, எனக்கென்ன பயம்?"

தேனம்மா சிரித்துக் கொள்வாள். பழைய கள்ளையும் புதுக் கள்ளையும் பாடம் பண்ணியபடியே வெத்தலை வாய்க்குள் முணுமுணுத்தாள்.

'கொம்பூதி ஆளுகளுக்கு களவு தான் தொழிலு. கள்ளும் கறியும் தான் உணவு. மூட்டுப் பெருத்த முரட்டு எளவட்டங்கள் குடிக்க, கள்ளுப்பானை சுமந்து வர்ற நம்ம மகளோ... பனங்காட்டு குமரி. குலை தள்ளி நிற்கிற பனை மரம் மாதிரி, வஞ்சகமில்லாத வளர்த்தி. உடுத்தின துணி ஒதுங்கிக் கிடந்தாலும், இழுத்து மறைக்க எட்டு நாழி ஆகும். அப்பவும் எந்த இளவட்டக் கண்ணும் தப்பான நோக்கத்தோட பார்க்காது. எவ்வளவு தான் கள்ளுப் போதை ஏறினாலும், 'ஆத்தா... தாயீ... தங்கச்சி...' என்கிற வார்த்தைக்கு மறு வார்த்தை பேசாத ஊரு. அடுத்த பொண்ணுகளை எல்லாம் அக்கா தங்கச்சியாகப் பார்க்கிற இந்த ஊருக்குள்ளே நுழைஞ்சு, குமரிப் பொண்ணுகளைத் தொட்டுப் பார்க்கத் துணிஞ்சிருக்கிறானே... வெள்ளைக்காரன்! அவன்ங்களை கொன்னது சரி தான்!'

வெத்தலை எச்சிலை, ஓரம் பார்த்து, 'புளிச்' என துப்பினாள்.

தேனம்மாவின் மகள், கொம்பூதிக்கு வருகிற போதெல்லாம், அன்னமயிலைப் பார்க்காமல் போனதில்லை.

தாயாரிடம் கேட்டாள்.

"அன்னமயிலு அக்கா, இப்ப எங்கே இருக்கும்?"

பானைக்குப் பானை, கள்ளை மாற்றிக் கொண்டிருந்த தேனம்மா, திரும்பிப் பார்க்காமலே, "அன்னமயிலு... வீட்டிலே தான் இருக்கும்" என்றாள்.

வீட்டை நோக்கி ஓட்டமெடுத்தாள்.

எல்லோர் கண்ணிலும் படும்படியாக, நடு வீட்டு மரத் தூணில் சாய்ந்திருந்தார் வேயன்னா.

வீட்டுக்குள் பெண்கள் கூடிக் கிடந்தார்கள். வெளித்

திண்ணையில் பெரிய ஆம்பளைகளோடு வையத்துரை அமர்ந் திருந்தான். ஓரத்தில் வில்லாயுதம், கீரைச்சட்டி, நரிவேலு.

வேயன்னாவுக்கு அருகில் உட்கார்ந்திருந்த கூழானிக் கிழவி, எல்லோரையும் ‘வெடுக் வெடுக்’ எனப் பார்த்துக் கொண்டிருந்தாள்.

கூந்தல் நீண்ட இருளாயியைச் சுற்றியிருந்த குமரிகள், தொட்டுத் தொட்டு சேதி கேட்டார்கள்.

“வையத்துரையும் துருவனும் வரலேன்னா... கொம்பூதி மானம், மரியாதையை குழி தோண்டிப் புதைச்சிருப்பான் வெள்ளைக்காரன்!” கூழானி, தன் போக்கில் பேசினாள்.

வேயன்னா, வாய் இறுகிப் போயிருந்தார். நெஞ்சுக்குள் பல யோசனைகள் ஓடின.

போலீஸை ஜெயித்து விட்டு வந்த சந்தோஷம், யார் முகத்திலும் தென்படவில்லை.

தொண்டையைச் செருமிய வேயன்னா, “காலச் சூழ்நிலைகள் சரி இல்லே. இந்த போலீஸு போனால்... இன்னொரு போலீஸு வருவான். காலைச் சுத்தி அடிபட்ட பாம்பு, கழுத்தை வளைக்க வரத் தான் செய்யும்” என்றபடி நிறுத்தினார்.

எல்லோரும் உற்றுக் கவனித்துக் கொண்டிருந்தார்கள்.

“ஆம்பளைகளோட உயிரைக் குறிவச்சு போலீஸு வந்தால்... பயப்பட வேண்டியதில்லை. ஆனால், பொண்ணுகளோட உடம்பைக் குறிவச்சு வர்றான்ங்களே!” என்றவர் நிறுத்தி, “எனக்கு ஒரு யோசனை தட்டுப்படுது!” என்றார்.

இளவட்டங்களும் நிமிர்ந்து பார்த்தார்கள்.

“முற்றின இளவட்டங்களும் முறைகாரப் பெண்ணுகளும் கொம்பூதி நிறைய இருக்கிறாங்க” நிதானமாகப் பேசினார்.

வீட்டுக்குள் இருந்த குமரிகள், வாசலுக்கு அணைவாய் வந்து நின்றார்களா. இருளாயி மட்டும் இருந்த இடத்தை விட்டு நகராமல் உட்கார்ந்திருந்தாள்.

மகன் வேயன்னா சொல்ல வந்ததை, கூழானி முந்திக் கொண்டு சொல்லி முடித்தாள். “அவன் அவனுக்குச் செல்ல வேண்டிய பொண்ணுகளை கல்யாணம் பண்ணி வெச்சுறுவோம்!”

தாயார் சொன்னதை தானும் ஆமோதிப்பது போல் தலையை ஆட்டியவர், எல்லோரையும் ஒரு சுற்று பார்த்தார். ஆணு, பொண்ணு அத்தனைக்கும் சந்தோஷமாகத் தான் இருந்தது. அன்னமயில் மட்டும். திரும்பவும் இருளாயிக்கு பக்கத்தில் போய் உட்கார்ந்து கொண்டாள்.

மகனுடைய மனசை அறிந்து கொண்ட உற்சாகத்தில், குமரிகளையும், இளவட்டங்களையும் மாறி மாறி பார்த்தபடி கூழானி சடசடத்தாள்.

"சிட்டுக்கு... வில்லாயுதம், செல்வந்திக்கு... பாண்டி, பந்தானத்துக்கு... கீரைச்சட்டி, பூமயிலுக்கு... சின்னக்கத்தி, மீனாவுக்கு... கள்ளராமன், பேச்சிக்கு... அமாவாசை..." மளமளவென ஜோடி சேர்த்துக் கொண்டு போன கிழவியின் தொடையில், வாசலோரம் உட்கார்ந்திருந்த சிட்டு, யாருக்கும் தெரியாமல் ஒரு கிள்ளு கிள்ளி, "அன்னமயிலு... அன்னமயிலு..." காதோரம் எடுத்துக் கொடுத்தாள்.

"நான் ஒரு கிழட்டுச் சிறுக்கி! என் பேரன் பேத்தியை மறந்து போனேனே...! அன்னமயிலுக்கு... நரிவேலு, அத்தனை கல்யாணமும் அடுத்த வெள்ளிக்கிழமை ராத்திரி."

தாயார், தீர்மானமாய் சொல்லி முடிக்கும் வரை பொறுத்திருந்த வேயன்னா, "கிழவி சொன்னதிலே... ஒரு சின்ன மாறுதலு" என்றதும் அத்தனை கூட்டமும் ஆவலோடு வேயன்னாவைப் பார்த்தது. உள்ளே இருந்து அன்னமயிலும் பார்த்தாள். மேற்கொண்டு பேச வந்த வேயன்னா, அத்தனை கூட்டத்தையும் கண்ணால் விலக்கி தெருவை பார்த்தார்.

கார்மேக ஆசாரி, படபடப்போடு வந்து கொண்டிருந்தார்.

"வாப்பா... கார்மேகம்"

"ஆமா... அய்யா."

கும்பிட்டபடி வந்த கார்மேக ஆசாரியை திண்ணையில் உட்காரச் சொல்லி கை காட்டினார் வேயன்னா.

ஆசாரியின் முகக்குறி நல்லபடியாக இல்லை.

அங்கம்மா, செம்புத் தண்ணீரைக் கொண்டு வந்து ஆசாரிக்கு கொடுக்க, நெஞ்சு நனைய தண்ணீரைக் குடித்த கார்மேக ஆசாரி,

"அய்யா... அன்னிக்கு நடந்த சம்பவத்திலே அத்தனை போலீஸும் செத்துப் போனான். ஒரே ஒரு கிழட்டு போலீஸு தான் மிஞ்சினது". தண்ணீர் செம்பை, கிழவியிடம் நீட்டினார்.

"பொணங்களை அள்ளிட்டுப் போக, மறுநாள் போலீஸு லாரி வந்தது. மூணு, நாலு நாளாக , பெருநாழிக்காரன் எவனும் வீடுகளை விட்டு வெளியேறலே. ஊருக்காரனுக்கு என் மேலயும், பச்சமுத்து மேலேயும் கண்ணு பதிஞ்சு போச்சு. அதுக்காக நானோ... என் பெஞ்சாதியோ பயப்படலே."

"பச்சமுத்து எங்கே இருக்கிறான்?"

"பச்சமுத்தை நானும் பார்க்கலே. நாலு நாளாக சும்மா கிடந்த ஊருக்குள்ளே, புதுசு புதுசா போலீஸு வந்து இறங்குது."

கூடி இருந்தவர்கள் ஒருவரை ஒருவர் பார்த்துக் கொண்டார்கள்.

"இன்னிக்கோ... நாளைக்கோ ஒரு புது அதிகாரி வர்றானாம். இளவட்டப் பயலாம். நீங்க கொஞ்சம் எச்சரிக்கையா இருக்கணும் அய்யா. இதைச் சொல்லத் தான் ஓடி வந்தேன்." கார்மேக ஆசாரி, வியர்வையைத் துடைத்துக் கொண்டார்.

இளவட்டங்கள், எதைப் பற்றியும் கவலைப்படாமல் உட்கார்ந்திருந்தார்கள்.

வேயன்னா, உதட்டோரம் சிரித்தார்.

எல்லா போலீஸுகளும் புதுசு. தோல் சிவந்தவர்களாய் இருந்தார்கள்.

புது சார்ஜெண்ட் 'கீட்ஸ்' மிடுக்காய் இருந்தான்.

புதிதாய் வந்திருக்கும் போலீஸுகளுக்கு விவரம் சொல்லியே கிழட்டு போலீஸு வாய் ஓய்ந்து போனார். போலீஸுகளெல்லாம் எரிந்து சாம்பலானதுமே, ஊரை மாற்றிக் கொண்டு ஓடத்தான் கேட்டார். பெரிய துரைமார்கள் விடவில்லை. 'ஊர் விவரம் தெரிந்த ஒருவனாவது கச்சேரிக்கு வேண்டும்' என்று சொல்லி நிறுத்தி விட்டார்கள்.

பகதூர் துரைக்கு பதிலாக வர வேண்டிய புது இன்ஸ்பெக்டரை ஏற்றி வர, கமுதிக்குப் போன குதிரைச் சாரட்டு ஊருக்கு கிழக்கே மடைக்குழிப் பக்கம், வரும் சத்தம் கேட்டதும்,

அத்தனை போலீஸ்களும் அணிவகுப்புக்கு ஆயத்தமானார்கள். சலித்துப் போயிருந்த கிழட்டு போலீஸும் ஆளோடு ஆளாக அணிவகுப்பில் நின்றார்.

'ச்சல்ல்... ச்சல்ல்...'

வந்து நின்ற சாரட்டில் உட்கார்ந்தபடியே புது இன்ஸ்பெக்டர் வீசிய ஒற்றைப் பார்வையில், அணிவகுத்து நின்ற அத்தனை போலீஸ்களுக்கும் நரம்பெல்லாம் முறுக்கேறியது.

'கொம்பூதியை அழிக்க இவன் தான்டா பொருத்தமான அதிகாரி' சந்தோசத்தில் கிழட்டு போலீஸ்க்கு விறைப்புக் கூடியது.

60

புதிதாய் வந்திறங்கிய போலீஸ் இன்ஸ் பெக்டர், லாவிப் பிடிக்கும் 'காட்டுத் தீ நாக்கு' போல சுடர் விட்டான்.

பொறுப்பேற்றதும் 'பொசுக்' என இருக்கை யில் அமர்ந்து விடவில்லை. போலீஸ்கள் தந்த மரியாதையை பொருட்படுத்தவுமில்லை. அணிவகுத்த உடுப்புகளின் தகுதியை, ஒரே வீச்சில் கண் சுழற்றி அளந்தான்.

கிழட்டு போலீஸின் நெஞ்சுக்குள் ஏதோ பிறாண்டியது. புது துரையின் தலைச்சிலுப்பலும், தரையில் தீப்பற்றும் நடையும், எதையோ... யாரையோ... ஞாபகப்படுத்தியது. மனதில் பட்டதைத் திரும்பவும் நினைத்துப் பார்க்கக் கூட அச்சமாய் இருந்தது. தடுமாறும் புத்தியை இறுக்கிப் பிடித்தார்.

சார்ஜெண்ட் கீட்ஸ் பின் தொடர, கிழட்டு போலீஸை கை அருகில் நடக்க விட்டபடி, கச்சேரியை வலம் வந்த புது இன்ஸ்பெக்டர், கேட்கிற கேள்விகளெல்லாம் கத்தி போல வந்து விழுந்தன. எல்லாமே போலீஸ்கள் எரிந்து சாம்பலானது பற்றிய விசாரணையாகவே இருந்தது. கொம்பூதியைப் பற்றி ஒரு வார்த்தை கேட்கவில்லை.

கிழட்டு போலீஸின் வாய்க்குள் கொம்பூதிச் சேதிகள் முட்டிப் போயிருந்தன. கேள்விகளுக்கு மட்டும் விவரம் சொல்லிக்

கொண்டே வந்தார். என்ன தான் இறுக்கிப் பிடித்தாலும், நினைப்பெல்லாம் சுற்றிச் சுற்றி அந்த இடத்துக்கே வந்து நின்றன.

புது எசமானை, முன்னே நடக்க விட்டுப் பார்த்தார். பக்க வாட்டில் கண் கோதினார். திரேக வாட்டத்தை கொம்பூதியோடு ஒப்பிட்டார். எல்லாம், அச்சு அசப்பில் அப்படியே இருந்தது. சுரணை வர, தன்னையே கிள்ளிப் பார்த்துக் கொண்டார். தடித்த தோலில் சுரணை இருந்தது.

போலீஸு பயிற்சியை முடித்ததும் திறந்து விடப்பட்ட மதகுத் தண்ணீராய்ப் பாய்ந்து வந்திருக்கும் இந்த அதிகாரியின் அங்க அடையாளம் ஏனோ பயமுறுத்துகிறது. இவனுடைய பூர்வோத்திரம் எது? எந்த விவரமும் பிடிபடாமல் குழம்பிப் போய் நடந்து திரிந்தார்.

“போலீஸுகள் கருகிச் செத்த இடத்துக்குப் போகலாமா?” என்று இன்ஸ்பெக்டர் கேட்டதும்,

“போகலாம் எசமான்” கிழட்டு போலீஸு முன்னே நடந்தார்.

ஊருக்கு மேற்கே, இருபுறமும் அடர்ந்த மரங்கள் நிறைந்த சாலை. இன்னும் எண்ணெய்ப் பிசுக்கோடு நீண்டு கிடந்தது. கருகல் வாடையின் மிச்சம் நாசியில் ஏறியது. லாரிகளில் அள்ளிப் போனது போக, சின்னச் சின்ன பிணத் தடயங்கள் கிடந்தன. பகதூர் துரை குடியிருந்த பெரிய வீட்டு மராமத்து வேலைகள் துவங்கி நடந்து கொண்டிருந்தன.

“இந்த வீட்டுக்குள்ளே தான் பகதூர் துரை குத்துப் பட்டுச் செத்தார் எசமான். உடம்பு முழுக்க பதினெட்டுக் குத்து! இந்த வீடு தான் எசமான்... நீங்க தங்குறதுக்கும் ஏற்பாடு ஆகுது.”

கிழட்டு போலீஸின் பேச்சுக்கெல்லாம் தலை அசைப்பும், தோள் குலுக்கலுமாய் நடந்தான் இன்ஸ்பெக்டர்.

நுழைய இடைவெளி தராமல், வாய் அளந்து பேசுபவனிடம், என்ன வார்த்தையைப் போட்டு அவனுடைய பூர்வாங்கத்தை பிடுங்குவது என புரியாமல் தவித்துக் கொண்டிருந்த கிழட்டு போலீஸின் நாக்குப் பசையில், சட்டென்று ஒரு நூல் சிக்கியது.

“எசமான் மட்டும் தான் இங்கே தங்க போறீங்களா?”

இன்ஸ்பெக்டர் பதில் பேசாமல் நடந்தான்.

"எசமானுக்கு இன்னும் கல்யாணம் ஆன மாதிரி தெரியலே. பெத்தவங்க எங்கே இருக்கிறாங்க எசமான்?"

பாம்பு படமாய் முகம் திருப்பிய இன்ஸ்பெக்டர், "எல்லா போலீஸ்களும் தீயில் கருகிச் செத்துப் போனார்கள். நீ ஒரு ஆள் மட்டும் எப்படித் தப்பினாய்? அப்படி ஒரு சம்பவம் நடக்கப் போவது உனக்கு முன்கூட்டியே தெரியுமோ?"

தேள் கொடுக்கு தீண்டியது போல், கிழட்டு போலீஸ் முழித்தார். "சத்தியமா தெரியாது எசமான். நான் ஒரு கிழட்டுப் பயல். கெதியா ஓடுன இளவட்ட போலீஸ்களோடு சேர்ந்து ஓட முடியாமல் நின்னுட்டேன். முன்னே போன அத்தனை பேரும் மாட்டிக்கிட்டாங்க எசமான்."

அதோடு வாயைப் பொத்திய கிழட்டு போலீஸ், கச்சேரிக்குத் திரும்பும் வரை வாய் திறக்கவே இல்லை.

'சின்ன பயலா இருந்தாலும், வில்லங்கமான பயலா இருப்பான் போலிருக்கே!' ரெண்டு அடி பின்னாலேயே நடந்து வந்தார்.

வெயிலுக்கு உருகும் வெண்ணெய் போல், ஊருக்குள் ஒரு செய்தி படர்ந்தது.

'புதுசா வந்திருக்கிற போலீஸ் இன்ஸ்பெக்டரு... கொம்பூதி வேயன்னா மாதிரியே இருக்கானாம்!'

'வேயன்னா மகன் வில்லாயுதத்தை இந்தப் பக்கம் வாங்கி, இன்ஸ்பெக்டரை அந்தப் பக்கம் கொடுக்கலாமாம்! உருவத்தில் அப்படி ஒரு ஒற்றுமையாம்!'

'இதென்னடா காலக் கொடுமை!'

மரியாதை நிமித்தம் பார்க்க வருகிற சாக்கில், மாலையும் கையுமாய் முக்கியஸ்தர்கள் நுழைந்தார்கள்.

'ஆமாம், உண்மை தான்!'

'மூக்கு, முழி, புருவக்கட்டு, உருவக்கட்டு எல்லாம் அச்சு அசலா வேயன்னா தான்!'

புலவர், பழங்காலத்துப் பேரேடுகளை எல்லாம், மனசுக்குள் புரட்டிப் புரட்டி பார்த்தார். ஒரு குறிப்பும் தென்படலே.

ஏகாம்பரம், காது விடைக்க எச்சிலை விழுங்கினார்.

முதல்கரை தங்கச்சாமி, கொண்டு வந்திருந்த மாலையை இன்ஸ்பெக்டரின் கழுத்தில் போட்டார். எருதுகட்டுக்கு,

அழைத்து வர கொட்டு மேளத்தோடு கொம்பூதிக்கு போய் வேயன்னாவுக்கு மாலை போட்டபோது, அவர், அதைக் கழுத்தில் வாங்கிய அதே கம்பீரம், இன்ஸ்பெக்டரின் தலை நிமிர்த்தலில் தெரிந்தது.

நோட்டம் பார்க்க வந்த எல்லோருக்கும் குலையை அறுத்தது.

‘அப்படியெல்லாம் இருக்காது...’

‘ஒரு பேச்சுக்கு வெச்சிக்கிருவோம். அப்படியே இருந்து போனால்...?’

‘அதெப்படி இருக்கும்...?’

கேள்வியையும் விடையையும் தமக்குள்ளேயே போட்டுக் கொண்டார்கள்.

“இங்கிருந்து கொம்பூதி எவ்வளவு தூரம்...?” இன்ஸ்பெக்டர் எழுந்தான்.

குரல் கூட அப்படியே வேயன்னாவின் குரல்.

உட்கார்ந்திருந்த முக்கியஸ்தர்கள் ‘திடுக்’ என எழுந்தார்கள்.

“கேட்டேனே... கொம்பூதி எந்தத் திசையிலே இருக்குது...?”

கொம்பூதி திசையில் எல்லா கைகளும் நீண்டன.

வேயன்னா மகன் வில்லாயுதத்துக்கு உடுப்பு மாட்டி விட்ட மாதிரி தான் இருந்தது.

எல்லோரும் ஒதுங்கி வழி விட்டார்கள்.

“என்னோடு யாரும் வர வேண்டாம்...”

இன்ஸ்பெக்டர் படியிறங்கினான். கட்டிக் கிடந்த கருப்புக் குதிரையை அவிழ்க்கச் சொல்லி, தாவி ஏறிக் கச்சேரியை விட்டு வெளியேறினான்.

நல்ல கஞ்சி காய்ச்சிக் குடிச்சு நாலு நாளாச்சு. குடிச்ச கஞ்சியும் கூட்டோடு சேரலே. தவசம் தான்யம், கையிருப்பு குறைஞ்சு போச்சு. பச்சமுத்தை கொம்பூதிப் பக்கமே காணோம்.

மந்தையில் கிடந்த ஊர்ப் பொது உரல் இடிபட்டுக் கொண்டிருந்தது. குமரிகளின் உலக்கை குத்து ‘ணங்... ணங்’ என விழுந்தது. பெரிய பொம்பளைகள், குத்துப்பட்ட

தவசத்தை முறத்தில் அள்ளிப் புடைத்து அரிசி ஆக்கிக் கொண்டிருந்தார்கள்.

இறங்கு வெயில் உறைக்கவில்லை. கால் நீட்டி அமர்ந்து புடைத்துக் கொண்டிருந்த அங்கம்மா, கொம்பூதிக்கு ஏற்பட்ட கொடுமைகளையெல்லாம் நெஞ்சுக்குள் வைத்து நீர்த்திக் கொண்டிருந்தாள்.

'வாழ்ந்தோம்'னு இல்லே... 'செத்தோம்'னு இல்லே...!

கள்ளு குடித்த இளவட்டங்கள் வீடுகளுக்குள் குப்புற விழுந்து உறங்கினார்கள். எழுந்ததும் கஞ்சி வேணும்.

கூழானிக் கிழவிக்கு, எப்பவும் இல்லாமல் இன்றைக்கு வாய் பிளந்த துக்கம்.

இன்னாருக்கு இன்னாரெனக் கல்யாணம் குறிப்பிட்ட குமரிகளுக்குக் காரண காரியமில்லாமல் சிரிப்புக் கிளம்பியது. சிட்டு சிரிக்கிற சத்தம், பெரும் சத்தமாகக் கேட்குது. கட்டப் போறவன் நினைப்பிலே, உலக்கை குத்து பலமா விழுகுது.

அடுப்புக் கூட்டிக் கொண்டிருந்த அன்னமயிலுக்குக் கண்ணெல்லாம் தண்ணி. புகை மண்டுது.

பெரும்பச்சேரி வரை போய்த் திரும்புவதாகச் சொல்லிப் போன வையத்துரை இன்னும் திரும்பலே.

நிறைபெருக்கு ஊரணியில், வேயன்னா முங்கிக் குளித்தார்.

ஊரணித் தண்ணீரில் குதியாட்டம் போட வந்த சிறுவர்கள், வேயன்னா குளித்துக் கொண்டிருப்பதைக் கண்டதும், ஆலமரத்தடியில் பதுங்கிக் காத்திருந்தார்கள்.

மந்தையடியில் படுத்திருந்த நாய்கள் சோம்பல் முறித்தன.

உச்சி மரத்தில் கட்டித் தொங்கிய ஊதுகொம்பு, காற்றாடிக் கிடந்தது. போலீஸ் சிதறி உடைத்து விட்டுப் போன சோறு குழம்புச் சட்டி, பானை ஓட்டுச் சில்லுகள் தெருவெங்கும் மிதிபட்டுக் கிடந்தன.

பீடத்து இருளப்பசாமியின் கையிடுக்கு வழியே, மேற்கத்தியச் சூரியன் வெள்ளிக் கம்பியாய் நீண்டிருந்தது.

புரட்டாசி மாதத்து கிழக்கு வெளி, காலத்துக்குப் பொருந்தாமல் வானத்துக்கும் பூமிக்கும் சூறாவளியாய் சுழித்து கொம்பூதிக்குள் நுழைந்தது. மந்தை வேப்ப மரத்தை வேரோடு

ஆட்டியது. உச்சியில் கட்டித் தோங்கிய கொம்புக்குள் புகுந்து ஊதியது.

‘பூம்ம்...ம்...பூம்ம்...ம்...ம்...’

இடிபட்டுக் கொண்டிருந்த ஊர்ப்பொது உரல் ஆட்டம் கண்டது.

புதைத்துக் குவித்திருந்த தான்ய உமி பறந்து அத்தனைக் கண்களிலும் அப்பியது.

கொம்பு பெரும் சத்தம் கிளப்பியது.

‘பூம்ம்... ம்... பூம்ம்ம்... பூம்ம்... ம்... ம்...’

உமி விழுந்து உறுத்திய கண்களுக்குள், மந்தை இருட்டிக் கிடந்தது. அக்கம் பார்க்க முடியாமல் கசங்கி நீர்த்தன.

ஊரணித் தண்ணீரில் குதித்துக் கலங்கடிக்கக் காத்திருந்த சிறுவர்கள், “போலீஸ^... வருது... எல்லோரும் ஓடுங்க...” ‘திபுதிபு’வென ஊரணிக்குள் பாய்ந்தார்கள்.

தண்ணிக்குள் முங்கியிருந்த வேயன்னாவுக்குச் சத்தம் கேட்கலே.

மந்தைச் சனத்துக்கு காது கேட்குது. கண்ணு தெரியலே. உத்தேசமான திசைகளில் ஓடக் கிளம்பினார்கள். கிழக்குப் பாதையில் கருப்புக் குதிரை சூறாவளியோடு சேந்து வந்தது.

குமரிகள் சிதறி ஓடி, முட்டிய குடிசைகளில் பதுங்கினார்கள்.

தான்யம் புடைத்துக் கொண்டிருந்த பெரிய பொம்பளைகளில் வெள்ளையம்மாவும் குருவம்மாவும் ‘விருட்’டென எழுந்து, கால்களுக்குத் தோதான திசைகளில் ஓடினார்கள்.

மந்தை வெறிச்சோடிக் கிடக்க, கையூன்றி எழுந்தும் தடுமாறி விழுந்தவள் அங்கம்மாதான்.

கொம்புச் சத்தம் நிற்கவில்லை.

‘பூம்ம்... ம்... பூம்ம்... ம்... ம்...’

கருப்புக் குதிரை மந்தையில் இறங்கியது.

மறுபடியும் எழுந்து, முழிக்க முடியாத கண்களோடு, ரெண்டு எட்டு எடுத்து வைத்தவள், ஊர்ப்பொது உரல் தடுக்கி விழுந்தாள்.

விழுந்தவளின் உடம்போரம் குதிரைக் குளம்படி சத்தம் ஆறி நின்றது. குதிரைக்காரனிடம் பிடிபடப் போகிற பதற்றத்தில் குலைநடுங்கி, கத்தவும் வாய் வரவில்லை.

குடிசைகளுக்குள் பதுங்கிய பெண்கள், கள்ளுப் போதையில் குப்புற விழுந்து உறங்கிக் கொண்டிருந்த இளவட்டங்களை எழுப்பி விட்டார்கள். ஆயுதங்கள் முழித்தன.

குளியலாடி முடித்த வேயன்னா, ஈர உடம்போடு கரையேறினார். முன்னே விரிந்து கிடந்த மந்தையில் கருப்புக் குதிரை நின்றது.

கல் உரலை வளைத்து ஒன்றிக் கிடந்தாள் அங்கம்மா.

குதிரையிலிருந்து குதிக்கும் காலடிச் சத்தம் கேட்டது.

திறக்க முடியாத கண்களுக்குள் இருளப்பசாமி வந்தார். குறுக்குக் கைகளால் நெஞ்சை மறைத்தாவாறு, "இருளப்பா... என் மானத்தைக் காப்பாத்து, அய்யா!" வேண்டினாள்.

கழுத்தோடு வளைத்துத் தலைமுடியைக் கோதித் தூக்கிய குதிரைக்காரன் "ஆத்தா! உன் மகன் சேது வந்திருக்கிறேன், ஆத்தா..."

அங்கம்மாவைக் குலுக்கினான்.

61

மேனி நடுங்க நின்ற அங்கம்மாவின் தோள்களை, சேது குலுக்கினான்.

"ஆத்தா... உன் மகன், சேது வந்திருக்கிறேன் ஆத்தா...!"

அங்கம்மாவுக்குக் கண்ணைத் திறக்க முடியலே.

அங்கம்மாவின் திரேகம் ஆடியது. தொட்டுப் பார்க்க கைகளை உயர்த்தியவள் தயங்கி, தொடாமல் கீழே போட்டாள்.

தாயாரின் ரெண்டு கைகளையும் தூக்கி, "இருபது வருஷத்துக்கு முன்னாலே... உங்களை எல்லாம் பிரிஞ்சு ஓடின சேது தான் வந்திருக்கிறேன். கண்ணைத் திறந்து

பாரு ஆத்தா..." உள்ளங்கைகளுக்குள் தன் கன்னங்களைப் போர்த்தக் கொடுத்தான்.

சேதுவின் மூச்சுக் காற்று, தாயாரின் நெற்றியில் இதமாக இறங்கிக் கொண்டிருந்தது.

வேயன்னா, வைத்த கண் வாங்காமல் பார்த்தபடி நெருங்கி வந்து கொண்டிருந்தார்.

விழிப்புத் தட்டிய ஆயுதங்கள், ஆங்காங்கே அமர்ந்து மந்தையை வேடிக்கை பார்த்துக் கொண்டிருந்தன.

உமி விழுந்து உறுத்தும் கண்களை திறக்க முடியாத பெண்கள், "என்ன நடக்கப் போகுதோ!" எனப் பதறி, வீடுகளுக்குள் ஒண்டிக் கிடந்தார்கள்.

"ஆத்தா... என்னைப் பாரு ஆத்தா..."

அங்கம்மா, பட்டும் படாமல் சேதுவின் கன்னங்களை தடவினாள்; மூக்கை அளந்தாள்; புருவங்களை நீவினாள்; மீசையை வருடினாள்; நெற்றியை தேய்த்தாள்; காது மடல்களை உருட்டினாள்; தலைமுடியை கோதினாள்; மறுபடியும்... மறுபடியும் விரல்கள் அலைந்தன. அடிவயிறும் நெஞ்சும் பிசைந்தன. தடுமாறினாள்.

"என் மகன் சேது தான் வந்திருக்கான்...!" எல்லோரும் ஓடிவாங்க. என் தலைப்பிள்ளை சேது திரும்பி வந்திருச்சு...! எல்லோரும் ஓடிவந்து பாருங்களேன்..." கண் தெரியாத திசையெல்லாம் திரும்பி திரும்பி கத்தினாள்.

பின்புறமாக வந்த வேயன்னா, நெருங்காமல் நின்றார்.

ஆயுதங்களை அப்படி அப்படியே போட்டு விட்டு, ஆம்பளைகள் வீடுகளில் இருந்து மெல்ல வெளியேறினார்கள்.

கண் திறக்க முடியாத குமரிகளும் பெரிய பொம்பளைகளும முற்றங்களுக்கு வந்து, உத்தேசமாய் மந்தையை நோக்கி நடந்தார்கள்.

உறக்கம் கலைந்த கூழானிக் கிழவி, பஞ்சுத் தலை மயிரை அள்ளி முடிந்தவாறு, "இந்த கிறுக்குச் சிறுக்கி... ஏன் கத்துகிறாள்?" கண்களை இடுக்கிப் பார்த்துக் கொண்டே வந்தாள்.

குப்புற படுத்துக் கிடந்த வில்லாயுதம் உதறி எழுந்து, வெறுங்கையோடு தெருவில் இறங்கி நடந்தான்.

“யார் அவன்?”

அடுப்போடு மல்லுக்கட்டிக் கொண்டிருந்த அன்னமயில், வாசலுக்கு வந்தாள். “ஆத்தாவுக்கு என்ன பைத்தியம் பிடிச்சு போச்சா...! ஏன் இப்படி கத்துது!” மந்தைப் பக்கம் கால்கள் இழுத்துப் போயின.

ஒண்ணும் புரியாத சனமெல்லாம், ஊர் பொது உரலை நெருங்கி வந்து கொண்டிருந்தது.

உடுப்பு அணிந்த ஒரு போலீஸ் அதிகாரி, அங்கம்மா மட்டத்துக்கு குனிந்து, விரல்களால் இமைகளை விலக்கி, கண்ணுக்குள் விழுந்த தான்ய உமிகளை நுனி நாக்கால் கோதி எடுத்துக் கொண்டிருந்தான்.

தலைப் பிள்ளையின் மூச்சு தன் மேல் பட்டு இருபது வருஷத்துக்கு மேலாகிப் போச்சு. கண்ணில் நீர் கட்டியது. ஆத்தாவின் கண்ணீரில் சேதுவின் நாக்கு நனைந்தது. ஒதுக்கி ஒதுக்கி உமிகளை எடுத்து விட்டான்.

கலங்கிய விழிகளை சேலைத் தலைப்பால் துடைத்துவிட்டுப் பார்த்தவளின் முகத்தருகே போலீஸ® உடுப்பு! திடுக்கிட்டு ஓரடி பின் வாங்கினாள்.

“ஆத்தா...!” ஆத்தாளின் கைகளை இறுகப் பற்றினான்.

“சேது தான்... இது... என் பிள்ளை சேது தான்...!” சுற்றிச் சுற்றிக் கத்தினாள்.

“என் பிள்ளை சேது... உடுப்பு போட்டு வந்து நிக்கிறதைப் பாருங்களேன்...!”

“அடேய்... வில்லாயுதம்...! உங்க அண்ணன் வந்திருக் கான்டா...!”

“அடியே... அன்னமயிலு... உங்க அண்ணன் உடுப்பு போட்டு நிக்கிற அழகைப் பாருடீ...!”

ஒவ்வொருவராக தொட்டுத் தொட்டுக் கத்தினாள்.

“ஆத்தா... நம்ம அய்யா எங்கே ஆத்தா?”

“சேதூ...” பின்னாலிருந்து அய்யாவின் குரல் கேட்டது.

திரும்பினான். ஈரம் சொட்டும் வெற்றுடம்போடு அய்யா நின்றார்.

காலமெல்லாம் காயங்களையும் தழும்புகளையும் தாங்கி இளைத்துப் போயிருந்தார்.

"அய்யா...!" ஓடிப் போய் கால்களைக் கட்டிக் கொண்டான்.

"அய்யா... இருபது வருஷம் கழிச்சும்... உங்களை எல்லாம் நான் இந்தக் கோலத்திலே தான் பார்க்கணுமா?" அய்யாவின் முழங்கால்களில் தலையை முட்டி முட்டி அழுதான்.

குமரிகளும் பெரிய பொம்பளைகளும், ஊரணித் திசையை மனதில் வைத்து ஓட்டமடுத்தார்கள். பெருகிக் கிடந்த தண்ணீரில் 'தொபீர்... தொபீர்...' என குதித்தார்கள். உள்ளேயே முங்கி உமி விழுந்த கண்களை உருட்டி உருட்டி முழித்தார்கள்.

தண்ணீருக்குள் உமி விலக, சொட்டச் சொட்ட கரை ஏறி, மந்தைக்கு ஓடி வந்தார்கள்.

சேதுவைக் கட்டிப் பிடித்து கூழானி அழுதாள்.

"தலை நாளு பொறந்தவனை
தடம் தப்பி போனவனை,
குலசாமி இருளப்பன்
கொண்டு வந்து சேர்த்தானோ...!"
கொண்டு வந்து சேர்த்தானோ...!
நாளுக்கு நூறு முறை
நாங்க செத்துப் பிழைக்கயிலே...
ஊருக்கு வழி சொல்ல
ஒரு மகன் பெறந்திருக்கான்...
ஒரு மகன் பெறந்திருக்கான்...!"

சுற்றி, சனமெல்லாம் உறைந்து போய் நின்றது.

"அப்பத்தா...! தம்பி வில்லாயுதம் பயலை எங்கே அப்பத்தா...?"

"அடேய்... வில்லாயுதம்... இவன் தான்டா உன் அண்ணன் சேது."

இளவட்டங்களோடு நின்ற வில்லாயுதம் ரெண்டு எட்டு முன்னே வந்தான். இடுப்புக் குழந்தையாய் இருந்த போது வில்லாயுதத்தைப் பார்த்தது. இப்போது ஆள்... எப்படி இருக்கிறான்...!

"அடேய் தம்பீ... வில்லாயுதம்...! வாப்பா... நான் உன் அண்ணன்டா...!" சேதுவே நெருங்கிப் போய் வில்லாயுதத்தை கட்டிப் பிடித்தான்.

“சேது மாப்ளே...! என்னை ஞாபகம் இருக்குதா...?” அருகில் நின்ற கீரைச்சட்டி தயங்கி தயங்கி கேட்டான்.

சேது, உற்றுக் கவனித்தான் புலப்படவில்லை.

“நான் தான் மாப்ளே... கீரைச்சட்டி...”

“டேய் கீரைச்சட்டி...! நீயா...!” கட்டித் தழுவினான்;

குமரிகளுக்கெல்லாம் வேடிக்கையாகவும் திகைப்பாகவும் இருந்தது. அன்னமயிலை மொய்த்து சுரண்டினார்கள். அன்னமயில் சுரணையற்று நின்று கொண்டிருந்தாள்.

“எப்பூ... சேது மருமனே...! என்னைத் தெரியுதா?”

“ம்...ம்.. கழுவன் மாமா!” கைகளைப் பற்றிக் கொண்டான். “மாமா... நீங்க எவ்வளவு தாட்டியமாக இருப்பீங்க...! இப்படி இளச்சிட்டீங்களே மாமா?”

“ஏப்பா சேது... இது யாரு தெரியுதா?” குமரிகளுக்கு ஊடே நின்ற அன்னமயிலை இழுத்துக் கொண்டு வந்து முன்னே நிறுத்தினாள் கூழானி.

“யாரு?” சேதுவுக்குத் தெரியலே.

அன்னமயில் கவிழ்ந்தபடி நின்றாள்.

“உன் கூடப் பொறந்த தங்கச்சி, கொம்பூதிக்கு வந்த பின்னாலே பிறந்தவள்.”

அப்படியே ஆத்தாவை உரிச்சு வெச்சிருக்கிற தங்கச்சியின் தலையைக் கோதி, “ஏத்தா... உன் பேரு என்னத்தா...?” குனிந்து கேட்டான்.

“அன்னமயிலு...”

“மயிலு தான்! என் தங்கச்சி மயிலே தான்! பொருத்தமான பேரு...” தங்கச்சியை தழுவி உச்சி மோந்தான்.

கூழானியின் சேலைக் கொசுவத்தை, யாருக்கும் தெரியாமல் வெள்ளையம்மா இழுத்தாள். கிழவியின் காதோரம் கிசுகிசுத் தாள், “எங்க அண்ணன் மகனுக்கு என்னைத் தெரியுதான்னு கேளு...”

“ஏப்பா சேது, இது யாருன்னு சொல்லு...” வெள்ளையம் மாவைக் காட்டினாள். மருமகனுக்கு எதிரே முகம் தூக்க, வெள்ளையம்மாவுக்கு கூசியது. சேது சொல்ல வாயெடுக்கும்

முன், கூழானி, "உங்க அத்தை... வெள்ளையம்மா... உங்க அப்பன்கூடப் பொறந்த தங்கச்சி..." என்றாள்.

"எங்க அத்தையை எனக்குத் தெரியாதா?" வெள்ளையம்மா வுக்குச் சந்தோஷம் தாங்கலே.

ஊரணியில் குதியாட்டம் போட்ட சிறுவர்கள், அம்மணமாய் கரையேறி, ஈரத்தோடு மந்தைக்கு வந்து சேர்ந்தார்கள்.

சேதுவை முன்னே நடக்கவிட்டு, சனமெல்லாம் வேயன்னா வீட்டுக்குப் போனது. போலீஸு உடுப்போடு சேது நடந்து போகிற அழகையும், கம்பீரத்தையும் பார்க்க சனம் எல்லாம் முண்டிய டித்தது.

வேயன்னாவை வேறொரு கவலை இறுக்கி இருந்தது.

பச்சமுத்து, தான்ய வண்டியோடு பெரும்பச்சேரியை நெருங்கி வந்து கொண்டிருந்தான். கொம்பூதிக்காரர்களை நினைக்க நினைக்க மனசு ரொம்பவும் பூரித்தது.

'எத்தனை போலீஸு வந்தாலும் இவன்ங்களை ஜெயிக்க முடியலையே! கோடி கோடியா சொத்து சேர, இந்தக் கோட்டிப் பயலுக சகவாசம் நமக்கு கிடைச்சிருக்கு!'

பொழுது கறுத்துக் கொண்டிருந்தது. பெரும்பச்சேரியை கடக்கையில், வினைகாரன் விசக்குட்டை எதிரே வந்தான். பச்சமுத்து, தோளில் கிடந்த துண்டை எடுத்து முக்காடு போட்டுக் கொண்டான்.

"யாரு... பச்சமுத்து அய்யாவா...?" விசக்குட்டையே வலிய விசாரித்தான்.

பச்சமுத்து பதில் பேசவில்லை.

"தான்ய வண்டி எங்கே போகுது? கொம்பூதிக்கா?"

பச்சமுத்து மூச்சு காட்டவில்லை.

"பெரும்பச்சேரிக்கும் கொஞ்சம் தான்யம் இறக்க வேண்டியது தானே?"

"டேய்... விசக்குட்டை... உன் வேலையைப் பாருடா..."

"ஏதாவது வேலை குடுங்க... செய்யிறேன்."

பச்சமுத்து எதுவும் பேசலே.

"ஆமா... போலீஸுகளை தீ வச்சு கொளுத்த யோசனை சொன்னதே நீங்க தான்னு பேசுறாங்க!"

"டேய்... விசக்குட்டை! இப்போ உனக்கு என்ன வேணும்?"

"எனக்கு ஒரு மூடை தவசம் வேணும்"

பச்சமுத்து, வண்டியில் இருந்தபடியே ஒரு மூடை தவசத்தை காலால் மிதித்து கீழே உருட்டி விட்டான்.

சந்தோஷப்பட்டுப் போன விசக்குட்டை, "பச்சமுத்து அய்யா... புதுசா வந்திருக்கிற போலீஸு அதிகாரி மூஞ் சியிலே... கொம்பூதிக்களை தெரியுதாம்! இனிமேலும் உங்க பாடு கொண்டாட்டம் தான்... போங்க"

எதையும் காதில் வாங்காதது போல் பச்சமுத்து, வண்டியை வேகமாக ஓட்டினான்.

கொம்பூதி சனமெல்லாம் விழுந்து விழுந்து சிரித்தது. அடிவயிறு வலிக்க, குமரிகள் சிரித்து உருண்டார்கள்.

62

வைரங்களைத் தேடி காடு, மலைகளில் அலைவதை நாகமுனி விட்டு விட்டான்.

இரவு, பகல் என்றில்லை... எந்த நேரமும் சம்பங்கி ஆற்றுத் தண்ணீருக்குள் முங்கு நீச்சலில் தரை பரசித் திரிந்தான். ஆற்றுப் படுகையில் எதிர்த்து மீன் கூட்டம் நீந்தித் திரிந்தன.

வைரங்கள் அகப்படக் காணோம்.

நாகமுனியின் நெஞ்சுக்குள் முளை விட்ட சந்தேகம், நாளுக்கு நாள் வளர்ந்தது.

'வைரங்களை எல்லாம் அள்ளி ஆற்றுக்குள் வீசினேன்' என வஜ்ராயினி சொல்வதில் ஏதும் சூது இருக்குமோ...? வெறுங்கையோடு கரையேறி வந்து, குடிலுக்குள் நுழையும் போதெல்லாம் ஹஸார்தினாரை இம்சிக்கத் தொடங்கினான்.

"வில்லாயுதம் எங்கிருந்தாலும் போய் அழைத்து வா. வைரப் புதையலைக் கொண்டு வந்து என் முன் கொட்டி விட்டு, வஜ்ராயினியை அவன் தூக்கிக் கொண்டு போகட்டும்..."

வில்லாயுதம் இருக்கும் திசை கூட ஹஸார்தினாருக்குத் தெரியாது.

மான், வஜ்ராயினிக்கு அருகே வந்து நின்றது.

வஜ்ராயினியிடம் கேட்டான்:

"வில்லாயுதம் யார்...? எந்த ஊர்க்காரன்...?"

"அதெல்லாம் எனக்குத் தெரியாது, அவனைத் தான் தெரியும். அவன் பெயர் கூட நீங்கள் சொல்லித் தான் எனக்குத் தெரியும்..."

"அடிப் பைத்தியக்காரப் பெண்ணே! அவனுடன் என்ன தான் பேசினாய்...?"

"எங்கே பேச விட்டீர்கள்...? நான் பேச விரும்பிய போதெல்லாம் நீங்கள் தடுத்தீர்கள். அவன் மருகி வந்த போதெல்லாம், நான் அவனைத் திட்டி அனுப்பினேன்."

"இன்னொரு பெண்ணோடு அவன் தன்னைப் பகிர்ந்து கொண்டான் என்று, ஒரு நாள் நீ, அவனுடன் சண்டையிட்டாயே... ! அதெப்படி உனக்குத் தெரியும்...?"

"இந்த மான் கண்டு வந்து சொன்னது."

வஜ்ராயினியின் தலை நிறையப் பொங்கிக் கிடந்த கூந்தலை, ஹஸார் தினார் கோதி விட்டான்.

"வஜ்ராயினி... நான், உன்னைச் சாக விடமாட்டேன். வைரங்கள் இருக்கும் இடம் வில்லாயுதத்துக்குத் தெரியும். வில்லாயுதம் இருக்கும் இடம் மானுக்குத் தெரியும்..." ஹஸார் தினார் கை ஊன்றி எழுந்தான். வஜ்ராயினியின் தோளில் முகம் தேய்த்த மான், குடிலின் படியிறங்கி ஹஸார் தினாருக்கு முன்னால் நடந்தது.

கூழானிக் கிழவியின் நரைத்த தலையில், போலீஸ் இன்ஸ்பெக்டரின் தொப்பி நட்டுக் குத்தலாக உட்கார்ந்திருந்தது. இடுப்புச் சேலைக்கு மேலே, கைத்துப்பாக்கி செருகிய இடைவாரைக் குத்து மதிப்பாக இழுத்து மாட்டியிருந்தாள்.

கையில் பிரம்பு சுழலத் தெருவில் இறங்கியவள், போலீஸ் விசிலைத் தொண்டை நரம்புகள் புடைக்க 'ப்பீய்...ப்பீய்...' என ஊதிக்கொண்டே வந்தாள்.

பொம்பளைகள், கை தட்டிக் கூப்பாடு போட்டுச் சிரித்தார்கள்.

கிழவி குதிகாலை 'நச்... நச்' என ஊன்றி, எட்டுப் போட்டு நடந்தாள். முகத்தை இறுக்கமாக வைத்துக் கொண்டாள். கண்ணில் படுபவரை எல்லாம், பிரம்பை உயர்த்திப் பயமுறுத்தினாள். இடுப்பை விட்டு இறங்கும் இடைவாரை ஒரு கையால் ஏற்றிப் பிடித்துக்கொண்டாள்.

'ஹேய்...ய்...' எனக் கத்திக் கொண்டு பின்னால் ஓடிவரும் சிறுவர்களை கிட்டே நெருங்க விடாமல் கைப் பிரம்பு சுழன்றது.

சிரித்து உருண்டு, குமரிகளின் அடிவயிறு புண்ணாகிப் போனது. வேயன்னாவின் வீடு கொள்ளாமல், வெளித் திண்ணையிலும் கூட்டம் கூடிக் கிடந்தது.

நடுவீட்டில் சேது அமர்ந்திருந்தான். போலீஸ் உடுப்பைக் கழற்றித் தொங்க விட்டிருந்தான். திண்ணையிலிருந்து சேதுவைப் பார்க்க முடியாதவர்கள் உள்வீட்டை எட்டி, எட்டிப் பார்த்தார்கள். சேதுவுக்கு அருகே இடம் பிடித்து அமர்ந்தவர்களுக்குப் பெருமை பிடிபடலே.

கொம்பூதிக்கு இடம் பெயர்ந்து வந்தபின் பிறந்தவர்கள், சேதுவை நெருங்க அச்சப்பட்டார்கள். முந்தி, பிந்தி என்றில்லாமல் எல்லோரையும் தொட்டுத் தொட்டு உறவாடினான். ஊமையன் நரிவேலுவுடன் சைகையிலேயே பேசினான். குடல் சரிந்த வயிற்றைத் துணி விலக்கிப் பார்த்தான்.

கச்சேரியில் கம்பிக் சூடுபட்ட பாண்டி, தண்ணீர் குடிக்கப் போகிற சாக்கில் மெல்ல எழுந்து கூரை ஓரம் போனான். தொங்கிக் கொண்டிருந்த போலீஸ் உடுப்பை உரசிப் பார்த்தான். ஆடியது... மறுபடியும் தோள் பட்டையால் இடித்து ஆட்டி விட்டான். சேது, ஓரக்கண்ணால் பார்த்து சிரித்தான்.

முறைக்காரப் பெண்கள், சேதுவைக் கண் கோதினார்கள்.

'அச்சும் அசலுமா... வில்லாயுதம் மச்சானை மாதிரியே தான் இவரும் இருக்காரு! இந்த அதிகாரிக்கு வாக்கப்பட... எவளுக்கு கொடுத்து வெச்சிருக்கோ!' மனசுக்குள் புழுங்கினார்கள்.

சாதி வழக்கப்படி, சேதுவுக்குச் செல்ல வேண்டிய பொண்ணு

சிட்டு தான். சிட்டுப் பிள்ளையை தான் வில்லாயுதத்துக்கு உறுதி பண்ணி வெச்சிருக்கே! இன்னாருக்கு இன்னார் என கிழவி சடசடத்தாளே...? அது தான் கொம்பூதிக் குமரிகளுக்கு நிச்சயதார்த்தம். அதை மீற முடியாதே!

வேயன்னா, இறுகிப் போய், உட்கார்ந்திருந்தார். இருபது வருடம் கழித்துத் தலைப்பிள்ளை திரும்பி வந்திருக்கிற சந்தோசம் வெகு நேரம் நீடிக்கவில்லை. வந்திருப்பது பிள்ளை என்றாலும், உத்தியோகம் போலீஸு உத்தியோகம்.

கொம்பூதியைக் குறி வைத்து மடக்க, முதலில் வெள்ளை அதிகாரி 'விக்டர்' வந்தான். அப்புறம் வெளியூர் அதிகாரி 'பகதூர்' வந்தான். இப்போது வீட்டுப்பிள்ளை 'சேது'வே வந்திருக்கிறான்.

'வெள்ளை அதிகாரியை விரட்டி அடிச்சோம். வெளியூர் அதிகாரியை தீ வெச்சுக் கொளுத்தினோம். வீட்டுப் பிள்ளையை என்ன பண்ணுறது...?'

முடிவுக்கு வராத யோசனையாக நீண்டது.

ஹஸார் தினாரின் நடைவேகத்தை அனுசரித்தே மான் போனது. உவட்டுப் பாதை தாண்டி, ஓடைக்கரையில் இறங்கியது.

வில்லாயுதத்தையும் வஜ்ராயினியையும் இணை சேர்த்துக் கண்ணுக்குள் அழகு பார்த்தான் ஹஸார்தினார். ஓடை மணலில் நடக்கச் சிரமப்பட்டான். வஜ்ராயினியை வளர்த்தெடுக்க தான் பட்ட பாடுகளை அசை போட்டவாறு நடந்தான். பெற்ற தாய் கூட இத்தனைப் பாங்காக, பக்குவமாக வளர்த்திருக்கமாட்டாள். வைர பலிக்காக வளர்க்கப்பட்ட வஜ்ராயினி, வில்லாயுதத்தோடு வாழப் போகிறாள்! காலமெல்லாம் கடும் தவம் புரிந்த நாகமுனியின் கண்ணுக்குத் தென்படாத வைரங்களை வில்லாயுதம் கண்டது தான் விதியோ!

எதிரே தெரியும் ஆலமரம் தான் ஊராக இருக்கும். கோயில் மணிச் சத்தம் கேட்டது.

இருபத்தோரு கிடாய்களும் வரிசையாக வெட்டுப்பட்டு, குலசாமிக்கு முன்னால் குதி போட்டுக் கொதித்துக் கொண் டிருந்தன. பெரிய மண் முடாக்களில் அரிசிச் சோறு, குமிழ் அடிக்க வெந்து கொண்டிருந்தது. ஆடிப் பறந்து ஆக்கிக்

கொண்டிருந்த பெரிய பொம்பளைகளின் கைத் தோதுக்கு குமரிகள் நின்றார்கள்.

இளவட்டங்கள், ஊரணித் தண்ணீரைக் குடம் குடமாகக் கொண்டு வந்து குலசாமியைக் குளிப்பாட்டினார்கள். கோயில் பீடத்துக்கு முன்னால் கிடந்த படையல் கல்லை தூசு, துரும்பு இல்லாமல் நீர் ஊற்றிக் கழுவி விட்டார்கள்.

தன்னைச் சுற்றி நடப்பதையெல்லாம் சேது வேடிக்கை பார்த்துக் கொண்டிருந்தான். இருபது வருடங்களுக்கு மேல் எங்கோ வளர்ந்தவன். கொம்பூதிக்குள் நுழைந்ததும் தன் கொடிவழிச் சனங்களின் ரத்தப் பிணைப்பில் திக்குமுக்காடிப் போயிருந்தான். தான் வந்த விவரம் பற்றி இன்னும் வாய் திறந்து பேசவில்லை.

குதிரைப்படை விரட்டி வர, மலையடிவாரத்தில் பதுங்கிக் கிடந்த போது, காட்டுப் பன்றியைச் சுட்டுத் தின்றது சேதுவின் ஞாபகத்தில் வந்தது. அய்யாவும் ஆத்தாவும் அப்பத்தாவும் அன்று இருந்தது போலவே, இன்றும் இருக்கிறார்கள். கண்ணை விட்டு பயமும் அகலவில்லை. பெண்களின் கழுத்தை விட்டு, குதிரைவால் ரோமத்துப் பாசியும் மாறவில்லை.

'சுற்றுப்பட்டிகளில் எல்லாம் கொள்ளையடிக்கிறார்கள்... கொலை செய்கிறார்கள்... கன்னமிடுகிறார்கள். கொம்பூதி பரம்பரையே குற்றப் பரம்பரை' என்கிறது சட்டம். ஆனால், ஊரெல்லாம் கூரை வீடுகளும் உடைமையெல்லாம் வேல் கம்பும் அரிவாளும் தான் தென்படுகின்றன. இவர்கள் கொள்ளையடித்த ஆபரணங்களை, மறுகொள்ளை அடிப்பது யார்...? கள்ளு குடிக்கவும் கறி திங்கவுமா திருட்டுப் பட்டம்! அய்யாவுக்கு இதெல்லாம் தெரியாதா...? எடுத்துச் சொன்னால் கேட்பாரா...? கேட்டால் நல்லது. இல்லையென்றால்... எட்டு பகதூராக நாம் மாறி விட வேண்டியது தான். எதை இழந்தும் சட்டத்தைக் காப்பாற்றி ஆகவேண்டும்...'

யோசிக்க யோசிக்க, சேதுவுக்குப் பிள்ளை முகம் போய் போலீஸ் முகம் வந்தது. காட்டில் பிரிந்த பிள்ளை, கச்சேரிக்கு அதிகாரியாக வந்திருப்பதைக் கொண்டாடுகிற சந்தோஷம் இருளப்பாசாமியின் முகத்திலேயே தெரிந்தது. பூசாரி திருமால் அலங்காரப்படுத்திக் கொண்டிருந்தார்.

ஓடியாடித் திரியும் ஊர்ச் சனத்தின் கண்ணில் பட்டுவிடாமல் ஆலமரத்தூரில் பதுங்கியிருந்தான் பச்சமுத்து. கொம்பூதிக்கு ஏற்றி வந்த தான்ய மூடைகளைத் தலைச் சுமையாகத் தூக்கிப் போக ஆள் கூப்பிட வந்தவன், ஊர் நிலவரம் சரியில்லாததைப் பார்த்ததும் பதுங்கி விட்டான்.

புதிதாக வந்திருக்கும் போலீஸ் அதிகாரி, சனத்தோட சனமாகச் சாமி கும்பிட்டுத் திரிவதை ஆலமரப் பொந்து வழியே நோட்டமிட்டான். 'விசக்குட்டை சொன்னது சரியாப் போச்சு! இடையிலே நாம் நுழைஞ்சு தலையைக் காட்டினால் எல்லாம் கெட்டுப் போகும்' பொறுமையாகக் காத்திருந்தான்.

வெந்து இறங்கிய கறியையும் சோறையும் குலசாமிக்கு முன்னால் படையல் கல்லில் கொட்டிக் கவிழ்த்துக் கிண்டினார்கள். இருபத்தியோரு கிடாய்க் கறியும் ஏழெட்டு முடாச் சோறும் மலையாகப் புரண்டு 'சாமிசோறு' ஆனது.

தோளில் கிடந்த துண்டை எடுத்து, தன் வாயை இறுகக் கட்டிக் கொண்ட கோயில் பூசாரி திருமால், மணி அடித்துப் பூஜையை ஆரம்பித்தார்.

போலீஸ் உடுப்போடு சேதுவை முன்னே நிறுத்தி, சனம் எல்லாம் கும்பிட்டு நின்றது. சேதுவுக்கு, இந்தப் பக்கம் கூழானியும் அந்தப் பக்கம் வேயன்னாவும் நின்றார்கள்.

அங்கம்மாவுக்கு, சேது மேலே ஒரு கண்ணு... வேயன்னா மேலே மறுகண்ணு... 'எல்லாம் இருளப்பன் புண்ணியம்!' நெஞ்சு நிறைய மூச்சு இழுத்துவிட்டாள்.

கோயில் மணிகளைச் சிறுவர்கள் ஓங்கி ஓங்கி அடித்தார்கள். 'டைய்ய்யங்... டைய்ய்ய்ங்... டைய்ய்யங்... ங்...'

ஓரமாக நின்று கைகூப்பி கும்பிட்டுக் கொண்டிருந்த வில்லாயுதத்தின் முழங்காலுக்குக் கீழே, வஜ்ராயினியின் மான் உரசியது. உரசலை உணராமல் கண்மூடி நின்றான்.

கூழானி குனிந்து திருமண் எடுத்து, சேதுவின் நெற்றியில் பூசி விட்டாள்.

குலசாமிக்கு முன்னால் படைத்து வைத்திருந்த சாமி சோறைக் கை நிறைய அள்ளி, "சேதூ... இந்தா... தின்னு..." வாயருகே ஊட்டப் போனாள்.

சேது, கிழவியின் கையைப் பிடித்துக் கொண்டான்.

“சாமி சோறுப்பா ... தின்னு...” என்றார் வேயன்னா.

“அய்யா... நான் இந்தச் சாமி சோறைத் திங்கணும்னா, நீங்க எனக்கு ஒரு சத்தியம் பண்ணிக் கொடுக்கணும்...”

குலசாமிக்கு முன்னால் கும்பிட்டு நின்ற சனமெல்லாம் திகைத்தது.

“என்ன சத்தியம்...?”

63

பச்சமுத்து, கொம்பூதிக்கு ஓட்டி வந்த தான்ய வண்டியை பெரும்பச்சேரிக்குத் திருப்பி விட்டான்.

வெளிச்சம் புலப்படாத இருட்டுப் பாதையில் ஓடிப் பழகிய வண்டி மாடுகள், காளத்தி கோயில் முன்வந்து நின்றன. வண்டியிலிருந்து குதித்து இறங்கிய பச்சமுத்து, மனப் பதற்றத்தை வெளியில் காட்டாமல், விசக்குட்டையைத் தேடினான். ஊரோடு சேராமல் ஒதுங்கிப் போயிருந்த குடிசைக்குள் விசக்குட்டையின் சத்தம் கேட்டது.

பச்சமுத்து, மையிருட்டுக்குள் பதுங்கிப் பதுங்கி குடிசையின் வாசலோரம் போனான். இவன் மிதித்து தள்ளி விட்டுப் போன தவச மூடையின் மீது, கால் மேல் போட்டு கொண்டு உட்கார்ந்திருந்தான் விசக்குட்டை.

ரெண்டு தோள் பட்டைகளையும் தூக்கி வைத்துக் கொண்டு, “அடுத்த வேளைக் கஞ்சிக்கு அடுப்பு பத்த வைக்க முடியாமல், பெரும்பச்சேரி சனமெல்லாம் பேதலிச்சுக் கிடக்கிற போது... ஒரு மூடை தவசத்தை, ‘கொண்டு போ சாமி’னு ஒருத்தன் கும்பிட்டு கொடுக்கிறான்னா... என் மதிப்பு என்ன.. ! மரியாதை என்ன...!” சிலுப்புச் சிலுப்பி பார்த்தவாறு அதிகாரம் பண்ணிக் கொண்டிருந்தான்.

தீ எரியாத அடுப்போடு மல்லுக்கட்டிக் கொண்டிருந்த பொண்டாட்டிக்காரி, பொறுக்கமாட்டாமல், “அதுக்கு இப்போ என்ன?” என்றாள்.

பெஞ்சாதியின் பிடரிக்கு மேலே கையை ஓங்கியவன், "இப்போ... என்னவா! 'காட்டிக் கொடுத்தவன்... கையாலா காதவன்'னு இனிமே நீ என்னைப் பேசக் கூடாது. புரிஞ்சுதா...?" கொத்தாக தலை முடியைப் பிடித்தான்.

"நான் பேசலே... சாமி... பேசலே... ஆளை விடு..." அடுப்பு பற்றி எரிந்தது.

வாசலில் நின்ற பச்சமுத்து, "ஏப்பா விசக்குட்டை..." தாழ்ந்த குரலில் கூட்பிட்டான்.

"யாரு...?"

"நான் தான்.. பச்சமுத்து வந்திருக்கேன்."

"ஆத்தாடீ...!" தவச மூடையிலிருந்து தாவிக் குதித்து, "ஏழைப் பய வாசலோரம்... தானப்பிரபு வந்து நிக்கிறீகளே!" குனிந்து வெளியே வந்தான்.

"என்ன முதலாளி... இந்த நேரம்!"

"ஒரு முக்கியமான பேச்சு பேசணும்ப்பா" தோளில் கை போடவும், விசக்குட்டைக்குத் தலை, கால் புரியலே!

"பேசுவோம் முதலாளி" நெளிந்தான். பச்சமுத்து இழுத்த இழுவைக்கு நடந்தான்.

காளத்தி கோயிலுக்கு முன்னால் தான்ய வண்டி நின்றது.

"வண்டி கொம்பூதிக்குப் போகலையா முதலாளி?"

"இனிமேல் கொம்பூதிக்குப் போகாது. எல்லா தவசமும் தான்யமும் பெரும்பச்சேரிக்குத் தான்."

பச்சமுத்துவை ஏற இறங்கப் பார்த்தான் விசக்குட்டை.

"ஒரு மூடை தவசத்தை உதைச்சு தள்ளி விட்டுப் போனவன், வண்டித் தான்யத்தையே எடுத்துக்கிட சொல்றானேனு பார்க்கிறாயா? விவரமெல்லாம் சொல்றேன்..."

கவிழ்ந்தபடி நடந்து கோயிலுக்குப் பின்னால் வந்தார்கள். ஊர் நடமாட்டம் ஒடுங்கிப் போயிருந்தது. குலை பட்டினி கிடக்கும் சனத்துக்கு, நடமாடித் திரிய கெதி இல்லே.

ஒரு பட்டியக் கல்லில் தானும் உட்கார்ந்து, விசக்குட்டையையும் உட்கார வைத்தான் பச்சமுத்து.

"புதுசா வந்திருக்கிற போலீஸ் அதிகாரி, வேறு யாருமில்லே... வேயன்னாவோட மூத்த மகனாம்! இருபது வருஷத்துக்கு

முன்னாலே, காட்டிலே பிரிஞ்சவனாம்!"

"அப்படியா சேதி!" வாயைப் பிளந்தான் விசக்குட்டை... "இனிமே... கொம்பூதிக் கொள்ளை, தங்கு தடையில்லாம நடக்கும். உங்க கூரையைப் பிய்ச்சுக்கிட்டு கொட்டப் போகுதுனு சொல்லுங்க."

"அது தான் இல்லே..." பெருமூச்சு விட்டான் பச்சமுத்து.

"ஏன் முதலாளி?"

"களவுக் கூட்டத்திலே பிறந்த ஒருத்தன், கச்சேரிக்கே அதிகாரியாய் வந்திருக்கிற சந்தோஷத்தை கொண்டாட வெட்டுப்பட்டது, ஒன்னு, ரெண்டு கிடாய் இல்லே... இருபத்தியோரு கிடாய்!"

"ஆத்தாடியோவ்..!" விசக்குட்டை நெருங்கி உட்கார்ந்தான்.

"என்னடா வாயைப் பிளக்கிறே? எல்லாம் திருட்டுக் கிடாயி..."

"ஆமா.. ஆமா..."

"இருபது வருஷத்துக்கு மேலே, எங்கேயோ வளர்ந்தவனுக்கு கூழானி கிழவி தன் கையாலே பிடிசோறு அள்ளி ஊட்டப் போனால்..." பச்சமுத்து இழுத்து நிறுத்தினான்.

"என்ன ஆச்சு முதலாளி?"

"ஒரு 'சத்தியம்' பண்ணிக் கொடுத்தால் தான்... சாமி சோறை தின்பேன்னு பயல் சொல்லிட்டான்."

"என்ன சத்தியமாம்?"

"கொம்பூதிக் கூட்டம் இனிமே கொள்ளை, களவுக்குப் போகக் கூடாது. பிள்ளை வேணும்னா... பொழப்பை மாத்தணும்."

"பயல், நியாயமா தான் கேட்டிருக்கான்."

பச்சமுத்துவுக்குப் பொத்துக்கொண்டு வந்தது.

"எது நியாயம்?"

விசக்குட்டை முழித்தான்.

"காலமெல்லாம் கொம்பூதிக்காரனுக்கு நான் வண்டி வண்டியா படியளந்தேனே.. என் பொழப்பு என்னாகிறது?"

"ஆமாமா.. நீங்க சொல்றது தான் நியாயம்."

பச்சமுத்துவின் மனத்தோதுக்கு பேசி வந்தான் விசக்குட்டை.

“பெத்த மகன், ‘சத்தியம் பண்ணுங்க’னு கேட்டது தான் தாமதம்... இந்த வேயன்னா கொஞ்சங்கூட யோசிக்கலே!”

“என்ன சொன்னாரு?”

“வெள்ளைக்காரன் உத்தியோகம், வீட்டுப் பயலுக்குக் கிடைச்ச சந்தோஷத்திலே ‘சரி’ன்னுட்டாரு!”

“நெசந்தானா முதலாளி? வேறு என்ன தொழில் பார்ப்பாங்களாம்?”

“அருவா பிடிச்ச கையி... தராசா பிடிக்கப் போகுது? பட்டினி கிடந்து சாகப் போறான்ங்க.”

கொம்பூதியைப் பற்றி தடித்த வார்த்தைகள் பேசப் பேச, காளத்தி கோயில் இருட்டு பயமுறுத்தியது.

“விசக்குட்டை....! இனிமே நீ தான் எனக்கு செல்லப்பிள்ளை. பெரும்பச்சேரி.. நான் பிறந்த ஊரு மாதிரி” பச்சமுத்து, பேச்சில் உருகினான்.

“நம்ம சனம், பட்டினி கிடக்கக் கூடாது. வண்டி வண்டியா தவசம், தான்யத்தை நான் அனுப்பறேன். ஒரு காரியம் பண்ணணும்.” விசக்குட்டை மிரண்டு போனான்.

“**வி**ல்லாயுதம் என்ன சொன்னான்?”

“இனிமேல், சம்பங்கி ஆற்றங்கரைப் பக்கமே வர மாட்டானாம்.”

“வஜ்ராயினி அழைத்தாள் என்று சொன்னாயா?”

“சொன்னேன்.”

“வைரங்களைப் பற்றி கேட்டாயா?”

“இருக்கும் இடம் தெரியுமாம். ஆனாலும் வர மாட்டானாம்.”

‘‘வைரங்களைக் கொண்டு வந்தால் ... வஜ்ராயினியைக் கூட்டிக் செல்லலாம் என்று சொல்ல வேண்டியது தானே?”

“அவனுக்கு முறைப் பெண் இருக்கிறாளாம், அவளோடு நான் திருமணமாம்.”

“வஜ்ராயினியை மறந்தே விட்டானா?”

“வஜ்ராயினியை மறந்த மாதிரி தெரியவில்லை. ஆனால்,

அவனை நாம் அவமானப்படுத்தியதை மறக்கவே இல்லை."

தீவிரமான யோசனையில் ஆழ்ந்திருந்தான் நாகமுனி.

வீணையின் மீது சரிந்து கிடந்த வஜ்ராயினியின் அருகில் ஹஸார்தினார் அமர்ந்திருந்தான்.

வாசலில் மான் எட்டிப் பார்த்தது.

வஜ்ராயினி, ஓரக் கண்ணால் மானைப் பார்த்தாள். ஹஸார் தினாருக்குத் தெரியாத ஒரு சேதியை மான் கொண்டு வந்திருப்பதாகப் பட்டது. ஆனாலும் அவசரப்படாமல் சரிந்தே கிடந்தாள். நாகமுனி மூர்க்கமாய் எழுந்தான்.

"ஹஸார் தினார்...! என்ன செய்வாயோ தெரியாது, எதிர்வரும் பௌர்ணமிக்குள் எனக்கு வைரங்கள் வேண்டும். தவறினால்... அதே நாளில் வஜ்ராயினியை நரபலி இடுவேன். கையில் உள்ள ஒற்றை வைரம், புதையலைக் காட்டிக் கொடுத்தே தீரும். என் தவம் வீண் போகாது. இதுவே என் இறுதி எச்சரிக்கையாய் எடுத்துக்கொள்" நாகமுனி வெளியேறினான்.

"எங்களை களவுக்குப் போகச் சொல்றீகளா முதலாளி?"

"கொஞ்ச நாளைக்குத் தான். வேயன்னா மகனை, கச்சேரியை விட்டு விரட்டுற வரை தான்" விசக்குட்டையின் கைகளை பாந்தமாய் பிடித்துக் கொண்டான் பச்சமுத்து.

"அதெல்லாம் முடியாது முதலாளி. பெரும்பச்சேரி ஆளுகளுக்கு களவு பண்ணி பழக்கமில்லை" விசக்குட்டை பின்னால் நகர்ந்தான்.

பச்சமுத்து விடவில்லை. முன்னால் நகர்ந்தான்.

"பழக்கப்படுத்திக்கிட வேண்டியது தானே? காலமெல்லாம் பெருநாழிக்காரன் காடுகரையிலே பாடுபட்டாலும், அடுத்த வேளை கஞ்சிக்கு உறுதி இல்லையே?"

"இந்த ஊருச்சனம் பட்டினி கிடந்து செத்தாலும் சாகுமே ஒழிய, களவுக்குப் போகாது."

"கோட்டிப் பயலா இருக்கியேப்பா...!" பச்சமுத்து இன்னும் நெருங்கி உட்கார்ந்தான்.

"கொண்டுவர்ற பொருளிலே உனக்குப் பாதி... எனக்குப்

பாதி. என்ன சொல்றே?"

விசக்குட்டை கண்ணை உருட்டினான்.

"இந்தச் சலுகையை வேயன்னாவுக்கே நான் செய்யலே. வெறும் தவசம் தான்யம் கொடுத்ததோடு சரி. கதவை தட்டுகிற சீதேவியை காலாலே எட்டி உதைச்சிறாதே."

விசக்குட்டை கைகளைப் பிசைந்தான்.

"ம்... களவுக்குப் பழக்கப்பட்ட ஒரு ஆளாவது வேணுமே."

பச்சமுத்து பிடித்துக் கொண்டான்.

"வையத்துரை வருவானா?"

"வையத்துரை உயிரைக் கூட விடுவான். கொம்பூதியை விடமாட்டான்."

"துருவன்?"

"துருவன், ஒரு கோட்டிப் பயல் முதலாளி. எப்பவோ ஒரு நாளு, வேயன்னா அவனைக் காப்பாத்தினாராம். இன்னும் அந்த விசுவாசம் குறையாம அலையிறான்!"

"ஆங்...ங். சொல்ல மறந்திட்டேன்! பெத்த மகன் கேட்கவும் சத்தியம் பண்ணிக் கொடுத்த வேயன்னாவை எதிர்த்து... ஒரே ஒருத்தன் கேள்வி கேட்டான்!"

"வேயன்னாவை எதிர்த்து ஒருத்தன் கேள்வி கேட்டானா...! அவன் யாரு?"

"அவன் பேரு செந்தட்டிக்காளை. 'களவை விட்டால்... கஞ்சிக்கு என்ன வழி'னு தான் கேட்டான். உடனே, எல்லா இளவட்டங்களும் கூடி, அவனை அடிச்ச அடி இருக்கே! ஆளைக் கொல்லாத குறை தான்!" பசச்முத்து குரலை இறக்கி, "செந்தட்டிக் காளையை நம்ம பக்கம் இழுத்துப் பார்ப்போம். காதும் காதும் வச்ச மாதிரி காரியங்கள் நடக்கணும். கொம்பூதிக்காரனுக்குத் தெரிஞ்சா.. கொல்லாமல் விடமாட்டான்."

வண்டி மாடுகள், கழுத்து மணியைக் குலுக்கின.

"எல்லோரும் ஓடிவங்க, பச்சமுத்து முதலாளி, வண்டி நிறைய தவசம், தான்யம் கொண்டு வந்திருக்காரு...!

விசக்குட்டை எழுந்து ஊரைக் பார்த்துக் கத்தினான்.

64

அங்கம்மா சம்மதிக்கவே இல்லை.

"நான் வரவே மாட்டேன்" என்று தான் மறுத்துப் பார்த்தாள். சேது விடுவதாக இல்லை. தன்னோடு பெருநாழிக்கு அழைத்துப் போவதில் பிடிவாதமாக இருந்தான்.

"வா... ஆத்தா... அங்கே வந்து இரு..."

"அந்த மாதிரி வீட்டிலே இருந்து எனக்குப் பழக்கமில்லேப்பா..."

"நான் இருக்கேன் வா..."

வேயன்னாவையும் வீட்டையும் அங்கம்மா ஒரு சுற்றுப் பார்த்தாள்.

"உங்க அய்யாவைப் பிரிஞ்சு இதுநாள் வரை நான் எங்கேயும் இருந்ததில்லையே!" கைகளை மலர்த்தினாள்.

கூழானி அதட்டினாள்: " ஏய் ... அங்கம்மா! பெத்தவ கையாலே சோறு திங்க, பிறந்த மகன் ஆசைப்படுறான்! போடீ..."

"கூட்டத்தோடேயே இருந்து பழகிப் போச்சே!" மலங்க மலங்க முழித்தாள்.

குதிரைச் சாரட்டை அனுப்பி வைப்பதாக சேது சொல்லி விட்டுப் போய் ரெண்டு நாளாகுது. இன்னிக்கு வரப் போகிற சாரட்டில் வழி அனுப்பி வைக்க, வீடு நிறைய சனம் கூடி கிடக்குது. அங்கம்மாவைப் பார்க்கப் பார்க்க பெரிய பொம்பளைகளுக்கு சிரிப்பு வருது.

கூச்சப்பட்ட அங்கம்மாவுக்கு மதி மருளுது. காலும் ஓடலே... கையும் ஓடலே! எரிகிற அடுப்பிலே தண்ணீரை ஊற்றுகிறாள்... குடி தண்ணீர் பானையிலே கூழு கிண்டுகிறாள். சனம் சிரிக்குது.

பொம்பளைகளை கூழானி திட்டுகிறாள்.

"அடியேய்... சும்மா இருங்களேன்டீ..."

புருஷனின் முகம் பார்த்துப் பேசி பழக்கமில்லாத அங்கம்மா, ‘பெருநாழிக்குப் போக வேண்டாம்னு நீங்களாவது ஒரு வார்த்தை சொல்லுங்களேன்...’ என்கிற மாதிரி வேயன்னாவின் முகத்தைப் பார்க்கிறாள்.

வேயன்னாவுக்கு கவிழ்ந்த தலை நிமிராமல் சிரிப்பு கிளம்பியது.

கூழானி தைரியம் சொன்னாள்: “அதிகாரியைப் பெத்தவ, இப்படியா பயப்படுறது?”

வெள்ளையம்மாவுக்கு அழுகை முட்டுது. ‘காட்டிலே பிறந்தோம். காட்டிலே வளர்ந்தோம். புது மனுச சகவாசம் நமக்காகாது தான். பாவம் அங்கம்மா மதினி!’

சாரட்டு வந்து நிற்கும் சத்தம் கேட்டது.

கொம்பூதி சனம் குதிரைச் சாரட்டைப் பார்த்ததில்லை. எல்லோரும் வெளியேறி மந்தைக்கு ஓடினார்கள். அன்னமயிலும் போய்விட்டாள். வீட்டுக்குள் இருந்தது வேயன்னாவும் அங்கம்மாவும் தான்.

ஓடிவந்து புருசனின் கால்களில் விழுந்து அழுதாள்.

“நான் பெருநாழிக்கு போகமாட்டேன்... போகமாட்டேன்...”

‘மூசு... மூசு’ என அழுதாள்.

“ஏய்... கிறுக்குக் கழுதை...! போற எடத்திலே புலி, சிங்கமா இருக்குது? உன் மகன் தானே இருக்கிறான்”

“புலி, சிங்கம் இருந்தாலும் பயமில்லையே. புது மனுசரைப் பார்க்க தான் பயமா இருக்குது!”

“உன் மகன் தானே இருப்பான்?”

“அந்த ஊருக்கு ஏத்த மாதிரி உடுத்தணும்... உலை வைக்கணும்... எனக்குத் தெரியாதே!” கண்ணீரு ஓடுது.

“கூட்டிட்டுப் போக வண்டி வந்திருச்சே! வேண்டாம்னு சொல்லுங்களேன்...”

வேயன்னா வாய் விட்டு சிரித்து விட்டார்.

“ஏய்... அங்கம்மா! ஏன் அழுகிறே! நீ என்ன சிறுபிள்ளையா?” முதுகில் தட்டிக் கொடுத்தார்.

வாசலில் கிழட்டு போலீஸ் சல்யூட் அடித்தார்.

“அய்யா... சாரட்டு வந்துருச்சு”

வேயன்னாவின் கால் மாட்டில் அழுது கிடந்த அங்கம்மா, விருட்டென எழுந்து தள்ளிப் போய் முகம் துடைத்தாள்.

பச்சமுத்து, வீட்டுப் படி வாசலைக் கடந்து பெரும்பச்சேரி ஆளுகளை இது வரை உள்ளே விட்டதில்லை.

வீட்டுக்குள் நுழைய விசக்குட்டை ரொம்பவும் தயங்கினான். கால் கூசுது.

“அட.... வாப்பா விசக்குட்டை. மனுசனுக்கு மனுசன் பேதம் பார்க்கறது தப்பு. உள்ளே வா” கதவைத் திறந்து விட்டபடி பச்சமுத்து சொன்னதும் பெஞ்சாதியே பதறிப் போனாள்.

‘இந்த மனுசன் நேரத்துக்கு ஒரு நிறம் மாத்துறாரே!’

தன் வளைப்பில் கொம்பூதி செந்தட்டிக்காளையும் சிக்கிக் கொண்டதில், பச்சமுத்து சந்தோஷப்பட்டுப் போனான். தரையில் கால் படாத நடை நடந்து திரிந்தான்.

தலைவாசலை இறுகப் பூட்டி விட்டு, நடு வீட்டைத் தாண்டி உள் வீட்டுக்குள் ஆலோசனை நடந்தது.

பச்சமுத்து தன்னை விட சின்ன வயசு செந்தட்டிக்காளையை ‘அய்யா அய்யா...’ என்றே அழைத்தான். காரியம் ஆகணுமே!

உள் வீட்டுக்குள் உட்கார்ந்தவாறு விசக்குட்டை கண்களை உருள விட்டான். வீடு நிறைந்திருந்த செழிப்பும் உறுத்தியது. ஜாடை மாடையாக பச்சமுத்து வீட்டுப் பெண்களையும் ஒரு பார்வை பார்த்துக் கொண்டான். அழகாக இல்லாவிட்டாலும் இளக்கமாக இருந்தார்கள்.

செந்தட்டிக் காளைக்கு ஒரே மதி தான்.

‘களவுக்கு போகலேன்னா... கஞ்சிக்கு என்ன வழி’ னு ஒரு கேள்வி கேட்டதுக்காக கொம்பூதிக்காரப் பயல் எல்லோரும் சேர்ந்து, நாக்கு தள்ள அடிச்சான்ங்களே! அவன்ங்களை...’’ ‘நறநற’ வென பல்லைக் கடித்தான்.

பச்சமுத்து நா தழுதழுக்க எடுத்துக் கொடுத்தான். “அன்னிக்கு நீங்க தப்பாகவே பேசலையே! ‘இனிமேல் களவுக்குப் போகமாட்டோம்’னு குலசாமிக்கு முன்னாலே வேயன்னா சத்தியம் பண்ணிக் கொடுக்கிற போது, ‘களவுக்கு

போகலேன்னா... கஞ்சிக்கு என்ன வழி?'னு நீங்க கேட்டது நியாயம் தானே? அதுக் காக, எல்லோரும் சேர்ந்து உங்களை இப்படியா அடிக்கிறது?" சொல்லி முடிக்கும் போது பச்சமுத்துவின் கண்ணோரம் கசிந்தது. செந்தட்டிக் காளையை மெல்ல மெல்ல ஆழம் பார்த்தான்.

"பெத்த மகனை அதிகாரியாய் கண்டதும் மத்த சனங்களை மறந்து போனாரே இந்த வேயன்னா!"

செந்தட்டிக்காளை மேலும் சினந்தான்.

முகம் பார்த்த பச்சமுத்து, "வேயன்னா வஞ்சகம் பிடிச்ச ஆளாக இருக்காரே!" என்றதும், நடு வீட்டிலிருந்த பெஞ் சாதிக்கு மனசு வலித்தது.

'வேயன்னா அய்யா... எவ்வளவு பெரிய மனுசன்! அந்த மனுசன் கொள்ளை அடிச்சுக் கொண்டு வந்து கொட்டினது தான் இந்த வீட்டுச் சொத்தெல்லாம். கொஞ்சங்கூட விசுவாசம் இல்லாமல் இந்த மனுசன் இப்பிடிப் பேசுகிறாரே! ஆண்டவனுக்கு அடுக்குமா?' மனசுக்குள்ளே புருசனைத் திட்டினாள்.

'கொம்பூதிக்காரனை எப்படித் திட்டினாலும் செந்தட்டிக்காளை கோபப்பட போவதில்லை' என்று பச்சமுத்துவுக்கு முடிவாகிப் போச்சு.

"வேயன்னாவுக்கு புத்தி கெட்டுப் போச்சு" பச்சமுத்து நாக்குத் தடிப்பாகி திட்டத் திட்ட.. விசக்குட்டைக்கு பயம் கொடுத்தது. 'இதெல்லாம் வேயன்னா காதுக்கு போனால்...' திருகி திருகி முழித்தான்.

செந்தட்டிக்காளை சுரணையற்றுப் போனான். அவனுக்கு இன்னொரு கோபமும் இருந்தது.

'இந்த இளவட்டத்துக்கு, இந்தக் குமரி' என்று கூழானிக் கிழவி ஜோடி சேர்த்து நிச்சயம் பண்ணிய போது செந்தட்டிக் காளையை விட்டு விட்டாள். அது மட்டுமில்லை, இவனுடைய முறைப்பெண் மீனாவை கள்ளராமனுக்கு உறுதி பண்ணினாள்.

"ஏன்? நான் என்ன ஆம்பளை இல்லையா? இளவட்ட மில்லையா? எல்லாக் காரியத்திலேயும் இந்த கொம்பூதிக் கூட்டம் என்னை ஒதுக்குது... அவமானப்படுத்துது... இவன்ங் களை சும்மா விடவே கூடாது. பச்சமுத்து... நான் என்ன செய்யணும்? சொல்லு..."

"கொம்பூதிக்கு உண்டான குலத் தொழிலை நீங்க மறுபடியும் எடுத்துச் செய்யணும். துணைக்கு விசக்குட்டை இருக்கிறான். களவை தடுத்து நிறுத்தத் தான் கச்சேரிக்கு அதிகாரியாக வேயன்னா மகனை அனுப்பினது. களவு நிற்காமல்... தொடந்து நடந்தால்... அதிகாரியை மாத்துவாங்க... புது ஆளு வருவான். கொம்பூதி பிடிபடும். அடிபடும். உங்களை அவமானப்படுத்தினவங்களை விடலாமா அய்யா?" பச்சமுத்து இளக்கினான்.

"டேய் விசக்குட்டை! இன்னும் நாலு பேரை மட்டும் கூட்டுச் சேரு. நான் அடிக்கிறேன் கொள்ளை. கொம்பூதிக்காரனை நிம்மதியா இருக்கவே விடக் கூடாது" செந்தட்டிக்காளை எழுந்தான்.

"எட்டு வேயன்னா சேர்ந்தாலும் செந்தட்டிக்காளை அய்யா கிட்டே நிற்க முடியுமா?" செந்தட்டிக்காளையின் கையைப் பிடித்துக் கொண்டான் பச்சமுத்து. "அய்யா... ராத்திரி இங்கேயே தங்கிட்டுப் போங்க..." அமர்த்தி உட்கார வைத்தான்.

அங்கம்மாவை எல்லோரும் தூக்கி சாரட்டில் அமர வைத்தார்கள். கூசி, குறுகிப் போய் உட்கார்ந்திருந்தாள். ரெட்டைக் குதிரை பூட்டிய சாரட்டோடு, அப்படியே வானத்தில் பறந்து போகப் போகிறவளைப் பார்ப்பது போல் கூடி நின்று வேடிக்கைப் பார்த்தார்கள். அங்கம்மா தலை நிமிரவில்லை. அழுது, கண்ணீரு ஓடுது.

தொப்பி அணிந்த வண்டி ஓட்டி, தன் இருக்கையில் ஏறி அமர்ந்து சாட்டையைச் சொடுக்க ஆயத்தமானான். வேயன்னாவின் உத்தரவுக்காக கிழட்டுப்போலீஸ் காத்திருந்தார்.

நெருக்கி நின்ற சனம் விலகி வழி விட்டது.

அங்கம்மா கத்த கிளம்பிவிட்டாள்.

"எல்லோரும் கூடி என்னைத் தனியா அனுப்புறீங்களே...!"

குமரிகள் அடக்க மாட்டாமல் சிரித்தார்கள்.

வேயன்னாவும் கூட்டத்தோடு சிரித்து விட்டார்.

அன்னமயிலு, கூழானிக் கிழவியை முன்னே தள்ளி விட்டாள்.

"ஏய் கிழவி... ஆத்தாவுக்குத் துணையா நீயும் போக வேண்டியது தானே...?"

வேல ராமமூர்த்தி

வேயன்னாவுக்கு நல்ல யோசனையாகப் பட்டது.

"ஏத்தா... நீயும் வண்டியிலே ஏறிக்கோ" என்றது தான் தாமதம்.

கூழானி "சந்தோஷமா போயிட்டு வர்றேன்" சாரட்டுப்படியில் கால் வைத்து ஏற முடியாமல் தடுமாறினாள். ரெண்டு இளவட்டங்கள் பந்தாய் தூக்கி அங்கம்மாவுக்கு அருகில் உட்கார வைத்தார்கள்.

கூழானிக் கிழவிக்கு பெருமை பிடிபடலே. நிமிர்ந்து அமர்ந்தாள். தலையை சிலுப்பிச் சிலுப்பி பார்த்தாள். தோள் பட்டையால் அங்கம்மாவை ஒரு இடி இடித்தாள்.

"ஏய்... அங்கம்மா... நிமிர்ந்து உக்காருடீ..."

கூழானி துணைக்குச் சேரவும், அங்கம்மாவுக்கு மூச்சு நிதானப்பட்டது.

கூழானி சிலுப்பலைக் கண்டு கூட்டத்தில் பொறுக்க மாட்டாத சிரிப்புச் சத்தம். கூழானி எதையும் கண்டு கொள்ளவில்லை. முன்னால் அமர்ந்திருந்த வண்டிக்காரனின் முதுகைத் தட்டி...

"ம்... புறப்படுப்பா..." உத்தரவு போட்டாள்.

சிரிப்போடு கிழட்டு போலீஸ் முன்னால் ஏறிக் கொள்ள, சாரட்டு கிளம்பியது. கொம்பூதிச் சனத்துக்கு எல்லாம் கனவிலே நடக்கிற காரியங்களாகப் பட்டன.

அங்கம்மா, கொம்பூதியை திரும்பித் திரும்பிப் பார்த்துக் கொண்டே போனாள்.

"**நா**கமுனி என்னை நரபலி இட்டுக் கொல்லட்டும். நான் சாகவும் தயங்கவில்லை. வாழவும் விரும்பவில்லை."

வீணையின் மேல் சரிந்து கிடந்த வஜ்ராயினி, தோளில் உரசி மான் சொன்ன சேதி கேட்டதும் எழுந்தாள். கரை இறங்கிப் போய் சம்பங்கி ஆற்றில் முங்கி முங்கிக் குளித்தாள்.

ஹஸார் தினார் வாயடைத்துப்போய் பார்த்துக் கொண்டே இருந்தான். புதிதாய் உடுத்திக் கொண்டாள்.

"கொம்பூதிக்குப் போகிறாயா வஜ்ராயினி?"

வஜ்ராயினி பதிலேதும் பேசாமல் கூந்தலை ஒழுங்கு செய்தாள்.

"போ... வஜ்ராயினி... நீயே நேரில் போய் வில்லாயுதத்தின் முன் நின்றால், நிச்சயம் வருவான். வைரங்களைக் காட்டு வான். முறைப் பெண் இருந்தாலும் உன்னை இழுக்க வில்லா யுதம் விரும்ப மாட்டான்."

மானை முன்னே விட்டு வஜ்ராயினி படி இறங்கினாள்.

65

கிழட்டு போலீஸின் மனசுக்குள் கோபம், 'மூட்டம்' போட்டு கனன்று கொண்டிருந்தது.

சேது, காலையிலும் மாலையிலும் கவாத்து வாங்குகிறான். தினமும் அதிகாலையில், எல்லா போலீஸ்களையும், சம்பங்கி ஆற்றங்கரை வரை ஓட விடுகிறான். தானும் கூடவே ஓடி வருகிறான். தொப்பை சரிய, கிழட்டு போலீஸும் ஓடி வந்தாக வேண்டும்.

கச்சேரி நிலவரமே தலைகீழாய் மாறிப் போயிருப்பதை காணச் சகிக்காத கிழட்டுப் போலீஸுக்கு, உடுப்பு போட்டு, உத்தியோகம் பார்க்கவே மனசில்லை.

'எப்படி சகித்துக் கொள்ள முடியும்? எத்தனை போலீஸ்கள் கண் முன்னே எரிந்து சாம்பலானார்கள்! கச்சேரிக்குள்ளேயே கரிக் கட்டையாய் விறைத்துக் கிடந்தானே... வெள்ளைக்கார சார்ஜெண்ட்! உடம்பெல்லாம் பதினெட்டுக் குத்துப்பட்டு, படுக்கை அறையிலேயே செத்துக் கிடந்தாரே... பகதூர் துரை! இத்தனை பேரைக் கொன்ற கொம்பூதிக்காரர்களுக்கு என்ன தண்டனை? சட்டத்தை கையில் எடுத்து தண்டிக்க வேண்டி யவன், குற்றப் பரம்பரையோடு குலாவித் திரிகிறான்! இவன், சத்தியம் பண்ணச் சொல்லிக் கேட்டானாம்... அவர்களும் பண்ணிக் கொடுத்தார்களாம்! கோர்ட்டில் தீர வேண்டிய வழக்கு, குலசாமிக்கு முன்னால் தீர்ந்திருக்கிறது! இந்தச் சத்தியமும் எத்தனை நாள் தாங்கும் என்று பார்ப்போம். பச்சமுத்து படியளந்தால் தான், கொம்பூதிப் பசி அடங்கும். ஆதாயம் இல்லாமல், படியளக்க, பச்சமுத்து என்ன கோட்டிப் பயலா?'

கிழட்டு போலீஸின் உதடுகளுக்கு உள்ளேயே நாக்குத் துழாவி, ஆத்திரம் எரிந்தது.

பச்சமுத்துவை உடனே பார்க்க வேண்டும் போல் இருந்தது. சேது, வீட்டிலிருந்து கச்சேரிக்கு வருகிற நேரம் வெளியே போக முடியாது. யாரோடும் சேராமல் தனியே அமர்ந்திருந்தார் கிழட்டு போலீஸு. சுற்றி சேதுவின் நினைவே வந்தது.

'இன்ஸ்பெக்டர் சேதுவை அளக்கவே முடியவில்லை. இவனிடம், வெள்ளைக்காரன் புத்தியும் இருக்கிறது. வேயன்னா புத்தியும் இருக்கிறது. பாசத்தைக் காட்டி, 'சத்தியம்' வாங்கி, களவை தடுக்க நினைப்பது, விக்டர் துரையுடைய வெள்ளைக்கார புத்தி. 'சத்தியம்' தப்பினால்... இவனுக்கும் கொம்பூதி புத்தி தான் வெளிப்படும். தாயானாலும், பிள்ளையானாலும் கொல்லாமல் விடமாட்டான். வேயன்னாவை எப்படியாவது 'சத்தியம்' தவற வைக்க வேண்டும். பச்சமுத்து சொன்ன திட்டமும், நல்ல திட்டம் தான். செயல்பட்டால், இந்த வேயன்னா மகனை ஊரை விட்டே விரட்டி விடலாம். ஆனால், விசக்குட்டை ஒரு உளறு வாயன். விசயம் வெளியே தெரிந்தால், பெஞ்சாதி கழுத்திலே தாலி இருக்காது.எச்சரிக்கையாய் இருக்க வேண்டும்.'

உட்கார்ந்த வாக்கில், கிழட்டு போலீஸு, தன்னைச் சுற்றி ஒரு பார்வை பார்த்துக் கொண்டார்.

சார்ஜெண்ட் கீட்ஸ், தன் போக்கில் இயல்பாய் இயங்கிக் கொண்டிருந்தான். கிழட்டு போலீஸு என்ன சொன்னாலும், கீட்ஸ் கேட்பதில்லை. கீட்ஸ் தனக்குள்ளேயே நினைத்துக் கொள்வான்: 'இதே இன்ஸ்பெக்டர், நாளை, கொம்பூதிக்கு எதிராக, துப்பாக்கி தூக்கச் சொல்லலாம். அதிகாரியின் உத்தர வுக்கு அடி பணிவது தான் போலீஸு வேலை. இந்த கிழட்டு போலீஸு, எல்லா இடுக்குகளிலும் தேவையில்லாமல் மூக்கை நுழைக்கிறார். தண்டிப்பதையும் சலுகை செய்வதையும் சட்டம் பார்த்துக் கொள்ளும். அதற்குத் தான் அடுகடுக்காய் அதிகாரிகள் இருக்கிறார்களே...!'

கச்சேரி வாசலில் சாரட்டு சத்தம் கேட்டதும், அத்தனை போலீஸுகளும் தொப்பி அணிந்து விறைத்து நின்றார்கள். எல்லோரையும் முந்திக் கொண்டு ஓடிய கிழட்டு போலீஸு, குதிரைச் சாரட்டின் கதவை சேதுவுக்கு பணிவாய்த் திறந்து விட்டார்.

சேது, கொம்பூதிக்கு வந்திருந்த போது, வையத்துரை இல்லை. பெரும்பச்சேரிக்கு போயிருந்தவன், அன்று அங்கேயே தங்கி விட்டான்.

'நம்ம வேயன்னா அய்யாவோட... மகன் தான் புதுசா வந்திருக்கிற போலீஸ் அதிகாரியாம்!' என்று பெரும் பச்சேரியெல்லாம் பேச்சு. விழுந்தடித்து ஓடி வந்திருந்தான்.

"அய்யா... நம்ம மூத்தவரை நான் பார்க்கணும்!"

"ஒரு நாளைக்கு, பெருநாழி போய் பார்த்துட்டு வருவோம்"

நடந்த வாக்கில் பேசிக்கொண்டே வந்தார்கள்.

"ஆளு எப்படி இருக்காரு அய்யா?" என்றான்.

"இருக்கான்... இருக்கான்..." பட்டும் படாமல் சொன்னார் வேயன்னா.

"உங்களை மாதிரி இருக்காரா? ஆத்தா மாதிரி இருக்காரா?"

உதட்டோரம் சிரித்துக் கொண்ட வேயன்னா, "என்னை மாதிரி தான் இருக்கான்னு எல்லோரும் சொல்றாங்க" முன்னே போனார்.

வையத்துரை, சிறுபிள்ளை போல், கேள்வி மேல் கேள்வியாய் கேட்டுக் கொண்டே வந்தான்.

" அய்யா ... நம்ம மூத்தவரு இத்தனை வருஷமா எங்கே இருந்தாராம்?"

"யாரோ... ஒரு வெள்ளைக்காரன் எடுத்து வளர்த்தானாம்! இவனும் வெள்ளைக்காரன் மாதிரியே பேசுறான்! வெள்ளைக் காரம் மாதிரியே நடக்கிறான்! சோறை கூட, நுனி விரலே அள்ளித் திங்கறாம்ப்பா...!"

"அதை எல்லாம் பார்க்க எனக்கு கொடுத்து வைக்கலையே!" என்றவன்,

"அய்யா... நம்ம மூத்தவருக்கு போலீஸ், உடுப்புப் பொருத்தம் எப்படி இருக்குது?" ஆசையாய் கேட்டான்.

"அதை தான் நீ பார்க்கப் போறியே!"

கண்மாய்க் கரை ஏறியதும், எஸ்டேட் கிணறு தட்டுப்பட்டது.

"களவுக்குப் போகக் கூடாதுனு கை மேலே அடிச்சு சத்தியம் வாங்கிட்டாரே! என்னடா பண்ணுறது வையத்துரை?"

வேல ராமமூர்த்தி

“அட விடுங்கய்யா...! நம்ம பிள்ளை, போலீஸு அதிகாரியா வந்ததே குலசாமி கொடுத்த வரம்! உத்தியோகம் பார்க்கிற இடத்திலே, நம்ம பிள்ளைக்கு நல்ல பேரு கிடைக்குதுன்னா... அதுக்காக நாம எல்லோரும் உயிரைக் கூட விடுவோம். தப்பில்லை.”

முன்னே போன வேயன்னாவுக்கு கண்ணு கலங்கிப் போச்சு. நின்று, திரும்பி வையத்துரையைப் பார்த்தார்.

‘இந்த கிறுக்கு பயல், நம்ம மேலே வெச்சிருக்கிற பாசத்துக்கு என்ன கைம்மாறு செய்யப் போறோம்’னு தெரியலையே!’

இருவரும் கடைத் தெருவுக்குள் நுழைந்தார்கள்.

நெடுகிலும், வேயன்னாவைப் பார்த்துக் கையெடுத்துக் கும்பிட்டார்கள்.

வெறுங்கையோடு நடந்து வரும் வேயன்னாவைப் பார்க்கப் பார்க்க சனத்துக்கு திகட்டவில்லை.

‘எருதுகட்டில் இவரை போலீஸுகள் வளைத்ததென்ன...! வட்டக் கயிற்றுக்குள் இவரைக் கட்டிப் போட்டதென்ன...! அடுத்த நாளே... இவர், அத்தனை போலீஸுகளையும் அடுப்புச் சாம்பலாக்கி விட்டுப் போனதென்ன...!’

கும்பிட்ட கை, கீழே இறங்காமல் சனம் நின்றது.

கள்ளு குடித்தால், கறி திங்கணும். கறி திங்க வேண்டுமானால், களவுக்குப் போகணும். களவுக்குப் போவதை கை விட்டாச்சு. களவு, கொள்ளை, சண்டை, சத்தம், வெட்டு குத்து என்று நல்லபடியாக போய் கொண்டிருந்த பிழைப்பு, ஒரே ஒரு சத்தியத்தாலே நின்னு போச்சு.

களவுக்குப் போகாமல், ஊர் இளவட்டங்களுக்கு என்னவோ போல் இருந்தது. எங்கேயும் வெளியேறி பழக்கமில்லை. கள்ளுப் பானையை சுற்றி வரவும், கம்பெடுத்து சிலம்பு விளையாடவுமாக பொழுது போகுது. கோயிலுக்கு முன்னாலே அடிபட்ட செந்தட்டிக்காளை மட்டும் எங்கேயோ போகிறான்... எப்பவோ திரும்புகிறான். யாரோடும் பேசுறதில்லை.

ஆக்கி குடிக்க, தான்யம் கையிருப்பு கிடையாது. பச்சமுத்து வந்து பல நாளாச்சு.

அடுக்குப் பானைகளில் கிடக்கும் பழைய கறி உப்புக் கண்டங்கள் தான் கள்ளுக்கு துணைப் பண்டம்.

சட்டி, பெட்டிகளில் தட்டிச் தடவி கையில் அகப்பட்ட அரிசி, தவசத்தை அள்ளி உலையில் போட்ட சிட்டு, தனிமையில் இருந்தாள். ஆத்தா வெள்ளையம்மா, அன்னமயிலுவைப் பார்த்து அரிசி, தவசம் வாங்கி வரப் போயிருந்தாள்.

குதிரைச் சாரட்டில் ஏறிப்போன கூழானிக் கிழவி, இன்னும் ஊர் திரும்பலே. பேரன் வீட்டிலே இருந்து கொண்டாள். இங்கே களவு நின்னு போச்சு. கல்யாணப் பேச்சையும் காணோம். தனிமையில் இருக்க இருக்க, கல்யாண நெனப்பு கூடுது. வேலை, வெட்டி இல்லாத வில்லாயுதம் மச்சான், மறுபடியும் குதிரை ஏறி சுத்த கிளம்பிருச்சு! இந்த கிழட்டுச் சிறுக்கி எனக்கென்ன என போய், பெருநாழியிலே உட்கார்ந்து கொண்டாள்!'

கிழவியை நினைக்க நினைக்க, அடுப்பு புகை மாதிரி, சிட்டு மனசுக்குள்ளே கோபம் மண்டுது. இந்த நேரம் பார்த்து குருவம்மா ஓடிவந்தாள்.

"அடியே... சிட்டு, ஆக்கி குடிக்க வீட்லே ஒன்னும் கிடையாது. கொஞ்சம் அரிசி, தவசம் இருந்தால் எடு."

"இங்கே இல்லாமல் தான், ஆத்தா அன்னமயிலு வீட்டுக்கு வாங்கப் போயிருக்குது."

குருவம்மா, சிட்டுவின் கன்னத்தில் செல்லமாக இடித்தாள்.

"அது... அன்னமயிலு வீடா... உன் வீடு தானே? நீ தானே அங்கே வாழப் போறவள்?"

"இப்பிடியே... எல்லோரும் சொல்லிட்டு திரிய வேண்டியது தான். கல்யாணம் ஆன பாடில்லை." சிட்டு சலித்துக் கொண்டாள்.

"அடியே கிறுக்குச் சிறுக்கி...! கல்யாணம் தள்ளிப் போனதும் நல்லதுக்குத் தான். அதிகாரிக்கு வாக்கப்படுகிற யோகம் உனக்கு இருந்திருக்குது!"

சிட்டு முழித்தாள்.

"என்ன அய்த்தே சொல்றீக?" சிட்டுவுக்கு குருவம்மா அத்தை முறை.

"நம்ம சாதி வழக்கப்படி... உன் மாமன் மகன் சேது தான் உனக்கு மாப்பிள்ளை. அவன் தான்... தாய்க்கு தலைமகன். நீ அவனுக்கு செல்ல வேண்டிய மாப்பிள்ளைக்காரி."

வேல ராமமூர்த்தி

"அதிகாரியா இருந்தாலும் வேண்டாம்.... அரசனா இருந்தாலும் வேண்டாம். என் மச்சான் வில்லாயுதம் தவிர, யாருக்கும் நான் வாக்கப்பட மாட்டேன்."

"நீ ஆசைப்பட்டு என்ன ஆகப் போகுது? கொம்பூதிக் குலமுறை ஒப்புக் கொள்ளாதே!"

"இதே சாதி சனம் தானே... வில்லாயுதம் மச்சானுக்கு என்னை ஏற்கனவே நிச்சயம் பண்ணி வைத்தது?"

"உண்மை தான். இல்லேன்னு சொல்லலே. இப்போ... தலைமகன் திரும்பி வந்துட்டானே! தலைக்கு, தலை தான் செல்லும். பெருநாழி போயிருக்கிற கிழவியும் அங்கம்மாவும் சேதுகிட்டே இந்த நேரம் பேசி முடிச்சிருப்பாங்க."

"நான், செத்தாலும் சாவேனே ஒழிய, வேற யாருக்கும் வாக்கப்பட முடியாது."

"கொம்பூதி பொம்பளைக... அப்படியெல்லாம் பேசக் கூடாதுடீ" என்ற குருவம்மா, "அடியேய்... ஏன்டீ... அழுகிறே!" சிட்டுவின் தலையை தடவினாள்.

அழுகையை மறைக்க, வாசல் பக்கம் திரும்பினாள் சிட்டு. வாசலைக் கடந்து வஜ்ராயினியின் மான் ஓடியது. அழுகையின் ஊடே, புரியாமல் பார்த்தாள். மானைத் தொடர்ந்து பாய்ந்து போன குதிரையின் மீது வில்லாயுதம் இருந்தான்.

சிட்டு, வெளியேறி வாசலுக்கு ஓடி வந்தாள். மானும், குதிரையும் மந்தையைக் கடந்து, ஊரணிக் கரைப் பாதையில் இறங்கின.

சிட்டுவுக்கு பொறி தட்டியது.

அன்று, ஓடைக்கரையில், இந்த மானைக் கண்டதும் தான் வில்லாயுதம் பதறி, தன்னை தீண்டாமல் விலகி, வீட்டுக்கு அழைத்து வந்தான். இது யாருடைய மான்? இதைக் கண்டு இவன் ஏன் பதறுகிறான்? இப்போது வில்லாயுதத்தை யாரிடம் அழைத்துப் போகிறது?

முன் சேலை காலில் தட்டாமல் தூக்கிப் பிடித்துக் கொண்டு குதிரையை விடாமல் விரட்டிப் போனாள் சிட்டு.

66

பெருநாழிக்குள் நுழைய, வேயன்னாவுக்கு பிரியமில்லை. சேதுவைப் பார்க்க வேண்டும் என்று வையத்துரை ஆசைப்பட்டதால் தான் அவனையும் கூட்டிக் கொண்டு வந்தார். கடைத்தெரு நெடுகிலும் நெரிபட்ட சனம், கையெடுத்துக் கும்பிட்டுக் கொடுக்கும் மரியாதையை, தலை நிமிர்ந்து ஏற்காதவராக வையத்துரையுடன் நடந்து போனார்.

கச்சேரிக்குள் வேயன்னா நுழைந்ததும் கண்ணில் பட்ட கிழட்டு போலீஸ், "அய்யா... வாங்க" ஓங்கி ஒரு சல்யூட் அடித்தார். மற்ற போலீஸ்களெல்லாம் புதுசு. வேயன்னாவை யாருக்கும் தெரியாது. தலை நிமிர்ச்சியையும் அதிரும் நடையையும் வைத்து அடையாளம் கண்டார்கள்.

'இவரு தான் வேயன்னாவா...!'

தன் அறையில் அமர்ந்திருந்த இன்ஸ்பெக்டர் சேதுவின் அருகில் நின்று சார்ஜெண்ட் கீட்ஸ். ஏதோ சொல்லிக் கொண்டிருந்தான். வேயன்னாவுக்கு முன்னால் ஓடிய கிழட்டு போலீஸ், சேதுவுக்கு முன்னால் குனிந்து, "எசமான்... கொம்பூதியிலே இருந்த நம்ம அய்யா வந்திருக்கிறாரு...!" என்றார்.

நிமிர்ந்த சேது, "யாரு...? எங்க அய்யாவா!" விருட்டென எழுந்த வேகத்தைப் பார்த்த சார்ஜெண்ட் கீட்ஸ் பதறிப் போனான். அறையின் வாசலுக்கு சேது வர, தாழ்வாரப் படியேறிக் கொண்டிருந்தார் வேயன்னா.

"வாங்க அய்யா" கும்பிட்டு வரவேற்றான். அறைக்குள் அழைத்துப் போய் உட்கார வைத்தான்.

"நீயும் உட்காருப்பா" வேயன்னா சொல்லியும், சேது நின்று கொண்டிருந்தான்.

அதிகாரி நிற்பதால் கச்சேரியே நின்றது.

கிழட்டு போலீஸுக்கு கண் எரிந்தது. எல்லா போலீஸ்களும் வேயன்னாவை உற்றுப் பார்த்தார்கள்.

வேல ராமமூர்த்தி | 383

“நீங்க மட்டும் தான் வந்தீங்களா அய்யா?”

“உன்னைப் பார்க்கணும்னு வையத்துரை ஆசைப்பட்டான். அவனும் நானும் தான் ...” என்றபடியே பின்னால் திரும்பியவர்,

“வையத்துரையை எங்கே காணோம்? வாசலிலேயே நின்னுட்டானா?” வாசலைப் பார்த்தார்.

“அப்படியா...! வையத்துரை வந்திருக்காரா...?” சந்தோஷப் பட்ட சேது, தாழ்வாரத்தில் நின்ற கிழட்டு போலீஸை கை நீட்டி, “வாசலில் ஒருவர் நிற்பார். அவரைக் கூப்பிடு” உத்தரவிட்டான்.

மான், முன்னே ஓட, வில்லாயுதத்தின் குதிரையை விடாமல் துரத்திப் போனாள் சிட்டு.

ஓடையில் இறங்கி, எதிர்க்கரை புதரில் போய் மான் நின்றது. வில்லாயுதமும் சிட்டுவும் தனித்திருந்ததைக் கண்டு மான் வந்து நின்ற அதே புதர்.

குதிரையின் வேகத்துக்கு ஓட முடியாத சிட்டு, பின்னால் தவித்து வந்து கொண்டிருந்தாள்.

ஓடைப் பெருவெட்டுமணலில் வேகம் தணிந்த குதிரை, ஆற நடக்கவும், கண் சுழற்றிப பார்த்தான் வில்லாயுதம்.

எதிர்ப் புதரில், வஜ்ராயினி சிற்பமாக சரிந்திருந்தாள். தலை வழியாக வைரங்களை உதிர்த்துக் குளிப்பாட்டிய போது கூட, அத்தனை எழிலாக இல்லை. உடம்பெல்லாம் கூடி ஒற்றை வைரமாக ஜொலித்தாள்.

கண் இடுக்கில் நரம்புகள் துடிக்க, நடு ஓடையிலேயே குதிரையை விட்டு கீழே குதித்து, புதரை நோக்கி ஓடினான்.

பாதங்களில் ரத்தப் புள்ளிகளோடு, வஜ்ராயினி துவண்டு கிடந்தாள். நாகமுனி, ஹஸார் தினாரின் கட்டுக் காவலில், சம்பங்கி ஆற்றுக்கும் ஒற்றைக் குடிலுக்கும் இடையே மட்டும் நடந்து திரிந்தவள். நாவல் மரங்களுக்கு அப்பால், வானப் பரப்பை மட்டும் பார்த்து வளர்ந்தவள். முள்ளுக் காட்டையும் உவட்டுப் பாதையையும் கடந்து வரும் முன் மயங்கிச் சரிந்து விட்டிருந்தாள்.

தாவி, எட்டு வைத்து நெருங்கியவன், நின்று நிதானித்தான். இதுவரை நகத்தால்கூட வஜ்ராயினியை தீண்டியதில்லை. தொட்டுத் தூக்கச் சம்மதிப்பாளா?

மான், விலகி நின்றது.

"டேய்... வையத்துரை, உள்ளே வாடா..." கிழட்டு போலீஸ் இளக்காரமாக அழைக்கவும், "ஏய்... முட்டாள் கிழவா...! அறிவிருக்கிறதா உனக்கு? கச்சேரிக்கு யார் வந்தாலும் மரியாதையாகப் பேசு" அறையை விட்டு சீற்றத் தோடு வெளியே வந்த சேது, தாழ்வாரப் படி இறங்கி வாசலை நோக்கிப் போனான்.

நுழையாமல் வெளியே நின்ற வையத்துரை, உடுப்போடு நடந்து வரும் சேதுவை, வைத்த கண் வாங்காமல் பார்த்தான்.

அருகே வந்த சேது, "நீங்க தான் வையத்துரையா?" என்றான்.

"ஆமா... அய்யா..."

"வாங்க வையத்துரை..." சேது கையெடுத்துக் கும்பிட்டான்.

"நான் தான் சேது. வாங்க... உள்ளே வாங்க..." அணைத்த வாறு அழைத்துப் போனான்.

வையத்துரை, சந்தோஷத்தில் நடுங்கிப் போனான். இந்த கதகதப்பை வேயன்னாவின் கை அணைப்பிலும் வையத்துரை அனுபவித்திருக்கிறான்.

எவ்வளவோ வற்புறுத்தியும், வேயன்னாவுக்கு அருகில் உட்கார, வையத்துரை மறுத்து விட்டான். வேயன்னா மட்டும் அமர்ந்திருந்தார்.

"உங்களைப் பற்றி, அய்யா நிறையச் சொன்னார் வையத் துரை. கொம்பூதியில் குடி அமர்த்தி வைத்ததே நீங்கள் தான் என்றும் அய்யா சொன்னார். ரொம்பவும் நன்றி."

வையத்துரை, வேயன்னாவை நோக்கி இரண்டு கைகளையும் ஏந்திக் காட்டி, "இந்த மலை மேலே முளைச்சிருக்கிற ஒரு சின்ன மரம் நான். இந்த மரம் தண்ணி ஊத்தியா மலை முளைச்சது?" என்றபடி உதட்டோரம் சிரித்துக் கொண்டான்.

"அய்யா கூடவே நான் இருக்கிறேன்...! அது தான் எனக்குச் சந்தோஷம்" வேயன்னாவை கண் நிறையப் பார்த்தான்.

"சேது... உங்க ஆத்தா எப்படி இருக்கிறாள்? புது வீடு, பழகிப் போச்சா?"

"ஆத்தாவுக்கு வீடு இன்னும் பழகலே. அப்பத்தாவும் கூட இருக்கிறதாலே தான், ஆத்தா இங்கே இருக்குது. எப்படா...

வேல ராமமூர்த்தி | 385

கொம்பூதிக்கு ஓடுவோம்னு பொழுதை கடத்துது?" சேது சிரித்துக் கொண்டான்.

உள்ளே நடக்கும் முக்கோணப் பேச்சுக்களைக் கேட்க, கேட்க, கிழட்டு போலீஸுக்கு நெஞ்சுக்குள் பொரிந்தது. சேதுவின் கண்ணில் படாமல், எல்லா போலீஸுகளின் காது களிலும் கிசுகிசுத்தார்.

"அதோ... நிற்கிறானே... வையத்துரை. அவன் தான், பழைய சார்ஜெண்ட் மேலே கொதிக்கிற எண்ணெயை ஊத்தி, இதே இடத்தில் கொன்னவன். இந்த வேயன்னா தான், அத்தனை போலீஸுகளையும் எரிச்சு சாம்பலாக்கினவர். தகப்பன் பிள்ளையாக இருந்தால் வீட்டிலே போய் குலாவ வேண்டியது தானே. கொலைகாரக் கூட்டத்தை, கச்சேரியிலேயே வச்சு கட்டித் தழுவினால், உடுப்புக்கு என்ன மரியாதை? உத்யோ கத்துக்கு என்ன மரியாதை? ச்சேய்ய்...!"

சேதுவைப் பார்க்க, பார்க்க வையத்துரைக்கு நெஞ்சு தாங்காத சந்தோஷம். ஓரக் கண்ணால், கச்சேரியை ஒரு சுற்றுப் பார்த்தான். ஓட்டு முகட்டை ஜாடையாகப் பார்த்தான்.

சேது, நின்றுகொண்டே பேசுவது வேயன்னாவுக்கு உறுத்த, "சரிப்பா... நாங்க கிளம்புறோம்" என பேச்சை சுருக்கிக் கொண்டு எழுந்தார்.

"உங்க ஆத்தாவைப் பார்க்க முடியுமா?" என்றார்.

சேதுவுக்கு நெஞ்சில் அடித்தது போலிருந்தது. 'ஆத்தாவைப் பார்க்க என்னிடம் அனுமதியா!'

கை தட்டினான்.

ஏவலுக்கெல்லாம் கிழட்டு போலீஸுதான் முன்னே நின்றார்.

"சாரட்டை பூட்டச் சொல்லி, ரெண்டு பேரையும் என் வீட்டிலே இறக்கி விட்டு வா."

"உத்தரவு எசமான்," கிழட்டு போலீஸு சல்யூட் அடித்தார்.

ரத்தம் கசியும் வஜ்ராயினியின் பாதங்களை எடுத்து, வில்லா யுதம் தன் மடியில் வைத்திருந்தான். முறிந்திருந்த முட்களை, ஒவ்வொன்றாய் பிடுங்கி எறிந்தான். கொப்பளித்த ரத்தக் கண்களில் எச்சிலைத் தொட்டு அமுக்கினான். சரிந்து கிடந்த வஜ்ராயினி, மெல்ல மெல்ல நிமிர்ந்து, வில்லாயுதத்தின் நெஞ் சில் விழுந்தாள். படரும் கொடி நுனியாய், மார்பெல்லாம்

ஊர்ந்தாள். தலைமுடி குலைத்தாள். முகமெல்லாம் விழுந்த பற்கடியை, வில்லாயுதம் லாவகமாய் வாங்கினான்.

தரை பார்த்துக் கவிழ்ந்திருந்த குதிரைக்கு அருகே போய் நின்ற மான், வானம் பார்த்தது. மேகங்கள் கலைந்தும், மூடியும் பல ரூபம் காட்டின.

முழங்கால் வரை புழுதி படிய ஓடிய வந்த சிட்டு, ஓடைக் கரை இறக்கம் வந்ததும் தடுமாறி நின்றாள்.

எதிர்க் கரையில் நிற்கும் குதிரை... குதிரைக்கு அருகே நிற்கும் மான்... மானுக்கு அடுத்து... புதர்ர்...ர்...ர்...ரில்...

"நிச்சயம் வருவேன் வஜ்ராயினி. அத்தனை வைரங்களையும் அள்ளிக் கொண்டு வந்து, உன் உடம்பெல்லாம் உருள விடுவேன். நரபலியில் இருந்து உன்னைக் காப்பாற்றி, என் தோளில் தூக்கிப் போட்டுக் கொண்டு மலைவனமெல்லாம் சுற்றி வருவேன்" என வில்லாயுதம் சொல்லிக் கொண்டிருந்தான்.

சிட்டு, கைவாக்கில் நின்ற பூவரசு மரத்தை வேரோடு ஆட்டினாள்.

மேற்கு நோக்கி போய் கொண்டிருந்த குதிரைச் சாரட்டில், வேயன்னாவுக்கு அருகில் வையத்துரை அமர்ந்திருந்தான்.

சாலையின் இருபுறமும் அடர்ந்த மரங்கள்.

பத்து நாட்களுக்கு முன், கொம்பூதி இளவட்டங்கள் கொளுத்திப் போட்ட தீயில், போலீஸ்களும், போலீஸ்க் குதிரைகளும் எரிந்து சாம்பலாகிய சாலை. அதே சாலையில், போலீஸ் மரியாதையுடன், குதிரைச் சாரட்டுப் பவனி!

சாரட்டில் உட்சார்ந்திருந்த வையத்துரை, தன் மதியில் இல்லை. "அய்யா... நம்ம மூத்தவருக்கு முன்னாலே... வெள்ளைக்காரப் பயலுகள் எல்லாம், கை கட்டி சேவகம் பண்ணுறதை பார்த்தீங்களா...!"

வண்டி ஓட்டியோடு முன்னால் உட்கார்ந்திருந்த கிழட்டு போலீஸ்க்கு, உடுப்பை கழற்றி எறிய வேண்டும் போல் இருந்தது. கடுகடுத்துப் போயிருந்தார்.

வேயன்னா, கிழட்டுப் போலீஸின் தோளைத் தொட்டு, "புதுசா வந்திருக்கிற போலீஸ் அதிகாரி... எப்படி?" என்றார்.

"சிங்கத்துக்குப் பிறந்த பிள்ளையாச்சே! கேட்கவா வேணும்?" என்றவர், "எசமான் வந்த ராசி... போலீஸ்களுக்கு

வேலை இல்லாமல் போச்சு" உட்கார்ந்த வாக்கில் திரும்பி பல்லைக் கட்டினார்.

இரண்டு இரண்டு மரங்களாக, பின்னோக்கி ஓடிக்கொண்டிருந்தன.

கிழட்டு போலீஸு திரும்பாமலே, "நம்ம எசமானுக்கு, காக்கி உடுப்பு போட்டு கண்ணழகு பார்க்கிறது ரொம்ப நாளைக்கு நீடிக்காதுனு நினைக்கிறேன்" என்றார்.

பதறிப்போன வையத்துரை, "ஏய்... போலீஸு... ! என்ன சொல்றே?" என்றான்.

"போலிஸுகளுக்கு வேலை இல்லேன்னா... பெருநாழியை விட்டுக் கச்சேரியை எடுத்துருவாங்க. நம்ம எசமானை எங்கே யாவது கண் காணாத இடத்துக்கு மாத்துவாங்க. அதைத் தான் சொன்னேன். வேறு ஒன்னுமில்லே."

"டேய்... வையத்துரை! எல்லா போலீஸுகளையும் தீ வெச்சு கொளுத்தின போது, இவனை மட்டும் ஏன் உயிரோடு விட்டாய்?"

வேயன்னா, கிழட்டு போலீஸின் தோளில், விரல்களை அழுந்தப் பதித்தார். குதிரைச் சாரட்டு நின்றது.

67

உடுப்புக்குள் சம்மணம் போட்டு உட்கார்ந்திருந்த கிழட்டு போலீஸின் உயிர், குதிரைச் சாரட்டு போலவே குலுங்கியது. உடம்பெல்லாம் நனைய நனைய வியர்த்தது.

"நான் ஒரு கிழட்டு பயல். மதி கெட்டு உளறிட்டேன் அய்யா... மன்னிக்கனும்..." கையெடுத்துக் கும்பிடவும், வேயன்னா விட்டு விட்டார்.

சாரட்டின் கதவைத் திறந்து விட்டவர், "மெல்ல... இறங்குங்க அய்யா..." என்றார் உதறிய குரலில். வேயன்னாவின் பாதத்தைக் கைகளில் தாங்காத குறை தான்.

சேதுவின் வீட்டுக் காவலுக்கு நின்ற வெள்ளை போலீஸ், சாரட்டில் வந்திறங்கும் வேயன்னாவையும் வையத்துரையையும் ஏற இறங்கப் பார்த்தான்.

“என்ன பார்க்கிறே? இது நம்ம இன்ஸ்பெக்டர் எசமானோட தகப்பனார். உள்ளே கூட்டிப் போ...” என்ற கிழட்டு போலீஸ், “அய்யா... நான் வரட்டுமா?” பணிந்து கும்பிட்டார்.

சாரட்டு கச்சேரிக்குக் திரும்பியது.

குதிரைச்சாரட்டு என்றதும் குதி போட்டு ஏறி வந்த கூழானிக் கிழவி, பேரன் வீட்டுக்கு வந்து கிறுகிறுத்துப் போயிருந்தாள். உள்ளே நுழைந்த வேயன்னாவைப் பார்த்ததும், “இந்த வீடும் வேணாம்... ஊரும் வேணாம். கொம்பூதிக்கு என்னைக் கூட்டிட்டுப் போயிருப்பா...” என்று எடுத்த எடுப்பிலேயே கைகளைப் பிடித்துக் கொண்டு கெஞ்சினாள்.

“அங்கம்மாவை எங்கே ஆத்தா?”

“இந்த வீட்டுக்குள்ளே தான் எங்கேயாவது இருப்பாள்...”

அரங்கு அரங்காய்ப் பெரிய வீடு.

“ச்சீய்... இதென்ன வீடா? மனுசக் கழுதை குடியிருக்க இவ்வளவு பெரிய வீடா கேட்குது?” தலையைச் சுழற்றி, வீட்டை ஒரு சுற்று காட்டினாள் கூழானிக் கிழவி.

ரத்தம் சொட்ட தலை அறுத்த கோழியோடு, உள்வீட்டுக்குள் இருந்து வந்த அங்கம்மா, புருசனைப் பார்த்ததும் முதல் கேள்வியாய் “அன்னமயிலு எப்படி இருக்குது?” என்றாள்.

காதில் வாங்காத வேயன்னாவும் வையத்துரையும் நின்ற வாக்கில், சுற்றிச் சுற்றி வீட்டைப் பார்த்தார்கள்.

மேஜை, நாற்காலி, ஆள்காட்டும் நிலைக் கண்ணாடி, கட்டில், மெத்தை, திரைச் சீலைகள்... நடுச் சுவரில் தொங்கும் ஒரு புகைப்படம்!

நெருங்கிப் போன வேயன்னா, “இந்த ரெண்டு பேரும் யாரு?” என்றார்.

உட்கார்ந்த இடத்திலிருந்தே, “சேதுப் பயலை வளர்த்த வெள்ளைக்கார ஆளுகளாம்!”கூழானி சொன்னாள்.

நான்ஸியின் படம் மேஜை மீதிருந்தது.

“இது யாராம்?”

“அது தான் யாருன்னு தெரியலே. பார்த்தால் சின்ன வயசுப் பொண்ணாவும் லச்சணமாவும் இருக்கிறாள். ஒருவேளை, நம்ம பயல் இவளைத்தான் கட்டணும்னு இருப்பானோ!”

அங்கம்மாவின் கையில் தலை கீழாய்த் தொங்கிய கோழி, ரத்தச் சொட்டு போட்டது.

"அதெப்படி கட்ட முடியும்? இவனுக்கு 'மாப்பிள்ளைக்காரி' சிட்டு தானே?" கூழானி சேலை நுனியில் முடிச்சை அவிழ்த்துப் போட்டாள்.

"சிட்டுவைத் தான் வில்லாயுதத்துக்கு நிச்சயம் பண்ணி வெச்சிருக்குதே!"

"நிச்சயம் பண்ணுன போது சேது வரலே. இப்போ வந்துட்டானே! தலைமகனுக்குத் தானே 'மாப்பிள்ளைக்காரி' செல்லணும்?"

"சேது என்ன நினைக்கிறானோ!"

"அவன் என்ன நினைக்கிறது? கொம்பூதிக் குலமுறை இது தானே? அவன் கேட்டவுடனே, 'களவுக்குப் போகமாட்டேன்'னு சத்தியம் பண்ணிக் கொடுத்தோமே! அது மாதிரி, நம்ம சொல்லுக்கு அவனும் கட்டுப்பட்டுத் தான் ஆகணும்!" கிழவி முடிச்சுகளைப் பின்னிப் பின்னி போட்டாள்.

பச்சமுத்துவைக் கச்சேரிக்குக் கூப்பிட்டு விட்டதும் குலை நடுங்கிப் போனான்.

"யாரு கூப்பிட்டது?"

"இன்ஸ்பெக்டர் எசமான் தான் கூட்டி வரச் சொன்னாரு..."

"எதுக்காம்?"

"தெரியலையே..."

"என்னை அவருக்கு எப்படித் தெரியும்?"

"அதுவும் தெரியலே..."

வீட்டிலிருந்து கச்சேரிக்கு வருகிற வழியெல்லாம் கிறு கிறுத்துப் போய் நடந்து வந்தான் பச்சமுத்து. தன் பயத்தில், மதி பலவாறாக ஓடியது.

'நம்ம திட்டத்தைப் பத்தி கிழட்டுப் போலீஸ் சொல்லியிருப் பானோ! அப்படிச் சொல்லியிருந்தால்... வேயன்னா மகன், இன்னிக்கு நம்மை கொல்லாமல் விடமாட்டான். கச்சேரிக்குள்ளேயே அடிபட்டுச் சாக வேண்டியது தான்...' அடிவயிற்றில் கலக்கம் முட்டியது.

‘ஏன்? விசக்குட்டை கூடச் சொல்லியிருக்கலாம்! அவன் எங்காவது வீண் பெருமை பேசி காரியத்தை ஆரம்பிக்கும் முன்னாலேயே கசிய விட்டிருப்பான். இப்படிப் பயல்களை எல்லாம் நம்பி, நாம் ஒரு காரியத்தில் இறங்கலாமா? தப்புப் பண்ணிட்டோமே!’ உடம்பெல்லாம் காய்ச்சல் கண்டது போல் குதுகுதுத்தது.

பாதி வழி வந்து விட்டவன், “உடம்புக்குச் சரியில்லே... சாயங்காலம் வர்றேன்னு எசமான்கிட்டே சொல்லுங்களேன்...” கண்களில் நீர் கடுக்கச் கெஞ்சினான்.

இரண்டு பக்கமும் வந்து கொண்டிருந்த இளவட்ட போலீஸ்களில் ஒருத்தன், “புது எசமான் ரொம்பக் கோபக்காரர். கையோடு அழைத்து வரச் சொன்னார்...” என்றார்.

கொம்பூதிக் கோபம் தான் பச்சமுத்துவுக்குத் தெரியுமே! அரைக் கண் பார்வையில் கச்சேரிக்குள் காலடி வைத்தான்.

கிழட்டு போலீஸைத் துழாவினான். காணோம்... முகம் தெரிந்த போலீஸ் ஒருவனும் இல்லை.

இன்ஸ்பெக்டர் சேது மட்டும் தனித்திருந்த அறைக்குள், கழுத்தைப் பிடித்துத் தள்ளாத குறையாக பச்சமுத்துவை அனுப்பி வைத்தார்கள்.

வேயன்னாவையும் வையத்துரையையும் ஏற்றிப் போன சாரட்டு, திரும்பி கச்சேரிக்குள் நுழைந்தது. சலிப்போடு இறங்கிய கிழட்டு போலீஸ், இன்ஸ்பெக்டரின் அறைக்குள் பச்சமுத்து நுழைவதைப் பார்த்ததும் திடுக்கிட்டுப் போனார்.

“பச்சமுத்து ஏன் கச்சேரிக்கு வரணும்?” அழைத்து வந்த போலீஸ்களிடம் கேட்டார். “தெரியாது...” என்றார்கள்.

சார்ஜெண்ட் கீட்ஸிடம் கேட்டார்.

“தெரியலையே!” என்றான்.

‘வேயன்னா மகன், பச்சமுத்தை மிதிச்சே கொல்லப் போறான். பச்சமுத்தை மிதிக்கிற மிதியிலே அவன் நம்மையும் காட்டிக் கொடுக்கப் போறான்...’

கழிப்பறை நோக்கி நடந்தவரின் தலைத் தொப்பி நழுவியது.

‘செந்தட்டிக்காளையை விட்டு களவுத் தொழிலை தொடரச் செய்ய பச்சமுத்து திட்டம் போட்டிருக்கிறானே... அதற்கு தனது

ஆசியும் உண்டு என்று பச்சமுத்து காட்டிக் கொடுத்தால்... அப்புறம் தலையே இருக்காது! இந்தத் தொப்பி மட்டும் எதுக்கு?'

கழிப்பறைக்குள்ளே கண்ணை இருட்டியது. தடுமாறி வெளியே வந்தார். பச்சமுத்துவின் அலறல் சத்தத்துக்காகக் காதுகளை மட்டும் தெளிவாக வைத்திருந்தார்.

சாரட்டு குதிரையின் சின்னக் கனைப்பு பயமுறுத்தியது.

கிழட்டு போலீஸ் சுதாரித்து திரும்பியபோது, இன்ஸ்பெக்டர் சேதுவின் அறைக்குள்ளிருந்து வாயெல்லாம் பல் தெரிய பச்சமுத்து வெளியேறி வந்தான்.

கிழட்டு போலீஸ் முழித்து முழித்துப் பார்த்தார்.

"ஏய்... பச்சமுத்து!"

கிழட்டு போலீஸ் கூப்பிட்டதைக் காதில் விழ விடாத சந்தோஷத்தில், கச்சேரியை விட்டு பச்சமுத்து வெளியேறினான்.

நான்ஸி சாப்பாட்டு பீங்கான் தட்டுக்களை 'சர்ர்...சர்ர்' என விட்டெறிந்தாள். தலையைச் காப்பாற்றிக் கொள்ள எல்லோ ரும் வீட்டுக்கு உள்ளேயே மறைவிடம் பார்த்துப் பதுங்கிக் கிடந்தார்கள்.

வில்லியம்ஸின் முகத்துக்கு நேராகப் பறந்து வந்த பீங்கான் தட்டு குறி கொஞ்சம் தான் பிசகியது. நாற்காலிக்கு அடியில் பதுங்கிக் கொண்டார். ஜென்ஸி, மேஜை ஓரம் பதுங்கி யிருந்தாள்.

விக்டர் துரையும் மேரியும் கட்டிலுக்கு அடியில் பதுங்கிக் கிடந்தார்கள்.

நான்ஸியின் அப்பாவும் அம்மாவும் குளியலறைக்குள் நுழைந்து பூட்டிக் கொண்டார்கள். சாப்பாட்டு மேஜை மீதிருந்த பீங்கான் தட்டுகளெல்லாம் பறந்து, எதிர்ப்பட்டதை நொறுக்கி ஓய்ந்தன.

கடைசியாக, நான்ஸி சோர்ந்து, கவிழ்ந்து போய் அமர்ந்து விட்டாள்.

வில்லியம்ஸும் விக்டர் துரையும் கைகொட்டிச் சிரித்தார்கள்.

எல்லோரும் சிரித்த சிரிப்பில், குளியலறைக் கதவு திறக்க...

நான்ஸியின் அப்பாவும் அம்மாவும் வெளிப்பட்டார்கள்.

நான்ஸியை நடுவில் விட்டு, எல்லோரும் சுற்றி நின்று கொண்டார்கள். நான்ஸி அழுதாள்.

"ஏய்... பைத்தியமே! ஏன் அழுகிறாய்?"விக்டர் துரை, நான்ஸியின் தலையில் கை கோதினார்.

"எல்லாவற்றுக்கும் நீங்கள் தான் காரணம் அங்கிள்..." கையைத் தட்டி விட்டாள்.

"ஏன்? என்னாயிற்று நான்ஸி?"

"சேது போய் எத்தனை நாட்களாயிற்று? ஒரு முறையாவது அங்கிருந்து பேசினானா... கடிதம் எழுதினானா? எதுவும் இல்லை..."

"சேது போயிருக்கும் ஊரில் இந்த வசதிகள் கிடையாது நான்ஸி. மிகச் சிறிய கிராமம். வரைபடத்தின் தென்கோடியில் உள்ளது..."

"அங்கு தானே அவனுடைய பெற்றோர்கள் இருக்கிறார்கள்? அவர்களைப் பார்த்ததும் என்னை மறந்திருப்பான்..."

"அடி... முட்டாள் குழந்தையே! சேதுவைப் பற்றி நீ புரிந்து கொண்டது இவ்வளவு தானா? அவனுக்கு அங்கு சில கடமைகள் இருக்கின்றன..."

"அதெல்லாம் கிடக்கட்டும் அங்கிள். சேது எப்போது வருவான்?"

வில்லியம்ஸ், உடைந்து நொறுக்கிக் கிடந்த பீங்கான் தட்டுக்களைப் பொறுக்கிக் கொண்டே, "வருவான்... வருவான். வந்ததும் உங்கள் திருமணம் தான். இல்லை என்றால், என் வீட்டை நொறுக்குவாய். எங்களையெல்லாம் நொறுக்குவாய். தாங்காது மகளே... தாங்காது..."

குனிந்து, நிமிர்ந்து ஒவ்வொன்றாகப் பொறுக்கினார்.

எல்லோரும் பீங்கான் சில்லுகளைப் பொறுக்க, ஆளுக்கொரு திசையில் குனியவும், நான்ஸியும் சிரித்து விட்டாள்.

தோட்டத்துப் பக்கம் போன ஜென்ஸி, அகல அகலமான பூவரசு இலைகளோடு வந்தாள்.

"இன்றைக்கு நம் எல்லோருக்கும் பூவரசு இலைச் சாப்பாடு தான்..."

"நான்ஸி டியர்! வா, எல்லோருக்கும் உன் கையாலேயே பரிமாறு..."

நான்ஸி சமையலறைக்குள் ஓடினாள்.

"**வே**யன்னா அய்யாவும் பெரும்பச்சேரி வையத்துரையும் வந்திருக்காங்க. உங்களைப் பார்க்கணுமாம்..."

பச்சமுத்துவின் மனைவி உள்வீட்டுக்குள் வந்து சொன்னதும், செந்தட்டிக் காளையும் விசக்குட்டையும் பின்வாசல் வழியே தப்பித்து ஓட எழுந்தார்கள். பச்சமுத்து ரெண்டு பேரையும் கைகளைப் பிடித்து இழுத்து உட்கார வைத்தான்.

"எங்கே இருக்காங்க?"

"திண்ணையிலே உட்கார்ந்திருக்காங்க..."

"அரிசி வேணும்... தவசம் வேணும்னு வந்திருப்பான்ங்க! பட்டினி கிடந்தால் தான் பச்சமுத்து நினைப்பு வரும்!" செந்தட்டிக்காளையையும் விசக்குட்டையையும் பார்த்து ஒரு சிரிப்பு சிரித்த பச்சமுத்து, மனைவி பக்கம் திரும்பி, "வீட்டுக்குள்ளே நான் இல்லைனு போய்ச் சொல்லு..." என்றான்.

"நீங்க உள்ளே இருக்கீங்கனு சொல்லிட்டேனே!"

விருட்டென எழுந்த பச்சமுத்து, பொஞ்சாதியின் தலை முடியைக் கொத்தாகப் பிடித்தான்.

"ஏன்டீ சொன்னே?"

பொஞ்சாதியின் விழி பிதுங்கியது.

"போ... போயி தெரியாமல் சொல்லிட்டேன். 'அவரு இல்லை' னு சொல்லு. போடி..." ஓங்கி மிதித்தான் பச்சமுத்து.

68

உச்சி மரத்தில் கட்டித் தொங்கும் கொம்பை எடுத்து ஊதாமலே இளவட்டங்களும் குமரிகளும் வெளியேறி

காட்டு வாக்கில் ஓடினார்கள். தாயக்கட்டம், சீட்டாட்டம், சிலம்பாட்டத்தைத் தொடராமல் அப்படி அப்படியே போட்டு விட்டு ஓட்டத்தில் கிளம்பினார்கள். திசைக்கொருவராய் சிறு பிள்ளைகளும் ஓட்டமெடுத்தார்கள். பெரிய ஆம்பளைகளுக்கும் பொம்பளைகளுக்கும் ஒன்றும் விளங்கவில்லை. சுற்றிக் சுற்றி வந்து நாய்கள் இப்படிக் குரைத்து வெகுநாளாகி விட்டன.

வீட்டை விட்டு வெளியில் வந்த வேயன்னாவுக்குப் புரிய வில்லை.

"ஏய்... நில்லுங்கப்பா..." திசையெல்லாம் பார்த்து, ரெண்டு கைகளையும் விரித்து கெஞ்சிக் கொண்டிருந்தார் சுப்பு விநாயகப் புலவர். பெருநாழியிருந்து ஏடுகளையும் எழுத்தாணிகளையும் சுமந்து வந்திருந்தார்.

வேயன்னாவுக்குச் சிரிப்பு கிளம்பியது.

"புலவரே! எங்க பயலுகள் போலீஸைக் கண்டு கூட, பதுங்கி யிருப்பான்களேயொழிய, பயந்து ஓடினதில்லே. புலவரைக் கண்டு பதறி, இந்த ஓட்டம் ஓடுறான்ங்களே!"

புலவரும் சிரித்து விட்டார்.

"ம்... சொல்லுங்க புலவரே! என்ன விஷயம்?" இறங்கி வைத்திருந்த ஏடுகளையும் எழுந்தாணிகளையும் வேயன்னா உற்றுப் பார்த்தார்.

"இதெல்லாம் என்ன?"

"சரஸ்வதிப் பெட்டகம்."

"அப்படின்னா...!"

"கல்விக் கடவுள் சரஸ்வதி தேவி குடியிருக்கும் அறிவுப் பெட்டகம் அய்யா இது."

"புலவரே... நமக்குத் தெரிஞ்சதெல்லாம் கவுல்பட்டி கல்லு வீட்டுப் பெட்டகமும், கோவிலாங்குளம் காரை வீட்டுப் பெட்டகமும் தான்..."

இருவரும் பேசிக் கொண்டிருக்கும் போதே பதறி ஓடியவர்கள் எல்லாம் மெல்ல வந்து கூடினார்கள்.

"அது சரி புலவரே... இதெல்லாம் எதுக்கு?"

"கொம்பூதிச் சனங்களுக்கு கல்விக் கண் திறக்க."

"இதெல்லாம் யார் ஏற்பாடு புலவரே"

"எசமான் உத்தரவு."

"எந்த எசமான்?"

"புதிதாய் வந்திருக்கிறாரே போலீஸ் அதிகாரி... உங்கள் மகன்.... அவருடைய உத்தரவு அய்யா. செலவுகளெல்லாம் பச்சமுத்து பொறுப்பு."

"இதுக்கு என்ன செலவு?"

"தினமும் நான் கொம்பூதிக்கு வந்து எல்லோருக்கும் பாடம் சொல்லித் தர வேண்டும். அதற்கான வருஷக் கூலி பச்சமுத்து பொறுப்பு."

"ஓகோ... பட்டினியா கிடக்கிற வயித்துக்கு பசி அமர்த்த வழியைக் காணோம். பாடம் படிச்சு என்ன ஆகப்போகுது?"

"என்ன அய்யா... அப்படிக் கேட்டுவிட்டீர்கள்! வெள்ளைக் காரனுக்கும் மேல் ஸ்தானத்தில் உங்கள் பிள்ளை வீற்றிருக்க காரணமே இந்தப் பாடமும் படிப்பும் தான்யா?"

"உண்மை தான்... உண்மை தான்..." எல்லோரையும் ஒரு சுற்றுப் பார்த்த வேயன்னா, "புலவரே... இப்போ நாங்க என்ன செய்யணும்?" என்றார்.

"இந்த வேப்பமர நிழலில் எல்லோரும் வட்டமாய் அமர வேண்டும்" புலவரின் தோற்றமும் பேச்சும், எல்லோருக்கும் வேடிக்கையாய் தெரிந்தது. சிரிப்பு ஒரு பக்கம்.

"எல்லோரும் உக்காருங்கப்பா" எல்லோரையும் பார்த்து வேயன்னா கை அமர்த்தினார்.

"பொம்பளைகளுமா?"

"ஆமாம் தாயே... சரஸ்வதியின் ரூபமே தாங்கள் தானே! அமருங்கள்... அமருங்கள்..." புலவரின் பேச்சு கூழானிக்கு மட்டும் எரிச்சலூட்டியது.

"இந்த புலவப் பயல்... எங்கிட்டு கிடந்து வந்தான்!"

புலவரை வட்டமடித்து உட்கார்ந்தவர்கள், ஒருவரை ஒருவர் இடித்து, தள்ளி விட்டுக் கொண்டு சிரித்தார்கள்.

வேயன்னா மட்டும் ஓரமாய் நின்றார்.

"முதலில் கடவுள் வணக்கத்தில் இருந்து துவங்கலாம். நான் சொல்லச் சொல்ல எல்லோரும் சொல்லி வர வேண்டும்"

புலவர் ராகம் போட்டு பாடினார்.

"ஓம் சக்தி...ஓம் சக்தி...ஓம்...! பராசக்தி... பராசக்தி... ஓம்...!"

ஒரு பிள்ளை கூட வாய் திறக்கவில்லை. 'திரு திரு' வென முழித்தார்கள்.

"ம்... பாடுங்க... வெட்கப்படக் கூடாது" புலவர் மறுபடியும் ராகம் போட்டார்.

"ஓம் சக்தி... ஓம் சக்தி... ஓம்...! பராசக்தி... பராசக்தி...ஓம்...!"

சிறுவர்கள் மட்டும் வாயைத் திறந்து வேக வேகமாய் பாடினார்கள்.

"ஓஞ்சட்டி... ஓஞ்சட்டி ஓம்...

பரசட்டி ... பரசட்டி ஓம்..."

நாக்கு வளையாத இளவட்டங்கள் குபீர் என சிரித்து விட்டார்கள்.

வேயன்னாவுக்கு முன்னால் சிரிக்கப் பதறிய குமரிகள், ஒருவர் மடியில் ஒருவர் முகம் புதைத்து சிரித்து உருண்டார்கள். வேயன்னாவுக்கே சிரிப்பை அடக்க முடியலே!

எஸ்டேட் கிணற்றுத் தண்ணீருக்குள், துருவன் பெஞ்சாதி ராக்கு, தான் கொண்டு வந்து வாளியை லாத்தி லாத்தி போட்டு இறைத்தாள். ராக்கு இறைக்க இறைக்க... அருகில் நிற்கும் சிகப்பி, நிறைவாளியை வாங்கி வாங்கி பானை, குடங்களை நிரப்பினாள்.

கிணற்றின் கிழக்குப் புறம் நின்று இறைத்துக் கொண்டிருந்த தலையாரி பெஞ்சாதி வீரசுத்திக்கு கண்ணெல்லாம், வயிறெல்லாம் எரிந்தது. பெரும்பச்சேரி பொண்ணுகளை நிமிர்ந்து பாராமல் இறைத்துக் கொண்டிருந்தாள்.

'குடிக்கிற தண்ணி, தீட்டுத் தான். என்ன செய்யிறது...? கால நிலைமை சரியில்லே. கச்சேரிக்கு வந்திருக்கிற புது அதிகாரி போட்ட உத்தரவு! வெள்ளைக்கார அதிகாரியும் வெளியூர் அதிகாரியும் போடாத உத்தரவை கொம்பூதிக்காரப் பயல் போட்டுட்டான்! தகப்பன் நினைச்சதை மகன் நிறைவேத்திட்டான்!'

வீரசத்தியின் முகக் குறியை ஜாடையாகப் பார்த்த சிகப்பி, "அடியே ராக்கு... புண்ணியவான் வேயன்னா மகன்... இந்த ஊருக்கு போலீஸ் அதிகாரியா வந்தது, சில பேருக்கு 'பொசு...

வேல ராமமூர்த்தி | 397

பொசு'னு இருக்குது!" கிணற்றுக்குள் விட்டெறிந்த வெற்று வாளி, வீரசுத்தியின் வாளியில் போய் இடித்தது.

"அடியேய்.. பெரும்பச்சேரிகாரிகளா...! என்னடீ...நீளுது...!"

"ஆமா...தாயீ! உழைச்சு சாப்பிடுற கூட்டத்துக்கு 'வாளி' நீளுது, உக்காந்து சாப்பிடுற கூட்டத்துக்கு 'வாயி' நீளுது!"

"உங்களைச் சொல்லி குத்தமில்லேடீ. இந்த ஊருக்கு கச்சேரியைக் கொண்டு வந்த கோட்டிப் பயலுகளை. விளக்க மாத்தாலேயே அடிக்கணும்டீ! கட்டு செட்டாக இருந்த ஊரு, கெட்டு நாசமா போச்சு!" வாளியை 'டம்...டம்' என தண்ணீருக்குள் போட்டாள் வீரசுத்தி.

பெருநாழி சந்தைக்கடை சனமெல்லாம் வேடிக்கை பார்த்தது. நேருக்கு நேராக பார்க்க பயந்து, அங்கங்கே சாமான் வாங்குகிற சாக்கில் நின்றுகொண்டு பார்த்தார்கள். அத்தனை கண்களும் பச்சமுத்து கடையை பார்த்திருந்தன.

பச்சமுத்துவை காணோம். கடை முதலாளி இருக்கையில், கீரைச்சட்டியயும் சின்ன கத்தியும் தாரசு, படிக்கல்லுடன் அமர்ந்திருந்தார்கள்.

ஒரு வியாபாரக் கடையில் எப்படி உட்கார வேண்டும் என்று கூட கீரைச்சட்டிக்கு தெரியவில்லை. பல மாதிரியாக உட்கார்ந்து உட்கார்ந்து பார்த்தான். எப்படி உட்கார்ந்தாலும் கூச்சமாக இருந்தது.

தராசையும் படிக் கல்லுகளையும் மாறி மாறிப் பார்த்துக் கொண்டிருந்தான் சின்னக்கத்தி. 'இந்தப் படிக் கல்லு, இவ்வளவு எடை' என்கிற விவரமெல்லாம் தெரியலே... உள்ளங்கையில் தூக்கித் தூக்கிப் போட்டு எடை பார்த்து உத்தோசமாக கூட ஒரு முடிவுக்கு வந்த பாடில்லை. கடையைத் திறந்து, உட்கார வைத்து விட்டு பச்சமுத்து போனதிலிருந்து ஒரு நாள் கூட இந்தப் பக்கம் திரும்பிப் பார்க்க காணோம்.

"வாங்க ஆத்தா.. வாங்க தாயீ...!" என கும்பிட்டு கூத்தாடும் வியாபாரிகளையே இளக்காரமாகப் பார்த்து விட்டு நகரும் சந்தைக் கூட்டம், புளிக்கருப்பு உடம்பும், கிடாய் மீசையோடும் உட்கார்ந்திருக்கும் கொம்பூதிக்காரர்கள் பக்கம் திரும்புமா?

கீரைச் சட்டி மூஞ்சியை சின்னக்கத்தி பார்க்கவும், சின்னக் கத்தி மூஞ்சியை கீரைச்சட்டி பார்க்கவுமாக பொழுது போகுது.

“இது நமக்குத் தேவையாடா சின்னக்கத்தி?” என்றான் கீரைச்சட்டி.

“சேது மாப்பிள்ளை தான் சொன்னாராம்... ‘நம்ம பயலுகளை யாவாரத்திலே பழக்கி விடு பச்சமுத்து’னு,” என்று சின்னக்கத்தி சொல்லிக் கொண்டிருக்கும் போதே, ஒரு குமரிப் பொண்ணு ஏதோ ஞாபகத்தில் கடைக்கு வந்து சேர்ந்தாள்.

“ஒரு துலான், உள்ளி போடுங்க” கையில் இருந்த நார்ப் பெட்டியை தவச மூடையில் வைத்தாள்.

சின்னக்கத்தி மெல்ல இமைகளை உயர்த்தி, “டேய்... கீரைச்சட்டி ‘ஒரு துலான்’ படிக்கல்லு எது?” என்றான்.

நார்ப்பெட்டிக்காரி, “இதுதான் ‘ஒரு துலான்’ கல்லு” கையில் எடுத்துக் காண்பித்தாள்.

“ஆமா... ஆமா...” தராசை எடுத்தான் சின்னக்கத்தி.

“ஒரு துலான், உள்ளி என்ன விலை?” வெங்காயத்தை கையில் அள்ளிக்கொண்டே விலை கேட்டாள்.

“ஏம்பா... கீரைச்சட்டி... உள்ளி என்ன விலை?”

“தெரியலையே?”

பெட்டிக்காரி மாறி மாறி ரெண்டு பேரையும் கவனித்தாள்.

‘ஆத்தாடீ...! இந்த ரெண்டு பேரும் எருதுகட்டிலே மாடு பிடிச்ச கொம்பூதி ஆளுக தானே!’ நெஞ்சில் தைத்த மாத்திரத்தில், ‘போலீஸுகளையே தீ வெச்சுக் கொளுத்தின கொலைகாரன்களாச்சே!’ நார்ப்பெட்டியை எடுத்துக் கொண்டு ஓட்டமாய் ஓடி, சந்தைக் கூட்டத்துக்குள் கலந்தாள்.

வேடிக்கை பார்த்துக் கொண்டிருந்த வியாபாரிகளுக்கு, ஒருவரை ஒருவர் கிள்ளி, வாய் விட்டுச் சிரிக்கத் தோணுது. முடியலே. அதில் ஒரு எதிர்க் கடைகாரன் அடக்க முடியாமல் சிரித்து விட்டான்.

சின்னக்கத்தி ஒரு படிக்கல்லை கையில் எடுத்தான்.

“எங்களைப் பார்த்து என்னடா சிரிப்பு?” நெற்றிப் பொட்டில் எறிந்தான். கொம்பூதிக் குறி தப்பாமல் பிளந்தது.

பச்சமுத்து, கச்சேரிக்கு முக்கியமான ஆளாகிப் போனான். உள்ளே நுழைந்ததுமே, “வாருங்கள் பச்சமுத்து” என்று

சார்ஜெண்ட் கீட்ஸ் வரவேற்றான். கிழட்டு போலீஸ் கண்ணடித்தார்.

"எசமான் இருக்கிறாரா?" பச்சமுத்து படியேறினான்.

"இருக்கிறார். உள்ளே போங்கள்..."

இன்ஸ்பெக்டர் சேதுவின் அறை வாசலிலிருந்தே, "வணக்கம்... எசமான்... வணக்கம்" இரண்டு கைகளையும் முழங்கை வரை சேர்த்துக் கும்பிட்டபடி உள்ளே நுழைந்தான்.

எழுத்து வேலையில் இருந்த சேது, நிமிர்ந்து பார்க்காமலே, "வாங்க பச்சமுத்து" என்றான்.

எசமான் சொன்னதை எல்லாம் செய்து முடிச்சுட்டேன். பாடம் சொல்லிக் கொடுக்க புலவரை அனுப்பிட்டேன். வியாபாரம் பார்க்க என் கடையையே கொடுத்துட்டேன். இன்னும் எசமான் உத்தரவு எதுவானாலும் செய்து முடிக்க சித்தமாயிருக்கிறேன்.

"கொஞ்ச நாள் பொறுத்திருந்து பார்ப்போம்..."

"கொம்பூதிச் சனம் மனம் திருந்தி வாழ, நான் கும்பிடாத சாமி இல்லே எசமான்!" பச்சமுத்துவுக்கு கண் கசிந்தது.

ஏறிட்டுப் பார்த்த சேது, "உங்க மனசுக்கு நன்றி பச்சமுத்து" சொல்லி முடிக்கவிலல்லை. கச்சேரி வாசலில் கூப்பாடு கேட்டது.

"எசமான்... நேத்து ராத்திரி... எங்க ஊரைக் கொள்ளை அடிச்சிட்டான்ங்க... எசமான்...!"

வாழவந்தாள்புரத்து சனமெல்லாம் கச்சேரி வாசலில் திரண்டு நின்றது.

69

வாழவந்தாள்புரத்து சனம், கச்சேரி வாசலில் நின்று கூப்பாடு போட்டது.

"நேத்து ராத்திரி, எங்க ஊருக்குள்ளே யாரோ புகுந்து கொள்ளை அடிச்சிட்டான்ங்களே... எசமான்!"

"மூடை மூடையாக கிடந்த தவசம், தான்யத்தை எல்லாம் கொண்டு போயிட்டான்ங்ளே...!"

பக்கத்தில் நின்ற பச்சமுத்துவுக்கு பயம் திரண்டு உருண்டது.

"புது எசமான் வந்ததிலே இருந்து சுத்துப்பட்டியெல்லாம் நிம்மதியா இருந்துச்சே...!" என்று மெல்லிய குரலில் சொன்னபடியே ஓரக் கண்ணால் சேதுவைப் பார்த்தான்.

வாடிப் போய் உட்கார்ந்திருந்த கிழட்டு போலீஸு துள்ளி எழுந்தார்.

"பெருநாழியைச் சுத்தி மறுபடியும் களவு ஆரம்பிச்சிருச்சே எசமான்...!"

போலீஸுகள், சோம்பல் முறித்து கை உதறினார்கள்.

கூட்டம், வாய் ஓயாமல் கத்திக் கொண்டேயிருந்து.

சேது, கூட்டத்தைப் பார்த்து கை அமர்த்தினான்.

"அமைதியா இருங்க... அமைதியா இருங்க..."

"கஞ்சிக்கு வெச்சிருந்த தவசம், தான்யமெல்லாம் களவு போயிடுச்சு! எப்படி எசமான் அமைதியா இருக்க முடியும்?"

சேதுவை நோக்கிக் கேள்வி வந்து விழுந்ததும், கிழட்டு போலீஸுக்கு நெஞ்சு குளிர்ந்தது.

"நேற்று எந்த நேரம் களவு நடந்தது?"

"சாமத்துக்கு மேலே..."

"எத்தனை பேர் வந்தாங்க?"

"தெரியலே எசமான்..."

"வந்தவங்களை யாரும் பார்த்தீங்களா?"

"யாரும் பார்க்கலே எசமான். விடிஞ்ச பிறகு தான், களவு போனதே எங்களுக்குத் தெரிஞ்சது!"

சேது கேள்விகளை அடுக்க அடுக்க, பச்சமுத்துவுக்கு அடி வயிற்றில் ஆட்டம் கண்டது. தொட்டு, தொட்டுப் பிடித்துப் போகிற நூல் சரடு, நிஜக் களவாணியைக் காட்டிக் கொடுத்து விடும் போல் தெரிந்தது. இறங்கித் தப்பித்துப் போகலாம் என்றால், அதற்கும் வழியில்லாமல் கச்சேரி வாசலைக் கூட்டம் அடைத்து நின்றது. மனசைப் போட்டு பிசைந்தது.

'விசக்குட்டையும் செந்தட்டிக்காளையும் முட்டாள் பயலுகள். வாழவந்தாள்புரம்... சம்சாரிகள் பெருத்த ஊரு. அங்கே தவசம், தான்யம் தான் இருக்கும். முத்துச்செல்லையாபுரத்தில் உள்ள

பெரிய வீட்டைக் கை வைத்திருந்தால்... பவளமும் வைரமும் பாசி பிடிச்சுப் போய்க் கிடக்கும்! பொந்தம்புளி வீட்டுக்குள்ளே நுழைஞ்சா... கொழும்புச் சம்பாத்தியம்... பொன்னும் காசுமாகப் புதைஞ்சு கிடக்கும்! எல்லா விவரங்களும் சொல்லி அனுப்பியும், ரெண்டு விவரங்கெட்ட பயலுகளும் வாழவந்தாள்புரம் போயி... தவசம் தான்யத்தை அள்ளி இருக்கான்களோ! நம்மகிட்டே இல்லாத தவசம், தான்யமா? சாயம் வெளுத்தால்... நமக்குச் சாவு தான். ஒன்னுமேயில்லாத காரியத்துக்காக உயிரையா பணயம் வைக்க முடியும்?'

'வேயன்னாவும் வையத்துரையும் கச்சேரிக்கு வந்திருந்த போது, எல்லலோருக்கும் முன்னாலே... 'ஏய் முட்டாள் கிழவா! அறிவிருக்கிறதா உனக்கு?' என்றானே இந்த சேது! என்ன திமிர் இவனுக்கு! வயசுக்கு மரியாதை வேண்டாமா? சத்தியம் வாங்குகிறானாம்... சத்தியம்! இப்போ... என்ன பண்ணப் போறான்.?'

கிழட்டு போலீஸ் கண் குளிர வேடிக்கைப் பார்த்துக் கொண்டு நின்றார்.

சமாதானமடையாத சனங்களுக்கு முன்னால், நெருப்பில் நிற்பது போல் நின்றான் சேது.

'மறுபடியும் களவு ஆரம்பிச்சிருச்சே!' என்கிற கூப்பாடு தான் சேதுவின் நெஞ்சில் ஈட்டியாக இறங்கி இருந்தது.

'இனிமேல் களவுக்குப் போகமாட்டோம்' என குலசாமிக்கு முன்னால் அய்யா, சத்தியம் பண்ணிக் கொடுத்தாரே! சத்தியம் பிறழ்கிறவரா அவர்?'

பக்கத்தில் நின்ற பச்சமுத்து மெல்ல எடுத்துக் கொடுத்தான். "எசமான்...! குலசாமிக்கு முன்னாலே சத்தியம் பண்ணின கொம்பூதிக்குப் பாடம் சொல்லிக் கொடுக்க புலவரைஅனுப்பி வெச்சோம். பசி அமர்த்த, தான்யம் அனுப்பி வைக்கலையே... பசி, பத்தும் மறக்க வைக்கும். வேயன்னா அய்யாவை நீங்க மன்னிக்கணும். உங்களைப் பெத்த தகப்பன் இல்லையா அவரு?" குரல் இழைய, சேதுவிடம் கெஞ்சினான் பச்சமுத்து.

வாழவந்தாள்புரத்து சனங்களுக்கு முன் சேது, கையெடுத்துக் கும்பிட்டான்.

"நீங்க எல்லோரும் அமைதியா ஊர் திரும்புங்க. இதுக்கு நான் ஒரு முடிவு கட்டுகிறேன்..."

நடுவீட்டில் அமர்ந்து, பச்சமுத்துவின் பெஞ்சாதி தலை வாரிக் கொண்டிருந்தாள். முன்வாசல் கதவு வேகவேகமாகத் தட்டப்படும் சத்தம் கேட்டது. உதிர்ந்த முடிகளைப் பந்தாகச் சுருட்டி எடுத்துக்கொண்டு கையூன்றி எழுந்தாள்.

கொஞ்ச நேரத்தில் கொல்லைப்புறக் கதவு மெல்ல தட்டப்பட்டது. தலை வாசலையும் கொல்லை வாசலையும் மாறி மாறிப் பார்த்தாள். 'எந்தக் கதவைத் திறப்பது?'

தலைவாசல் பலமாக இடிபட்டது. திறந்தாள். காற்றென நுழைந்த வேகத்தில் பச்சமுத்து கதவை மூடினான்.

"ஏன்டீ... கதவைத் திறக்க இவ்வளவு நேரமா?" என்றவன், "அலங்காரம் கேட்குதோ... அலங்காரம்!" வாரிய தலை முடியைக் குலைத்து விட்டான்.

கொல்லைக் கதவு மறுபடி தட்டுப்பட்டது.

"தலைவாசல் வழிய நான் வந்தேன். கொல்லை வாசல் வழியா யாரை வரச் சொல்லி இருக்கிறே...?"

பெஞ்சாதிக்காரிக்கு உடம்பு நடுங்கியது.

'ச்சீய்... இவன் மனுசன் தானா?'

"போடீ... போய்க் கதவைத் திற. வர்றது யாருன்னு நானும் பார்க்கிறேன்..."

போய்க் கதவைத திறந்தாள்.

செந்தட்டிக்காளை நுழைந்தான்.

"அய்யா... வாங்க, அய்யா... வாங்க!"

பின்னால் விசக்குட்டையும் நுழைந்தான்.

"டேய் விசக்குட்டை... கதவைப் பூட்டு..."

பூட்டிவிட்டு இருவரும் உள்ளே வந்தார்கள்.

வந்ததும் வராததுமாக, செந்தட்டிக் காளையிடம் பச்சமுத்து சலித்துக் கொண்டான்.

"உங்க வீரத்துக்கு போயும் போயும் இப்படியொரு சின்னக் காரியமா பண்ணுறது!"

"பச்சமுத்து, என்ன சொல்றே?"

"நேத்து ராத்திரி... நீங்க ரெண்டு பேரும் வாழவந்தாள்புரம் போயிருக்கக் கூடாதுய்யா..."

செந்தட்டிக்காளையும் விசக்குட்டையும் புரியாமல் முழித்தார்கள். "வாழவந்தாள்புரத்திலே தவசம், தான்யம் தான் இருக்கும். அதுவா நமக்கு வேணும்? நாலு வருசத்துக்கு தேவையான தவசம், தான்யத்தை நான் உங்க வீட்டுக்கு இப்பவே ஏத்தி விட முடியும்..."

"முதலாளி... என்ன சொல்றீங்க...?"

"அடே... போடா விசக்குட்டை. உனக்கு எப்போ பார்த்தாலும் தவசம், தான்யம், கஞ்சி நினைப்பு தான்!"

"ஏய்... பச்சமுத்து! வாழவந்தாள்புரத்துக்கு நாங்க போகலையே! பொந்தம்புளியை குறிவச்சு இன்னிக்குத் தான் போகப் போறோம். உன்னைக் கலந்துட்டுப் போகலாம்னு வந்தோம்..."

"என்ன! வாழவந்தாள்புரத்து களவை, நீங்க பண்ணலையா...? அப்போ... நேத்து கொள்ளை, அடிச்சது யாரு?"

மூன்று பேரும், ஒருவரை ஒருவர் உருட்டி உருட்டிப் பார்த்தார்கள். 'குபீர்' என பச்சமுத்து, சுருண்டு விழுந்து சிரித்தான்.

"வேயன்னா சத்தியம் இவ்வளவு தானா?" அடிவயிற்றைப் பிடித்துக் கொண்டு சிரித்து உருண்டான்.

கூழானிக் கிழவியும் கொம்பூதிக்கே கிளம்பிப் போய்விட, மகன் சேது வீட்டில் ஒத்தையில் தங்கிப் போன அங்கம்மாவுக்கு இன்னும் புதுவீட்டுப் பயம் தெளியவில்லை. போலீஸ் உடுப்பும் துப்பாக்கியும் பிரம்பும் தன் பிள்ளையுடையது தான் என்றாலும், தனிமையில் இருப்பவளை அவை அச்சுறுத்திக் கொண்டே இருந்தன. இதற்குப் பதறியே, வீடு முழுக்க இன்னும் புழங்கிப் பழகாதவளாய் ஒடுங்கிப் போயிருந்தாள்.

'இவ்வளவு காலத்துக்குப் பிறகும், என் கை பட்டால்... கூடுதலா ஒரு கைச்சோறு திங்கிற புருஷனைப் பிரிஞ்சு வந்திருக்கக் கூடாது. என்ன செய்ய? பெத்த மகனையும் தள்ள முடியலையே!'

சேதுவுக்காக ஆக்கி, மூடி, அடுப்பை அணைத்து விட்டு, போலீஸின் அடையாளமில்லாத ஓர் ஓரமாகப் பார்த்து ஒன்றிப் படுத்திருந்தாள். இவ்வளவு நினைவுகளும் கூடிய கண் எப்படி அயரும்? நடு விழிக்குள் முள் குத்தியிருக்கும் கொம்பூதிப் பொம்பளைகளுக்கு அயர்ந்த உறக்கம் ஏது?

வாசலில் குதிரைச் சாரட்டு குலுங்கி நிற்க, அங்கம்மாவின் ரோமக் கால்கள் முழித்தன. குதித்து இறங்கிய 'லாட' கால்களால் 'டக்.. டக்'கென தரை அலற நடந்து வருகிறான் தலைமகன் சேது.

'அதிர நடந்தால் ஆத்தா பயப்படுமே...!' என எப்போதும் பக்குவமாக நடந்து வருபவன், இன்று, அதிரவே வந்தான்.

காலணிகளைக் கூட கழற்றாமல், வீட்டுக்குள் வந்தவன், கூடத்து நாற்காலியில் சரிந்து அமர்ந்தான். தலையை மேல்வாக்கில் பின் தாழ்த்தி, வீட்டு முகட்டை பார்த்துக் கண் மூடினான்.

கூடத்தின் ஓரமாக நின்று மகனைப் பார்த்தாள்.

'ஆத்தாடீ... என் பிள்ளைக்கு என்னாச்சு...!'

நெருங்கி வந்தவள். மகனுடைய நெற்றியில் கை வைத்து, "சேதூ... என்னப்பா...! ஏன் ஒரு மாதிரியா இருக்கிறே... ?" சூடு பார்த்தாள்.

"ஒன்னுமில்லை ஆத்தா..." தாயாரின் கையை எடுத்து விட்டான். மகனிடம் மறுகேள்வி கேட்கப் பயம்.

"சாப்பிட வாப்பா..."

"வேணாம் ஆத்தா..." கண் மூடியே இருந்தான்.

"ஏன்ப்பா... நான் ஆக்குறது நாவுக்கு ருசியா இல்லையா...?"

தாயாரை நெருக்கமாகப் பார்த்தான்.

"மனுசனுக்கு 'நாக்கு' முக்கியமில்லை ஆத்தா. 'வாக்கு' தான் முக்கியம்..."

அங்கம்மா புரியாமல் முழித்தாள்.

"சேது... என்னப்பா சொல்றே...?"

"இனிமேல் களவுக்குப் போக மாட்டோம்'னு குலசாமிக்கு முன்னால கொடுத்த 'வாக்கு', குழிக்குள்ளே போயிடுச்சுனு சொல்றேன்..."

"சேது...!"

"ஆமா... ஆத்தா... நம்ம அய்யா 'வாக்கு' மாறிட்டாரு!" முகத்தை மூடிக்கொண்டான்.

அங்கம்மா தடுமாறினாள்.

"டேய்... சேது...!"

"நம்ம அய்யா.. 'சத்தியம்' தப்பிட்டாரு ஆத்தா...! மறுபடியும் களவுக்குக் கிளம்பிட்டாரு!" மூடிய கைகளுக்குள் அழுதான்.

"என்னடா சொன்னே...?" சேதுவின் முகத்துக் நேராக வந்து நின்றாள்.

"உங்க அய்யாவைப் பத்தி உனக்கு என்னடா தெரியும்? இருபது வருஷமா... எங்கேயோ வளர்ந்த பயல் தானே நீ?"

அவிழ்ந்து கிடந்த தலைமுடியை அள்ளி முடிந்தாள்.

"கொடுத்த வாக்கைக் காப்பாத்த கொம்பூதிச் சனமெல்லாம் செத்தாலும் சாகுமே ஒழிய, உங்க அய்யா கிழிச்ச கோட்டை, ஒரு நாளும் தாண்டாதுடா!" ஆவேசமாகத் திரும்பினாள்.

"போலீஸ உடுப்புக்குள்ளே புகுந்து, உன் புத்தி தான் தடுமாறுது... கொம்பூதிப் பேரைச் சொல்லி, வேறு எவனாவது கொள்ளை அடிச்சிருப்பான். போ... போயிக் கண்டுபிடி..."

உள் வீடு அதிர நடந்து போனாள்.

70

பசி அறிந்து பழக்கமில்லா கொம்பூதி, வாடி உலர்ந்து கிடந்தது.

சட்டி. பெட்டிகளில் ஒட்டியிருந்த அரிசி, தவசத்தை எல்லாம் ஆக்கிக் குடித்தாயிற்று, உண்ண, ஊருக்குள் பண்டமில்லை. ஊரணி நிறைய இருக்கிற தண்ணீரைத் தான் குடித்துப் பசியாற வேண்டும்.

வெள்ளைக்கார சார்ஜெண்ட் சுட்டுத் தள்ளி விட்டுப் போனவை போக மிஞ்சிய வேட்டை நாய்கள், எலும்புத் தோலுமாக லட்சணம் கெட்டு சுருண்டு கிடந்தன.

கள்ளு விற்கிற தேனம்மா, இப்போதெல்லாம் கொம்பூதிக்கு வருவதை நிறுத்திக் கொண்டாள்.

"எத்தனை நாளைக்கு சாமி... ஓசியா கள்ளு ஊத்த முடியும்?" கண்ணீர் விட்டுத் தான் போனாள்.

புலவர் தினமும் வந்து போகிறார். பசி எடுத்த பயலுகளுக்கு. படிப்பு தான் மனசை நிரப்புது. விளையாட்டுப் போக்கிலே கூடிக்கூடி... ஏதோ... எழுதுறான்ங்க! படிக்கிறான்ங்க!

புலவரோடு சேர்ந்து, ரெண்டு தடவை வந்து போன கார்மேக ஆசாரிக்கு, கொம்பூதிப் பசிக் கொடுமையைப் பார்க்க சகிக்கவில்லை. வரும் போதெல்லாம் வேயன்னாவிடம் நாலு வார்த்தை பேசுவார்.

"என்ன செய்யிறது கார்மேகம்? பெத்த மகன் 'சத்தியம்' வாங்கிட்டானே!"

"வேறு ஏதாவது தொழில் பார்க்கலாமே அய்யா?"

"என்ன தொழில் பார்க்க? உழுது, விதைக்கணும்னா... சொந்த பூமி வேணும். கொம்பூதிக்காரனைக் கூலி வேலைக்கு யாரும் கூப்பிட மாட்டான். சந்தையிலே உட்கார்ந்து தராசு பிடிக்கிற எங்க பயலுகளை சனம் கூடி வேடிக்கை பார்க்குது!"

"உங்க தரத்துக்கு, அந்தத் தொழில் பார்த்தால் மரியாதை கிடையாது அய்யா..."

"தரமாவது மரியாதையாவது! 'அய்யா... சாமி'னு வெற்றுக் கும்பிடு, பசியை அமர்த்துமா கார்மேகம்? சத்தியத்துக்குக் கட்டுப் பட்டு, கொம்பூதி சனம் பசியிலே சுருளுது!" வேயன்னாவின் உதட்டோரச் சிரிப்பில் ரத்தம் கசியாத குறை தான்.

கொம்பூதிக்கு வந்து திரும்பும் போதெல்லாம் கார்மேக ஆசாரி கண்ணீரோடு தான் போவார். ரெண்டு நாளைக்கு முன்னாலே வந்திருந்த போது, வையத்துரையும் உடன் இருந்தான். கார்மேக ஆசாரியின் கோபமெல்லம் பச்சமுத்து மேல் தான் இருந்தது.

"கொள்ளையடிச்சு கொண்டு வந்த பொருள் மதிப்பு தெரியாமல், ' இந்தா... எடுத்துட்டுப் போ... எடுத்துட்டுப் போ'னு அள்ளிக் கொடுத்தீங்களே! நீங்க கொடுத்ததை எல்லாம், கோணிச் சாக்கிலே கொண்டு போயி... கோடீஸ்வரனான பச்சமுத்துப் பயல், இப்போ... உங்க குடல் காய்கிற நேரம், குலையை அறுத்துட்டானே அய்யா!"

வையத்துரையும் பச்சமுத்து மேல் பொங்கிப் பொங்கிக் கோபப்பட்டான். "அய்யாவும் நானும் பச்சமுத்துவைப் பார்க்க, வீடு தேடிப் போனோம். வீட்டுக்குள்ளே இருந்து கொண்டே,

'இல்லே'னு சொல்லச் சொல்லிட்டான்! அவனை வாழ வச்ச தெய்வத்தை. வாசல் படியிலேயே நிறுத்தி, கதவைச் சாத்திட்டான்!"

"டேய்... வையத்துரை! விடுடா... அவன் புத்தி அவ்வளவு தான்! அது கிடக்கட்டும் கார்மேகம். உன் மகன் வேலுச்சாமி எப்படி இருக்கான்? சிரிக்கிறானா? நடக்கிறானா?"

கார்மேக ஆசாரிக்குக் 'குபுக்'கெனக் கண்ணீர் வந்து விட்டது. துடைத்தபடியே கிளம்பினார்.

ரெண்டு நாளாக கார்மேக ஆசாரியையும் காணோம்... வையத்துரையையும் காணோம்!

வேயன்னா தனிமையில் இருந்தார்.

'வையத்துரையை எங்கே காணோம்? பெரும்பச்சேரி போனாலும் ரெண்டு நாள் தங்க மாட்டானே! பாவம்... நம்மோடு சேர்ந்து அவனும் பட்டினி கிடக்கிறான்.!'

வையத்துரை பற்றிய ஞாபகத்தில் இருக்கும் போதே, கூழானிக் கிழவி வந்து சேர்ந்தாள். காட்டு உடம்பில் வாட்டம் தெரியவில்லை. பசிக் கொடுமை, கிழவியைப் பாதித்திருக்கவில்லை. காய்ந்த நரம்பாய் இருந்தாள்.

"வேயன்னா.. என்ன யோசனை?" அருகில் வந்து அமர்ந்தாள்.

"களவை விட்டுட்டோம். கஞ்சிக்கு என்ன வழி? சனம் செத்துப் போகும் போலிருக்கே!"

வேயன்னா மௌனமாக அமர்ந்திருந்தார்.

"சத்தியம் பண்ணிக் கொடுத்துட்டு, சாவை எதிர்பார்த்து நிக்கிறோம்! சத்தியம் வாங்கின பயல் என்னடான்னா... 'சிட்டுப் புள்ளையைக் கட்டிக்கோ'னு சொன்னதுக்கு, வாயே திறக்க மாட்டேன்ங்கிறான்!"

"சிட்டுவைக் கட்டிக்கிறச் சொல்லி சேதுப் பயலிடம் கேட்டாயா?"

"நானும் அங்கம்மாவும் கேட்டோம்..."

"என்ன சொன்னான்?"

"'அதுக்கு இப்போ என்ன அவசரம்'னு நழுவுறான்... ஏப்பா... வேயன்னா... ஒன்னு செய்வோமா?"

"என்ன?"

"சிட்டுப் புள்ளையை சேதுப் பயல் கட்டிக்கிறலேன்னா, மறுபடியும் நாங்க களவுக்கு போவோம்'னு சொல்லுவோம்... பயல் தப்ப முடியாது!"

"ஏய்... கிழவி! அதையும் இதையும் ஏன் முடிச்சுப் போடுறே? கொஞ்சம் பொறு..."

"உன் பொறுமை, எல்லாரையும் கொன்னு போடும்..." என்றவள், கிழக்கே தெருவோடு பார்த்து, "யாரது வையத்துரையா?" என்றாள்.

வேயன்னாவும் கிழக்கே திரும்பினார். வையத்துரையும் துருவனும் வந்து கொண்டிருந்தார்கள்.

"அய்யா... கொஞ்சம் மந்தைக்கு வாங்களேன்..." வந்ததும் கூப்பிட்டான் வையத்துரை.

"என்னப்பா! ஏன்?" என்றபடி எழுந்தார்.

வையத்துரையும் துருவனும் வந்த வழியே திரும்பி, மந்தைக்கு நடந்தார்கள்.

நடுமந்தையில் தான்ய வண்டி நின்றது.

நரபலி இடுவதற்கான ஏற்பாடுகளில் தீவிரமாக இருந்தான் நாகமுனி.

யாகம் வளர்ப்பதற்கான பொருட்களையெல்லாம் சேகாரம் பண்ணித் திரிந்தான். சம்பங்கி ஆற்றங்கரையிலேயே அக்னிக் குண்டங்களை அமைத்திருந்தான். வஜ்ராயினியை பலியிடுவதற்கு முன்பாக பலியிட, மலைப்பசு ஒன்றை ஓட்டி வந்திருந்தான். இறுதி எச்சரிக்கை செய்ததோடு, ஹஸார் தினாருடனும் வஜ்ராயினியுடனும் பேசுவதை நிறுத்திக் கொண்டான்.

நடக்கிற காரியங்களைப் பார்க்கப் பார்க்க, ஹஸார் தினாருக்கு நெஞ்சு கருகிக் கொண்டிருந்தது.

"வில்லாயுதம் வருவானா வஜ்ராயினி?"

"நிச்சயம் வருவான்..."

"நரபலிக்கான நாள் நெருங்கிக் கொண்டிருக்கிறதே!"

வேல ராமமூர்த்தி | 409

"நெருங்கட்டுமே..." எந்தக் கவலையுமின்றி. மானோடு விளையாடித் திரிந்தாள்.

'கொம்பூதி போய்த் திரும்பியதிலிருந்து பழைய வஜ்ராயினியாக இல்லை. மானோடு ஓடித் திரிகிறாள். மீன் கூட்டத்தோடு நீந்தி விளையாடுகிறாள். வெகுநேரம் வீணை மீட்டுகிறாள். கொம்பூதி போய் அப்படி என்ன தான் கண்டாள்? ஒருவேளை, போன இடத்தில் வஜ்ராயினியின் கன்னிமை கழிந்திருந்தால், நாகமுனிக்கு வைரங்கள் கிடைக்காது என்பது தான் விதி. அதுவாயின், நம் கதி என்னவாகும்?' ஹஸார் தினார் நிம்மதியைத் தொலைத்து அலைந்தான்.

சேது ஏறிவரும் குதிரை, கொம்பூதி வழித்தடம் தெரிந்த குதிரை.

பூவாகப் பறந்து வந்து கொண்டிருந்தது.

'அய்யா, சத்தியம் தவறுகிறவரா? ஆத்தா சொல்வதைக் கேட்டால், அப்படித் தெரியவில்லை. நாம் தான் வீண் சந்தேகப்படுகிறோமோ? இல்லை என்றே வைத்துக் கொள்வோம். வாழவந்தாள்புரத்துக் களவு யார் செய்தது? ஒரு களவை நடத்திக் காட்ட தைரியம் வேண்டும். முன் அனுபவம் வேண்டும். இல்லாதவர்கள் கையும் களவுமாகப் பிடிபட்டிருப்பார்கள். தைரியமும், அனுபவமும் உள்ளவர்கள், இந்தப் பகுதியில் கொம்பூதிக்காரர்களை விட்டால் வேறு யாரும் கிடையாது...'

சேதுவின் குதிரை பெரும்பச்சேரியைத் தாண்டியது.

'பெரும்பச்சேரிக்காரர்கள் உழைத்துச் சாப்பிடுபவர்கள். இவர்களுடைய பிரச்னையே பெருநாழிக்காரர்கள், இவர்கள் மீது செலுத்தும் தீண்டாமைக் கொடுமை தான். எஸ்டேட் கிணற்றில் தண்ணீர் இறைக்கவும் பெருநாழிக் காடுகரைகளில் வேலை செய்யவும் ஏற்பாடு செய்தாகி விட்டது. களவுக்குப் போக வேண்டிய தேவை இவர்களுக்குக் கிடையாது!'

கொம்பூதி முள்ளுப் பாதையில் குதிரை பாய்ந்து போனது.

'மற்ற ஊர்க்காரர்கள் எல்லோரும் இதுவரை களவு கொடுத்தவர்கள் தான். கொம்பூதிக்காரர்களைத் தவிர, களவோடு வேறு யாரைப் பொருத்திப் பார்த்தாலும் அது சரி வரவில்லையே...'

முடிவுக்கு வர முடியாத யோசனைகளோடு குதிரையில் சேது போய்க் கொண்டிருந்தான்.

'காற்றையா களவாடி வந்து விட்டார்கள்? கண்ணில் படும் படியான தவசம், தான்யம் மூடைகளைத் தானே? கொம்பூதி போய்ப் பார்த்தால் தெரிந்து போகிறது...'

நடுமந்தையில் தான்ய வண்டியைப் பார்த்ததும் பசித்து, கிறங்கிக் கிடந்த சனம் கூடி மொய்த்தது. வேயன்னா பதறிப் போனார்.

"டேய்... வையத்துரை! என்னடா இது?"

"அய்யா... மன்னிக்கணும். உங்களிடம் சொல்லாமல் ஒரு காரியம் பண்ணிட்டேன்..."

"என்னடா சொல்றே?"

"பசி மயக்கத்திலே கிடக்கிற நம்ம சனங்களைப் பார்க்க எனக்குச் சகிக்கலே!"

"அதுக்காக?"

"நானும் துருவனும் நேத்து ராத்திரி வாழவந்தாள்புரம் போயி, இதுகளைக் கொண்டு வந்தோம். சொல்லாமல் செய்ததுக்கு, அய்யா மன்னிக்கணும்!"

வண்டியில் இருந்த மூடைகளில் ஆளுக்கு ஒன்றை, இளவட்டங்கள் தோள்களில் தூக்கி வைத்துக் கொண்டனர்.

"டேய்! எல்லோரும் மூடைகளை வண்டியிலேயே திரும்பப் பேடுங்கடா..."

"அய்யா!" வையத்துரை திடுக்கிட்டான்.

"டேய்... வையத்துரை அறிவிருக்குதா உனக்கு?"

"அய்யா!"

"வாழவந்தாள்புரம் போயி... இந்த மூடைகளை விலைக்கா வாங்கி வந்தே?"

"விலைக்கு வாங்க, நம்மகிட்டே ஏதுய்யா பொருள்? எல்லாப் பொருளையும் பச்சமுத்துகிட்டே கொடுத்துட்டோம்!"

"ஆமா... கொடுத்துட்டோம். இப்போ நம்மகிட்டே பொருள் எதுவும் இல்லை தான். கொடுத்த பொருளைத் திரும்ப

வாங்க நினைச்சோமே! இல்லையே... அது போல, கொடுத்த வாக்கையும் திரும்ப வாங்க முடியாதுடா..."

"வாக்கு, நீங்க தானே கொடுத்தீங்க... நீங்க மாற வேணாம்."

"டேய்...! வையத்துரை... நான் வேறு... நீ... வேறாடா?"

"அதில்லேய்யா..."

"நீ தானேடா சொன்னே... 'நம்ம பிள்ளை ஒண்ணு, போலீஸ் அதிகாரியா வந்ததே... குலசாமி கொடுத்த வரம்! உத்தியோகம் பார்க்கிற இடத்திலே, நம்ம பிள்ளைக்கு நல்ல பேரு கிடைக்குதுன்னா... அதுக்காக நாம் எல்லோரும் உயிரைக் கூட கொடுப்போம்'னு சொன்னியா இல்லையா?"

"ஆமா. சொன்னேன். இல்லைனு சொல்லலே... ஆனாலும் உங்களை இந்தக் கோலத்திலே பார்க்க என்னாலே முடியலேய்யா. உங்க தோள்பட்டை ரெண்டும் இறங்கிப் போச்சு. கன்னம், குழி விழுகுது. கண்ணு, உள்ளே போகுது. முகம் வாடுது. உங்களைக் கையெடுத்துக் கும்பிடறேன் சாமீ... என்னைக் கட்டுப்படுத்தாதீங்க... கொம்பூதிக்கு தான் ரேகைச் சட்டம். மத்த குற்றவாளிகளுக்கு வேறு சட்டம். எத்தனை சட்டம் வேண்டுமானாலும் என்னைக் கொல்லட்டும். சத்தியம் சாகாமல் நீங்க காப்பாத்துங்க. ஒரு சத்தியவானுக்காக, என்னைச் சாக விடுங்க..."

வேயன்னாவின் முன் மண்டியிட்டு அழுதான் வையத்துரை.

"டேய்... கிறுக்குப் பயலே! எந்திரிடா..."

வேயன்னா, வையத்துரையின் தோள் தொட்டுத் தூக்கவும் ஊரணிக் கரை வழியாக ஆலமரம் தாண்டி, குதிரை வந்து நிற்கவும் சரியாக இருந்தது.

71

ஊரணிக் கரை வழியாக ஆலமரம் தாண்டியதும். கருங்குதிரையை இழுத்துப் பிடித்து நிறுத்தினான் சேது. ஓடி வந்த குதிரையின் வாய் நுரைத்திருந்தது. கீழே இறங்காமலே குதிரையின் கழுத்தை தடவிக் கொடுத்தான். கொம்பூதி நடு மந்தையைக் கண்ணளந்தான்.

நேற்று இரவு, வாழவந்தாள்புரத்தில் களவு போன தவச, தான்ய மூடைகளெல்லாம் கொம்பூதி இளவட்டங்களின் தோள்களில் இருந்தன. நார்ப்பெட்டிகளோடும், முடா பானைகளோடும் சுற்றி பெண்கள் நின்றார்கள்.

கூழானிக்கு அருகில் அன்னமயில் நின்றாள். இளவட்டங்களின் கூட்டத்துக்குள் வில்லாயுதம் நின்றான். சிட்டுவைக் காணோம்.

வேயன்னா முன் வையத்துரை மண்டியிட்டிருந்தான். கையருகில் துருவன் நின்றான்.

சத்தியம் வாங்கிக் கொடுத்த குலதெய்வம் இருளப்பசாமி, கண் ஆடாமல் நின்றார்.

எல்லோரையும் முகத்துக்கு முகம், சேது பார்த்தான். யாரும் சேதுவின் பார்வையை எதிர்கொள்ளவில்லை. வேயன்னா தொட்டுத் தூக்கிய வையத்துரை மட்டும் நேருக்கு நேர் பார்த்தான். குதிரையிலிருந்து குதித்து இறங்கிய சேது, தொப்பியைக் கழற்றி தலை முடியைக் கோதி விட்டவாறு, இறங்கிய இடத்திலேயே நின்றான்.

தோள்களில் இருந்த தான்ய மூடைகளை இளவட்டங்கள் வண்டியில் அடுக்கினார்கள்.

கடந்த முறை சேது கொம்பூதிக்கு வந்து விட்டுத் திரும்பிய போது இருந்த தெம்பும் கட்டும் எந்த உடம்பிலும் இல்லை. எல்லா கண்களிலும பசி இருந்தது.

சேது, மெல்ல முன்னேறி வந்தான்.

வேயன்னாவுக்கு நேராக வழி விட்டு, கூட்டம் விலகி நின்றது. அய்யாவுக்கு முன்னால் வந்து நின்றான். கிறங்கிப் போயிருந்தார்.

"காப்பாத்தினால் தான் அதுக்கு பெயர் 'சத்தியம்'. இல்லேன்னா 'ஏமாத்துத்தனம்'... 'மோசடி'!"

"டேய்...சேது...!" கூழானி குறுக்கே வந்தாள். "யாரைப் பார்த்து, என்னடா பேசறே?"

"என்னைப் பெத்த அப்பனைப் பார்த்து தான் பேசறேன். இருபது வருஷமா... எந்த அய்யாவை... எந்த ஆத்தாவை... எந்த சொந்தங்களை எல்லாம் பார்க்க ஆசைப்பட்டேனோ... அவங்க எல்லாரையும் பார்த்து தான் பேசுறேன்."

"அய்யா... மூத்தவரே...!" வையத்துரை நடுவில் வந்தான். "நடந்தது என்னன்னா..."

"ஏய்... வையத்துரை...! நீ விலகு" சேது ஒரு எட்டு முன்னே வந்தான்.

"திருடித் திங்கறது 'அசிங்கம்' னு நினைக்கணும். நினைக்கலேன்னா நீங்க திருந்தவே மாட்டீங்க."

கூட்டம் வாய் பொத்தி நின்றது. வையத்துரை, வேயன்னா வையும் சேதுவையும் மாறி மாறிப் பார்த்துக் கொண்டிருந்தான். கூழானி தான் பேசினாள்.

"டேய்... சேது! திருடித் திங்கறது அசிங்கம்னு இதுவரை நாங்க நினைக்கலே. இப்போ தான் தெரியுது... நாங்க திருடினதே திங்கறதுக்காகத் தான்! இது நாள் வரை திருடி, நாங்க சொத்து சேர்க்கலே... சுகம் அடையலே! களவை விட்ட மறுநாளே எங்களுக்குக் கஞ்சி கிடைக்கலே!"

"கஞ்சி கிடைக்கலேன்னா சத்தியம் தப்புவதா?"

"சத்தியத்தைப் பத்தி என் மகன் வேயன்னாவிடமா பேசறே?"

"இதெல்லாம் என்ன?" வண்டியில் ஏற்றியிருந்த தான்ய மூடைகளை கைப் பிரம்பால் தட்டிக் காண்பித்தவன்,

"நேத்து ராத்திரி வாழவந்தாள்புரத்திலே திருடிய தவசம், தான்யம் தானே?" என்றான்.

வையத்துரை பதறினான்.

"மூத்தவரே...! நேத்து ராத்திரி நானும் துருவனும் தான்..." பேசவிடாமல் சேது இடைமறித்தான்.

"ஏய் வையத்துரை...! திருட்டுப் பட்டத்தை நீ ஏத்துக்கிட்டு தியாகி ஆகப் பார்க்கறியா?"

"இல்லை மூத்தவரே..."

"பேசாதே நிறுத்து. கொம்பூதி விவகாரத்தில் நீ தலையிட, ஒரு கோடு போட்டுக்கோ. அதுதான் உனக்கும் நல்லது... கொம்பூதிக்கும் நல்லது."

வையத்துரையின் நெஞ்சைப் பிளந்தது போல் இருந்தது.

"டேய் சேது...! அதுக்கு மேலே பேசாதே..." சேதுவின்

முகத்துக்கு நேராக ஒற்றை விரலை உயர்த்தினார் வேயன்னா. வையத்துரையை தழுவிக் கொண்டு, "அவன் அதிகார தோரணையிலே பேசறான். அவனுக்குத் தெரிஞ்சது அவ்வளவு தான்!" தோளில் தட்டிக் கொடுத்தார்.

"சேது...! இந்த மூடைகளெல்லாம் இருந்த இடத்துக்கே திரும்பப் போயிடும். போதுமா?" என்றவர், "பூட்டுங்கடா வண்டியை" இளவட்டங்களைப் பார்த்து உத்தரவிட்டார்.

வண்டியைப் பூட்டினார்கள்.

வெறும் நார்ப்பெட்டிகளும் முடாக்களும் கலைய ஆரம்பித்தன.

கூட்டத்தை விலக்கிப் போய் அன்னமயிலின் தலை கோதி நின்றான் சேது.

"அன்னமயிலு...! அய்யாவைக் கொஞ்சம் பொறுமையா இருக்கச் சொல்லும்மா."

"எத்தனை நாளைக்கு அண்ணே பொறுக்க...? பசி எடுத்த சனம் எல்லாம் சாகிற வரையா?"

பதில் சொல்ல முடியாமல் அன்னமயிலை அணைத்துக் கொண்டான் சேது.

1.2.1923

பெருநாழி

அன்புள்ள அப்பா, அம்மாவுக்கு வணக்கம்.

நான் இங்கு வந்தபின் கடிதம் எழுதாததற்கு வருந்துகிறேன். கங்கணம் கட்டி, என்னை நீங்கள் ஒரு போலீஸ் அதிகாரி ஆக்கியதன் காரணமும் அர்த்தமும் இப்போதுதான் புரிகிறது. விக்டர் சித்தப்பா, கொம்பூதி பற்றி சொன்னபோதெல்லாம் நம்ப மறுத்தேன். இருபது வருடங்களுக்கு முன்னால், காட்டில் நான் பிரியும் போது இவர்கள் எப்படி இருந்தார்களோ... அப்படியே தான் அன்றும் இருக்கிறார்கள். இவர்களின் கையிருப்பில் எதுவும் கிடையாது. உயிர் கூட, இவர்கள் சேமிப்பில் இல்லை. எந்த நேரமும் பறிபோகும் செலவினமாகவே உயிரும் உள்ளது. இப்படி ஒரு வாழ்க்கை யாருக்கும் லபிக்கக் கூடாது. என்னுடைய இந்த கரிசனமெல்லாம் நான் இவர்களின் பிள்ளை என்பதால் அல்ல. விக்டர் சித்தப்பா போல ஆன்ம பலமிக்க

மானிடர் யாவரும் இவர்களின் நிலைமை கண்டு வருந்துவர். இவர்களிடம் சூழ்ச்சி, சூது இல்லை. சக மனிதரிடையே உயர்ச்சி, தாழ்ச்சி பார்ப்பதில்லை. தீண்டாமையை அறவே இவர்கள் போற்றுவதில்லை. எளியவருக்கும் பலவீனருக்கும் வலிய உதவும் குணம் மிக்கவர்களாக உள்ளனர். தன் வழியே போகும் கருநாகம் போல் தம்மை சீண்டுபவர்களையே இவர்கள் தீண்டுகிறார்கள்.

இருபது வருடங்களுக்குப் பின், என்னைப் பெற்றோரையும் என் கொடி வழி சனங்களையும் பார்த்த நான், மிகவும் உணர்ச்சி வயப்பட்டுப் போனேன். உங்களிடமும் அம்மாவிடமும் உணர முடியாத ஏதோ ஒன்று, என் ஆத்தாவையும் அய்யாவையும் கண்டதும் உள்ளுக்குள் உருண்டு திரண்டு வந்து கண்ணைக் கட்டியதே...! அது என்னப்பா?

நான் இங்கு வந்ததும் என் வேலை இவ்வளவு சுலபமாக முடியும் என நினைக்கவில்லை. போலீஸ் உடுப்பில் வந்திருப்பது தன் பிள்ளை என்று தெரிந்ததும், ஒரே ஒரு சத்தியத்தில் களவுக்குப் போவதையே நிறுத்திக் கொண்டார்கள் என்றால் பாருங்களேன்! களவுக்குப் போவதை நிறுத்தியதும் கஞ்சிக்கு தவிக்கிறார்கள். அதைப் போக்க, உடனடி திட்டம் எதுவும் நம் வசம் இல்லை. சில ஏற்பாடுகளைச் செய்து வருகிறேன். அது தோற்றாலும் இவர்கள் களவுக்குப் போகக் கூடாது. களவு செய்து உயிர் வாழ வேண்டாம். எந்த இடரையும் துயரத்தையும் எதிர்கொள்ளும் சக்தி மனித இனத்துக்கு உண்டு. களவு அன்னியில் வேறு வழிகளில் தம் இரையை தாமே இவர்கள் தேடிக் கொள்ளட்டும்!

இங்கு ஒரு கிழவி இருக்கிறாள். பெயர் கூழானி. என் அய்யாவின் ஆத்தா. இவள் தான் எங்களின் 'ஆதி தாய்.' அவள் என்னை ஒரு சிக்கலில் மாட்டி வைக்கப் பார்க்கிறாள். என் அத்தை மகள் சிட்டு என்பவள் எனக்கு மாப்பிள்ளைக்காரியாம்! கொம்பூதி குல வழக்கப்படி மாப்பிள்ளைக்காரியை விட்டு விட்டு வேறு பெண்ணை மணக்கக் கூடாதாம்! இருபது வருடம் கழித்து நான் வந்திருக்காவிட்டால், அந்த சிட்டுவை என் தம்பி வில்லாயுதம் தான் மணந்திருப்பான். நான் திரும்பி வந்ததும் கிழவி என்னை விட மாட்டேன் என்கிறாள். கிழவிக்கு கஞ்சி, தண்ணி பற்றிய கவலை கிடையாது. எனக்கு அவர்கள் கட்டுப்பட்டது போல், கல்யாண விசயத்தில் நான் அவர்களுக்கு கட்டுப்பட வேண்டும் என நிபந்தனை விதிக்கிறாள். மறுத்தால் அவர்கள்

சத்தியம் தவறக் கூட வாய்ப்பிருக்கிறது. மாப்பிள்ளைக்காரி என்கிற முறை மிகவும் சுவாரஸ்யமாக இருக்கிறதே அப்பா! இதெல்லாம் அந்தக் கோபக்காரி நான்ஸியின் காதுக்குப் போக வேண்டாம். இந்தக் கடிதம் எழுதிக் கொண்டிருக்கும்போதே, கச்சேரி வாசலில் ஏதோ கூப்பாடு கேட்கிறது! இன்னும் பிற விவரங்களை அடுத்த கடிதத்தில் எழுதுகிறேன். அம்மாவுக்கும் விக்டர் சித்தப்பா, மேரி சித்தி எல்லோருக்கும் என் அன்பைச் சொல்லுங்கள்.

நான்ஸி குட்டிக்கு தனி கடிதம் எழுதுகிறேன்.

வணக்கம்.

தங்கள் அன்பு மகன்,

சேது

பசி பொறுக்க முடியாத கொம்பூதி சனமெல்லாம் இருளப்ப சாமி முன்னால் நின்றது. இப்படிக் கூடி வெகுநாட்களாகி விட்டது.

கூழானி முதல் மணியை ஆட்டி விட்டாள். சிறு குழந்தைகள் மணிகளை பலங்கொண்ட மட்டும் ஆட்டின.

‘டைய்ய்ய்... டைய்ய்ங்... டைய்ய்ங்... ங்... ங்...’

இளவட்டங்களெல்லாம் ஆயுதங்களோடு வீடுகளை விட்டு வெளியேறி வில்லாயுதத்தை முன்னே விட்டு வந்தார்கள். குமரிகள் வேட்டை நாய்களைக் கிளப்பி விட்டார்கள்.

பகலில் இப்படிக் கிளம்பி பழக்கமில்லை. பின் நிலா காலம் தான் உகந்தது. பகல், இரவு பார்க்க விடாத பசி. வெகு நாளைக்குப் பின் கையேறிய ஆயுதங்கள் கொதித்துப் போயிருந்தன.

‘டைய்ய்ங்...டைய்ய... டைய்யங்... ங்... ங்...’

வெண்கல மணிச் சத்தமும் ரோமக் கால்களுக்குள் புகுந்து உரம் ஏற்றியது.

கூடியிருந்த கூட்டத்துக்குள் வேயன்னாவைக் காணோம். வையத்துரையும் இல்லை.

குமரிகளெல்லாம் ஒரு பக்கமாக நின்றார்கள். சிட்டுவைக் காணோம். வில்லாயுதத்தின் முகத்தில் விழிக்கவே கூடாது என்கிற முடிவில் வீட்டுக்குள்ளேயே கிடந்தாள்.

எருது கட்டில் மாடு குத்தி குடல் சரிந்த ஊமையன் நரி வேலுவும், கச்சேரியில் கம்பிச் சூடுபட்ட பாண்டியும் ஆயுதம் தரித்து நின்றார்கள். காட்டு உடம்புக் காயங்கள் மருந்திடாமலே ஆறிப் போயிருந்தன.

வாயை இறுக்கிக் கட்டியிருந்த கோயில் பூசாரி திருமால், ஆராதனைத் தட்டை கூழானிக்கு முன் நீட்டினார். தொட்டு கண்களில் ஒற்றிக் கொண்டவள், குனிந்து திருமண் எடுத்தாள்.

'டைய்ய்ங்... டைய்ய்ங்... டைய்ய்ங்... ங்... ங்...'

வில்லாயுதத்தின் நெற்றியில் பூசி விட்டாள். "கூழானி வாரிசுக்கு குலசாமி துணை நிற்கும்."

எல்லா இளவட்டங்களின் நெற்றியிலும் திருமண் பூசிவிட்டாள்.

வில்லாயுதம் வடக்கே திரும்பி கிளம்பினான். இளவட்டங்களுக்கு வில்லாயுதத்தின் தலைமையில் செல்வது கூடுதல் உற்சாகம் தந்தது. மணிச் சத்தம் கேட்டுக் கொண்டே இருந்தது.

பொழுது புலராத மையிருட்டு.

கச்சேரி காவலுக்கு இருந்த ஒரே ஒரு வெள்ளை போலீஸ், குளிர் இதத்தில், உட்கார்ந்த வாக்கில், உறங்கிக் கொண்டிருந்தான். கச்சேரியை கூட்டிப் பெருக்க வந்த காளி, குதிரைச் சாணத்தை காலால் ஒதுக்கும் சத்தம் கூடக் கேட்கும் அளவுக்கு அமைதி நிலவியது. இங்கிருந்தே போலீஸை பார்த்து வாய்க்குள் முனகினான்.

'புது எசமான் வந்த பின்னால்... போலீஸ்களுக்கு தெண்டக் சம்பளம்! பகலிலே சீட்டாட்டம்... ராத்திரி பாராவிலேயே தூக்கம்!' பசுஞ்சாணியைக் கரைத்து வாசல் தெளித்தான். சாணிக் கையை உறங்கும் பாரா போலீஸின் முகத்துக்கு நேராக ஆட்டினான். நாலு சொட்டு சாணித் தண்ணியை போலீஸ் உடுப்பில் முதுகுப்புறம் தெரியாமல் தெளித்து விட்டு, கச்சேரியை கூட்டிப் பெருக்கினான்.

கச்சேரி முற்றத்தில் நின்ற வேப்பமரங்களின் கூடுகளிலிருந்து பறவைகள் கலைந்து சத்தமிட்டன. காளி, தினமும் மதி கிறங்கும் வேளை இது. சொக்கிப் போயிருந்த நேரம், கச்சேரி வாசலில் திமுதிமுவென ஒரு கூட்டம் நுழைந்தது.

72

புலராத மையிருட்டில், குமாரபுரத்து கூட்டம் கச்சேரிக்குள் புகுந்தது.

"எசமான்...!" ஆணு, பொண்ணு அத்தனை யும் கூக்குரலிட்டது.

"அய்யா..."

வேப்பமரத்து பட்சிகள், சிதறிப் பறந்தன. உட்கார்ந்த வாக்கில் உறங்கிக் கொண்டிருந்த வெள்ளை போலீஸு திடுக்கிட்டு எழுந்தான்.

"யாரு நீங்க...?" உள்ளே நுழைய விடாமல் மறித்தான். நெரித்து தள்ளி விட்டு நுழைந்தவர்கள் பதறினார்கள்.

"கல்லு வீட்டு நகைப்பெட்டி, களவு போயிருச்சே!"

"கொள்ளை போனதெல்லாம், 'கொழும்புத் தங்கம்!''

"கச்சேரி வந்தும்... துப்பாக்கி வந்தும்... கன்னக்கோலு ஒழியலையே!"

குமாரபுரத்து சனம் போட்ட சத்தத்தில், பெருநாழி விழித்துக் கொண்டது. கச்சேரி வாசலில், வேடிக்கை பார்க்க கூட்டம் திரளத் திரள வெள்ளை போலீஸு நிதானம் இழந்தான்.

"எசமானை எங்கே...?" வந்தவர்கள் சேதுவைத் தேடினார்கள்.

"களவை தடுக்க முடியலேன்னா... கச்சேரி எதுக்குய்யா...?" ஆளாளுக்கு பேசினார்கள்.

கூட்டிப் பெருக்கிக் கொண்டிருந்த காளி, கவாத்து மைதானத்தின் ஓரத்தில் போய் நின்று கொண்டான்.

கூட்டம், திண்ணையில் ஏற முயன்றது. துப்பாக்கியை குறுக்கு வசமாய் பிடித்து கூட்டத்தை தடுத்த வெள்ளை போலீஸு, "அய்யா வர நேரமாகும். எல்லோரும் கிளம்பி, எசமான் வீட்டுக்கு போங்க" மேற்கே கை காட்டிவிட்டான். சனம், திரும்பியது.

கால் பழகிய பாதை என்பதால், கண் துலங்காத மையிருட்டிலும், கொம்பூதி இளவட்டங்கள் தடம் பிடித்து ஓடி வந்தார்கள். எல்லோருக்கும் முன்னே, வில்லாயுதம் ஓடிக் கொண்டிருந்தான். இளவட்டங்களின் தோள்களில் மலை ஆடுகள் கிடந்தன. ஊர், தேசத்து ஆட்டுக்கிடாய்கள் போல் இல்லாமல், மலை ஆடுகள் பன்மடங்கு கனத்தன. மலை ஆட்டுக் கறி நல்ல ருசி. வாய் நிறைய சாறாய் ஓடும். தின்ன கறி செரிக்க, சிலம்பம் ஆட வேண்டும்; எருதுகட்டு காளைகளோடு மல்லுக்கட்ட வேண்டும்.

நேற்று பகலில் கொம்பூதியை விட்டுக் கிளம்பி, மனிதச் சுவடு அறியாத வனங்களுக்குள் இரை தேட வில்லாயுதம் அழைத்துக் கொண்டு போய்விட்டான். இளவட்டங்கள் மலைத்து போனார்கள். காட்டெருமைகளும், பன்றிகளும் புதர்களை குலுக்கி வெளியேறி ஓடுவதைப் பார்த்து, தொப்புள் கொடி குளிர்ந்தது. காட்டு இருட்டு, கர்ப்பப்பை இருட்டு போல் கை குலுக்கியது. இங்கு களவும் இல்லை. காவலும் இல்லை. ஊர் வேண்டாம்; வீடு வேண்டாம். மனிதர்களின் முகத்திலேயே விழிக்காமல் வனத்திலேயே இருந்து விடலாம் போல் இருந்தது. காட்டெருமை முட்டித் தூக்கி விட்டெறிந்ததும் முள்ளம் பன்றிகள் விரட்டித் துரத்தி குத்தியதும் அவர்களுக்கு விளையாட்டாய் தெரிந்தது.

கூட்டம் கூட்டமாய் அடைந்திருந்த மான்கள் கலைந்து ஓடி விட, மலை ஆடுகள் தான் சிக்கின. தலையோடு படிந்திருந்த கொம்புகளோடு முட்ட வந்த மலை ஆடுகளைத் தட்டித் தடவிக் கொடுத்து, குரல்வளையை ஒதுக்கி விட்டிருந்தனர். பசித்திருந்தவர்களுக்கு இரை என்பதால், கனத்த ஆடுகள் சுமையாய் தெரியவில்லை.

வில்லாயுதத்தோடு வந்திருந்த கூட்டத்தில், பழைய காட்டு வாழ்க்கைக்கு பழக்கப்பட்ட ஒரே ஆள், கழுவன் தான். காட்டுச் செடிகளை கைகளால் வகிர்ந்து, தடம் போட்டுப் போகும் வில்லாயுதத்தைப் பார்க்க... பார்க்க, இளவட்டமாக இருந்த வேயன்னா தான் கழுவனுக்கு நினைவில் வந்தார். வேயன்னா இடத்தை நிரப்புபவன், வில்லாயுதமாக தான் இருக்க முடியும். சேது, உடுப்பு போட்டு ஊருக்குள் நுழைந்து, கொம்பூதி சனங்களைத் திரும்பவும் காட்டு வாழ்க்கைக்கு விரட்டி விட்டது கழுவனுக்கு ஆற்ற முடியாத வேதனையாய் மேலிட்டது.

முன்பெல்லாம் களவுக்கு போய் ஊர் திரும்பும் இள வட்டங்கள், சிரிப்பும் கேலியுமாய் வருவார்கள். இன்று ஒரு வார்த்தையைக் காணோம். மார்கழி பனிப் பதத்தில் உவட்டுப் பாதை, ஓடிவரும் கால் மிதிக்கு சுகமாய் இருந்தது. கை ஆயுதங்கள், வியர்வையிலும் பனியிலும் நனைந்திருந்தன. வெகுதூரக் காட்டுப் பாதையில் கிழிபட்ட ரத்தக் கீறல்கள் அவர்களுக்கு ஒரு பொருட்டாக இல்லை. தாங்களும் தங்கள் கூட்டத்து ஜனங்களும் பசி ஆறப்போகும் சந்தோஷத்தில் காயங்கள் மறந்து போயின. வேட்டை நாய்கள் கவிழ்ந்தவாறு உடன் ஓடி வந்தன. கொம்பூதி ஊரணிக்கரை ஆலமரம் புலப்பட்டது.

ஊருக்குள் நாய் குரைக்க, பசித்த வயிற்றுச் சனம் மந்தையில் கூடிக் கிடந்தது.

இன்று கச்சேரி காவலுக்கு இருந்தவன் ஒரு வெள்ளை போலீஸு, இரவு முழுக்க உறங்காமல் விழிப்போடு இருந்தான்.

பெருநாழியைச் சுற்றி மறுபடியும் களவுகள் ஆரம்பித்து விட்ட நிலையில், கச்சேரியில் கூட எதுவும் நடக்கலாம். போலீஸுகளை எரித்து பிணமாக்கிய இடம் தானே?

'பள... பள' வென பொழுது விடிந்து விட்டிருந்தது. கச்சேரியை கூட்டிப் பெருக்க வந்த காளி, போலீஸு குதிரை களை எழுப்பி விட்டான். அவை எழுந்து உதடுகளை குறுக்கி நின்றன.

அதிகாரிகளின் வருகையை எதிர்பார்த்தபடியே வெள்ளை போலீஸு குளிக்க ஆயத்தமானான். கிணற்றடியிலிருந்து, "டேய் ... காளி. இங்கே வா. குளிக்க தண்ணீர் இறைத்துவிடு" கூவி அழைத்தான்.

"இதோ... வந்துட்டேன் சாமீ..."

கிணற்றோரம் குனிந்திருந்த வெள்ளை போலீஸு பார்க்காத வகையில், அவன் முதுகுக்குப் பின்னால் விளக்குமாறை ஓங்கினான் காளி.

கிணற்றுத் தண்ணீர் வெதுவெதுப்பாய் இருந்தது.

காளி இறைத்துக் கொடுக்கக் கொடுக்க, வாளித் தண்ணீரை வாங்கி வெள்ளை போலீஸு தலையில் ஊற்றிக் கொண்டான்.

‘‘டேய் காளி... முதுகை தேய்த்து விடு’’ திருப்பிக் கொடுத்தான்.

காளி, வேண்டுமேன்றே விரம் நகம் பதிய, வெள்ளை போலீஸின் முதுகை சுரண்டினான்.

“சாமீ.. குமாரபுரத்துக் கல்லு வீட்டு நகைப் பெட்டி களவு போச்சே...! களவாண்டது யாராம்...?”

“கொம்பூதி ஆட்கள் தான்... வேறு யாரு?”

“எனக்கென்னமோ சாமீ... கொம்பூதி வேயன்னா அய்யா கொடுத்த வாக்கை மீறுகிற ஆளு இல்லேன்னு தோணுது.” சுரண்டக் கொடுத்த முதுகை திருப்பி, வெள்ளை போலீஸ், காளியை உற்றுப் பார்த்தான்.

“கொம்பூதி ஆளுகளை விட்டால், கொள்ளையடிக்க வேறு யார் இருக்கிறார்கள்?”

“அதெல்லாம் எனக்குத் தெரியாது சாமி” காளி வாயை இறுக்கிக் கொண்டான். திரும்பவும் முதுகு தேய்த்து விட்டான்.

கச்சேரி வாசலில், “அய்யா...!” எண்பது வயதுக்கு மேற்பட்ட பொந்தம்புளி கிராமத்து அம்பலம் தலை நீட்டினார்.

முதுகு தேய்த்த கை நிற்க, காளியும் வெள்ளை போலீஸும் வாசலைப் பார்த்தார்கள். கச்சேரிக்குள் கால் வைக்கப் பயந்து, பதறிப் போய் நின்றார் அம்பலம்.

“வாங்க சாமீ...!” முதுகு துய்ப்பதை விட்டு விட்டு, காளி வாசலுக்கு ஓடினான்.

“அடேய் காளி... கச்சேரியிலே யாரு இருக்கிறது?” அம்பலம் தயங்கி, தயங்கி கேட்டார்.

“யார் இருந்தா என்ன...? பொந்தம்புளி கோடீஸ்வரப் பிரபு நீங்க! உள்ளே வாங்க அய்யா!” காளி, பணிந்து அழைத்தான்.

“கோடீஸ்வர பட்டமெல்லாம் ராத்திரியோடு போயிருச்சு!”

“சாமீ... என்ன சொல்றீக!”

“நடு வீட்டிலே புதைச்சு வெச்சிருந்த தங்கம், பொன் காசுகளை எல்லாம் ராத்திரியோடு ராத்திரியா யாரோ கொள்ளை அடிச்சிட்டான்ங்கப்பா...!” அம்பலம் தடுமாறினார்.

“ஐயோ.. நீங்க உள்ளே வாங்க சாமீ...”

"என் வீட்டுப் பொம்பளைக்கு கூட சொல்லாமல் வந்தேன். கச்சேரிக்கு வந்திருக்கிற புது எசமான் ரொம்ப நல்லவருன்னு சொன்னாங்க" நிற்க முடியாமல் சுவரில் சாய்ந்த அம்பலம், "தலைமுறை தலைமுறையா தங்கி இருந்த சீதேவி, வீட்டை விட்டு போயிட்டாளே!" நெஞ்சை பிடித்தபடி சுவர் அணைவில் உட்கார்ந்தார்.

சேதுவின் கடிதத்தை நான்ஸிக்குப் படிக்க கொடுத்திருந்தார் வில்லியம்ஸ்.

வரி வரியாய் பார்வையை இறக்கிக் கொண்டு வந்தாள். சுற்றிலும் ஜென்ஸி, விக்டர், மேரி நான்ஸியின் பெற்றோர் அமர்ந்திருந்தனர். கடிதத்தில், விஷயங்களையெல்லாம் எழுதி விட்டு, 'இதெல்லாம் அந்தக் கோபக்காரி நான்ஸியின் காதுக்கு போக வேண்டாம்' என்று சேது எழுதியிருந்த வரிகளுக்கு வந்தவள், மறுபடியும் மேல் வரிகளுக்கு போனாள்

"...களவு விஷயத்தில் எனக்கு அவர்கள் கட்டுபட்டது போல், கல்யாண விஷயத்தில், நான் அவர்களுக்கு கட்டுப்பட வேண்டும் என கிழவி நிபந்தனை விதிக்கிறாள். மறுத்தால், அவர்கள் சத்தியம் தவறக் கூட வாய்ப்பிருக்கிறது..."

நான்ஸி, உதட்டோரம் சிரித்தபடி, சேதுவின் கடிதத்தை இரண்டு, நான்கு, எட்டாக மடித்தாள்.

எல்லோரும் நான்ஸியையே உற்று நோக்கினார்கள்.

நான்ஸி, யார் முகத்தையும் பார்க்காமல், "எல்லோரும் கிளம்பி கொம்பூதிக்கு போவோம், அங்கிள்" என்றாள்.

"எதற்கு மகளே!" அத்தனை பேரின் அதிர்ச்சியும் சேர்ந்து வில்லியம்ஸின் குரலில் ஒலித்தது.

"கொம்பூதி போய்ச் சேர எத்தனை நாட்களாகும் அங்கிள்?"

விக்டர் சொன்னார்: "மூன்று நாட்களாகும் நான்ஸி."

ஜென்ஸி எழுந்து வந்து, "கொம்பூதிக்கு நாம் ஏன் போக வேண்டும் நான்ஸி?" தோள்களை தொட்டாள்.

"சேதுவுக்கு சிட்டுவை திருமணம் செய்து வைத்துவிட்டு வருவோம்."

"நான்ஸி...!" எல்லோரும் பதறிப்போய் எழுந்தார்கள்.

"சேதுவின் சனங்கள் திருந்தி வாழ்வதற்காக சேதுவையே நான் விட்டுக் கொடுக்கிறேன்" வீடு அதிர, 'கல...கல'வென சிரித்தாள் நான்ஸி.

73

"இன்னும் மூன்றே நாட்கள் தான் இருக்கின்றன வஜ்ராயினி...!" பன்னீர் பூ மரத்தடி பாறையில், வஜ்ராயினியின் பாதத்து அணைவில் ஹஸார் தினார் அமர்ந்திருந்தான்.

தன் மேல் உதிரும் பன்னீர்ப் பூக்களை, ஒவ் வொன்றாய் எடுத்து சம்பங்கி ஆற்றில் எறிந்து, நீர்ப் போக்கை ரசித்துக் கொண்டிருந்தாள் வஜ்ராயினி.

"வஜ்ராயினி... இன்னும் மூன்று நாட்கள் தான் இருக்கின்றன?" அவளது பாதத்தை ஹஸார் தினார் குலுக்கி விட்டான்.

"இருக்கட்டுமே!" விட்டெறிந்த பூ, நீர்ச் சுழியில் விழுந்தது.

"நான் சொல்வது... நாகமுனி குறித்திருக்கும் நரபலியைப் பற்றி!"

"அதற்குள் வில்லாயுதம் வருவான்!"

"எப்படி வருவான்?"

"எப்படியும் வருவான்."

ஆற்றங்கரை மேட்டை ஹஸார் தினார் திரும்பிப் பார்த்தன். நாவல் மரங்களுக்கு இடையே அக்னி குண்டமும் யாக சாலையும் ஆயத்தமாய் இருந்தன. 'இறுதிக் கெடு' வைத்த நாகமுனி, உண்ணக் கூட வாய் திறக்காமல் அலைகிறான்.

"ஒரு வேளை வில்லாயுதம் மறந்திருக்கலாம். மானை அனுப்பி வைப்போமா... வஜ்ராயினி?"

"வேண்டாம். வருவான்."

நீர்ச் சுழியில் விழுந்த பன்னீர்பூ, சுற்றிக் கொண்டே இருந்தது.

வீட்டிலிருந்து கச்சேரிக்கு வந்து கொண்டிருந்த கிழட்டு போலீஸ், வரும் வழியில் பச்சமுத்து வீட்டை எட்டிப் பார்த்தார். அவரை உள்ளே இழுத்து கதவை அவசரமாகச் மூடிய பச்சமுத்து கோபித்துக் கொண்டான்.

"பகல் நேரத்திலே... என் வீட்டுப் பக்கம் வராதீங்கனு சொன்னதை மறந்துட்டீங்களா?"

"பகலிலே நுழைஞ்சது தப்பு தான்... நேத்து விசக்குட்டை மூலமா, நீ கொடுத்து விட்ட சாமான்கள் வீடு வந்து சேர்ந்தது. அத்தனையும் ஜொலிக்குது! அதை சொல்லி விட்டுப் போகலாம்னு வந்தேன்" கன்னக்கறி குலுங்க சிரித்த கிழட்டு போலீஸ், "முதல் நாளு... குமராபுரம் கல்லுவீடு... ரெண்டாவது நாளு பொந்தம்புளி அம்பலக்காரர் வீடு... மூணாவது நாளு காடமங்கலம் பெரிய வீடு... நாலாவது நாளு...?" இழுத்தார்.

"நாலாவது நாள் 'செய்கை' எங்கேனு, நாளைக் காலையிலே கச்சேரிக்கு பிராது வரும்" அலுங்காமல் சொன்னான் பச்சமுத்து.

"வேயன்னா மகனை கதிகலங்க வெச்சுட்டியே பச்ச முத்து...!" தோளில் தட்டிக் கொடுத்தார்.

"இதுதானா...? இன்னும் வேடிக்கையைப் பாருங்க. வையத்துரை அன்னமயில் விவகாரத்திலே, கொம்பூதியும் பெரும்பச்சேரியும் மோதணும்... இந்த பச்சமுத்துவுக்கு உதவாத கொம்பூதி அழியணும்."

'நற... நற..'வென பற்களை கடித்தான். மிரண்டு போன கிழட்டு போலீஸ், "ஏப்பா ... பச்சமுத்து... இந்த பாவத்தை எப்படிக் கழுவுறது?" மெல்ல கேட்டார்.

"பாடம் சொல்லிக் கொடுக்க புலவரை அனுப்பியதே பாவம் கழுவத் தானே?" என்றவன், "ஆமா... கச்சேரியிலே என்ன பேசிக்கிறாங்க?" கண்களை இடுக்கினான்.

"கொள்ளை அடிக்கிறதெல்லாம் கொம்பூதிக்காரன்னு தான் பேச்சு."

"ஆனா, கொம்பூதிக்குள்ளே இன்னும் போலீஸ் நுழையலையே!"

"வரிசை வரிசையா... போலீஸ் லாரிகள் வந்துக்கிட்டே இருக்குது. இன்னிக்கோ நாளைக்கோ... ஜில்லா போலீஸ்

அதிகாரி லவ்லக்துரை, மதுரையிலிருந்து வந்து இறங்கப் போகிறார். கொம்பூதியை வளைத்துச் சுட்டுக் கொளுத்தப் போகிறார். வேயன்னா மகன் வெள்ளை உடுப்புக்கு மாறப் போகிறான்...!" ராகம் போட்டு கிழட்டு போலீஸோடு சேர்ந்து, பச்சமுத்து இறுக்கமாய் சிரித்தான்.

கூறி தப்பாத வளரி எறியில், மலை மான்கள் விழுந்தன. நேற்று சிக்கிய மலை ஆட்டுக் கறிக்கும் இந்த மலைமான் கறிக்கும் ருசியில் மாறுபாடு ரொம்ப. மான்கறி வாய் நிறைய நெய் பெருக்கும். அதிலும் சுட்ட கறி என்றால் புட்டு தான்! தின்னத் தின்ன, மாவாய் இறங்கும்.

அரிசி, தவசம் அற்றுப் போன கொம்பூதி வீடுகளில், பெண்களுக்கு அடுப்பு எரிக்கும் வேலை இல்லாமல் போனது. ஊருக்கே ஒரு அடுப்புதான். நடு மந்தையில் நெருப்புக் கூட்டி எரிய விட்டு, எல்லோரும் சுற்றி அமர்ந்து கொண்டார்கள்.

குடல் களைந்த ஒரு மானுக்கு, நான்கு இளவட்டங்கள். காலுக்கு ஒரு ஆளாகப் பிடித்து, புரட்டிப் புரட்டிச் சுட்டார்கள். சுடச்சுட, மான் தோல், பாளம் பாளமாக விரிந்து சுருங்கியது.

கூழானிக் கிழவியும் வெள்ளையம்மாவும் ஓரமாக ஒரு சின்ன அடுப்புக் கூட்டி, மான் ஈரலை நெருப்பில் புரட்டினார்கள்.

சிறுபிள்ளைக் கூட்டம், ஈரலுக்குக் கூடிக் கிடந்தது. காட்டுச் செடிகளாய், குமரிகள், வட்டம் கட்டிக் குழுமியிருந்தார்கள். சுடுதளத்தைச் சுற்றி வேட்டை நாய்கள் பின்னங் காலிட்டு உட்கார்ந்திருந்தன.

வேப்பமரத்தூரில் சாய்ந்திருந்த வேயன்னாவுக்கு அருகில் கழுவனும் செல்லையாவும் நெஞ்சு கனத்துப் போயிருந்தார்கள்.

நெருப்பில் மான்கறி வேக வேக, கமகமத்தது. வெந்து முடிந்த மான்களை, குலசாமிக்கு முன்னால் கிடக்கும் பட்டியல் கல்லில் வைத்து, அங்கம் அங்கமாய் வகிர்ந்தார்கள். சூடு ஆறாமல் தின்ன வேண்டிய கறி, அவரவர் விருப்பத்துக்கு கால் சப்பையையும் தொடைக் கறியையும் எடுத்துக் கொண்டனர்.

உப்பு, புளி, மிளகாய் சேராமல், வெள்ளரிப் பழமாய் விரிந்தி ருந்த மான்கறி, எவ்வளவு தின்றாலும் திகட்டக் காணோம்!

இப்போதெல்லாம் எல்லோருக்கும் ரொம்பவும் பசிக்கிறது.

எத்தனை மலை ஆடுகளை, எத்தனை மான்களைச் சுட்டுப் போட்டாலும் தின்று துப்பி விடுகிற பசி!

வேப்ப மரத்தடியில் உட்கார்ந்து பார்த்துக் கொண்டிருந்த கழுவனுக்குக் கண்ணீர் ஓடியது. வேயன்னாவைப் பார்த்தான். இமை ஆடாமல் அமர்ந்திருந்தார்.

ஈரலைத் தின்று முடித்த சிறுவர்கள், கறிச் சப்பைகளை எடுத்துக் கொண்டு, ஊரணிக் கரைப் பக்கம் போனார்கள். சுடுகறியை ஊதி ஊதித் தின்றார்கள். தின்ன கறிக்கு, ஊரணித் தண்ணீரில் குதியாட்டம் போட்டால் தான் வயிறு இறங்கும்.

குமரிகளுக்கு மத்தியில் இருந்த அன்னமயிலுக்கு, ஆத்தா நினைவு தான். கறி இறங்கவில்லை. குமரிக் கூட்டத்துக்குள் சிட்டுவைக் காணோம்.

கூழானிக் கிழவி, நாலு கறிகளை எடுத்து நாய்களுக்கு விட்டெறிந்தாள். ஒரு தட்டு நிறைய கறிகளை அள்ளிக் கொண்டு வேப்பமரத்துப் பக்கம் வந்து, “ஏப்பா வேயன்னா... ரெண்டு கறியைக் தின்னு...” வேயன்னாவின் தலைமுடியைக் கோதி விட்டாள்.

வேயன்னாவுக்குப் பழைய நினைவுகள் ஓடின. குதிரைப்படை விரட்டி வந்தபோது, மலையடிவாரக் காட்டில் கூட்டத்தோடு பதுங்கியிருந்த நினைவுகள்.

மாவோலையைச் சுருட்டி, சிறுவன் சேது ‘பீ... ப்பீ... ப்ப்பீய்...’ ஊதுகிறான். அங்கம்மா, சேதுவின் முதுகில் ஓங்கி ஒரு போடு போடுகிறாள்.

“ஊதிய ஊதி, ஊரைக் காட்டிக் கொடுத்திராதே...”

இடுப்புக் குழந்தை வில்லாயுதத்துக்கு, பன்றி ஈரலை நசுக்கி நசுக்கி ஊட்டி விடுகிறாள்.

மிச்சப்பட்ட கறிகளோடு கூழானி வருகிறாள்.

‘அடேய் வேலுச்சாமி... ஏன் கலங்குறே...? தலை மகன் கலங்கினால் தழைக்காது வம்சம்னு உங்க அப்பன் சொல்லும்’ தலைமுடியைக் கோதி விடுகிறாள்.

நான் இதுவரை கலங்கலையே...! இப்போ என்னாலே முடியலே...! பெத்த பிள்ளைக்குக் கட்டுப்பட்டுப் பேதலிச்சு நிற்கிறேன். நாடு, நகரத்திலே நாலு சனத்தோடு சேருகிற

'லவி' நமக்கு வாய்க்கலே... என் வாரிசுகளெல்லாம் மறுபடியும் காட்டு வாழ்க்கைக்கே திரும்பிருச்சே!

வேயன்னாவின் கண்களில் தாரை தாரையாய்க் கண்ணீர் ஓடியது. மேற்கே இருந்து குருவம்மா அலறியடித்துக் கொண்டு வந்தாள்.

"எல்லோரும் ஓடி வாங்களேன்... சிட்டுப் புள்ளே, அரளிக்காயை அரைச்சுக் குடிச்சுட்டாளே!"

பெருநாழிக் கச்சேரிக்கு லாரி லாரியாய் சட்டி போலீஸ்கள் வந்திறங்கியிருந்தனர். போலீஸ் குதிரைகளும் நிறைய தெரிந்தன. குதிரைச் சாரட்டு கமுதி வரை போய், ஜில்லா போலீஸ் அதிகாரி லவ்லக் துரையை அழைத்து வந்திருந்தது. டெபுடி சூப்ரண்டென்ட் பி.சி.கிளிஞ்ச், மோட்டாரில் வந்திறங்கினார்.

இன்ஸ்பெக்டர் சேதுவின் இருக்கையில் லவ்லக் துரை அமர்ந்திருந்தார். கச்சேரி போலீஸ்களெல்லாம் சூடு பறக்க நின்றார்கள். குழிப்பாம்பு போல் கிழட்டு போலீஸ்ம் கூட்டத்துக்குள் இருந்தார்.

தன்முன் அடுக்கப்பட்ட குற்றப்பதிவு ரிஜிஸ்தர்களையெல்லாம் ஒரு சுற்றுப் பார்த்து முடித்த லவ்லக் துரை, விறைத்தபடி நின்ற சேதுவை ஏறிட்டுப் பார்த்தார்.

"வெள்ளை அதிகாரி விக்டர் மீதும், வடநாட்டு அதிகாரி பகதூர் மீதும் நாங்கள் வைத்திருந்த நம்பிக்கையை விட, உன் மீது அதிகமாக நம்பிக்கை வைத்த காரணத்தால்தான் உன்னை இங்கே அனுப்பி வைத்தோம். எல்லாவற்றையும் பாழடித்து விட்டாயே!"

லவ்லக் துரையும் கிளிஞ்ச் துரையும் மாறி மாறிப் பேசினார்கள்.

"முன்பெல்லாம் எப்போதாவது நடந்த களவும் கொள்ளையும், நீ வந்த பின் தினமும் நடக்க ஆரம்பித்துள்ளது!"

சேது தகித்துப் போய் நின்றான்.

"ஏதோ சத்தியம் என்கிறாய்! உத்தமன் என்கிறாய்! தினமும் நடக்கும் களவுக்கு யார் பொறுப்பு...? கொம்பூதிக்காரர்களை விட்டால் வேறு யார் செய்ய முடியும்...?"

சேது இப்போதும் பேசவில்லை.

“நீ இங்கு பொறுப்பேற்றதிலிருந்து ‘ரேகை’ சட்டத்தை ஏன் அமுல்படுத்தவில்லை...? பிரிட்டிஷ் சட்டத்துக்கு முன் ‘பெற்றவன் பிறந்தவன்’ என்ற பாசத்துக்கு எல்லாம் இடமில்லை. எனக்கு உன் மீதுள்ள நம்பிக்கை இன்னும் குறையவில்லை சேது. மனதை இரும்பாக்கிக் கொள். போலீஸுப் படையோடு கொம்பூதிக்குப் போ. அத்தனை பேரையும் அள்ளிக் கொண்டு வா. புறப்படு...” லவ்லக் துரை இருக்கையை விட்டு எழுந்தார்.

வில்லாயுதத்தின் குதிரை வெகுதூரம் வந்திருந்தது.

குதிரையின் முதுகில் குறுக்கு வசமாய், ஈரப்பதமான மான்தோல் கிடந்தது. கையில் கவண் வைத்திருந்தான். தோளில் கழுகு அமர்ந்திருந்தது.

கொம்பூதியை விட்டுப் புறப்பட்டு வந்ததிலிருந்து சிட்டுவின் நினைவு உறுத்திக் கொண்டிருந்தது.

‘அரளிக்காயை அரைத்துக் குடித்திருக்கிறாள், பைத்தியக் காரி!’

குதிரை, மலை வனங்களுக்குள் பாய்ந்து போனது.

‘இந்நேரம் ஊரே என்னைத் திட்டித் தீர்த்திருக்கும்...’

வலது பக்கம் பள்ளத்தாக்கு. அடர் மரங்கள்.

‘நரபலிக்கு நாள் குறிக்கப்பட்ட வஜ்ராயினி ஒரு பக்கம் என்னை அலைக்கழிக்கிறாள்... நாளை அவளுக்குக் கெடு!’

தோளில் அமர்ந்திருந்த கழுகு பள்ளத்தாக்கைக் கண்டதும் வில்லாயுதத்தின் காதோரம் ஒரு சின்ன சத்தம் கொடுத்தது.

குதிரை லகானை இழுத்துப் பிடித்து நிறுத்தினான்.

ஈரப்பதமான மான் தோலை எடுத்து, பள்ளத்தாக்கு நோக்கி வீசி எறிந்தான். கழுகு பறந்தது. கவண் கல்லால், மான் தோலைக் குறி பார்த்தான்.

அத்தனை பேரையும் அள்ளிக்கொண்டு, போலீஸு லாரிகள் பெருநாழிக்குள் நுழைந்தன. முதலில் நுழைந்த லாரியின் முன்புறம் சேது அமர்ந்திருந்தான்.

லாரியின் பின் அடைப்புக் கூண்டில் வேயன்னாவும் கொம்பூதி இளவட்டங்களும் அடைபட்டு வந்தார்கள். பின்னால் வந்த லாரிகளில் துப்பாக்கி போலீஸ்கள் இருந்தனர்.

கச்சேரி வாசலில் வந்து நின்ற லாரியிலிருந்து சேது குதித்து இறங்கினான். கச்சேரிக்குள்ளிருந்த லவ்லக் துரையும் கிளிஞ்ச் துரையும் வெளியே வந்தார்கள்.

லாரியிலிருந்து ஒவ்வொருவராய் இளவட்டங்கள் இறங்கி னார்கள். கடைசியாக வேயன்னா இறங்கினார். இரண்டாவது லாரியிலிருந்தும் கொம்பூதி ஆட்கள் இறக்கப்பட்டார்கள்.

கவாத்து மைதானத்தின் நடுவில், கயிற்று வட்டம் கட்டியிருந்தது.

"எல்லாரும் கயிற்றுக்குள்ளே... உட்கார்.... ம்... உட்கார்டா..." துப்பாக்கியைத் திருப்பி இடித்தார்கள்.

லவ்லக் துரை, சார்ஜெண்ட் கீட்ஸை அழைத்துக் காதோரம் பேசினார். குற்றப் பரம்பரைச் சட்ட ரேகைப் பதிவேட்டை சேதுவிடம் கொடுக்கச் சொன்னார்.

"சேது... நீயே பதிவு செய்..." உத்தரவிட்டார்.

சேது, பதிவு ரிஜிஸ்தரை விரித்து வைத்துக் கொண்டான். பதிவேட்டில் முதல் குற்றவாளி வேலுச்சாமி என்ற வேயன்னா.

வேயன்னா எழுந்து வந்தார்.

74

தன் முன் நிற்பது தனது தந்தை என்கிற உணர்ச்சியையே காட்டிக் கொள்ளாதவனாக, இறுக்கத்தோடு சேது தலை நிமிராமல் கேட்டான்.

"பெயரென்ன...?"

"வேலுச்சாமி..."

"தகப்பனார் பெயர்...?"

"சேது ராமலிங்கம்..."

"வயது...?"

“அறுபது...”

“ஊர்...?”

“கொம்பூதி...”

“அங்க அடையாளம்...?”

வேயன்னா இடது கன்னத்தைத் திருப்பிக் காட்டினார். சிறு வயதில் சேது கடித்த பல் தழும்பு.

லவ்லக் துரையும் கிளிஞ்ச் துரையும் கச்சேரி திண்ணையில் நின்றபடி ரசித்துக் கொண்டிருந்தார்கள்.

வரிசையாய் வந்த ரிஜிஸ்தர் பதிவுகளில் வில்லாயுதத்தையும் கீரைச்சட்டியையும் காணோம். கொம்பூதிக்குள் போலீஸு நுழைந்தபோது, ஊரணியில் குளித்துக் கொண்டிருந்த கீரைச்சட்டி பிடிபடாமல் தப்பியிருந்தான். மலைவனத்துக்குப் போன வில்லாயுதம் திரும்பவில்லை.

கிளிஞ்ச் துரை இறங்கி, கயிற்று வட்டத்துக்கு அருகே வந்தார்.

“அந்த ரெண்டு பேரையும் எங்கே...?”

“தெரியாது...”

“எந்த ஊரில் களவாடப் போயிருக்கிறார்கள்...?”

பதிலேதும் பேசாமல் வேயன்னா மௌனமாக இருந்தார்.

திண்ணையில் நின்ற லவ்லக் துரை கத்தினார்.

“இவர்களிடம் இப்படிக் கேட்டால் சொல்ல மாட்டார்கள். போலீஸுகளைக் கொளுத்திய கொலைகாரர்கள் இவர்கள். சூட்டுக் கம்பியைக் காய வையுங்கள். உச்சி முதல் உள்ளங் கால் வரை பொசுக்குங்கள்...”

பள்ளத்தாக்கில் கொட்டிக் கிடக்கும் வைரக் குவியலின் மேலேயே, மான் தோல் பறந்து போய் விழுந்தது.

கழுகு தன் நீண்ட, கூரிய அலகால், ஈரப் பதமான மான் தோலின் ஒரு நுனியைக் கவ்வி, வைரக் குவியலில் புரட்டிப் புரட்டி எடுத்தது.

அத்தனை வைரங்ளும் ஈரத்தோலில் ஒட்டிக் கொண்டன.

பள்ளத்தாக்கு மரக்கிளை இடுக்குகளில் ஒளி அடிக்க, மான் தோல் நிறைய வைரங்களோடு கழுகு மேலேழுந்து வந்தது.

வானப் பரப்பு சீராக இல்லை. காற்று மரங்களை வேரோடு ஆட்டிக் கொண்டிருந்தது.

கச்சேரி மைதானத்தில் ஏழெட்டு வேப்ப மரங்கள் நின்றன. ஒவ்வொரு மரத்தூரிலும் நாலு, ஐந்து பேரை சுற்றி வளைத்துக் கட்டி வைத்திருந்தார்கள். போலீஸுகள், பழுக்கக் காய்ச்சிய சூட்டுக் கம்பிகளோடு மரத்தூர்களைச் சுற்றி நின்றார்கள். ஒரு ஆளுக்கு, ஒரு போலீஸு!

என்ன நடந்தாலும் சகித்துக் கொள்ளும்படி வேயன்னா, கண்ணசைப்பில் இளவட்டங்களுக்கு சைகை செய்திருந்தார். பொழுது மயங்கிக் கொண்டிருந்தது.

ஜில்லா போலீஸ் அதிகாரி லவ்லக் துரைக்கு அலை அலையாக கோபம் மூண்டது.

'ஹிந்துஸ்தானத்தில் எவருக்கும் இல்லாத தைரியமும் வீரமும் கொம்பூதிக்காரர்களுக்கு மட்டும் எப்படி வந்தது? எத்தனை நெஞ்சழுத்தம் இருந்தால் திட்டமிட்டு, அத்தனை போலீஸுகளை கொளுத்தி இருப்பார்கள்! பெருநாழிக்கு வந்ததிலிருந்து பிரிட்டிஷ் போலீஸ் தோற்றபடியே இருக்கிறது! இனி இவர்களை விடக்கூடாது.'

கையிலே ஒரு சூட்டுக் கம்பியோடு லவ்லக் துரையே மைதானத்தில் இறங்கினார். மரத்தூரோடு கட்டுப்பட்டு இருந்த வேயன்னாவுக்கு முன்னால் போய் நின்றார்.

"ம்... சொல்லு.. வில்லாயுதமும் கீரைச்சட்டியும் எங்கே?"

"தெரியாது."

"எந்த ஊரில் களவாட அனுபபி வைத்திருக்கிறாய்?"

"நாங்கள் களவுக்குப் போவதை விட்டு விட்டோம்."

"எப்போதிருந்து?"

"புது போலீஸ் அதிகாரி, பொறுப்புக்கு வந்ததிலிருந்து."

"ஓகோ! உன் மகன் வந்ததிலிருந்தா? அப்படியானால்... வாழவந்தாள்புரத்தில் திருட்டுப் போன தவசம், தான்யத்தை கையும் களவுமாக உன் மகன் பிடித்தது பொய்யா?"

வேயன்னா மௌனமாயிருந்தார்.

"அந்தக் களவை யார் செய்தது? தொடர்ந்து குமராபுரம்,

பொந்தம்புளி, காடமங்குளம், கவுல் பட்டி என நகைப் பெட்டியும் பணப்பெட்டியும் களவு போயிற்றே! அந்தக் களவுகளை யார் செய்தது?"

வேயன்னா வாய் திறக்கவில்லை.

"சொல்லு... சொல்லு..." லவ்லக் துரை, சூட்டுக் கம்பியை ஓங்கி வேயன்னாவின் இடது கன்னத்தில் இழுத்தார். சிறு வயதில் சேது கடித்த பல் தழும்பு, கம்பிச் சூட்டில் கருகியது.

ஜில்லா போலீஸ் அதிகாரி ஒரு சூடு போட்டு ஆரம்பித்து வைக்க, மற்ற போலீஸ்கள் அவரவருக்கான ஆட்களின் நெஞ்சு, கழுத்து, அடிவயிறு, தொடை, முழங்கால்களில் குறுக்கு நெடுக்கு வசமாக சுட்டு இழுத்தார்கள்.

எத்தனை சூடு பட்டாலும் யாரிடமிருந்தும் சத்தத்தைக் காணோம். இந்த நெஞ்சுறுதி லவ்லக் துரைக்கு மேலும் தீ மூட்டியது.

"ஏய்... சேது!" லவ்லக் துரை கத்தினார்.

சேது வந்து நின்றான்.

"இத்தனை நெஞ்சழுத்தக்காரனுக்கு உன் கையாலேயே சூடு போடு."

சூட்டுக் கம்பியை சேதுவின் கையில் கொடுத்தார்.

சேது, 'தீ'கங்காய் பழுத்திருந்த சூட்டுக்கோலை திருப்பி, திருப்பி பார்த்தான்.

சிறு வயதில், தான் ஏறி விளையாடிய அய்யாவின் தோளில் 'முதல் சூடு'. பிஞ்சுக் கரத்தால் தான் கட்டி வளைத்த கழுத்தில் 'இரண்டாவது சூடு'. கைக் குழந்தை வில்லாயுதத்துக்கு போட்டியாய் இடித்துக் கொண்டு இடம்பிடித்த அய்யாவின் தொடையில் 'மூன்றாவது சூடு'. வேயன்னாவின் உடம்பெல்லாம் சூட்டுக் கோலால் இழுத்தான் சேது.

மற்ற போலீஸ்களின் கையால் கொம்பூதிக்காரர்கள் எல்லாம் சுண்ணாம்பாய் வெந்தார்கள். கயிற்றுக் கட்டுக்குள் துவண்டார்கள்.

வானளாவிய மலங்காட்டு மரங்களையே வேரோடு பிடுங்கி எறியும் அளவுக்கு காற்றும் மழையும் சுழன்று அடித்தன.

மான் தோல் நிறைய வைரங்களோடு குதிரையில் வந்து

கொண்டிருந்த வில்லாயுதம், ஓர் அணைவிடம் பார்த்து ஒதுங்கினான். ஒட்டி இருந்த வைரங்கள் உதிர்ந்து விடாமல் பாதுகாத்து, மழை வெறிக்கக் காத்திருந்தான்.

சம்பங்கி ஆற்றங்கரை ஒற்றைக் குடில் வெகு தூரத்தில் இருந்தது. குதிரையும் கழுகும் நனைந்து கொண்டிருந்தன. மழை ஊற்றிக் கொண்டிருந்தது. காட்டு இருள் கவிந்தது. இனி, விடிந்து தான் வனத்தை விட்டு வெளியேற இயலும். விடிந்தால் வஜ்ராயினியின் 'கெடு' முடியும். விடிந்ததும் கிளம்பிப் போய், வைரங்களால் வஜ்ராயினியைக் குளிப்பாட்டி, நாகமுனியின் 'தோஷம்' கழிக்க வேண்டியது தான்.

சென்னப் பட்டணத்தை விட்டு நான்ஸியோடு புறப்பட்ட வில்லியம்ஸும் ஜென்ஸியும் மானாமதுரை புகைவண்டி நிலையத்தில் வந்து இறங்கியிருந்தார்கள். பெருநாழி போக, வாகன ஏற்பாட்டுக்கு வகை தெரியாமல் முழித்துக் கொண்டிருந்தனர்.

கொம்பூதிக்கு போலீஸ் லாரி வந்து ஆம்பளை களையெல்லாம் அள்ளிக்கொண்டு போனபின், மந்தையில் கூடிய பெண்கள் எங்கும் பிரியாமல் உட்கார்ந்திருந்தார்கள்.

கூழானிக் கிழவியின் நூற்றாண்டுத் திரேகம், எப்போதும் இல்லாமல், 'நடுக்கம்' கொடுத்தது. கிழவி, எதையும் முன் அறிபவள்.

'சேதுப் பயல் குணம் சீர் இல்ல! வெள்ளைக் காரனாலோ... வெளியூர்க்காரனாலோ வராத ஆபத்து வீட்டுப் பயலாலே வந்துவிடும் போலிருக்கே!' பதறினாள்.

காற்று மந்தையை அலைக்கழித்தது.

பட்டினி கிடப்பதை பார்க்க சகிக்காமல், வையத்துரையும் துருவனும் செய்த வாழவந்தாள்புரம் களவு, கொம்பூதியை இவ்வளவு பெரிய சிக்கலில் மாட்டி வைத்துவிட்டது. தான்ய வண்டியை வாழந்தாள்புரத்துக்கு திருப்பி விட்டதிலிருந்து வையத்துரையை கொம்பூதி பக்கமே காணோம்! எப்பவும் அவன் இப்படி இருந்ததில்லே! அவனுக்கு என்ன வருத்தமோ!

கூட்டத்துக்குள் அன்னமயிலையும் சிட்டுவையும் காணோம். அரளிக்காயை அரைத்துக் குடித்த சிட்டுவுக்கு, வயிறு முட்ட புளியைக் கரைத்து ஊற்றியதும், குமட்டி வாந்தி எடுத்ததால்,

உயிர் பிழைத்தாள். இன்னும் உணர்வு வந்தபாடில்லை. குடிசையில் படுத்தே கிடப்பவளுக்கு துணையாக அன்னமயில் இருந்தாள்.

நாளை, பௌர்ணமி! நிலா கிளம்பி இருந்தது. பட்... பட்... என வெளிச்சம்.

உணர்வற்று படுத்திருந்த சிட்டு, மெல்ல அசைந்து கொடுத்தாள்.

"மதினி...!" சிட்டுவின் நெற்றியில் அன்னமயில் கை வைத்தாள். குடிசையின் ஓலைப்புறம் 'சற.. சற'த்தது. இது, காற்றின் உரசல் அல்ல. கள்ளத்தனமான மனித சஞ்சாரம்.

அன்னமயில், எதையும் காதில் வாங்காமல், "மதினி...!" சிட்டுவையே கவிழ்ந்தபடி பார்த்துக் கொண்டு இருந்தாள்.

மறுபடியும் ஓலைப்புறம் 'சற... சற'த்தது.

கவிழ்ந்திருந்த அன்னமயிலின் வாயை ஒரு முரட்டுக்கரம் பொத்தியது.

இருட்டியதும் வீடுகளுக்குள் அடங்கிப் போகும் பெரும்பச்சேரி, விசக்குட்டை கசிய விட்ட சேதியில், விடிய விடிய உறங்காமல் எரிந்தது.

'வேயன்னா மகள் அன்னமயிலை, வையத்துரை எங்கேயோ கடத்திக் கொண்டு போயிட்டானாம்!'

காளத்தி கோயில் எல்லையில் பற்ற வைத்துவிட்டு, விசக்குட்டை இருட்டுக்குள் மறைந்து போனான்.

ஊரு சனமெல்லம் திருவேட்டையின் வீட்டு முன் கூடியது.

"கொம்புத் தேனுக்கு என் மகன் ஆசைப்பட்டுட்டானே! கொம்பூதி நெத்திப் பொட்டை அழிச்சுட்டானே!" வாயில் துண்டைப் பொத்திக் கொண்டு வையத்துரையின் வளர்ப்புத் தந்தை திருவேட்டை அழுதான்.

"மணியக்கார வீட்டு மாடக்கிளி காளத்தியை, மாட்டு வண்டி ஓட்டப் போன வீரணன் கெடுத்த கதையல்லோ இப்பவும் நடந்திருக்கு! தகப்பன் புத்தி பிள்ளைக்கும் வந்திருச்சே!" வளர்ப்புத் தாய் சிகப்பி அழுது உருண்டாள்.

"பெத்த பிள்ளையா நினைச்சிருந்த வேயன்னா அய்யா வீட்டு விளக்கை அணைச்சுட்டானே!"

"ஏய் துருவா...! வையத்துரையை நீ கடைசியா எப்போ பார்த்தே?"

"நாலு நாளாக கஞ்சி தண்ணி குடிக்காமல் காளத்தி கோயிலிலேயே படுத்திருந்தான். இன்னிக்குத் தான்... பெருநாழி கார்மேக ஆசாரியை பார்க்கப் போகிறேன்னு போனான்."

"பெருநாழிக்காரனெல்லாம் பேதம் பார்த்தபோது, பெரும் பச்சேரியின் மானம் காத்த புண்ணியவான் வேயன்னா!"

"கொம்பூதிக்கும் பெரும்பச்சேரிக்கும் குலபேதம் பார்க்க வச்சுட்டானே!"

"சாதி கலவரத்துக்கு சங்கெடுத்து ஊதிட்டானே...!"

"வையத்துரை பண்ணின பாவத்துக்காக விடியுமுன்னே பெரும்பச்சேரி அழியத் தான் போகுது!"

75

சுழற்றி சுழற்றி அடித்த காற்று, நாவல் மரங்களை வேரோடு ஆட்டியது. நாளை காலையில் 'நரபலி', நடுநிசி தாண்டி, விடி பொழுதுக்கு முன், காற்றும் மழையும் பேயாட்டம் போட்டன. நாகமுனி வளர்த்து வைத்திருந்த அக்னி குண்டங்களை கொட்டும் மழை அணைத்தது. யாகசாலைகளை கரைத்தது. முன்பலிக்கு காத்திருந்த மலைப் பசுவை, ஆற்றங்கரை மேட்டிலிருந்து உருட்டி விட்டது.

நாகமுனியின் திரித்த சடையை, அலங்கோலமாக கலைத்தது. சுழிக்காற்று கால் பாவ விடாமல் முன்னும் பின்னும் தள்ளியது. தரையில் ஊன்றி இருந்த சூலாயுதம், ஆங்காரம் கொண்டு ஆடியது.

நரபலிக்காகத் திரட்டியிருந்த சேகரங்கள் திசைக்கு ஒன்றாக பறந்தன.

சம்பங்கி ஆறு, பொங்கிப் புரண்டது. பன்னீர் மரங்கள் பூவிழந்தன. மலை முகடுகள், அமர்த்தியாய் வேடிக்கைப் பார்த்தன.

நாகமுனி, இடுப்புக் கச்சையை இறுகப் பற்றிக் கொண்டான்.

'எல்லாம் தொலைந்தது! ஏதோ.. சூது நடந்திருக்கிறது!' நிற்க முடியாமல் தடுமாறினான். முதுகு சாய்த்த நாவல் மரங்கள், பிடித்துத் தள்ளின.

'என்ன நடந்திருக்கும்?'

கண் திறக்க விடாமல் மழை அடித்தது.

'வைரக் கனவுகளில் வாழ்நாள் முழுக்க காத்த கடுந்தவம் விரயமானது. காரணம், வஜ்ராயினியின் கன்னிமை, எனக்குத் தெரியாமல் எங்கோ... எப்போதோ... கழிந்திருக்கிறது. அவளை நரபலி கொடுத்துப் புண்ணியம் இல்லை. ஹஸார் தினார் என்னை ஏமாற்றிவிட்டான். வைரங்கள் இனி நமக்குச் சொந்தமில்லை. வஜ்ராயினியை விடக்கூடாது.'

நாகமுனி திரேகத்தை இறுக்கி எட்டு வைத்தான்.

"வஜ்ராயினி...! வஜ்ராயினி...!"

ஒற்றைக்குடில் இருந்த படிகளில் ஏறினான்.

சூறைக்காற்று பறித்துப் போன மேலாடைக்கு மாற்றாக வீணையை அணைத்துப் போர்த்தி, வஜ்ராயினி மேனி கூசி, கண்மூடி ஒன்றிக் கிடந்தாள்.

ஆடைகளற்ற மேனியில் மழை கொட்டிச் சிதறிக் கொண்டிருந்தது.

"வஜ்ராயினி...! வஜ்ராயினி...!"

வஜ்ராயினியின் தேவக்கட்டழகு ஜொலிப்பில் மதி கிறங்கி, வெறி கொண்டான் நாகமுனி.

விடியும் முன்பே கச்சேரிக் கட்டுகள் அவிழ்த்து விடப்பட்டன. திண்ணையில் நின்று லவ்லக் துரை எச்சரித்தார்.

"உங்களை உயிரோடு விடக்கூடாது தான். பிரிட்டிஷ் போலீஸ் காட்டும் இறுதிக் கருணை இது. உங்கள் கழுத்தைச் சுற்றி கிடக்கும் சுருக்குக் கயிற்றின் நுனி எப்போதும் எங்கள் கையில் தான் இருக்கும்."

அருகே நின்ற கிளிஞ்ச் துரை உத்தரவிட்டார்.

"தினமும் பொழுது சாயுமுன் எல்லோரும் கச்சேரிக்கு வரவேண்டும். இன்று இரவு வரும்போது வில்லாயுதமும்

கீரைச்சட்டியும் கட்டாயம் இருக்க வேண்டும்." கச்சேரி வாசலைக் கடக்கும்முன் வேயன்னா திரும்பி, சேதுவைப் பார்த்தார். சேதுவின் தோள்களில் லவ்லக் துரை தட்டிக் கொடுத்துக் கொண்டிருந்தார்.

உடம்பெல்லாம் சூட்டுக் கோல்களால் இழுத்துச் சீரழித்தும், கிழட்டு போலீஸுக்கு மனம் நிறைவு கொள்ளவில்லை.

'வேயன்னா மகன் மீது நடவடிக்கையை காணோமே! பச்சமுத்து என்ன ஏற்பாடு செய்திருக்கிறான்?' உழன்று கொண்டிருந்தார்.

விடியாத தெருக்கள் வழியாக, கொம்பூதிக்காரர்கள் வெளியேறினார்கள். பதைபதைப்பில் இருந்த பெரும்பச்சேரியை அவர்கள் கடக்கும் போது கூட பொழுது முழுதாக விடிந்திருக்க வில்லை.

உயிரைக் கையில் பிடித்துக்கொண்டு இரவு முழுக்க உறங்காதிருந்து அயர்ந்த பெரும்பச்சேரி சனம், விடியும் நேரம் கோழித் தூக்கத்தில் இருந்தது.

ரணப்பட்டு நடந்த கொம்பூதி ஆட்கள், பேச்சு மூச்சில்லாமல், பெரும்பச்சேரியை நிமிர்ந்து பாராமல், கவிழ்ந்தவாறு கடந்து போனார்கள். கடந்து போன முதுகுகளின் மேல் ரெண்டு, நாலு கண்கள் பதிந்தன. அடுத்த சில நொடிகளில் திருவேட்டையின் ஓலைக்குடிசை பற்றி எரிந்தது.

"ஐயையோ! கொம்பூதிக்காரன், பெரும்பச்சேரிக்கு தீ வச்சுட்டான்!" தீ வைத்தவர்களே குரல் கொடுத்தார்கள். பற்றியெரிந்த குடிசைக்குள்ளிருந்து தப்பிக்க முடியாத சிகப்பி, குடிசையோடு கருகிச் செத்தாள்.

ஊற்றி அணைக்க உடனே தண்ணீர் கிடைக்காததால், தீ அடுத்தடுத்த குடிசைகளை லாவி பிடித்தது.

கொம்பூதிக்குள் நுழைந்ததும் சேதி கேட்ட கூட்டம், வேயன்னாவின் கையை மீறி நின்றது.

"அன்னமயிலை வையத்துரை அபகரிச்சுட்டானே...!"

இளவட்டங்கள் எல்லாம் திமிறிக் குதித்தார்கள்.

"ஊரு தேசமெல்லாம் சாதி பேதம் பார்க்கையிலே... உள் வீடு வரை புழங்கித் திரிஞ்சானே... அதுக்குத் தானா?"

பெண்களெல்லாம் கம்பெடுத்தார்கள்.

“அவனை பிள்ளையா நினைச்ச நினைப்புக்கு ‘கொள்ளி வச்சுட்டானே?” இரவோடு இரவாக கொம்பூதிக்கு வந்து சேர்ந்த அங்கம்மாவும் அழுதழுது, கண் வற்றிப் போயிருந்தாள்.

“எங்களை குடியமர்த்தி வச்ச குலசாமியே நீ தான்னு சொல்லி அவனுக்கு மரியாதை கொடுத்தோம். இப்ப அவன் நம்ம குலையை அறுத்துட்டானே...!”

இதுவரை கூழானி அழுது பார்க்காத சனமெல்லாம் இப்போது கொதித்தது.

வேயன்னா நிலை குலைந்தார். யாரை ஆற்ற? எப்படி அமர்த்த?

“பெரும்பச்சேரியை இப்பவே அழிக்கணும்” இளவட்டங்கஎெல்லாம் மந்தையை விட்டுக் கிளம்பினார்கள்.

“ஏய்... பொறுங்கடா...!” வேயன்னா மறித்தார்.

கூழானி ஆவேசத்தோடு வேயன்னாவுக்கு முன்னே வந்தாள்.

“வேயன்னா... அவங்களைத் தடுக்காதே... போக விடு! யானைக்கு விரிபடும் கொம்பூதிச் சேலை முந்தி, ஒரு பூனைக்கு எப்படிச் சொந்தமாகும்?”

கூழானியின் கோபம், இளைஞர்கள் எல்லோரையும் ஊரணிக்கரை தாண்ட வைத்தது.

விடிவதற்காகவே காத்திருந்த பச்சமுத்துவின் மனைவி, கொல்லைப்புறம் வழியாக வெளியேறி கார்மேக ஆசாரியின் பட்டறை நோக்கி ஓடினாள். நடக்கிற சதிகளைச் சொல்லி விடுகிற துடிப்பு அவளுக்கு.

வையத்துரை, விடிய விடிய புலவரோடு சேர்ந்து கொம்பூதிக்கு நேர்ந்து விட்ட துயரத்தை பற்றி பேசிக் கொண்டிருந்துவிட்டு, கார்மேக ஆசாரியின் வீட்டிலேயே படுத்துத் தூங்கியிருந்தான். கார்மேக ஆசாரியும் அவர்களோடு உறங்கிப் போயிருந்தார். வீட்டுக் கதவு ‘தடதட’வென தட்டப்பட்டது கேட்டு, புலவர் திறந்தார்.

இடைப்பட்ட உயர் அதிகாரிகள் எல்லோரையும் கடந்து நேரடியாக, ஜில்லா போலீஸ் அதிகாரி லவ்லக் துரைக்கு முன்னால் போய் நின்ற கிழட்டு போலீஸ்ᵔ பணிந்து குறுகி,

“துரை அவர்களே...! பெரும்பச்சேரி கிராமமே பற்றி எரிகிறது!” என்றார்.

லவ்லக் துரை நிமிந்தார்.

“கொம்பூதி வேயன்னாவின் மகளை, பெரும்பச்சேரிக்காரன் வையத்துரை கூட்டிக் கொண்டு ஓடிவிட்டான் துரை அவர்களே! விடியுமுன் கச்சேரியிலிருந்து போன வேயன்னா கூட்டம் போகிற வழியில் பெரும்பச்சேரியை தீ வைத்துக் கொளுத்திவிட்டுப் போய் விட்டார்கள்!”

கேட்டதும் அதிர்ந்து போன லவ்லக் துரை இருக்கையை விட்டு எழுந்தார்.

“வையத்துரையின் தாயாரோடு பல பேர் கருகிச் செத்துப் போனார்களாம் துரை அவர்களே! பெரும்பச்சேரி முழுக்க பிணக் குவியலாம்! கொளுத்தியது போதாதென்று, கொம்பூதிக்குப் போய் மறுபடியும் ஆயுதங்களோடு கிளம்பி வருகிறார்களாம்! பெரும்பச்சேரிக்காரர்களும் எதிர்த்தாக்குதலுக்கு ஆயுதங்க ளோடு ஆயத்தமாக இருக்கிறார்களாம் துரை அவர்களே. இவன் ஒரு சாதி... அவன் வேறு சாதி...” சின்ன இடைவெளி விட்டு, “அடக்க முடியாத சாதிக் கலவரம் கிளம்பப் போகிறது துரை அவர்களே!” குனிந்த வாக்கிலேயே பின் நகர்ந்து கொண்டார்.

லவ்லக் துரை ஆடிப் போனார்.

“களவை விட அபாயமானது சாதி கலவரம். முளையிலேயே கிள்ள வேண்டும். சேது...! எல்லா போலீஸுகளையும் அள்ளிக் கொண்டு கொம்பூதிக்கு போ. ஆயுதம் வைத்திருப்பவன் அத்தனை பேரையும் சுட்டுக் கொல்லு.”

ஜில்லா உதவி போலீஸ் அதிகாரி கிளிஞ்ச் துரையைப் பார்த்து, “பெருநாழி கச்சேரியை தீ வைத்துக் கொளுத்தியது போல், பெரும்பச்சேரி குடிசைகளையும் கொளுத்தி இருக்கிறார்கள். இனிமேல் இவர்களை உயிரோடு விடக்கூடாது. கொம்பூதி இருந்த தடம் தெரியாமல் அழித்து விட்டு வா. ம்... உடனே கிளம்பு!” லாடக் காலால் ஓங்கி திண்ணையை மிதித்தார்.

குதிரை போலீஸுகளை முன்னே விட்டு, போலீஸு லாரிகள் வரிசையாக அணிவகுத்து நகர்ந்தன.

கொம்பூதிக்கும் பெரும்பச்சேரிக்கும் சாதி கலவரம் என்று கேள்விபட்டதும் பெருநாழி கடைத்தெருவெல்லாம் இளித்தது.

பச்சமுத்து வீட்டின் கனத்த தலைவாசலை மோதி உடைத்துவிட்டு உள்ளே நுழைந்தான் வையத்துரை. கொல்லம் பட்டறை குத்துக் கம்பி கையில் இருந்தது. கார்மேக ஆசாரிக்கு பின்னால் பச்சமுத்துவின் மனைவியும் நுழைந்தாள்.

தலைவாசல் உடைபட்டதுமே வீட்டினுள் இருந்த விசக்குட்டை கொல்லை வாசல் வழியாக ஓட்டமெடுத்தான்.

நடு வீடு தாண்டிய வையத்துரையை செந்தட்டிக்காளை மறித்தான்.

“டேய்... வையத்துரை! இதிலே நீ தலையிடாதே.” மூலை யில் சார்த்தி வைத்திருந்த வீச்சரிவாளை எடுக்க நகர்ந்தான் செந்தட்டிக்காளை.

“கொம்பூதி விவகாரத்திலே நான் தலையிடாமல் வேறு யாருடா தலையிடுவது? துரோகிப் பயலே!” கையிலிருந்த குத்துக் கம்பியை செந்தட்டிக் காளையின் நடு நெஞ்சில் இறக்கினான் வையத்துரை.

அடுப்பங்கரையில் பதுங்கி கிடந்தான் பச்சமுத்து.

“வையத்துரை! இவனை விடாதே” புருசனுக்கு நேராக பொஞ்சாதி கை காட்டினாள்.

“அடியேய்...! கட்டின புருசனையா காட்டிக் கொடுக்கிறே!”

“பிள்ளை கொடுக்க முடிஞ்சவனெல்லாம் புருசன் இல்லேடா... பொருளும் காசும் தான் உனக்கு பொஞ்சாதி. புருசன்.. பொஞ்சாதி உறவிலே கூட, லாப, நட்டக் கணக்குப் பார்க்கிற வியாபாரி நீ!” தலைமுடியை அள்ளி முடிந்தாள்.

“வீடு நிறைய கொட்டிக் கிடக்கிற பொருளெல்லாம்... கொம்பூதி வேயன்னா அய்யா கொடுத்தது. அந்த மனுசன் வீட்டுப் பெண்ணைத் தூக்கிக் கொண்டு வந்து அடைச்சு வச்சிட்டு வையத்துரை மேலே பழியைத் திருப்பி விட்டிருக்கிற நீ... மனுச சேர்த்தியே இல்லாத ஈனப் பிறவி!”

ஓடிப்போய், அன்னமயில் அடைபட்டிருந்த உள் வீட்டுக் கதவைத் திறந்துவிட்டாள்.

அன்னமயில் அலறி வெளியே ஓடி வந்தாள்.

வையத்துரை, கையில் குத்துக் கம்பியோடு பச்சமுத்துவை நெருங்கினான்.

"தான் சொத்துச் சேர்க்க, ரெண்டு சாதிக்கும் கலவரத்தை மூட்டி விட்டவனே இவன் தான். இவன் ஊன்றிய விதை, இந்த மண்ணிலே எங்கேயும் வேர்ப் பிடிக்க கூடாது. இவனை விடாதே வையத்துரை" கார்மேக ஆசாரி வெறி கொண்டு கத்தினார்.

கையிலிருந்த குத்துக் கம்பியை பச்சமுத்துவின் அடி வயிற்றில் இறக்கிய வையத்துரை, ஆங்காரம் தீராமல் மேலும் கீழும் ஆட்டினான்.

76

கொம்பூதி ஊரணிக்கரை கொப்பளித்துக் கொண்டிருக்க, பெருநாழியிலிருந்து மூச்சிரைக்க வந்து சேர்ந்த புலவர், ஆயுதங்களை விலக்கி விட்டு வேயன்னாவிடம் போய் நின்றார்.

"அய்யா... விரிவாகப் பேச நேரமில்லை. பெரும்பச்சேரி மேலே நீங்க கோபப்படுறது தப்பு. எல்லாமே பச்சமுத்து பண்ணிய சதி. அன்னமயிலை வையத்துரை மீட்டுட்டான். பெரும்பச்சேரிக்கும் தீ வச்சு அந்தப் பழியை உங்க மேலே போட்டிருக்காங்க. கொம்பூதியை அழிக்க லாரி லாரியா போலீஸ் வருது. எல்லோரும் தலைமறைவாயுடுங்க" சொல்லி முடித்ததும் புலவர் தப்பித்து ஓடினார்.

வானம் வெறிச்சோடி இருக்க, வில்லாயுதத்தின் குதிரை நாவல் மர வரிசையைக் கடந்து வந்தது. பெய்த மழை, சம்பங்கி ஆற்றங்கரையைக் கழுவி துடைத்துப் போட்டிருந்தது. ஒற்றைக் குடிலைக் காணோம்! மான் தோல் நிறைய வைரங்களோடு குதிரையை விட்டுக் குதித்த வில்லாயுதம், குடில் இருந்த திண்டை நோக்கி ஓடி, படியேறினான்.

முதுகில் சூலாயுதக் குத்துப்பட்டு நாகமுனி செத்துக் கிடந்தான். ஆடைகளற்ற மேனியெங்கும் நாகமுனியின் பற்கடிபட்டு, வீணையை போர்த்திக் கொண்டு வஜ்ராயினி உயிரற்று உதிர்ந்து கிடந்தாள்.

கரை அறுத்து ஓடும் சம்பங்கி ஆற்றின் நெஞ்சளவு தண்ணீரில் ஹஸார் தினார், நாகமுனியை சூலாயுதத்தால்

குத்திக் கொன்றும் ஆவேசம் தீராதவனாக முங்கி முங்கி குளித்துக் கொண்டிருந்தான்.

மான்தோல் வைரங்களெல்லாம் அதிர்ந்து குலுங்கி, வஜ்ராயினியின் மேனியை மூடின.

வில்லாயுதம் மண்டியிட்டு அழுதான்.

வஜ்ராயினியின் மான் வில்லாயுதத்தின் வலது தோளோடு உரசி நின்றது.

போலீஸ் லாரிகளும் குதிரைகளும் முள்ளுப் பாதைகளை ஒடித்து நொறுக்கி விட்டு, கொம்பூதிக்குள் நுழைந்தன.

முதல் ஆளாக சேது குதித்தான், துப்பாக்கிகளோடு போலீஸுகள் குவிந்தனர். மந்தை நிறைய லாரிகள் நின்றன. முன்னங்கால் தூக்கி குதிரைகள் கனைத்தன.

ஊர் வெறிச்சோடிக் கிடந்தது. நாய் நடமாட்டம் கூட இல்லை.

கிளிஞ்ச் துரை உத்தரவிட்டார்:

"வீடுகளுக்குள் இருந்தால் இழுத்து வாருங்கள்."

'திமுதிமு'வென தெருவெல்லாம் போலீஸ்கள் ஓடினார்கள். வீடு வீடாய் நுழைந்தார்கள். ஆக்கி குடிக்கிற சட்டி பானைகளைத் தவிர ஒன்றும் இல்லை. தேடிப் பிடிக்க வேறு தெருக்களும் கிடையாது.

சேது தலைமையில் போலீஸ் படை வேயன்னா வீட்டுக்குப் போனது. அய்யாவின் செருப்பு வாசலில் கிடந்தது. உள்ளே நுழைந்தான். கூரை முகட்டில் பழைய வாள் ஒன்று செருகியிருந்தது. உருவினான். சிறு வயதில் சேது சுழற்றி விளையாடிய வாள். வீடு முழுக்கத் தேடினான். பற்ற வைத்துப் பல நாளான அடுப்பு இருந்தது. வெளியேறினான்.

எல்லா போலீஸ்களும் வெறுங்கையோடு மந்தைக்குத் திரும்பி வந்தனர். ஊரணிக்கரை நோக்கி சேது நடக்க, போலீஸ்களும் பின் தொடர்ந்தனர்.

'தெப்... தெப்' என நிறைபெருக்காய் ஊரணித் தண்ணீர் கிடந்தது.

கிளிஞ்ச் துரை, ஆலமரத்தடியில் நின்று அண்ணாந்து

கிளைகளைப் பார்த்தார். போலீஸ்கள் கரை நெடுக நின்ற புளியமரக் கிளைகளுக்குள் நோட்டம் பார்த்தனர்.

சுட்டுத் தள்ள காக்காய் குருவிகளைக் கூட காணோம்.

கிளிஞ்ச் துரை ஆலமரத்தடியிலேயே நின்றார்.

வேப்பமரத்தடியில் நின்ற சேதுவின் காதுகளில் ஏதோ குறுகுறுத்தது.

நடு ஊரணித் தண்ணீருக்குள் இருந்து கிளம்பிய முக்குளிப்பு சத்தம்!

தண்ணீர் குமிழ் குமிழாய் கொப்பளித்தது.

இன்னதென நிதானிக்கும் முன், நடு ஊரணித் தண்ணீருக்குள் இருந்து ஒரு தலை, கழுத்தளவு விருட்டென வெளியே எழும்பியது. அங்கிருந்து அடித்த முதல் கவண் கல் எறியில் நெற்றிப் பொட்டு தெறிக்க, கிளிஞ்ச் துரை கீழே சாய்ந்தார்.

'மள மள'வென இருபது முப்பது தலைகள், கழுத்தளவு வெளியேறி அடித்த கவண் கல்லடிகளில் ஊரணிக்கரை போலீஸ்கள் மறுபுறம் உருண்டனர். மற்ற போலீஸுகள் துப்பாக்கியைத் தூக்கி குறி பார்க்கும் முன், தலைகள் மறுபடி தண்ணீருக்குள் பதுங்கின.

இலக்கு இல்லாமல் துப்பாக்கிகள் வெடித்தன.

ஜட்கா வண்டியிலேயே வில்லியம்ஸ், ஜென்சி, நான்ஸி மூவரும் கொம்பூதிக்கு வந்து சேர்ந்த போது, ஊரணி தண்ணீருக்குள் அடுத்த மூச்சாக தலைகள் வேறு இடத்திலிருந்து எழுந்தன. அடித்த கவண் கல்லடியில் ஐந்தாறு போலீஸ்கள் உருண்டனர்.

குறி பார்த்து பாய்ந்த துப்பாக்கி குண்டுகள், நான்கு பிணங் களை மிதக்க விட்டன.

இரண்டு, மூன்று முறை எழுந்து மறைந்த ஊரணித் தலைகளில் வேயன்னாவின் தலையை சேது அடையாளம் கண்டு கொண்டான். உத்தேசமாகக் குறி வைத்தான்.

கொம்பூதி எல்லைக்குள் கால் வைக்கும் முன்பே கார்மேக ஆசாரி, வையத்துரை, அன்னமயிலின் காதுகளில் வேட்டுச் சத்தம் கேட்டது.

சந்தேகப்பட்டது சரியாய்ப் போயிற்று! மூன்று பேரும் துடித்துப் பதறி ஓடி வந்தார்கள்.

வில்லியம்ஸும் நான்ஸியும் ஜட்கா வண்டியை விட்டிறங்கினார்கள்.

ஓடிவந்த அன்னமயில், சேதுவின் துப்பாக்கியோடு மல்லுக் கட்டினாள். “அடப்பாவி... கொம்பூதியை அழிச்சிட்டியே...!” சேதுவின் நெஞ்சுச் சட்டையைப் பிடித்துக் குலுக்கினாள். “பழி பாவத்துக்கெல்லாம் காரணமான பச்சமுத்துவை விட்டுட்டு சத்தியத்துக்கு கட்டுப்பட்ட சனத்தை சுட்டுத் தள்ளிட்டயே...! இருபது வருஷம் கழிச்சு நீ திரும்பி வந்தது இதுக்குத் தானா?” வெறிகொண்டு கத்தினாள்.

சேது தடுமாறினான். கையை விட்டுத் தளர்ந்த துப்பாக்கிக்கு முன்னால் வில்லியம்ஸ் வந்து நின்றார்.

“அப்பா... நீங்களா...!” சேது அதிர்ந்தான்.

“என்னை அப்பானு சொல்லாதே...” கண்ணீர் ஓடியது.

சேதுவின் கைத்துப்பாக்கி நழுவியது. குண்டு சத்தம் நின்றது.

காடுகளுக்குள் பதுங்கியிருந்த சனம், ஒவ்வொன்றாக வெளியேறி வந்தது. பெருகிக் கிடந்த ஊரணி நிறைய பிணங்கள் மிதப்பதைக் கண்ட சனம் கூப்பாடு போட்டது.

கூழானிக் கிழவி அங்கும் இங்கும் அலைமோதினாள்.

நான்ஸியும் ஜென்சியும் ஓரமாக நின்றிருந்தார்கள்.

பிணமானவர்கள் போக மிஞ்சியவர்கள், ஊரணிக்குள் மிதந்த பிணங்களை அரித்துச் சேகரித்து கரை ஏற்றினார்கள்.

அடுக்கப்பட்ட பிண வரிசையில் வேயன்னாவைக் காணோம்!

“என் சீமான் எங்கே...? என் சிங்கம் எங்கே...?” அங்கம்மா கரையில் உருண்டாள்.

ஆணு பொண்ணு அத்தனை சனமும் தண்ணீருக்குள் பாய்ந்தது. ஊரணியையே கடைந்தெடுத்தார்கள். நிறம் மாறிப் போயிருந்த தண்ணீரில் ரத்த வாடை அடித்தது.

“ஐயா...!” வையத்துரை தண்ணீருக்குள்ளிருந்து அலறினான். அத்தனை கண்ணும் திகைத்தன.

தோளோடு வேயன்னாவைச் சுமந்தபடி வையத்துரை நீந்தி வந்தான்.

"ஐயா...! ஐயா...! ஐயா...?" கரையெல்லாம் அலறல்.

கரையேறிய வையத்துரை, கூழானியின் மடியில் வேயன்னாவை சாய்த்தான்.

சேதுவின் துப்பாக்கி, ஐயாவின் இடது நெஞ்சைத் துளைத் திருந்தது.

அங்கம்மா கீழே விழுந்தாள்.

அன்னமயில் மயங்கிச் சரிந்தாள்.

வையத்துரை கரையில் புரண்டு அழுதான்.

"ஐயா...! ஐயா...!"

சனமெல்லாம் நெஞ்சிலும் தலையிலும் அடித்துக் கொண்டு கத்தியது. கரை நெடுக பிணங்கள்!

இதற்கு முன்பிருந்த விக்டர் துரையோ... பகதூர் துரையோ... கொம்பூதி மனுஷ உயிர் ஒன்றைக் கூட கொல்லவில்லை! கூழானிக் கொடி வழிப் பயல் சேது, கொம்பூதியையே கொன்னு குவிச்சுட்டானே!

சிறுவர்களெல்லாம் வயிற்றில் கண்ணீர் வடிய கேவிக் கேவி அழுதார்கள்.

ஓடைக்கரை தாண்டி, ஊரணிக்கரை ஏறி வந்துகொண்டிருந்த வில்லாயுதம், எதுவும் புரியாமல் முழித்தான். ஐயா பிணமாகிக் கிடந்தார். இளவட்டங்களெல்லாம் பிணங்களாகக் கிடந்தார்கள். கண்கள் நிலைகுத்த தடுமாறினான்.

ஐயாவையே உற்றுப் பார்த்துக்கொண்டிருந்த சேது, காலில் விழுந்து அழுதான்.

"சாகிற வரை சத்தியத்தைக் காப்பாத்தின வேயன்னா கூட்டத்தை கூண்டோடு அழிச்சிட்டியேடா, சேது!" கூழானிக்கு வாய்விட்டு அழவும் கெதி இல்லை.

"பாவி பயல் பச்சமுத்து... ரெண்டு ஊரையும் அழிச்சுட் டானே!" வாயில் துண்டைப் பொத்திக் கொண்டு கார்மேக ஆசாரி அழுதார்.

"திசை தெரியாம நிக்கிற கொம்பூதி சனத்துக்கு, ஒரு சேதி சொல்லாம போயிட்டியேடா... மகனே!" வேயன்னாவின் முகத்தோடு தலை சாய்த்து, கூழானி அழுதாள்.

மௌனமாக நிறை வில்லியம்ஸின் மனதுக்குள், 'ரெண்டு சாதிகளையும் மோதவிட நடக்கிற சதிக்கு, யாரும் எப்போதும் பலியாகக் கூடாது' என்பதுதான் வேயன்னா சொல்லாமல் சொல்லி விட்டுப்போன சேதியாகத் தோன்றியது.

ஜென்சி, அங்கம்மாவை ஆற்றினாள்.

நான்ஸி, அன்னமயிலை அணைத்துக் கொண்டாள்.

வேயன்னாவின் நெஞ்சு ரத்தத்தைத் தொட்டுத் தொட்டுப் பார்த்து, ஐயா...! ஐயா...!" என வையத்துரை அழுதான்.

"அடேய்... வையத்துரை! 'ஐயா... ஐயா...'னு என் மகனுக்கு நிழலா இருந்தியே! உங்க ஐயா எல்லாரையும் விட்டுட்டு போயிட்டான்டா...!"

கூழானி தரை பரசி அழுதாள்.

"உன்னை நாங்க சந்தேகப்பட்டதுக்கு கொடுத்த விலை தாண்டா இத்தனை சாவும்! போதும்டா... ஐயா... போதும்...! பொணம் விழுந்தது போதும்! நீயும் வில்லாயுதமும் எக்காலத்திலேயும் பிரியக் கூடாது. உங்களுக்குள்ளே பிளவு வரவே கூடாது" கிழவிக்கு நெஞ்சை அடைத்தது.

வேயன்னாவின் உடல் மீது சரிந்து கண் மூடினாள்.

சனமெல்லாம் நெஞ்சு சிதறி அழுதது.

அங்கம்மா, வேயன்னாவின் மீது விழுந்து புரண்டாள்.

தன் மதி இழந்த சேது, எழுந்து, திசை தெரியாமல் நடக்க ஆரம்பித்தான். அவனை ஆற்ற, நான்ஸி பின் தொடர்ந்தாள்.

வானத்தைச் சுற்றி வட்டம் போட்டு, பிணந்தின்னிக் கள்ளப் பருந்துகள் விசிலடித்தன.

'ஐயா...! ஐயா...! ஐயா...!'

ஓயாத அழுகுரலும் ஊரணிக்கரை அலைச் சத்தமும் கேட்டுக் கொண்டே இருந்தன.

• • •